TELLING OUR OWN STORIES

AFRICAN SOURCES
FOR
AFRICAN HISTORY

Volume 4

TELLING OUR OWN STORIES

Local Histories from South Mara, Tanzania

BY

JAN BENDER SHETLER

BRILL

LEIDEN · BOSTON

2003

This book is printed on acid-free paper.

Text design by *Vocking in Vorm* (Utrecht)

Die Deutsche Bibliothek - CIP-Einheitsaufnahme

Bibliografische Information Der Deutschen Bibliothek
Die Deutsche Bibliothek verzeichnet diese Publikation in der
Deutschen Nationalbibliografie; detaillierte bibliografische Daten
sind im Internet über http://dnb.ddb.de abrufbar.

Library of Congress Cataloging-in-Publication Data

Library of Congress Cataloging-in-Publication Data is also available

ISSN   1567-6951
ISBN   90 04 12625 2

PRINTED IN THE NETHERLANDS

CONTENTS

EDITORS' INTRODUCTION

The African Sources for African History series ventures to cover as much of the African continent as possible where the publication of historical sources is concerned. We are therefore happy to present a volume focusing on East African, more particularly Tanzanian history. We are all the more happy with the tremendous task the author, Jan Bender Shetler, has completed in collecting, translating, and annotating these texts. The quality, richness and sophistication of the materials presented in this volume is pleasantly surprising.

In *Telling Our Own Stories* Jan Bender Shetler presents a large collection of historical sources for the South Mara region of Tanzania, mainly collected by herself in the mid-1990s, when she did fieldwork in Tanzania for her Ph.D. dissertation.[1] The materials are varied in type, depth, and length; the whole collection presented here consists of a total of forty-two stories, in length ranging from one paragraph interviews and texts to a fifty-five page printed document, 'The History of the Ikizu and Sizaki', by P.M. Mturi and S. Sasora, which makes up the whole of chapter I.

Telling Our Own Stories is a comprehensive collection of texts, which offers a unique insight into the perceptions the people of South Mara hold of the social and political environment they live in, their history, traditions, and rituals. By publishing most of the stories in their original language (Swahili) as well as English, Shetler addresses different audiences, enhancing the multi-level importance of the publication.

In academic terms, this volume will appeal to scholars from different disciplinary backgrounds. Political and social historians find a multifaceted presentation of the history of the people of South Mara. Social scientists, especially anthropologists, find detailed descriptions of society and life in the area, both in the people's own narrative and in easily accessible English. African historiographers are provided with the first broad and coherently presented body of annotated historical texts concerning this group of East African people. This is especially important, because for East Africa the number of published ethnic historical texts is limited when compared to West, Southern, and Central Africa. Scholars of African literature now have a Tanzanian series of literary texts that straddle the divide between oral and written African literature, which allows for several avenues of textual and comparative literary analysis.

At the same time *Telling Our Own Stories* is aimed at local historians in Tanzania, as Shetler points out (p. 2). Quite extraordinarily in the field of African ethnic history, or oral tradition in general for that matter, is the fact that

---

[1] For her Ph.D. dissertation: Shetler 1998.

over several decades, Mara literate men have collected the stories traditional narrators told, for fear of their loss due to the rapid change of social relations in late colonial and post-independence Tanzania. In this way a 'modern' local historiographical tradition came into being of which there are few examples elsewhere in Africa. Closest perhaps come the Yoruba of southwestern Nigeria, who started to write up their oral traditions, and more particularly their ethnic histories, from the 1850s onwards.[2] The Yoruba educated urban elite of the late nineteenth and early twentieth century, who were the motor of historical research and publications in Nigeria, are difficult to compare with the more rural, middle-class historians of late colonial and post-independent South Mara, however. This makes the similarities between both historiographies especially interesting and a topic for further research.

Both the Yoruba and the Mara authors and narrators were concerned with the survival of the stories and thereby their histories. One could say that they were academically interested in this respect. In *Telling Our Own Stories* this is best visible in the preambles to many of the stories, in which the authors explain their motives, or where history committees bear shared responsibility for the quality of the text presented to the wider public. In the case of Yoruba history, the early publications led to an ongoing debate among local people about their history, identity, social structures, and culture, a debate which is still going on. In the case of the South Mara histories an identical process already developed from an early date, but, according to Shetler, the publication of the texts in its current one-volume format is expected to enhance the process and bring the debate to a higher plane. As Shetler states, the publication of *Telling Our Own Stories* represents one attempt both to enable the continuation of local discussions about the past and to seriously engage local historians as colleagues in larger historical debates.

The transformation from oral to literate culture has both changed the nature of the Mara stories and preserved original elements for all time. Change is seen in the redefinition of local identities – with their own local histories – into a more or less homogeneous historical narrative based upon the invented social structure of the ethnic group, in many cases a (by-)product of the colonial state. On the other hand the codification of the South Mara texts has frozen and preserved the memory of older social phenomena. Therefore, in the first place they give invaluable insights into the changes society went through during the colonial period and the repercussions of this change for both society itself and the perception of society through history. In the second place, the stories provide a see-through into a past long lost, but nevertheless very important for our understanding of social and historical development.

In 1983, Hobsbawm and Ranger brought the debate about tradition (and cultural identity) as a changeable social phenomenon into the realm of modern historical study, with their thesis of the (historical) invention of tradition.[3] The

---

[2] Law 1976; Doortmont 1994.
[3] Hobsbawm and Ranger 1983.

work by Vail and others fine-tuned the analysis of ethnic and tribal identities for Southern Africa on the basis of case studies.[4] *Telling Our Own Stories* now provides us with an ethnographical historiography of South Mara: the collective body of (hi)stories gives us a comprehensive overview of ethnic standpoints and viewpoints regarding the past and the present, regarding the organization of society, and the chronology (or lack of it) of history. At points the stories are overlapping, sometimes in opposition to each other, complementary, or supplementary. All in all, *Telling Our Own Stories* adds to our understanding of the creation of tribes and ethnic identity in Africa.

The relationship between oral tradition, ethnic history, ethnic identity, and the (colonial) state in Africa is a strained one. Soon after the inception of formal colonial state structures all over Africa, in the late nineteenth century, African (ethnic) history – either in the form of oral tradition, or in some 'modern' (read: Western) recorded form – became a versatile instrument in the establishment and organization of the colonial state on the one hand, and the battle against that same state on the other. Partly for that that reason, the use of oral traditions as history was seen as an historiographical challenge when the academic study of African history took off in the 1950s.

In the 1950s, based on fieldwork in the forest area of Central Africa, Jan Vansina developed a methodology for the interpretation and use of oral traditions as a historical source.[5] In the 1950s and early 1960s a hot debate was going on among historians about the question what value oral traditions had as a source for serious historical research. This in spite of studies already undertaken in the 1950s, especially in West Africa, which indicated the extensive use to which oral traditions could be put. Vansina's book reinforced the assumption that oral traditions were invaluable for the reconstruction of history, especially that of societies lacking written documentary sources. In addition, Vansina provided an outline methodology which enabled researchers to discriminate between the various genres of tradition and make a choice as to which were credible as a source. *Telling Our Own Stories* shows us that at the same time the debate was going on in Western academia, and Vansina was writing his book, the South Mara people, like the Yoruba a century before them, where transforming their oral traditions into written texts, developing their own historiography and rules of use and usefulness of this particular historical source.

By the mid-1980s, the Western academic debate had shifted considerably. On the one hand, oral traditions were approached pragmatically, as a source one could and should not do without. Tradition as a source then entered historical studies of African society, politics, and culture without much further ado, and adjacent to documentary sources, mostly of a colonial character. On the other hand, social scientists, most particular social anthropologists, entered the field of African history with a whole new methodological and theoretical

<hr>

[4] Vail 1991.
[5] Vansina 1960 and 1965; Vansina 1985.

toolbox. This heralded a new approach to the study of African history, setting it much more into social and thematical frameworks, which in turn allowed for a more open-ended analytical approach to oral traditions and their trans-literations and interpretations in literary form.

In *Telling Our Own Stories* Shetler embraces the open-ended analytical approach, both in the annotation of the texts, and in her introduction. The already impressive ethnographic depth of the material itself is enhanced even more in this way. Shetler has done extensive research in additional sources – oral, literary, and archival. On the basis of this research she introduces the South Mara stories with a multi-disciplinary, multi-thematical analysis in which the environmental, social, political, economic, and cultural background are discussed against which the texts can be set.

Shetler answers many questions in her analysis, about the specific nature of South Mara society over the last century and beyond, about historiography, about the organization of social networks through age-groups and age-sets, as well as ethnic groups. She, and more importantly, the texts Shetler presents us with, also leave much room for further research as African sources for African history though. Apart from that the Own Stories from South Mara make a good read.

WORKS CONSULTED

Doortmont, Michel R., 'Recapturing the Past: Samuel Johnson and the History of the Yoruba' (Erasmus University Rotterdam, Ph.D. dissertation 1994).

Hobsbawm, Eric, and Terence Ranger (eds.), *The Invention of Tradition* (Cambridge: Cambridge University Press 1983).

Law, R.C.C., 'Early Yoruba Historiography', *History in Africa* 3 (1976) 69-89.

Shetler, Jan Bender, 'The Landscapes of Memory: A History of Social Identity in the Western Serengeti, Tanzania' (University of Florida, Ph.D. Dissertation, May 1998).

Vail, Leroy (ed.), *The Creation of Tribalism in Southern Africa* (Berkeley and Los Angeles: University of California Press, 1991).

Vansina, Jan, *De la tradition orale: Essai de méthode historique* (Tervuren: Musée Royal de l'Afrique Centrale 1961), in translation published as *Oral Tradition: A Study in Historical Methodology* (London: Routledge & Kegan Paul 1965).

——, *Oral tradition as History* (Madison: University of Wisconsin Press 1985).

LIST OF ILLUSTRATIONS

Chapter IV

ACKNOWLEDGMENTS

Thanks to all of the authors of texts and tellers of tales who trusted a young stranger and whose work now appears in this book. I hope it was worth the wait. This is yours. Other colleagues worked behind the scenes in finding and collecting these texts, they include Kinanda Sigara, Mayani Magoto, Nyamaganda Magoto, David Maganya Masama, Pastor Wilson Shanyangi Machota, Michael Wambura Machambire and Mnada Joseph Mayonga. I could not have completed any of this work without a strong network of friends, family and colleagues in Tanzania and the United States. Steve Feierman, David Schoenbrun, Holly Hanson, Kathleen Smythe, John D. Roth, Steve Nolt and of course my family, Peter, Daniel and Paul, provided collegial support and continued to remind me of the importance of publishing these texts when I became discouraged. Rose Wang'ombe Mtoka checked the Swahili pages and Peter Shetler did all the map and photo work. Good friends in Nyabange, Shirati, Nata and Mugumu provided hospitality and companionship. Special thanks to Nyawagamba Magoto and his extended family who adopted my family and gave us a home. My hope is that this book will make a useful contribution to the Rogoro Museum and Cultural Center in Nata as it seeks to preserve the history of this beautiful place. Thanks also to Jan Jansen and Michel Doortmont, my editors, who pushed the project through to its conclusion with grace, skill and kindness.

Research in Tanzania was funded by a dissertation grant from Fulbright I.I.E. and the Joint Committee on African Studies of the Social Science Research Council and the American Council of Learned Societies with funds provided by the Ford, Mellon, and Rockefeller Foundations. The Government of the United Republic of Tanzania gave permission for research under the auspices of the Tanzania Commission for Science and Technology and the History Department of the University of Dar es Salaam. At the University of Dar es Salaam members of the History Department were always generous with their time and support. Special thanks to Dr. Fred Kaijage, Dr. Bertram Mapunda, Dr. Rugatiri D. K. Mekacha, Dr. B. Itandala, Dr. I. Kimambo, Dr. Luanda and Dr. Y. Lawi. This book is dedicated to Dr. Rugatiri D. K. Mekacha from Nata who passed away before the book was completed.

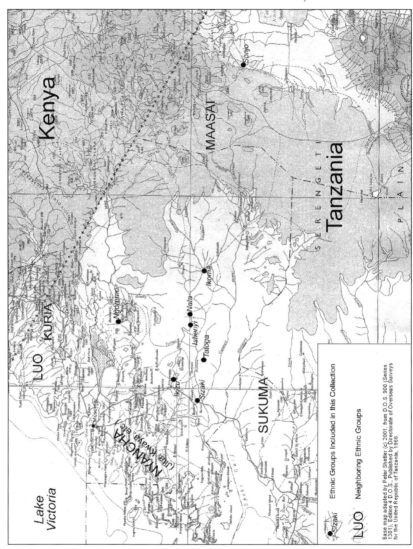

Figure 1. Regional Map

INTRODUCTION

THE HISTORICAL CONTEXT OF SOUTH MARA NARRATIVES

The People of South Mara

People in the Mara Region of Tanzania, like people all over the world, tell and write stories about their past without the aid of academic history texts. Grandmothers often tell mythical stories of animal tricksters or heroes from the past to their grandchildren as they go to sleep at night. Adult men talk to young boys about the past around the fire in the homestead courtyard or on hunting trips, but use the past to decide matters of urgency in the community today around a pot of beer and in the company of other elders. Women sing songs or tell stories about the past to entertain children as they sort beans or pick cotton. Descent group leaders discuss their collective past as they meet to propitiate the ancestors, settle blood debts or attend a relative's funeral. Age-set rituals include narrations of heroic deeds in the past. Elders put on elaborate feasts to take new titles and learn the secrets of the past particular to that rank. Children learn the wider history of Africa and Tanzania in school. Elders tell ethnic stories of origin and migration to curious researchers from abroad. How these narrators tell their story and what they choose tell about is largely determined by their social position, title, gender, class, descent group, or age and the context in which they tell the story. Narrators continue to tell all of these kinds of histories because they transmit crucial information for living today. Yet many in the Mara Region fear that these stories will be lost as the next generation moves further from the village and loses the natural contexts for remembering the past.

Over the last thirty years literate men in the Mara Region began to act on this concern by writing down and organizing their elders' memories about the past. They join many other authors of ethnically based histories appearing in the late colonial and post-colonial era throughout Africa. This book brings together some of these written histories from the Mara Region south of the Mara River, known as South Mara since colonial times (specifically the Serengeti and Bunda Districts).[1] It includes texts from the Rogoro ('peoples of the east') – Ikizu, Sizaki, Ishenyi, Nata, Ikoma, Ngoreme and Tatoga (fig. 1). Other peoples in South Mara include the Nyancha, 'the peoples of the lake or the west,' and the Zanaki. The lakes people have a somewhat different history much more directly connected to a Lake Victoria zone of interaction. With the exception of the Southern Nilotic-speaking Tatoga, all speak closely related and mutually intelligible East Nyanza Bantu languages. From an external perspective South Mara appears to share a common regional culture and

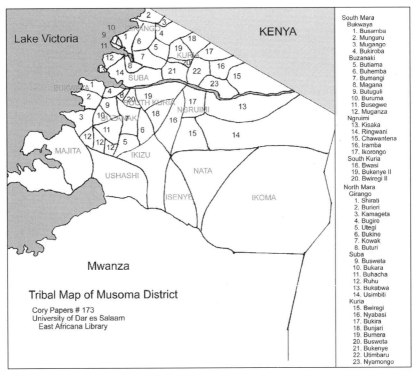

South Mara
Bukwaya
 1. Busamba
 2. Munguru
 3. Mugango
 4. Bukiroba
Buzanaki
 5. Butiama
 6. Buhemba
 7. Bumangi
 8. Magana
 9. Butuguli
 10. Buruma
 11. Busegwe
 12. Muganza
Nruimi
 13. Kisaka
 14. Ringwani
 15. Chawantena
 16. Iramba
 17. Ikorongo
South Kuria
 18. Bwasi
 19. Bukenye II
 20. Bwiregi II
North Mara
Girango
 1. Shirati
 2. Burieri
 3. Kamageta
 4. Bugire
 5. Utegi
 6. Bukine
 7. Kowak
 8. Buturi
Suba
 9. Busweta
 10. Bukara
 11. Buhacha
 12. Ruhu
 13. Bukabwa
 14. Usimbiti
Kuria
 15. Bwiregi
 16. Nyabasi
 17. Bukira
 18. Bunjari
 19. Bumera
 20. Busweta
 21. Bukenye
 22. Utimbaru
 23. Nyamongo

Figure 2. Tribal Map of Musoma District

history, yet each of the many small ethnic groups claim a separate identity commemorated in the written histories.[2]

The work of these local historians represents a significant shift in historical memory. Beyond the obvious change from orality to literacy the texts in this collection now organize the many diverse stories about the past, representing many different social groups and their various interests, into a single historical narrative based on the ethnic group. Because the 'tribalization' of the past is a fairly recent phenomenon these written histories still contain unassimilated fragments of the former stories of descent groups, age-sets and titled ranks on which they were based. Laid side by side in one collection they also demonstrate an obvious regional unity that calls ethnic divisions into question. These texts are of critical interest to historians today because they provide evidence both for these more recent shifts in historical memory and previous social identities beyond the ethnic group. Judging from an initial distribution of this manuscript in the region, local people also find the written texts useful for preserving their own knowledge about the past. The publication of *Telling Our Own Stories* represents one attempt both to enable the continuation of local discussions about the past and to seriously engage local historians as colleagues in larger historical debates.

Authors, Origins and Uses of Local Historical Texts

This collection consists mainly of local or 'tribal'[3] histories written by primary and secondary school teachers, mission/church workers, clerks and government officials, in collaboration with community elders who felt an urgency to set these histories in writing before they were forgotten altogether. Both the literate authors who wrote the manuscripts and the community elders who knew the oral traditions come from the same generation of elders, born between 1920 and 1940, the first generation that could not remember a time before colonialism. These two sets of elders differ most significantly in their education and experience outside of the community.

The literate elders of Ikizu, Sizaki, Ikoma, Ngoreme, Ikizu, Nata and Tatoga have significantly chosen to tell the story of their 'tribe' or ethnic group rather than, for example, their descent group, region, rank, or age-set group, as the oral traditions were often told. This was a logical choice during the colonial years when indirect rule required 'tribes' as the administrative unit. In the Mara region (then the Musoma District), where there were few precolonial chiefs or sharply defined boundaries, disputes over what constituted a 'tribe' and its 'traditional' leaders abounded[4] (fig. 2). When colonial officers realized that the system of chiefs was not working they called the elders of these 'tribes' to Musoma in 1945 to consult on 'pre-European tribal organization' to restore the 'ancient rights and powers' of the clan elders as the basis for indirect rule.[5] What they never considered was that the 'tribal' unit itself was not fixed nor necessarily primary. The peoples of the Musoma District reworked existing identities to comply with the need of the colonial government for 'tribes,' but they did so on their own terms, creating small units that were responsive to local control. These elders did not make up new identities or necessarily change preexisting boundaries as much as they called on different sets of boundaries, relating to different kinds of social units to negotiate specific needs in the colonial setting. In the process, certain men, in the generation of the present-day elder's fathers, gained authority as spokesmen for their people.

The authors of these books, however, did not stay home when they were young and learn oral tradition from their fathers. They spent much of their lives away from home and came to have a stake in promoting the ethnic identities articulated by their fathers that allowed them to make connections in a mobile colonial society. They put together ethnic histories from clan and community narratives in an era in which they had increasing opportunity to travel and meet people from other places. Some among those who later wrote these accounts were the first to go to school in Musoma; others worked as teachers, government clerks or mine supervisors throughout the Territory; others went as far as Burma with the King's African Rifles during World War II, or to Nairobi, Tanga and Magadi Soda as migrant laborers. Subtle shifts in historical narratives took place as these men began to account for a larger nation of 'tribes.' Away from home, men began to see themselves as part of larger ethnic or regional communities, seeking out people who were from their home area and speaking similar languages. Laborers in Nairobi popularized Kuria identity (peoples who live north of the Mara River) by forming the Kuria Union in 1945. Their goals were to promote modernization, help the sick, arrange for funerals, and return fugitive women from the city.[6] Migrant laborers walking to Magadi Soda in Kenya found hospitality among the Sonjo in the midst of a hostile Maasailand when they showed the *ntemi* scar on their right breast. Men used ethnic histories to establish claims for security and support critical to their survival away from home.

This generation of working men far away from home, in collaboration with older colonial chiefs and elders, also used the 'tribal' narrative as a way to ensure their control over the land and family they left behind.[7] Without living wages men needed women to stay at home and farm in order to support the family and maintain control over rural land for their retirement. The histories in this collection all contain appeals to customary law and tradition that make clear the authority of senior men over women and junior men. However the highly contested disputes over marriage and divorce laws in the colonial record demonstrate that acceptance of what customary law meant was far from settled. In 1928 the Musoma District Officer reported that the Ikoma, Ishenyi and Nata, 'women have the men completely under their thumbs' and 'divorce is more frequent than with most native tribes.'[8] Litigation in the Musoma District on the issues surrounding marriage and bridewealth counted for the biggest percentage of court cases.[9] As Chanock noted in his study of the creation of customary law in colonial Africa, traditional understanding of justice which had been open to situational interpretation now became fixed and inflexible, with a clear bias toward the interests of a male elite and supported by the colonial regime.[10]

However, 'tribal' histories did not just serve the interests of the colonial regime. The struggle for independence under the leadership of TANU (1954-1961; Tanganyika African National Union) also made use of 'tribal' histories and identity. Early nationalist leaders emerged from ethnic self-help groups like the Sukuma Union or the Usambara Citizens Union.[11] Throughout Africa nationalist leaders looked to 'tribal tradition' to provide an authentic model for building a new nation. During the years immediately after Tanzanian independence a number of 'tribal' histories from other regions were published by local presses with a nationalistic agenda of finding unity in diversity.[12] The state promoted 'tribal' identity in the context of a unified nation, rather than as a source of division. The act of writing itself was an important symbolic way to use the tools of the colonial oppressor for liberation. More than any other single feature, writing or the pen is used in oral narrative to describe the power of the colonial regime. The Germans gave the first colonial chiefs a book and a pen as signs of their authority.[13] Many elders told me that my own use of pen and paper was a source of anxiety for them (the tape recorder was not usually an issue).[14] Written histories served as a powerful tool for defining an authentic African identity in opposition to colonial rule.

Although the 'tribal' historical narrative took shape in a colonial context and was co-opted to serve the optimistic nationalism of the early independence years, the written histories in this collection appear much later and in a post-colonial, post-development context. Perhaps the instability of 'tribal' identity in this area delayed the impulse of other more politically active and larger ethnic groups in an earlier era to consolidate a pan-ethnic identity. These histories represent one set of male elders' attempts to define just what it means to be Ikizu or Ikoma in relation to other peoples in the region and to the larger nation of independent Tanzania. They were written in the 1980s and 1990s when the economy was on the decline, after the dreams of modernization and quick post-colonial development were crushed under the burden of debt and deteriorating terms of trade.

The authors make a direct connection between knowing where they came from and economic development. In fact the Ikizu Development Association sponsored the first text in this collection, the Ikizu and Sizaki History. Their other projects include various community development works and a secondary school. The Ishenyi council of elders declared that their meeting of deliberations over the history and traditions of the Ishenyi was, by definition, 'a development meeting.'[15] The texts make numerous direct or indirect references to the first president of independent Tanzania, Julius K. Nyerere, his policy of *Ujamaa* or African Socialism and the development rhetoric of the revolutionary party, CCM. They assert that the solidarity and cooperation necessary for development is not possible without a return to the moral character of the past when women and young men submitted to the benevolent authority of the elders. The Ngoreme authors use history to exhort the youth to bring an end to cattle raiding. All the authors affirm the benefits of development at the same time as they bring a sharp critique of modernization that leaves out tradition and ancestry.

Women are conspicuously absent as authors or informants of ethnic history. This is not because they do not know anything about the past but because they were not in a position to learn or pass on these particular ethnic histories of origin, migration and settlement that evolved during the colonial period. While in the past women held positions of authority in the community as rainmakers, prophets or elders, the colonial administration systematically denied them a voice in formal politics. In the past women left their natal homes to live in their husband's family homestead, thereby functioning as valuable intermediaries between clans and ethnic groups. But when the emphasis shifted to ethnic unity and exclusivity in the colonial era women became outsiders and strangers. Women's knowledge of the past consists of the details of family genealogies, family histories (both natal and marital) and community stories – all of which concern how everyone is related to everyone else in the community.[16] This knowledge is critical for women to carry out their many daily chores that require extensive use of reciprocal relationships, yet this is not the subject of ethnic histories.

The choice of what to include and not to include in ethnic histories reflects the interests of the literate male elders that assembled them. Each of these authors asks what it means to be Ikizu or Nata, Ishenyi or Ngoreme in post-colonial Tanzania and chooses the content of their texts accordingly. Some of the common subjects include origins, first settlement and migration, first parents and founders, clan and lineage divisions, division of the land, age and generation-sets, leadership and authority, prophets, rainmakers and titled elders, rituals, boundaries and landforms, economic activities, spirits of the ancestors, months of the year, education, customary law, inheritance, marriage and divorce, songs and dances, and religion. Each of these topics has resonance today as South Mara people continue to rely on the social networks established by clans or age-sets, to consult experts for rain, fertility or wealth, and to protect the land and its people from outside forces that may wish them harm.

These texts as they appear in this collection can be read at multiple levels and are aimed at multiple audiences. Teaching African history in universities outside of Africa suffers from the lack of primary sources available to students. Much of the research over the last forty years, which established the academic discipline of African history, was based on oral sources. Yet because of language problems and the lack of fixed texts, scholars have published very few oral sources. In addition western researchers collect and frame the oral sources according to their own research agenda. This collection is unique in that the texts are based on oral tradition but framed by local people according to their own agenda and based on their own research among knowledgeable elders. Therefore, just as oral sources collected by outsiders, one cannot read these texts as unmediated links to the past.[17] They tell as much about present concerns as they do about the past. The student of African history may read these texts as sources for the study of ethnicity, gender, social relations, authority or ideology in the post-colonial era.

Yet these local histories should not just be read as a way to understand present concerns in terms of the past, they also tell us something about the past itself. The student of African history can begin to draw tentative hypotheses about the past by comparing similar themes in each text. Endnotes alert the reader to other related sources and explain obscure references. By using these texts as primary sources the student will certainly gain a sense of the problems involved in documenting and dating change over time. Although the texts tell the story of each isolated group in sequence, their historical significance lies in the larger pattern of regional similarities and differences. The Tatoga traditions have been included to demonstrate the regional interactions of East Nyanza Bantu-speaking farmers with Southern Nilotic-speaking herders over time. These few texts indicate the fundamentally different cultural tradition of the Tatoga. Yet the interactions of Bantu-speakers with Tatoga herders and Asi hunters who preceded them in the region are fundamental to understanding the historical meaning of the origin stories that postulate entrance into an empty land.

The endnote annotations with references to other traditions, notes from the archives and explanatory notes also keep the histories in dialogue with other voices on the same subject rather than in isolation as the last word, the final truth, on the subject. By including a number of these local histories together in one regional collection, rather than publishing them separately as 'tribal' histories, their similarities and connections rather than their differences are highlighted. Regional comparisons tend to reveal the constructed nature of 'tribal' histories and bring to light much more ancient common cultural roots. Many South Mara people who read the manuscript were indeed surprised at the underlying similarities in history and culture of which they had not been consciously aware.

A number of shorter transcriptions of oral traditions from each group, although by no means complete, have been included in the last chapter and in endnote references for comparison with the written texts. These transcriptions remind the reader of the oral context, out of which the written histories were born, keeping them in context and perspective. The oral traditions so clearly show the process of dialogue in the way that they are told and the many versions of the same story that appear. Without the oral transcriptions the written texts appear to be an authoritative and final version of what was certainly a dynamic process with various possible versions and interpretations. Most of these texts are about the period of pre-colonial ethnic origins, early migrations and settlement. A few of the authors discuss the colonial era, yet it is striking that the imposition of colonial rule is only noted in reference to local disputes over authority and not as a significant event in and of itself. The authors of these texts look to the pre-colonial rather than the colonial past for answers to today's problems.

Finally, and most importantly, this collection is also intended for the readership of local people in South Mara and their ongoing discussion about the meaning of the past for the present. During the course of my research many elders consented to interviews with the hope of having their histories published for the next generation. Unfortunately, not all of their stories in all of their versions could be included here. Without doubt many people in the Mara Region will take exception to something that is or is not printed here. Excerpts from interviews, archival papers and scholarly works on particular topics have been included in the endnotes so that the reader can get a sense of the diversity of opinion that does exist. This collection is published in the hope that it will encourage Mara peoples to continue this discussion after the elders who contributed their knowledge are gone. People involved in writing these texts have been consulted on and have given permission for the publication of the book. Any profits from the book will be donated to the Rogoro Museum and Cultural Center opening in Nata 2001.

In the end it is not the final product, the book, that is most important but the process that led to it and, hopefully, that will follow. During interviews family and neighbors gathered to hear stories, sometimes for the first time. The young men who arranged interviews, translated and interpreted also learned new information about their own past. Although some of the older contexts for history do not exist anymore, the new contexts of books, interviews and discussions about what should be told to a foreigner or published may continue the process of deliberating about the past for today's young people.

A few words need to be said about translations. The oral traditions on which these texts are based would have been spoken in a local language, rather than Swahili. The authors of the written texts translated them into Swahili for a number of reasons. Swahili is the national language and an important symbol of national unity and prestige. The authors use Swahili to demonstrate their ability to lead in this new context. The intended audience for these texts reaches beyond the local language group and to their own young people for whom Swahili is the first language. The authors clearly had difficulty translating some of the local words and often retained the original word with some explanation. The problem is then compounded by my additional translation into English. For example, each of the texts describes past kinship organization using words in Swahili translated as 'tribe' (*kabila*) or 'clan' (*ukoo*). Yet the equivalent of 'tribe' (*kabila*) does not exist in local languages and is clearly an artifact of the colonial period. The local words for descent-based groups are varied and might be translated literally as 'door' (*ekehita*, *mlango* in Swahili), 'heathstones' (*amagiha*) or 'communal land' or 'territory' (*hamate*).[18] In addition these terms do not always apply to the same level of lineage segmentation. It is therefore difficult to know which level of segmentation in one text compares to a similar reference in another text. The reader should thus be aware of the problematic nature of the terms tribe, clan, descent group, kin group or lineage. I have tried to translate as literally as possible without sacrificing English usage. In the local languages of Nata, Ikizu, Ishenyi, Ngoreme and Ikoma the plural for people is formed with an *aba* prefix. When clan names or lineage names appear in the Swahili using these prefixes – *aba*, 'the people of' – I have omitted the prefix in the English translation. Place names have been left as they appear in the Swahili text.

The authors of these histories write in a style and tense that communicates a static traditional past carried on into the present, known to anthropologists as the 'ethnographic present.' They write about the cultural traditions of their ethnic group as if the ancestors created traditions in isolation from neighboring groups and have passed on those traditions unchanged to the present. Historians understand that culture and society are always changing, in response to both internal and external forces. What is understood as 'tradition' changes from one era to the next and in relation to the regional or even global context. The authors of these texts use the concept of a static 'tradition' as a way to differentiate their ethnic group from others and to legitimize the authority of the male elders. The reader must be aware that much of what is depicted as 'tradition' from the beginning of time is often a later innovation. In order to interpret this, other kinds of evidence must be used along with the oral traditions in these texts.

The Regional Historical Context:
Long-term Processes of Settlement and Interaction

The histories in this collection all begin with the origins of the ethnic group
through the collaboration of hunters and farmers in the distant past. We also
have information about the early interaction of farmers, hunters and herders
through the evidence of archaeology and historical linguistics. Like oral
traditions these sources show that Bantu-speakers were not the first peoples in
the area and had to make accommodations with the autochthonous hunter-
gatherers.

Hunter-gatherers have occupied East Africa since the dawn of the human
species. After 1300-1000 BCE some local residents gradually began to adopt
livestock that had been domesticated in the Sahara, long before agriculture was
introduced. Perhaps in response to drought, small groups of immigrants from
the north began moving in with livestock. Autochthonous peoples seem to have
assimilated these newcomers into their communities without breaking the
essential cultural continuity of the region. As the region became drier and other
groups of immigrants from the north, perhaps with the first domesticated
plants, introduced better-adapted cattle breeds, pastoralism played an increas-
ingly important role in the economy.[19] In addition to the hunter-gatherers and
pastoralists, a third set of archaeological evidence demonstrates the arrival of
another group of people around 500 BCE. Archaeologists speculate that they
grew grain crops in addition to practicing pastoralism, although there is as yet
no direct evidence for agriculture during this time period. Hunter-gatherers,
agro-pastoralist farmers and pastoralists coexisted with little competition in the
Neolithic period by occupying separate ecological niches – the montane
forests, the transition zone between the forest and savanna, and the open
savanna grasslands respectively.[20]

However, as time went on the pastoralists, and later the agriculturalists, put
increasing pressure on the habitats of the hunter-gatherers. Hunter-gatherers
originally practiced a fairly sedentary lifestyle, occupying the transition zone
between savanna and forest, in order to exploit both sets of resources. They
relied heavily on small game that they hunted in the woodlands with traps and
snares and also kept some small stock.[21] Over time pastoralists and agro-
pastoralists began to encroach on the ecological niche occupied by the hunter-
gatherers, restricting them to increasingly marginalized zones in the forests and
woodlands. They seem to have compensated for this loss of resources by
developing interdependent and often subordinate relations with the incoming
populations.[22]

Historical linguistic evidence postulates that the earliest pastoralist peoples
in this region spoke Southern Cushitic languages and those practicing a mixed
pastoral and farming economy spoke a Rub Eastern Sahelian language. The
identity of the earliest languages of hunter-gatherer peoples remains in doubt
as they were found historically in association with pastoralist and agro-

pastoralist communities throughout the Great Rift Valley.[23] Hunter-gatherers in East Africa have a longstanding pattern of living in close symbiotic relationship with other communities and adopting their language.[24]

Bantu-speaking immigrants encountered this diverse linguistic, cultural and economic mix as they moved into this region from around the Lake Victoria shore land and into the interior around 300-400 AD. As they lost touch with their ancestral homelands in the Great Lakes their languages differentiated into what we now know as the East Nyanza speech community. At about the same time Mara Southern-Nilotic speaking people also began moving into the interior of the Mara Region from the north.[25] Gradually the Southern Cushitic and Eastern Sahelian-speakers disappeared from the historical record and East Nyanza Bantu-speakers came to dominate the region. The Mara Southern Nilotic speakers lasted somewhat longer before disappearing, occupying for a time the ecological niche of the pastoral groups in the open grasslands.[26]

Although East Nyanza Bantu languages became dominant throughout the Mara Region by or before 1000 AD, the diverse regional interactions of the earlier period fundamentally shaped their development. For example between 500 and 1000 AD East Nyanza speakers adopted the cycling age-set names used today by Mara peoples as loan words from Mara Southern Nilotic-speakers.[27] From the kinds of loan words they adopted one might conclude that as they moved into an unfamiliar environment away from the lake, they used common age-sets and the comradeship of peers to gain access to livestock expertise and develop new kinds of homesteads built around the livestock corral.[28]

Today the Mara Southern Nilotic-speakers are gone but the Southern Nilotic Dadog-speakers, the Tatoga Rotigenga and Isimajek occupy their ecological and economic pastoral niche.[29] Dadog speaking peoples entered the Mara Region and around 1000 AD, after East Nyanza Bantu-speakers had already come to dominate the region. The characteristic features of Dadog-speaking culture – including herding cattle, sheep and goats, drinking milk, bleeding cattle, paying bridewealth in livestock, cultivating some grain and hunting – have also remained constant over the millennium. The Dadog did, however, drop the Southern Nilotic cycling age-set system of eight names and adopt a non-cycling linear generation-set system; in distinction to their Bantu-speaking neighbors who kept the old Southern Nilotic cycling names.[30]

People speaking East Nyanza Bantu languages, and living among people speaking other languages, diversified over time as they became separated from each other (fig. 3). Those who stayed near the lakeshore came to speak Suguti languages (Jita, Ruri, Regi, Kwaya) and those who went inland came to speak the Mara languages. These two communities grew distinct from each other about 1500 years ago. As the Mara-speaking communities spread into new lands, those who crossed the Mara River formed the language communities of North Mara – Kuria and Gusii. In South Mara they differentiated themselves into three groups, probably becoming distinct about 500-300 years ago –

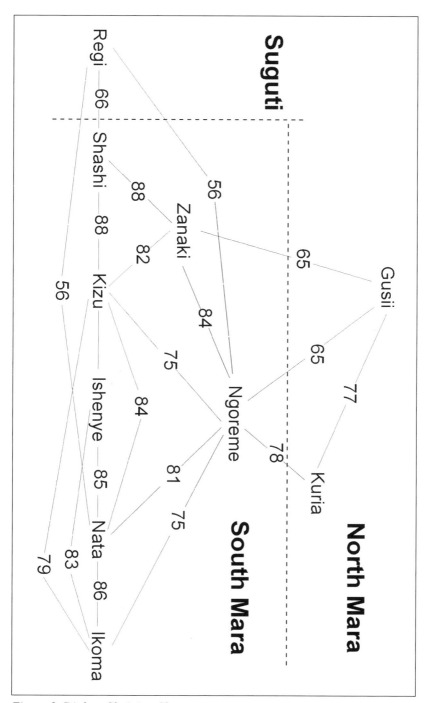

Figure 3. Dialect Chaining Chart

Ngoreme, eastern South Mara (Nata, Ikoma, Ishenyi) and western South Mara
(Ikizu, Zanaki, Shashi or Sizaki). Although local convention recognizes each
of the western Serengeti languages (South Mara) as a separate language today,
they are all closely related and, thus linguistically, represent one group of
people with a common heritage in the past. Many of the linguistic innovations
in South Mara languages are within the realm of livestock vocabulary, some of
which are loan words from Dadog.[31]

By or before 1500 AD the present linguistic/cultural foundations of this
region were well established. Each of the Bantu languages that is now distinct
had differentiated itself. East Nyanza Bantu-speakers coexisted on the land
with Tatoga pastoralists and Asi hunter/gatherers. Although each of these
specialized communities of herders, hunters and farmers developed a separate
identity and culture formed in the context of their interdependent relationship
to one another, they also share a considerable cultural heritage. Historical
linguistics provides evidence for the interactions among farmers, herders and
hunters that reach back more than two millennia. Yet, as the latest innovations
in vocabulary attest, this frontier process of interaction lasted right up through
the last six hundred years. At that point Bantu-speakers had become dominant,
not by economic specialization, but by diversification through adopting the
expertise of their neighbors. The majority of those people who came to speak
East Nyanza Bantu languages were not new immigrants but local peoples who
had adopted and helped to formulate a new culture and language.[32]

Given this evidence from the distant past the historian must ask just how the
linguistic landscape changed so dramatically over the past millennium – from
one in which speakers of many different languages occupied separate eco-
logical zones and practiced different but interdependent subsistence economies
to one in which Bantu-speaking farmers came to dominate. What kinds of
social mechanisms were in place at the time that would have made this
possible? We can only speculate on these processes, finding hints among the
mechanisms for incorporation and assimilation that have functioned in
historical times, the most important of which has been the kinship system.

Evidence remains to show that East Nyanza-speakers inherited a bilateral
descent system from their Great Lakes Bantu-speaking ancestors. In the
environment of the east lake, strong matrilineal tendencies developed among
East Nyanza-speakers in the distant past.[33] Many ethnic groups in the Mara
Region today remain matrilineal, while others have adopted patrilineal descent
systems during the colonial years or before. In fact, judging from the broad
array of strategies and diverse kinship arrangements in the region one might
conclude that the lineality as such does not function. In any case, the linguistic
evidence seems to suggest that East Nyanza-speakers had at their disposal
the tools of lineality on either side that they could deploy as it suited their
needs.[34]

On this inter-cultural frontier, land was plentiful and labor the key scarce
resource. Successful communities were those able to attract new members to

exploit these resources extensively over a large land area rather than intensively on smaller but more productive plots of land. Karla Poewe and others have theorized that matrilineal societies are best adapted for incorporating strangers and for expansion on the frontier. In a matrilineal system production is individual while distribution is communal. A man's sister's children inherit his wealth, rather than the children of his wives, whose production he controls. Those who inherit his wealth most often live in distant settlements. This disjuncture between the locality of production and distribution creates widespread networks of security through the distribution of wealth, rather than the accumulation of wealth within self-contained family units. The matrilineal system of production and distribution tends to be associated with abundant and unrestricted access to resources and situations of economic expansion. This situation demands strong networks of security because of the risky nature of frontier expansion in a marginal environment. A situation of scarce resources where people must exploit productive land intensively favors the patrilineage with its ability to concentrate wealth.[35] On the other hand David Schoenbrun also argues that non-differentiated descent ideologies allowed communities to be open to newcomers. Great Lakes Bantu speakers were interested in 'securing access to people – children and followers – not in controlling access to land'[36] The ability to reckon descent through either line suggests that a flexible strategy was necessary for negotiating various kinds of relationships on the frontier.

Bantu-speaking communities may have incorporated Southern Nilotic or Southern Cushitic-speaking individuals who brought the skills and environmental knowledge necessary for survival in the Mara region. These new community members allowed Bantu-speaking communities to exploit not only their own ecological niche suitable for farming but also take part in hunting and increased herding activities. The establishment of connections through marriage would also have ensured consistent interaction between the two communities. As already mentioned, the evidence that East Nyanza-speakers adopted the cycling age-set names and other related words from Mara Southern Nilotic-speakers in the early phase of settlement in the region, suggests that the equivalence of age-peers across linguistic and economic boundaries may have allowed young men to gain acceptance in the community as 'brothers' of their age-mates. Kinship organization is also a powerful mechanism for incorporating strangers and uniting people of diverse origins.

The distribution of clan names, avoidances and clan histories across the region adds parallel evidence to support this hypothesis (fig. 4). As becomes clear in the following collection, clan names are not restricted to one ethnic group but found throughout the region. Dispersed clan members claim a common ancestor in the distant past but cannot calculate their exact genealogical relationship to one another, as can those of descent groups at a closer level. Clans are united by a common avoidance and praise names, such as the baboon, bushbuck, millet or cattle, as well as the acknowledgement of a common origin place and tradition.[37] At least before the nineteenth century, the clan territory was the largest unit of residential settlement through which people organized communal action.[38] The place designation prefix *bu* before the clan name designates the clan territory, *hamate* or *ekyaro*. The colonial 'tribe' was often an amalgamation of clan territories and ethnic history a combination of the much older clan histories. The words for descent groups in local languages also refer to physical features of the homestead – the house, the gateway and the hearthstones.[39] By using a kinship idiom of relationships within the household people are able to understand and talk about their relationships with disparate people across the region. Oral traditions describe the hunting clans as first comers with ritual authority over the land. In the ethnic account they are the first children or one of the founding ancestors and given special ritual functions.[40]

Judging from present-day ethnographies and oral narratives it seems that in the past clans controlled particular suites of knowledge and resources, both spiritual and material. People used and maintained dispersed clan affiliations in order to gain security in times of drought, trade partners, access to resources and reciprocal obligations.[41] Migration stories of clan ancestors provide a mental map of the various places and people in the region who are connection by clan affiliation. Clan histories united diverse people, crossing the boundaries of ethnicity, economic subsistence patterns and geographical distance. Membership in a clan, either by birth or fictive kinship, allowed a person to make claims on the particular expertise, ritual knowledge or resources of other members who would have otherwise been far distant strangers. In Ikizu and Tatoga particular clans passed on the gift of prophecy and rainmaking. People consulted prophets from other ethnic groups, to the extent that a Tatoga prophet was named as an Ikoma colonial chief.

The general word for prophecy, healing, divination and rainmaking throughout the Mara Region is *obughabo*. This word is derived from the old Lakes Bantu root, *-gàbá*, 'to divide up, distribute,' usually in the sense of one who gives big feasts or gives things away generously.[42] Other Lakes Bantu-speakers use this root in reference to one of the oldest forms of authority in which 'big men' divided out land, among other resources, to their clients in return for protection and support. This developed into ritual roles for protecting the land through the office of the chief or king throughout the Lakes Region.[43] In the Mara Region, where decentralized patterns of authority persisted until

	NATA (Hamate)	IKOMA (Ekehita)	ISHENYI (Ekehita, Hamate)	NGOREME (Hamate)	IKIZU (Amagiha)	SIZAKI (Ekeshoko)	ZANAKI (Hamate)	KURIA (Hamate)	OTHER
GETIGA	Getiga (Sigera, Abatabori)	Getiga (Masgo) Hikumari also came from Sonjo, Regata, with millet prohibition, Kumari married Mbise of the Serubati.		Abatabori	Getiga				
Avoidances	hende bean			hyena	kunde bean				
Places	Sonjo			Sonjo, Regata, Ikoma	Urigata, Sonjo				
GAIKWE	Gaikwe	Gaikwe. Gaikwe and Racha came from one mother. Himurumbe are also Asi in origin		Baasi Timbaru from Nyamongo	Hemba	Hemba	Hemba	Nchage Timbaru Kenye Abaasi	Sonjo Sagati hunter clan
Avoidances	zebra and millet fire	zebra		zebra sorghum	zebra fire			zebra fire	
Places	Abaasi, Buhemba	Abaasi. Banagi and Siwi.			Buhemba				

	NATA (Hamate)	IKOMA (Ekehita)	ISHENYI (Ekehita, Hamate)	NGOREME (Hamate)	IKIZU (Amagiha)	SIZAKI (Ekeshoko)	ZANAKI (Hamate)	KURIA (Hamate)	OTHER
MORIHO	Moriho	The Serubati are Iregi of the cattle, Mbise married Kumari.	Sarega (Iregi)	Iregi	Muriho as founder, mountain of Cha-muriho			Iregi	
Avoidances	cattle			hide rope, cattle, white and blacked spotted cattle					
Places	Iregi			Gwassi, Sabayaia					
MWANCHA (The word meaning "west" or "lake," Lake Victoria)	Mwancha (Gosi)	Mwancha (Marakanyi) Rache also known as Gosi	Sageti are also called Shora	Gosi, same as Gitare	Mwanza (Shora) also Mwanza Wakehwe and Mwanza from Butiama	Mwanza	Mwanza		Shora in Mugango
Avoidances	fish and leopard		water, fish, mume	mume (fish) or conger eel, sisal, msuhe fish	pongo or bushbuck				
Places	Muganza Gosi			Gwassi, Gosi, which is near Shirati	Watando in Mugango Wakehwe from Bumare, Ngoreme		Mwanza of Buturi from Simbiti		

Figure 4. Chart of Regional Clans

the colonial era, the role of the *obughabo* was restricted to prophecy and rainmaking, which nevertheless carried significant political authority. This ancient principal of distribution rather than consolidation as the basis of authority also reinforces the pattern of clans and lineage groups as a means of connection and inclusion rather than exclusion.

Heterarchical, rather than hierarchical leaderships patterns characterized this period of early settlement in the Mara Region.[44] Although oral traditions of the Ikizu describe the origins of the role of chiefship with the female rainmaker Nyakinywa, it is also clear that this was neither centralized nor exclusive authority. The prophet and the titled elder also shared in responsibility for and authority over the Ikizu. Different clan groups had authority over territories not necessarily controlled by the rainmaker. Heterarchy was also apparent in the early encounters of Mara peoples with the Germans who asked to meet the chief. The people put forth various leaders with a variety of roles in their confusion over who was the most important or 'chief' among them.[45] Leaders had authority over variously constituted groups that overlapped and complemented one another. Leadership crossed as often as it served to define territorial boundaries.

Even today people remember prophets, rainmakers and other significant ancestors in the past who are propitiated by particular descent groups at their gravesites to bring fertility, rain and protection. Many of the important places mentioned in oral traditions are ancestral gravesites that have now become *emisambwa* or spirits of the land. *Erisambwa/emisambwa* in East Nyanza languages derives from a Great Lakes Bantu root, *samb-(ua),* meaning 'territorial or nature spirit, which protects first comers (often represented as an agnatic group).'[46] One of the most famous Ngoreme *emisambwa* is the hot springs at Maji Moto. An elder of the Kombo descent group, who are ritually responsible at this site, said that the people of a whole village live under the water.[47] Elders perform specific rituals at these sites and the sites must be left to grow wild. By collapsing the meaning of specific ancestors into the concept of a territorial spirit of a place, peoples of South Mara made claims to the land that they occupied. Yet more than that, this is a profound statement of identification of themselves, in the form of their ancestors, with the land. This is most evident in the Ikizu stories in Chapter I of Muriho planting spirits, *emisambwa*, in the streams to drive away the Mbilikimo.

This pattern of incorporation and settlement through the idiom of kinship is also echoed in the ethnic origin stories that tell how farmers and hunters, first woman and first man met and formed a new society through their union. If these stories do refer to the frontier settlement process of the distant past, well beyond what we would except to be carried along in oral memory, then it should come as no surprise that each ethnic group tells a variation of the same underlying story of the meeting of first man, the hunter, and first woman, the farmer. For example in Ikizu tradition Muriho, and later Samongo, are representative of indigenous hunters who meet the woman farmer, Nyakinywa. In the Nata tradition this is the story of the first man and first woman, Nyamunya and Nyasigonko. Perhaps this common story comes from a time before the ethnic groups that we now know existed. Rather than each ethnic group entering the region separately, with its own history and identity already formed, these origin stories seem to refer to the sense of group identity that

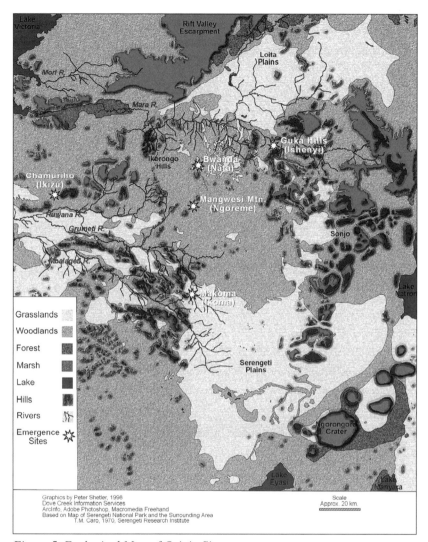

Figure 5. Ecological Map of Origin Sites

developed locally as new kinds of communities developed and differentiated themselves.

The places designated by origin traditions of the Ikizu, Ishenyi, Nata, Ikoma and Ngoreme are all located in hill zones, all within the Mara region but further east than the present location of these ethnic groups[48] (fig. 5). Linguistic evidence shows that these settlers followed a very old Great Lakes Bantu pattern of inhabiting the hill ridges.[49] Because of local soil and climatic patterns, hills constitute the ecological niche most favored by millet farmers.[50] Nyasigonko, the first Nata woman, was a farmer of eleusine millet, known in

Nata as *oburwe*. These particular hills were also located at the intersection between the woodland and grassland ecologies of the hunter and herder respectively, where Bantu-speaking farmers could maintain interactions with these other communities and a diversified economy. In addition, the hill location of the origin sites within the region provides further evidence that these ethnic groups formed their present identity through interactions in the Mara Region rather than as immigrants from outside. Both oral and linguistic sources presents a consistent picture of early settlement patterns in the Mara Region.

The difficulty, however, with the congruity of oral and linguistic sources is that oral traditions of the Ikoma, Ngoreme, Ishenyi, and to some extend Nata and Ikizu as well, all assert that their founding ancestor came, not from around Lake Victoria to the west, but from the east in Sonjo. Sonjo is today a small 'island' of Bantu-speaking peoples in the 'sea' of Maasailand, east of the Serengeti National Park in the Loliondo District of Arusha Region (fig. 5). As an Ikoma elder so succinctly put it: 'an Msonjo came from Sonjo to hunt. He got lost and went farther to the west and rested under an omokoma tree. His name became Mwikoma.'[51] Examples of stories explaining ethnic origins in Sonjo appear in the following collection from Ngoreme, Ishenyi and Nata. The stories provide no indication of when they took place except that they happened, a very long time ago, in the beginning. Yet an analysis based on other sources indicates that the connection to Sonjo may be of relatively recent origin.

One of the few academic historians of the Mara Region, Tanzanian scholar Odhiambo Anacleti, accepted the Sonjo origin accounts at face value. He concluded that the Ngoreme, Ishenyi and Ikoma peoples moved from a place called Regata in Sonjo beginning around 1750 AD in response to pressure from Maasai raiding. The Sonjo, who now live some eighty linear miles away across the Serengeti National Park, also acknowledge kinship with the Ikoma. Anacleti calculated the chronological date of this move from his knowledge of Maasai history and lists of named generations. After extensive interviews in the Serengeti District he constructed a table of 'generation cycles among the Serengeti people' which is relatively consistent among the Ngoreme, Nata, Ikoma and Ishenyi going back to 1734.[52] Anacleti collected one set of age-set names and projected them back in time to three recurring cycles in eight-year intervals. He also surmised that at this time they adopted male and female circumcision and the initiation system into age-grades. Elders that I interviewed could also come up with lists of cycling names that they projected back infinitely in time, saying that these cycling names had always been used and were part of Nata or Ikoma tradition. Oral tradition thus presents an account of the age system in South Mara, including both generation- and age-sets that are static and timeless.

However, close attention to other oral traditions demonstrates that there was a break in the continuity of these named generations around the mid-nineteenth century. One Nata elder said that the first *saiga* or age-set system was formed during the generation of the Maina, who lived at Site, where they divided into the three age-set cycles of Bongirate, Busaai and Borumarancha.[53] One of the Ishenyi texts in this collection confirms that they divided into the cycling age-sets or *saiga* when they left Nyiberekira during the generation of the Maina (c. 1852). Something new happened at this time – a new way of organizing age-sets. Further investigation also shows that Anacleti's list of generational names cannot be projected back in time to three cycles beginning in 1734. Many of the names on his list are not the generation-set names but are age-set praise names that refer to specific events that occurred at their initiation. For example, the Sanduka age-set refers to the boxes that the migrant workers brought back with them filled with blankets and other presents for the family left at home, or the boxes that they had to carry as porters for the Germans. The Hobasi age-set is named after the Habasha or Abyssinians who fought against the Italians in WWII, and Ngerecha age-set after the English. Many of the age-set names are thus anachronistic when applied to people before the colonial period.[54]

Not only do we find inconsistencies in the oral evidence but also in comparison with other kinds of evidence. Sonjo people speak a Bantu language of an entirely different branch of the family tree than the East Nyanza Bantu languages spoken by Mara peoples today.[55] If South Mara peoples came from Sonjo, even as late as 1750 AD, one would expect to find at least some traces of that language in their newly adopted East Nyanza languages. Yet no significant linguistic connections exist. Sonjo language shows a strong influence and interaction with Tatoga but not East Nyanza languages.[56] Moreover there are few other consistencies in cultural practices or social organization. How then do we explain the insistence of South Mara peoples that they 'came from Sonjo'? What happened to make some South Mara people claim connections to Sonjo rather than more ancient connections around the lake?

A close examination of oral traditions concerning origins in Sonjo demonstrate that they refer to historical contexts, places and social groups of the nineteenth century rather than to the time of 'first' origins. This becomes obvious in talking to the Sonjo about their relationship to the South Mara. Some of the interviews from Sonjo are included in the final chapter of oral transcriptions. Numerous Sonjo people that I met on a visit accompanied by an Ikoma and a Nata man said that the 'Ikoma'[57] and the Sonjo are people of 'one womb' who both carry the *ntemi* scar under their right breast as a sign of their brotherhood. Physical signs such as the *ntemi* may have originated as a mark of alliance or fictive kinship.[58] When questioned about connections to Ikoma, elders from the Sonjo village of Samonge referred to Tinaga as one of eight villages collectively known as Masabha (the north).[59] Maasai raiders destroyed Tinaga and the people dispersed, some fleeing to Sonjo villages to the south or as far as Ikoma.[60] Ngoreme traditions mention clans that came from Tinaga and Masabha.[61] Ishenyi elders recall a time when they knew themselves as the Regata people, and both Ikoma and Ngoreme note origins in Regata, Sonjo, perhaps referring to the Sonjo village of Sale, also known as Rhughata.[62] An elder from Rhughata claimed origins at Jalati and Ngrumega (Mbalageti and Grumeti rivers in western Serengeti) and the praise shouts of the Rhugata clan names the place called Nyankerekera (perhaps the abandoned Ishenyi village known as Nyiberekira). The original ancestors of Rhugata were hunters of the Sagati clan, a clan name also found in Ishenyi and Ikoma.[63] One elder from the Tinaga clan in Sonjo said that the destruction of Tinaga took place in the time of his grandfather (c. 1880).[64] Maasai history would also confirm this rather late date.[65]

Clearly, there is an important link between Sonjo and Ikoma. But the time of 'origins' noted in the oral traditions seems to be most closely traceable to the mid-nineteenth century, in the context of Maasai raids, rather than to the beginning of time or even to the eighteenth century. This is not to say that there were no earlier interactions between Sonjo and South Mara. Ecological and landscape patterns make it likely that Sonjo and South Mara peoples met often as hunters and likely had trade relations. Shared clan names and alliances marked by the *ntemi* scar would indicate long-term reciprocal relationships.[66] However these interactions were not sustained or consistent enough to leave their mark in South Mara or Sonjo speech patterns. It seems that Ikoma people did not come from Sonjo as a group but rather that some refugees from Maasai raids in Sonjo came to Ikoma and made such an important contribution to the reformulation of group identity that they are remembered as first ancestors.

Both the stories of first man and first woman, hunter and farmer, and the stories of origins in Sonjo are 'true' stories, but they tell about very different kinds of origins of very different groups of people. When identities were reformulated in the nineteenth century a new kind of people emerged who began to talk about their origins in new ways. Spatially they turned from looking for their identity and origins towards the lake to the west to an orientation towards Maasailand in the east. They were incorporated into a larger multi-ethnic region rather than existing as isolated units. In current oral traditions time begins with the arrival of Sonjo ancestors in the nineteenth century and the formation of linear age-sets that were, at least outwardly, modeled on the Maasai age system.

The Disasters of the Late-Nineteenth Century and Historical Change

In the second half of the nineteenth century the Mara Region, as much of East Africa, experienced a series of devastating epidemics combined with drought and subsequent famine that eventually led to ecological collapse and resettlement.[67] The period seems to have begun with a series of smaller localized famines, which could be overcome by dependence on connections in neighboring ecologies/economies, developing into a generalized disaster by the 1890s. The Ishenyi avoided a localized drought, as severe as it was, by moving a day's walk away, to Nata for example, to find food. Maasai and Tatoga herders settled near the Bantu-speaking farmers after the rinderpest panzootic and traded their children or worked as herders for food. The German explorer Baumann went through Ikoma in 1892, just before the 'Hunger of the Feet,' and described the surplus of grain brought for trade by the 'peaceful inhabitants,' enough 'to pass through Masailand again if we wished.' Kollmann, some years later, also reported full granaries and fat cattle.[68]

Many oral narratives refer to the 'Hunger of the Feet' (*agecha ya maghoro*) as a new kind of famine because of its intensity and regional scope, brought on as the result of a culmination of disasters rather than a simple lack of rain. Confirmation of the extent of this famine comes from the White Fathers who established themselves by 1893 on Kerewe Island. They date the 'Great Famine' (presumably the 'Hunger of the Feet') on the mainland to 1894.[69] During this period many people from the mainland came to Kerewe Island in search of food. The Kerewe station reported that a small village of Christians had grown up around the mission station, most of whom were former slaves and famine victims from Maasai raiding in the interior, particularly Ngoreme.[70] Ngoreme elders confirm the exodus to Kerewe while Ikoma, Ishenyi and Nata drought victims were more likely to go to Sukuma seeking food. All tell tales of being forced to sell their children in exchange for food in order to stay alive. Famine also gave Kerewe people, deeply involved in the slave trade through caravan routes to the coast and dependence on Buganda, the opportunity to actively search along the lakeshore and up the Mara River for children to buy as slaves.[71]

Although coastal caravan routes did not pass directly through the region they were not unknown to local people. In 1892 the German explorer Baumann noted that local people immediately recognized his party as a coastal caravan and greeted him in a 'Kinyamwezi dialect.' Some of Baumann's porters deserted in Ikoma, hoping to stay 'as slaves to the natives until another caravan passes.' Baumann thought this foolish since many years could pass between caravans in Ikoma.[72] Wakefield's publication of 'routes of native caravans from the coast to the interior of Eastern Africa,' based on Arab testimony, attests to a route from Sonjo, through Ngoreme, to the coast of 'Ukara,' north of what is now Musoma.[73] This is confirmed by Ngoreme testimony of Arab caravans. While there was a more 'dangerous' route to the north, the main caravan route, trading mainly in ivory and slaves, went to the south in Sukuma and then across the Lake to Buganda. The devastating effects of the caravan trade on local society are well documented elsewhere.[74] The case of South Mara is important because it demonstrates that even with the most insubstantial contact the caravan trade had long-term effects on local societies.

The caravan trade, which introduced new diseases and increased trade of wild animal products, resulted primarily in ties of dependency to Sukuma and the commercialization of hunting. Oral traditions contain accounts of 'foreign' diseases introduced during this period such as syphilis,[75] small pox, cholera and measles, collectively associated with dysentery and dehydration.[76] Epidemic disease on top of an already weakened population resulted in wholesale migration to Sukuma in search of refuge. The origin traditions of Ikizu, Nata and Sizaki claim a connection to Sukuma, which we can date to this period when Mara peoples took refuge from famine in Sukuma. Mara peoples often paid for the food in Sukuma with wild animal products. As a result of increased wealth in Sukuma from the caravan trade, the demand for ivory bracelets, wildebeest tail flywhisks and bracelets, ostrich feathers and eggs, wild animal skins and lions' manes increased rapidly. South Mara peoples supplied these products in return for iron, salt or livestock. As a result hunting became much more commercialized during this period, far beyond the immediate need for meat.

Finally, the outbreak of sleeping sickness identified by the Germans in 1902 indicates that the cycle of disasters had, by the turn of the century, resulted in loss of control over the environment.[77] It is now accepted that sleeping sickness had been endemic in East Africa, kept at bay rather than eradicated, by local patterns of bush clearing, burning, cattle grazing, a heavy reliance on goats, and farming.[78] Depopulation as a result of famine and epidemic had reduced the number of settlements and farms, as well as the ability to burn the old grass, thus allowing for the encroachment of bush as a habitat for tsetse flies and the resurgence of the disease.

Ecological collapse brought an end to the interdependent regional economy of hunters, herders and farmers as it had existed before the disasters. Tatoga herders, defeated by the Maasai, moved south, following their prophet Saigilo. Bush encroachment also squeezed them out as it rendered formerly productive pastures unusable and dangerous for cattle.[79] Asi hunters increasingly moved east, as they accepted the patronage of the ascendant Maasai, and Bantu-speaking farmers moved west, further into the hills, to avoid raids. Little evidence of the former relationships between these three groups remains in oral tradition, which now focuses on the opposition between Bantu-speaking ethnic groups, rather than relations between peoples practicing other subsistence economies. These events shattered the previously existing regional economic system and left the farmers particularly vulnerable to famine and epidemics of disease introduced from outside that swept over the land.

Oral testimonies from South Mara express most directly and keenly the devastating effects of the disasters through the experience of Maasai raids. Although the Maasai may have been present in South Mara since the late eighteenth century, expansion based on a specialized form of pastoralism did not develop until the nineteenth century.[80] The Maasai entered this region gradually, in search of new grazing areas.[81] Their lifestyle depended upon symbiotic interaction with farmers and hunter/gatherers within a regional system. As the Maasai gained preeminence in the region they did not annex new territory as much as dominate their neighbors through fear of raiding by age-set warriors.[82] As early as 1800 the Loitai Maasai began expanding from the Rift Valley to the Loitai hills in what is now western Kenya where they pushed the Siria Maasai up to the Mara River in Kuria and Ngoreme Territory as early as 1800. Shortly thereafter the Serenget Maasai began using lands in what is now the western part of Serengeti National Park for dry season grazing. As the Maasai began asserting their identity as pastoralists and the rightful owners of all cattle they ran into conflict with South Mara people who farmed, hunted and also kept small herds of sheep, goats and some cattle. The Maasai drove the Bachuta Tatoga south after winning the battle to control the Ngorongoro crater and the nomadic Asi or Ndorobo hunters in South Mara soon became Maasai dependents.[83]

The Maasai gained dominance by developing a highly specialized form of pastoralism in the nineteenth century. Through control of access to cattle as a store of wealth and limited pastoral resources, they began to impose economic specialization on everyone else in the region. The Ishenyi community at Nyiberekira was one victim of this increasing competition for dry-season grazing grounds and water points, located as it was on the edge of the Serengeti plains. The Maasai forced the Bantu-speaking agro-pastoral community that once straddled the Serengeti plains back to the hills on its margins, both east (Sonjo) and west (Ikoma). A regional economy developed with the Maasai at the center, as the main beneficiary of the system. As is clear from the experience of the Mara Region, Maasai power lay in both military and cultural domination. In order to survive in this new context South Mara people had to accommodate the Maasai who had successfully deployed age regiments for cattle raiding. Although the South Mara peoples practiced an age system already, they adapted it in order to claim their identity in this newly forming region of growing Maasai hegemony.[84]

It seems likely that the most intense Maasai raiding in South Mara actually took place after the rinderpest panzootic (1880-1890), as a strategy to recover stock. Before the rinderpest most Mara peoples kept very little livestock and only began to build up large cattle herds after the 'Hunger of the Feet,' which accelerated the trade of forest products to Sukuma for livestock. During the generation of disasters a wealthy man owned four head of cattle and most were lucky to have one or two, mainly counting their livestock in sheep and goats. The Nata paid bridewealth in wild animal skins until the turn of the century. This later period of raiding went on up to the beginning of British rule. The Maasai resorted to intense raiding of their neighbors after they lost most of their cattle. The German explorer, Baumann, described the starving Serenget Maasai who had taken refuge in Ngorongoro Crater highlands in 1892 as 'walking skeletons.' He also found Maasai sick and dying on the Lake Victoria coast.[85] The White Fathers reported in 1904, when they took a trip to the interior of the country, that all along the lake people lived in fear of Maasai raids from the plains. They would not only raid cattle but also burn houses and fields, leaving devastation behind them.[86] In 1902 the Germans built Fort Ikoma in the western Serengeti specifically to control Maasai raiding.

Largely as a result of Maasai raiding Mara peoples began moving to concentrated settlements and building fortified walls to protect their villages.

Oral evidence attests that the threat of disease, general insecurity and the need for boundary definition were equally strong motivations for the concentration of settlements. Either thick rock walls higher than a man surrounded the entire village (*obugo* in Ngoreme) or smaller stone enclosures (*ruaki* in Nata) protected women, old people and children as a temporary shelter during the raids. Baumann described an Ngoreme fortified settlement with walls two meters tall and almost two kilometers around. One entered the settlement through a gate locked from the inside, finding a large open space inside.[87] The German traveler Kollmann (1899) described 'Ushashi' villages up in the rocky hillsides surrounded by high hedges of euphorbia or thorns.[88] The remains of these structures can still be seen in Ngoreme, Kuria and Ikoma, where the stones are gradually being hauled away to build structures for the park. Although previous settlement patterns grouped people of related descent in one area, the intense concentration of settlements during this period seems to have been a temporary response to stress. When peace came during the colonial period people moved out of these concentrated settlements.[89]

Maasai influence was so strong during this period that early explorers and colonial officers mistook peoples of South Mara to be Maasai. German explorers Baumann and Weiss both noted the similarity between these peoples and the Maasai in dress, ornamentation, ear piercing, use of snuff and weapons.[90] Present day Kuria peoples shown the photos taken by Weiss of Kuria in 1904 could not believe that these were Kuria ancestors and not Maasai.[91] The encyclopedist Schnee described all of the Bantu-speaking peoples of the Mara Region as possessing Maasai 'blood' and similar in many cultural aspects.[92] Early German notes on the 'tribes' of South Mara categorize Ikoma and Nata as 'lands of the Maasai.'[93] The early map of native caravan routes from Wakefield shows the whole region inhabited by the Maasai 'Lumbwa.'[94] South Mara peoples obviously admired as well as despised the Maasai.

They also had personal, and sometimes even friendly, interactions with the Maasai. They knew the people that they were fighting against, and could name them in oral traditions about the raids. Many Ikoma and Ngoreme families claim Maasai ancestors. The most famous of these is the story of Saroti, a Maasai man who was left behind and was aided by an Ngoreme man Matiti, from Nguku near Kisaka, who taught him to farm and gave him a daughter, Nyaboge, to marry.[95] During the *rihaha* famine or rinderpest of 1890 the Maasai came to sell their children in Ikoma for food. During the 'Hunger of the Feet' many Ikoma took refuge in Maasailand.[96] A 1933 report from the Musoma District refers to these strong family connections:

'[…] you must remember that the Waikoma are on very friendly terms with the Serengeti Masai. For many years the Masai have brought tails of wild animals to exchange with the Waikoma who sell them in Sukuma […]. A Masai can always rely on a bed and a meal when he visits Ikoma […] it is quite useless to expect the Waikoma to abandon friendly relations which have survived the raids.'[97]

It was within the region defined by Maasai hegemony in the nineteenth century that South Mara people forged new ethnic identities and became the Ikoma, Ishenyi, Nata and Ngoreme. The experience of intensive Maasai raiding had far reaching effects on historical consciousness and identity formation. South Mara communities drew on Maasai culture to reorder their age-sets and in doing so, revised their very concept of time. Before this, time was measured by the passage of named and cycling generation-sets, during and after the disasters the initiation of each new warrior age-set marked the passage of time. Although contact with the Maasai probably began gradually and peacefully around mid-nineteenth century, oral tradition tells us that this enmity dates from the beginning of time. Although other evidence tells us that the period of most intense raiding took place after the intrusion of colonial rule, oral tradition dates the most severe raiding to an unspecified earlier period and attributes all of the disasters that later took place to the effects of Maasai raiding.

Within this new regional system, South Mara peoples formulated new kinds of age-sets that were territorially based. The reorganization of lineage-based settlements into age-set territories enabled people to reformulate the inter-dependent economic strategies of woodlands for hunting, hills for farming, and grasslands for herding among their own sons who were sent out to each of the territories as they reached the age of circumcision. One elder said that the Nata age-set territories were divided ecologically with the Busaai living in the hills as farmers and herders, the Bongirate on the plains as herders and hunters, and the Borumarancha in the bush woodlands as hunters and farmers.[98] South Mara farmers responded to the disasters by spreading out both their risks and their opportunities when the former regional system of economic interdependence broke down. They became part of a common regional age system revolving around the Maasai. Yet South Mara people were not just reacting defensively, they were also choosing to become integrated into a meta-ethnic region through a synchronized age system that was based both on enmity and cooperation.

In order to understand how the age system changed we must first look at the age organization that existed in South Mara before the nineteenth century disasters. People of an older generation in South Mara today very clearly identify themselves not only by their ethnic, clan and lineage affiliations but also by their age-set (*saiga*) and generation-set (*rikora/amakora*) names.[99] Every man was a member of the named generation-set (*rikora/amakora*) that followed the generation-set name of his father in either the Saai or Chuuma cycle. Throughout the region there were two sets of cycling names, the Saai cycle and the Chuuma cycle. A man took the generation-set name at birth, as a birthright without a special ceremony to confer it. If a man was of the Saai cycle and his grandfather was of the Saai generation, his father would be of the Nyambureti generation and he would be of the Gamunyere generation and his son the Maina generation. In some places, like Ngoreme and Ishenyi each cycle was territorially based, in other places, like Nata and Ikoma the two cycles were mixed territorially. The Saai cycling names were 1) Saai, 2) Nyambureti, 3) Gamunyere, 4) Maina and the Chuuma cycling names were 1) Mairabe (Ngorongoro among the Kuria and Ghabasa among the Ikizu), 2) Gini, 3) Nyangi, 4) Chuuma.

One of the most important tasks of the generation-set was to perform the ritual of healing the land by walking over it every eight years and planting medicines prescribed by the prophet. In the texts that follow this is referred to as passing the *orokoba* or protecting the land. The *orokoba* can be passed around an individual homestead, a village or an entire ethnic group to protect it from disease, raid or witchcraft. In the retirement ceremony the ruling generation retired and handed over authority to the next generation. The ritual of retirement was not fixed and could be delayed by the ruling elders at will.[100] A person's generation determined daily greetings, marriage partners, eating arrangements, hospitality, respect and responsibility throughout the region. Because a person got his generation-set name based on his father's generation, rather than on his year of birth, people in the same generation were not necessarily peers. An elderly man in a 'younger' generation would have to greet a young boy from an 'older' generation with respect.

All adult males were involved in the generation-set rituals, regardless of origins, which made it an inclusive rather than an exclusive institution. Anthropologists Simonse and Kurimoto note the integrative role of age organization in uniting communities based on, and sometimes divided by, segmentary lineage systems. Baxter and Almagor's edited collection of age system scholarship further emphasized the internal ritual and ideological role of age-sets over their external political and military role.[101] In the Mara Region the ritual role of the generation-set in healing the land and integrating a kinship based community seemed to be more important than its military aspect since one generation set did not represent a peer group and could not easily be mobilized for war.[102] The symbols of the generation-set rituals in the transfer of power include: lighting a new fire and cutting strips of hide to be worn by the new generation, symbolizing the orderly transfer of power from one generation to another; the generation-set walk which passes through and gathers people from each of the clan lands, symbolizing the uniting of disparate people through the generation-set; and finally the initiation ceremony itself in which elders sprinkle the new generation, both men and women with a mixture of milk and millet flour, symbolizing the need for fertility and growth. In Nata the ritual 'father' prayed that the youth might have 'children, abundant livestock, good harvests and rain' during their 'rule.'[103]

Both men and women in South Mara were also members of a *saiga* or age-set. One became a member of an age-set along with one's peers sometime after circumcision when a new set was formed. The names for the age-sets followed a cycling pattern but also chose a praise name that was specific to events of the time. One recent Nata age-set was called (aba)Chabhani (Japan) and another (aba)Motoraizi (Motorize). Circumcision took place every couple of years in each locality or clan territory, *ekyaro*, rather than one mass circumcision for the entire ethnic group. These smaller groups (*siriti*) then joined together when it was time to initiate a new age-set every eight years. This age-set system was more useful for mobilizing young men for battle or other communal duties because it grouped together peers in competition with other sets. Generation-set rituals to heal the land and bring fertility to the new generation seem to have been taken over by age-sets in the nineteenth century. Today it is often difficult to distinguish which organization does which job.

If Serengeti people adopted a new kind of age system in the Maina generation (c. 1850), what parts of the age system described by elders today were practiced before that time? Once again the evidence from historical linguistics brings into question the evidence from oral accounts. Generation-set cycles seem to be the oldest form of age organization in the region. The cycling names of nyangi, maina, chuuma, saai, ngorongoro are all Mara Southern Nilotic loan words (originally of Cushitic orgin) in the East Nyanza Bantu languages spoken in the Mara Region. The adoption of age-set names and Mara Southern Nilotic words for peer friendships and cattle related items sometime between 400 and 1000 AD seems to have been an important way for East Nyanza Bantu speakers to adapt to an unfamiliar environment and gain access to livestock. The Tatoga pastoralists who came into the area after 1000 AD do not use these cycling names but have a linear generation-set system called *saigeida*.[104] The word for the age-set system of the Ikoma, Nata, Ngoreme and Ishenyi, *saiga*, presumably derives from this Tatoga word. Great Lakes Bantu speakers had adopted circumcision and initiation by 500 BC, before they even came to the east side of Lake Victoria Nyanza.[105]

Therefore it seems from this historical linguistic evidence that the cycling generation-sets (*rikora/amakora*) developed before 1000 AD in relationship with Mara Southern Nilotic pastoralists in the region while the linear age-sets (*saiga*) developed after 1000 AD in relationship with Tatoga pastoralists. Both were used to reach across the boundaries of ethnicity and economy to form interdependent relationships with pastoralists, to mobilize young men for military and other collective tasks and to unite people across boundaries of descent within the community for rituals that would bring healing and fertility to the land.

The South Mara response to the disasters was a total reorganization of the age system into three territorially based age-set units, *saiga*, which would 'rule' for eight years, each in their turn. Those three age-set eras of eight years each would then be equivalent to one *rikora* generation of 24-25 years before cycling back to the first age-set territory. In Nata, Ikoma, and Ishenyi first the Busaai, then the Bongirate, then the Borumarancha ruled and finally back to the Busaai in a cycle. During this time period people refer to age-sets, *saiga*, using the prefix 'bu,' meaning 'the land of,' rather than 'the people of,' using the normal age or generation set prefix 'aba.' The Ngoreme, Nata, Ishenyi and Ikoma all used these same *saiga* names (with the Ngoreme adding a few additional ones) and had lands within their collective territory known as (bu)Saai, (bo)Ngirate and (bo)Rumarancha (fig. 6 and 7). This system of synchronized age-set cycles operated at a meta-ethnic level. The territories of the Borumarancha, Bongirate or Busaai age-sets in Ikoma, Nata and Ishenyi overlapped and were in essence one territory.

Recovery from the disasters was largely a result of investing wealth acquired from hunting into cattle. The demand for forest products in Sukuma

Generations	Cycling Age-Sets (Saiga) of Ikoma, Nata and Ishenyi			Cycling Generation-Sets (Rikora) of Ngoreme, Kuria, Ikizu and Zanaki		Praise Names Kuria Nyabasi
	Busaai	Bongirate	Borumarancha	Monyasaai	Monyachuuma	
(c. 1820)	abaNyanyange (abaNyange) (c. 1828)			abaGamunyere	abaGini	1. Gesarwini (1837, 39, 41)
		abaOrumati (abaHonga) (c. 1836)			abaNyangi	2. Kehanga (1844, 46, 48) 3. Gesambiso (1851, 53, 55)
			abaTing'ori (c. 1844)	abaMaina		
The Generation of Settlement (c. 1845)	abaNgirabhe (abaMaina) (c. 1852)				abaChuma	4. Ngibabe (1858, 60, 62) 5. Machare (1865, 67, 69)
		abaMatara (abaMegona) (c. 1860)				
			abaMasura (c. 1868)	abaSaai		
The Generation of Disasters (1870)	abaSaai (c. 1876)					
		abaNgirate (abaMaase) (c. 1884)			abaMairabe (abaNgorongoro) (abaShirianyi)	6. Getiira (1872, 74, 76) 7. Maase (1879, 81, 83) 8. Nginogo (1886, 88, 90)
			abaRumarancha (c. 1892)	abaNyambureti		
The Generation of Opportunity (c. 1895)	abaKihocha (c. 1900)					
		abaKong'ota (c. 1908)			abaGini	9. Romore (1893, 95, 97) 10. Nginaro (1900, 02, 04) 11. Tamesongo (1907, 09)
			abaKubhura (Romore) (c. 1916)			
				abaGamunyere		
The Generation of the Tribe (c. 1920)	abaKinaho (Maina) (c. 1924)				abaNyangi	12. Nyesendeko (1912, 14, 16) 13. Kambuni (1920, 22, 24) 14. Kehar (1927, 29)
		abaSariduka (abaMegona) (c. 1932)				
			abaHorochiga (Masura) (c. 1940)	abaMaina		

Figure 6. Age-set Chart

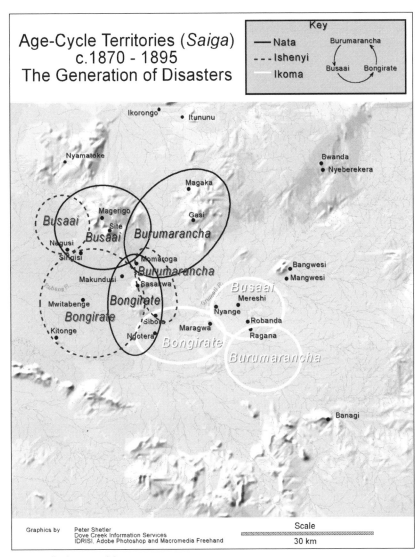

Age-Cycle Territories (*Saiga*)
c.1870 - 1895
The Generation of Disasters

Key
—— Nata
--- Ishenyi
—— Ikoma

Burumarancha
Busaai   Bongirate

Ikorongo
Itununu
Nyamatoke
Bwanda
Nyeberekera
Magaka
Magerigo
Gasi
Busaai
Site
Busaai
Nagusi
Burumarancha
Singisi
Momaroga
Bangwesi
Makundusi
Burumarancha
Mangwesi
Sasakwa
Busaai
Mwitabenge
Bongirate
Mereshi
Nyange
Bongirate
Sibora
Robanda
Kitonge
Maragwa
Ragana
Ngotera
Bongirate
Burumarancha
Banagi

Graphics by   Peter Shetler
Dove Creek Information Services
IDRISI, Adobe Photoshop and Macromedia Freehand

Scale

30 km

Figure 7. Age-set Map

led to the commercialization of hunting on a scale unknown up to this time.
Age-sets were also used to organize hunting camps during the dry season to
harvest wildebeest. Young men gained wealth in cattle, either through cattle
raiding or trading wildebeest tails, over which their fathers had no control.
Baumann reported in 1894 seeing a 'worn path' in Ikoma that was the trader's
trail to Sukuma.[106] Elders across ethic groups agree that the first *saiga* to fully
exploit the Sukuma trade were the Kihocha (c. 1900).[107] Young men also gained
cattle by using the new age-set system to raid on the lakeshore, often dressed

as Maasai to scare the inhabitants during the generation of the Kihocha, Kong'ota and Kubhura (1900-1916). Many stories, such as the tragic battle of Hantachega, testify that South Mara warriors made alliances with Maasai age-sets that corresponded to their own.[108]

The Ikizu forged the most direct and lasting links to Sukuma during the period of late nineteenth century disasters by their incorporation of rainmaker leadership from the Kwaya clan of Kanadi, Sukuma. The Ikizu have two parallel origin stories that have been unified into one narrative in the text included in this collection. In the first, the founding ancestor, Muriho, established authority over the land. However, later his hunter descendant, Samongo met Nyakinywa, an immigrant from the royal clan in Kanadi, who contested his authority over the land. She became the 'chief' of Ikizu but not without accepting compromises with the existing authority and tradition. The various lists of Ikizu chiefs (fig. 8) can be compared to demonstrate that the origins of Ikizu as a unified chiefdom under a Kwaya clan rainmaker certainly does not date before the nineteenth century and likely not before mid-century. None of the lists collected here agree on the names or order of chiefs after Nyakinywa and before Gibwege. Significantly, Gibwege dates to the time of the 'Hunger of the Feet' when many Ikizu went to Sukuma as refugees. The reason for the discrepancies may be that no unified Ikizu existed before the time of the disasters. Sizaki was also consolidated under Sukuma-style chiefship at this time. Sukuma sources indicate that Sukuma people were gradually moving into the Mara region at about this time and asserting a more centralized style of chiefly leadership.[109] Thus, similar to the Ikoma, Ishenyi and Ngoreme stories of origins in Sonjo, the period of the disasters was so significant in the formation of new identities that history begins here.

Close interaction between Mara and Sukuma peoples during this period also seems to have resulted in the adoption of new forms of eldership titles borrowed from Sukuma and grafted onto the older system as 'traditional' ranks. *Nyangi* refers to the celebration of advancement through a series of life stages performed by the individual. Each ethnic group had a different set of stages and rituals to accompany them, including: naming the child, appearance of the first teeth, piercing the ears, circumcision (*asaro*), setting up a homestead (*titinyo, borano*), birth of the first child, circumcision of the first child (*egise*), birth of the first grandchild (*ekirangani*). However, once eldership was reached a further series of optional *nyangi* could be performed by those who had the wealth to do so, since each title was taken by given a big feast for the whole community. Oral traditions about these optional titles place them in the context of the return from Sukuma after the disasters.[110]

Wealthy men consolidated their power and formed bridges to wealthy men in other ethnic groups by the elaboration of this new system of eldership titles. At the same time the community used this system of eldership titles to force 'big men' to share their wealth. The mark of a leader was one who could feed the people. These highest eldership titles were associated with powerful and

Informant #1	Informant #2	Informant #3	Informant #4	Informant #5
1. Nyakinywa (1815-1825)	1. Nyakinywa	1. Nyakinywa	1. Nyakinywa	1. Nyakinywa
2. Nyakazenzeri (1825-1835)		2. Wakunja		2. Nyekono
3. Hoka (1835-1845)	2. Hoka		2. Wang'ombe	3. Nyakazenzeri
4. Kesozora (1845-1855)	3. Nyambube	3. Kesozora	3. Kisozura	4. Hoka
5. Hoka Nyabusisa (1855-1865)	4. Kirongo	4. Nyekono		5. Guya
6. Wekunza (1865-1875)	5. Kisusura	5. Kerongo (first male)	4. Wekunza	6. Kesozora
7. Nyambobe (1875-1885)		6. Nyakinywa II	5. Mayai	
8. Gibwege (1885-1895)	6. Gibwega	7. Gibwege	6. Gibwege	7. Gibwege
9. Mwesa Gibwege (1895-1901)	7. Mwesa (first man)	8. Mwesa	7. Mwesa	8. Mweda
10. Nyakinywa II (1901-1906)				9. Nyakinywa
11. Matutu Mawesa (1906-1926)	8. Matutu	9. Matutu	8. Matutu	10. Matutu
12. Makongoro Matutu (1926-1958)	9. Makongoro	10. Makongoro	9. Makongoro	11. Makongoro
13. Matutu Matutu (1959-1986)		11. Matutu Matutu		
14. Adamu Matutu (1986 - ...)	10. Adamu Matutu	12. Adamu Matutu	11. Adamu Matutu	

Informant #1 – P.M. Mturi, "Historia ya Ikizu na Sizaki," unpublished mss., 1995 (Nyamuswa)
Informant #2 – Ikota Mwisagija and Kiyarata Mzumari, Kihumbo, 5 July 1995 (Kihumbu)
Informant #3 – Maarimo Nyamakena, Sanzate, 10 June 1995 (Kirinero)
Informant #4 – Zamberi Manyeni, Guti Manyeni Nyabwango, Sanzate, 15 June 1995.
Informant #5 – E.C. Baker, "Notes on the Waikizu and Wasizaki of Musoma," Tanganyika Notes and Records, 23 (June 1947): 66-69.

Figure 8. Chart of Ikizu Chiefs

dangerous medicines (*masubho*) that initiates were taught when they gave the feast. The *Nyangi* elders used their power to enforce community discipline and tradition. Those who attained the highest rank carried a white tail and other symbols of their office. They were feared by the community and respected as powerful leaders.

When the colonial authorities arrived in the district they were often at loss to define who held ultimate authority in these communities and where their boundaries lay. In other words they were looking for well-defined 'tribes' with hereditary 'chiefs.' In different situations a prophet, an age-set leader or a titled elder were put forward as the 'traditional' authority and became the colonial chief. The stories in this collection do not discuss the colonial period at length but these struggles over who had authority and how a 'tribe' was defined are surely the context in which these stories were told.

The colonial records discuss at length the on-going problem of cattle raiding and corruption among the chiefs. Rather than stopping raids the chiefs seemed to be in collusion with and benefiting from the raiders. The proximity of the Kenya border made it easy to slip stolen cattle across the border to sell for higher prices in Kenya's booming post-war commercial economy. A combination of the weak traditional legitimacy of the colonial chiefs and the lucrative profits from cattle sale put the chiefs in a difficult position. Cattle raiding also continued to be an important avenue for young men to gain the wealth they needed to avoid dependency on their fathers for marriage and the start of a new homestead. The Mara Region had a relatively small percentage of its men involved in colonial labor migration because of their access to alternative means of earning cash through hunting and raiding.[111] The unspoken agenda of many local historians is the discussion of legitimacy of traditional leaders in relation to the problems of colonial chiefs and the ongoing need to solve the problem of cattle raiding. It was in this colonial context that 'tribal' identities formed in relation to administrative boundaries, colonial chiefs and customary law.

The authors of the following texts took these colonial identities, built on a variety of preexisting identities, and molded them into a historical account that makes sense in a post-colonial context. This is the richly diverse heritage out of which the authors of the histories in this collection drew their material. Both the longer-term processes of settlement and interaction on an intercultural frontier and the shorter-term but critical effects of the late nineteenth century disasters, all framed as 'tribal' histories, provide the context for understanding the texts that follow. The authors of these written histories did not have access to the archaeological, linguistic and written records that informed my account of the past. Yet, even more importantly, they bring a culturally grounded understanding of the local context and personal access to the wealth of oral knowledge in the community. It is to their invaluable work, as colleagues in the pursuit of the past, that we now turn our attention.

CHAPTER I

THE HISTORY OF THE IKIZU AND SIZAKI
HISTORIA YA IKIZU NA SIZAKI

Contents:

Part I: The History of the Ikizu (Historia ya Ikizu)

Part II: The History of Sizaki and the Sizaki People (Historia ya Sizaki na Wasizaki)

Written by (Imeandikwa na):

P.M. Mturi, Secretary and Author (Katibu Mwandamizi na Mratibu)
S. Sasora, Secretary and Author of the Sizaki History (Katibu, Historia ya Sizaki na Wasizaki)

In conjuction with the following elders (Wazee wa Ikizu na Sizaki waliosaidia mawazo na ushauri ni):

Hayati Pastor Maganga (Mwenyekiti, Ikizu), Mzee N. Nyaing'asa (Mwenyekiti, Ikizu), Mzee P. Mturi (Katibu, Ikizu), Mzee S. Sasora (Katibu, Sizaki), Mzee C. Malogo (Ikizu), Mzee M. Nyabunga (Ikizu), Mzee K. Kekanga (Ikizu), Mzee O. Koroto (Ikizu), Mzee I. Mageta (Ikizu), Mzee M. Wesaka (Ikizu), Mzee S.P. Taraba (Sizaki), Mzee S.M. Sanzaga (Sizaki), Mzee S.M. Mang'ombe (Sizaki), Mzee S. Sirinde (Sizaki), Mzee T. Mazowa (Sizaki), Mzee D. Saranga (Sizaki), Mzee M. Kirondera (Sizaki), Mzee D. Mariga (Sizaki), Mzee Z. Isaboke (Sizaki), Mzee M. Chamuriho (Sizaki).

Ikizu and Sizaki History Committee: Kinanda Sigara, P.M. Mturi, Warioba Mabusi, Nybogesi Nyaing'asa, S. Sasura at Makongoro Secondary School, 30 June 1995.

SEHEMU YA MOJA
HISTORIA YA IKIZU

Waikizu tunaozungumzia historia yao waliishi katika Utemi wa Ikizu kwa sasa unajulikana kama tarafa ya Serengeti baada ya kuongezwa Utemi wa Sizaki. Nchi ya Ikizu ina vilima na mabonde ya wastani na hewa ya nyanda za kati. Iko umbali wa kilometa 56 mashariki mwa makao makuu ya Mkoa wa Mara, Musoma; kilometa 24 kaskazini ya Bunda, mji mkuu wa Wilaya. Waikizu ni mojawapo ya makabila mengi ya Kibantu yanayoishi katika Mkoa wa Mara, ambao unapakana na Ziwa Viktoria Nyanza kwa mashariki.

Waikizu ni wakulima na wafugaji, chakula chao kikuu ni ulezi, mihogo, mahindi, mtama na viazi vitamu. Hulima pamba kama zao la fedha. Chakula chao hasa tokea zamani kilikuwa ulezi, ingawa mihogo imejitokeza kuwa chakula chao kikuu kwa kipindi hiki cha mwandishi. Waikizu ni Wabantu waliotokea kaskazini yapata karne ya 11. Wana uhusiano wa karibu sana kitabia na kimila na kabila la Wagisu walioko Uganda, na la Wakisii waishio Kenya. Mkoani Mara wana uhusiano wa karibu sana na Wasizaki ambavyo inakuwa vigumu kuwatofautisha. Koo nyingi za Waikizu zimechanganyika na makabila ya Wasizaki, Wajita na Wazanaki. Kabila hili la Waikizu lina mwelekeo wa kupenda maendeleo ya mmoja mmoja na ya pamoja pia. Tokea awali wao ni rahisi sana kuiga taratibu nzuri za kimaendeleo toka kwa wageni. Huamini kuwa kushirikiana pamoja kimaendeleo ndiyo nguzo ya ushindi. Mfano mzuri ni ule wa kabila la Mbilikimo waliotokea kaskazini na kujaribu kuvamia vijiji vya mashariki mwa Ikizu na misitu yake. Walikuwa na lengo la kuangamiza koo zote ili washike maeneo hayo yawe makazi yao. Waikizu wa maeneo hayo walipoingiliwa na Mbilikimo waliunda umoja wao wa vijiji vitano: Kilinero, Kihumbu, Mariwanda, Bolaze na Botaza na wakauita 'Shirika la Muriho' na wenyewe kujiita Abamuriho (Wana Muriho), jina ambao bado wanalo. Muungano huo uliwawezesha kuwashinda Mbilikimo na kuwafukuza kabisa toka Ikizu, wakawaelekeza kusini mpaka kufikia misitu ya Zaire ambako wako mpaka sasa.

Watemi wa Ikizu wakishirikiana na viongozi wazee wa kabila walianzisha taratibu nyingi za kushirikiana pamoja kimaendeleo. Vijana walipenda kusafiri sehemu nyingi za mbali wakichukua mifano ya kimaendeleo waliyoiona na kuja kuianzisha Ikizu. Mfano wa karibu ni ushirikiano alioonyesha Mtemi Makongoro Matutu alipoishirikiana na wazee wa Kiikizu wakaanzisha shule za kwanza nchini walizoziita 'Bush School.' Shule ambazo baadaye ziligeuzwa kuwa shule za msingi kamili. Bega kwa bega Mtemi na wazee walianzisha ulimaji wa barabara kwa kujitolea ili kurahisisha usafiri kati ya kijiji na kijiji.

PART I
THE HISTORY OF THE IKIZU

The Ikizu, whose history is presented here, live in the Chiefdom of Ikizu, today known as the Sub-District of Serengeti, together with the Chiefdom of Sizaki. The land of the Ikizu is one of mountains and valleys, with a good climate. It lies 56 kilometers east of Musoma, the capital of the Mara Region, and 24 kilometers north of Bunda, the capital of the District. The Ikizu are one of the many Bantu tribes who live in the Mara Region, which is bounded on the west by Lake Victoria.

The Ikizu are farmers and herders, their staple crops are millet, cassava, corn, sorghum and sweet potatoes. Cotton is their cash crop. The traditional staple food was millet, in spite of the fact that cassava has outstripped it in recent years. The Ikizu are Bantu people who came from the north around the eleventh century.[1] They are closely related in character and custom to the Gisu tribe of Uganda and the Kisii of Kenya.[2] Within the Mara Region they are closely related to the Sizaki, who are hard to distinguish from the Ikizu. Many Ikizu clans have become mixed up with the Sizaki, Jita, and Zanaki tribes.[3] The Ikizu tribe has developed a devotion to development, both individual and collective. It has been their pattern from the past to easily imitate useful development ideas from outsiders, believing that working cooperatively for development is the tool of victory.[4] An example of this is when the Mbilikimo tribe came from the north and tried to take over the eastern Ikizu villages and forests. They came with the goal of destroying all the clans in order to take the land for their own home. When the Ikizu of this area were attacked by the Mbilikimo (dwarf-like people) they united the five villages of Kilinero, Kihumbu, Mariwanda, Bolaze, and Botaza,[5] into an alliance they called 'The Muriho Union,' and calling themselves Abamuriho (Muriho's people), a name which is still used. This alliance allowed them to defeat the Mbilikimo and to completely run them out of the land of Ikizu. They went south until they got to the forests of Zaire where they still live today.[6]

The Ikizu Chiefs have worked together with the elders of the tribe to begin many projects for cooperative development. The youth loved to travel to far off places to obtain examples of development that they would bring back to Ikizu. A recent example is Chief Makongoro Matutu who cooperated with the Ikizu elder to start the first school in the region, then called 'Bush Schools.' These schools were later converted into official government primary schools. Shoulder to shoulder the chief and the elders cooperatively constructed the roads in order to make transportation between the villages easier. They also

Walichimba malambo kote nchini ili waondoe dhiki ya maji kwa watu na mifugo vile vile kwa njia ya kujitolea. Matokeo ya wingi wa maji watu wengi wa kabila mbalimbali walihamia Ikizu na mifugo yao wakikimbia uhaba wa maji wakati wa kiangazi sehemu walizotoka. Malambo hayo yaliyochimbwa baadhi bado yako yakitoa huduma kwa jamii zinazoishi sehemu hizo.

Mtemi Makongoro akiwa mtu mwenye kipawa cha kuona mbali, akishauriana na wazee viongozi alitoa agizo sehemu ya Manyago kusijengwe chombo chochote cha dhehebu moja mpaka siku zitakapowadia pajengwe shule itakajumuisha dini zote makabila yote kwa faida ya taifa zima. Matokeo ya ubashiri huo uliofanyika mwaka 1942, ukatimilika 8 Novemba 1986 wakati ujenzi wa shule ya kwanza ya sekondari ulipoanzisha Manyago, na 1 Machi 1987 Shule ya Sekondari Makongoro ilifunguliwa ikijumuisha dini zote na makabila yote. Shule hiyo ilipewa jina lake kwa heshima yake na kumbukumbu ya jitihada zake za kupenda watu na maendeleo yao.

Umoja wa jamii ya Kiikizu una historia ya muda mrefu sana, ili kuudumisha wameunda chombo chao kiitwacho 'Shirika la Maendeleo la Ikizu' (I.D.A.) ambalo limekuwa ngazi au kiungo kati ya watu, taasisi zao za maendeleo na serikali pia. Chini ya shirika hili itaanzishwa Shule ya Sekondari ya pili ya kutwa, kata ya Hunyari, eneo la Kihumbu, mwaka 1991. I.D.A. kishirikiana na wazee wa eneo hili ina mipango ya kuanzisha shule za watoto wadogo (i.e. Kindergarten) katika kila kijiji ili kuwaandaa watoto ambao ndiyo taifa la kesho. Shirika pia lina mpango wa kuanzisha vituo vya mafunzo ya kazi (i.e. Vocational Training Centre) ili kueneza elimu nyumbani kwa akina mama ambao ndio chanzo 'mtu ni afya' na ustaarabu nyumbani.

Kitabu hiki kimetungwa ili kiwape kumbukumbu vizazi vilivyopo, vijavyo mambo yaliyofanywa na wenyeji wa mwanzo wa eneo hili na pia kiwe msingi au chanzo cha uchochezi wa utafiti wa kuendeleza kumbukumbu ya asili ya kabila hili na yale mambo waliyoyafanya.

SHUKURANI KWA WALIOHUSIKA

Shukurani na kumbukumbu za kudumu zimwendee hayati Mchungaji Yakobo Maganga aliyekuwa Mwenyekiti wa Kamati ya utafiti wa kitabu hiki mpaka hapo Mwenyezi Mungu alipomchukua na kuacha utafiti bado kukamilika Mwenyezi Mungu amweke mahali pema peponi. Shukurani kuu zimwendee Mzee Nyabosogesi Nying'asa aliyeshirikiana na Mchungaji Yakobo Maganga kuandaa taarifa za kumbukumbu za kitabu hiki na kushiriki vikao vyote kama Mwenyekiti baada ya kifo cha Mchungaji Maganga.

voluntarily dug many ponds and reservoirs across the land in order to solve the scarcity of water, both for people and livestock. As a result there is water for all and many people from other tribes have moved to Ikizu with their livestock, as they searched for water during the dry season in their home areas. Many of these ponds are still providing the main water source in local communities.[7]

Chief Makongoro, a man with power to predict the future, consulted with the ruling elders and gave the order in Manyago not to build any institution controlled by only one religious denomination. Rather they should wait and build a school with the cooperation of all religions and tribes for the benefit of the whole nation. The fulfillment of this prophecy was realized beginning in 1942, reaching completion on 8 November 1986 when the building of the first Secondary School began at Manyago, and opened on 1 March 1987 as the Makongoro Secondary School, bringing together all the religions and all the tribes. The school was given its name out of respect for him and the memory of his efforts of love for his people and their development.

The collective development effort of the Ikizu has a long history but they officially formed an institution called the 'Ikizu Development Association' as a liaison between the people, development organizations and the government. The I.D.A. will be responsible to start the second Secondary Day School in the area of Hunyari, Kihumbu, 1991. I.D.A., working together with the elders of this area, also has a plan to begin a Kindergarten in each village in order to prepare the children who will be tomorrow's nation. The organization also plans to build Vocational Training Centers to spread domestic science education among the women who are the foundation of health and culture in the home.[8]

This book was written in order to provide a record for present and future generations of the things that were done by the first inhabitants of this land and also as a source for encouraging research into the traditions of this tribe and its history.

ACKNOWLEDGEMENTS

Gratitude and everlasting memory are offered to the deceased Pastor Jacob Maganga, who was the Chairman of the research committee of this book up until the time that Our Lord God took him, leaving the research yet undone, and going to rest in the place God prepared for him in heaven. Thanks to Elder Nyabosogesi Nying'asa who worked together with Pastor Jacob Maganga to prepare the manuscript of this book and who attended all of the meetings as Chairman after the death of Pastor Maganga.[9]

Shukurani kuu zimwendee Ndugu Songora Sasora aliyesaidia kutoa mawaidha mbalimbali katika vikao vyote toka mwanzo mpaka mwisho. Shukurani kuu zimwendee Mwalimu Phillip Meryamerya Mturi wa Makongoro Shule ya Sekondari kwa kazi kubwa aliyoifanya ya kuandaa na kupanga maelezo yote katika mifuatilio yake mpaka kufikia kukamilika utafiti wa kuwezesha uandishi wa kitabu hiki. Pia namshukuru kwa ushauri bora aliyoutoa toka mwanzo wa utafiti na mpangilio wa maandishi au sura za kitabu hiki.

Shukurani zingine ziwaendee wazee wa Kisizaki ambao taratibu na historia yao na Waikizu hazitofautiani sana, kwa maoni na kumbukumbu walizoruhusu zichunguzwe na zitumiwe katika katibu hiki. Wazee hao wakiwa kwa niaba ya wenzao ni Mzee S. P. Taraba, Mzee S. M. Sanzaga, S. M. Mang'ombe, n.k.

Haitakuwa vizuri kusahau kumpa shukurani Taabu Masongora aliyetoa mchango wa kupiga taipu taarifa na kumbukumbu za vikao mbalimbali na maandishi ya awali ya kitabu hiki. Lakini isingekuwa vizuri kuwasahau wazee wa Kiikizu ambao kwa kupitia jumuiya zao hizi: Nyumba sita za Muungano wa Abaraze na Nyumba Mbili za Abazahya, wamesaidia sana kutoa mawazo na ushauri mzuri katika kuweza kuleta mwafaka kuhusu historia hasa ya Ikizu na Waikizu wenyewe.

Mwishoni nawaomba na kuwashauri Waikizu na Wasizaki wasome kitabu hiki ili wajielewe walikotoka na kwamba Tanzania ni moja.

J.M.M. Ryakitimbo, Mwenyekiti Mtendaji
I.D.A. 1994

UTANGULIZI

Huku nyuma, mwanzoni mwa enzi za utawala wa Kiingereza Tanzania Bara zilikuwepo jitihada za kuandika historia ya Waikizu na watu mbali mbali, wakiwemo watawala wa Kikoloni na Waikizu wenyewe. Jitihada hasa ilifanyika chini ya utemi wa Chifu Mohamed Makongoro Matutu (1926-1958). Mtemi Makongoro alimuagiza Karani wake Mkuu Sabi Nyakyeri aiitishe wazee wa Kiikizu wenye busara toka sehemu kuu mbili, yaani jumuiya ya Waraze (Abaraze) na jumuiya ya Wazahya (Abazahya) ili aandike historia kamili ya Waikizu. Chini ya Hayati Mzee Sabi historia ya Ikizu na Waikizu iliandikwa kikamilifu na kabla haijachapwa iliingia vurugu nchini; Mtemi na watu dhidi ya Utawala au Maafisa wa utawala wa Kiingereza wa Wilaya ya Musoma, ambayo nyakati hizo ilichukua Wilaya nne: Bunda, Serengeti, Musoma Vijijini na Musoma Mjini. Afisa Utawala mmoja Mwingereza aliyeitwa P.C. Marchant, akiongoza vurumai na alimshtaki Mtemi wa Ikizu na akatekeleza kufungwa na akajiweka Mtemi Mlezi wa Ikizu. Waikizu wakawa

A big thanks also to Brother Songora Sasora who helped in many ways in all the meetings from the beginning to the end. Gratitude is also extended to Teacher Phillip Meryamerya Mturi of Makongoro Secondary School for the enormous work he did to prepare and plan the entire project up to the end of the research and in facilitating the writing of this book. I also want to thank him for his good advice from the beginning of the research, to the planning of the writing, up to the completion of the chapters of the book itself.

Thanks also to the Sizaki elders, whose history does not differ greatly from the Ikizu. Through their ideas and memories they contributed greatly to this book. These elders, as representatives of their people, were Elder D. P. Taraba, Elder S. M. Sanzaga, S. M. Mang'ombe and others.

Let us also not forget to thank Taabu Masongora who volunteered to type the reports and the minutes of each meeting and the many drafts of this book. But it would also be wrong to forget the elders of Ikizu who represented their communities – the Six Houses of the Union of Abaraze and the Two House of the Abazahya – who were so helpful in giving good ideas and advice so that we could reach an agreement on the history of Ikizu and the Ikizu people.

Finally I advise the Ikizu and the Sizaki people to read this book in order to understand themselves and where they came from, so that they may see that Tanzania is one.[10]

J. M. M. Ryakitimbo, Acting Chairman
I.D.A. 1994

FORWARD

In the past, at the beginning of the British rule on the Tanzanian mainland, there was an effort to write the history of the Ikizu people and other peoples. This initiative came from the colonial authorities as well as the Ikizu themselves under the sponsorship of Chief Mohamed Makongoro Matutu (1926-1958). Chief Makongoro ordered his Chief Secretary, Sabi Nyakyeri to call the wise elders of Ikizu from each of the two main areas, the Union of the Raze and the Union of the Zahya, to write down the full story. He did this, but before it was typed the country fell into a dispute between the Chief and the colonial officers of the Musoma District, which was made up at that time of the four present-day districts of Bunda, Serengeti, Musoma Rural and Musoma Town. One of the British District Officers, named P. C. Marchant, who was behind the dispute, arrested the Ikizu Chief, imprisoned Makongoro and installed himself as Chief of Ikizu. Because the Ikizu did not understand what was happening, Marchant took the opportunity of their confusion to find out about the writing about

hawaelewani na hivyo akachukua nafasi hiyo ya kutoelewana kwao kufahamu maandishi hayo niliyoyataja yako wapi, na akayachukua karibu yote kwa nia mbaya. Na mwandishi wake Hayati Sabi Nyakyeri alitiwa katika msukosuko mkubwa lakini akawa imara hawakuwapa yote ambayo yamenisaidia sana katika uandishi na ukamilishaji wa historia ya Ikizu na Waikizu. Namshukuru na kumshirikisha mtoto wa marehemu Sabi Nyakyeri, Ndugu Makongoro Sabi kwa kuniruhusu kupitia maandishi hayo ya kihistoria kwa upande wa Ikizu.

Maandishi haya ambayo natarajia yatakuwa kitabu cha historia ya Waikizu na Wasizaki kimegawanywa katika sehemu kuu mbili: Sehemu ya kwanza ni Historia ya Waikizu na Sehemu ya pili ni Historia ya Wasizaki. Sehemu hii ya pili ya Historia ya Sizaki na Wasizaki, pongezi zimwendee mwandishi wake Ndugu Songora Sasora kwa kazi ngumu ya utafiti aliyoifanya ambayo ni pamoja na wingi wa wazee wa Kisizaki alionana nao na kushauriana kikamilifu kwa manufaa ya wasomaji ambao wengi tunategemea watakuwa ni Waikizu na Wasizaki.

Nikianzia na sehemu ya kwanza ya kitabu hiki, yaani Waikizu: Watu wakuu waasisi ni wawili ambao hasa wamejenga Ikizu na Waikizu toka sehemu mbalimbali za Afrika ya Mashariki. Wahusika hao wakuu ni Muriho na Nyakinywa, ambao kila mmoja akitabiriwa kuwa atakuwa kiongozi au mtawala katika nchi moja yenye mlima mrefu. Kwa ufupi naona ni kheri nidokeze mpangilio wa kitabu hiki cha historia ya Waikizu na nchi yao Ikizu.

Sura ya kwanza inamzungumzia Jemadari Muriho Nyikenge ambaye wazazi wake walikuwa manabii, naye mwenyewe alikuwa nabii na Mganga Mkuu (i.e. *Mhika*). Inasemekana toka kizazi hadi kizazi kuwa Muriho hakufa kifo cha kawaida na kuzikwa ila baada ya kuimarisha milki yake aliwaaga wake na kutoweka mbele yao. Sura ya pili inamwelezea Nyakinywa, mwanamke wa aina ya ajabu ambaye pia aliahidiwa atakuwa mtawala wa nchi yenye mlima mrefu. Naye pia yasemekana babu yake alikuwa nabii, Mganga Mkuu na Mtawala katika nchi moja ya Wahima ambako mzozo ulitokana katika ukoo huo wa kitawala na baba yake Nyakinywa. Baada ya kutoelewana na kaka yake, aliyekuwa mtawala, ilimbidi ahame nchi yao na kusafiri na watu wake mpaka Kanadi, nchi ya Wasukuma ambako alikuwa mfalme. Nyakinywa ilimbidi akimbie baada ya baba yao kufa akifuata wosia wa baba yake, ilimbidi atafute nchi yenye mlima mrefu.

Sura ya tatu inaeleza mkutano mkuu wa viongozi wa pande zote mbili, ulioitishwa kutatua mgogoro wa uongozi wa nchi uliojitokeza kati yao. Mkutano huo ulifanikiwa kugawa uongozi wa nchi kati ya uzao wa Muriho (i.e. Wakombogere) na Nyakinywa mwenyewe kama Mganga wa Mvua wa nchi nzima. Sura ya nne yajaribu kudhihirisha kuwa Waikizu hawatokani na makundi mawili tu la Muriho na Nyakinywa, bali watu wengi toka sehemu

which I have just spoken and where it was kept. He took almost all of the writings for his own bad purposes. The colonial officers harassed the writer, Sabi Nyakyeri (who is now deceased), but he stood firm and did not give them everything. These remaining pieces helped me a lot in the writing of this book and completing the History of Ikizu and the Ikizu people. I give thanks for the cooperation of the son of the deceased Sabi Nyakyeri, Brother Makongoro Sabi, for allowing me to look at these historical writings concerning the Ikizu.[11]

This is the book of Ikizu and Sizaki History, divided into two parts. The first part is the History of the Ikizu and the second part is the History of the Sizaki. Credit for the second part, the History of Sizaki and the Sizaki People, goes to the author Comrade Songora Sasora, for all his hard work in research, together with many other Sizaki elders. He consulted with them in order to get the full story for the benefit of the readers, who we hope will be many Ikizu and Sizaki people.[12]

If I begin with the first section of this book, that of the Ikizu, there were two especially important people from the past who built Ikizu and the Ikizu people, coming from many parts of East Africa. Those two people were Muriho and Nyakinywa.[13] Each received a prophecy that he/she would be the leader of a land characterized by a tall mountain. In short, I would like to lay out the plan for this book of the History of the Ikizu people and their land of Ikizu.

Chapter One concerns 'General' Muriho Nyikenge,[14] whose ancestors were prophets and he himself was a prophet and an important healer, called the *Mhika*. It has been said generation after generation that Muriho never died a normal death nor was buried, but rather, after establishing his authority, he said goodbye to his people and disappeared in front of them.[15] Chapter Two describes the amazing life of the woman, Nyakinywa, who was also prophesied to rule a land with a tall mountain. It is also said that her father was a Prophet and an important Healer in the land of the Hima,[16] where a conflict erupted between her father and her father's brother, the ruler, within the royal clan. As a result her father had to leave his country and travel with his followers to Kanadi, the land of the Sukuma, where he became king. Nyakinywa had to flee after her father died, following the last wishes of her father who told her to search for the land with a tall mountain.

Chapter Three describes the important meeting between the leaders of both sides. It was called to settle a conflict that had arisen between the leaders of the land. This meeting resolved to divide the leadership of the land between the descendants of Muriho, the Kombogere, and the descendants of Nyakinywa, as the head Rainmaker of the whole nation.[17] Chapter Four attempts to show that the Ikizu people have not all descended from these two groups, Muriho and

mbalimbali ambao waliingia Ikizu na kujiunga na sehemu mojawapo ya
sehemu hizo mbili za Wakombogere na za Waraze. Sura ya tano inaonyesha
kuwa, mabadiliko au marekebisho ilibidi yafanyike katika uongozi wa nchi ili
kuafikiana na watu wengi mbalimbali waliotoka pia sehemu mbalimbali. Sura
ya sita inazungumzia maumbile ya nchi yenyewe ya Ikizu, mito, milima, n.k.
Ikiwa na utangulizi wa kuonyesha shughuli za kiuchumi za Waikizu zafanyika
katika nchi ya namna ipi kimaumbile.

Sura ya saba yaelezea shughuli halisi za uchumi zilizotegemewa sana na
Waikizu wa awali kabla ya kuathiriwa na wageni waitwao 'Wavamizi.' Sura ya
nane inajaribu kuonyesha utamaduni wa Waikizu wa kale ambao kwa kipindi
cha maandishi haya vipengele vingi vya utamaduni vimepitwa na wakati na
kutoweka vyenyewe au kutofuatwa na kizazi kipya. Vipengele vinavyoelezewa
ni elimu kwa vijana, kanuni zinazoongoza maisha ya jamii za Kiikizu, vifo vya
watu maarufu ambao ni wa aina tatu, vyama viitwavyo *Zenyangi, Zesega,*
majina ya watu kwa ujumla walioshi kipindi fulani, mawasiliano, urithi na
imani ya jamii iliyokuwepo ambayo nayo yatoweka haraka haraka katika jamii
ya Waikizu walioathiriwa na ukoloni - mamboleo na mageuzi yaliyopamba
moto duniani kote tunapoingia katika karne ya ishirini na moja ya Sayansi na
Tekenolojia. Sura ya tisa inaelezea kuhusu vijiji vya kale na asili ya majina
hayo ambavyo mwenge wa nchi (*orokoba*) ulikuwa unapitia toka Sibera mpaka
Nyamau. Sura ya kumi ni mengineyo ambayo tutaelezea matukio muhimu
yaliyotokea, watu maarufu waliopata kuishi Ikizu. Sehemu ya mwisho ni
maelezo kuhusu maneno mageni au magumu yaliyotumiwa katika maandishi
ya kitabu hii, mengi yao yatakuwa ya Kiikizu ambayo mwandishi
nimeshindwa kupata neno fasaha au maneno yaliyotumika yanayohitaji
ufafanuzi zaidi jinsi yalivyotumiwa.

Washiriki wa uandishi wa kitabu hiki wanaomba wasomaji wa kitabu hiki
wachangie mawazo yao kuhusu vipengele ambavyo vyaleta wasiwasi au
dukuduku. Tunaomba kukubali kwa moyo wa dhati, kwa mfano miaka katika
marika (*Zesega*) kipengele kimojawapo katika sura ya nane ni kukadiria baada
utafiti wa undani kabisa uligundua kuwa Sega au Rika inachukua miaka kumi,
hiyo tukaanza na Sega ambayo tunayo uhakika, Kikura, 1930, na tukarudi
nyuma tukitoa miaka kumi kumi kupata Sega iliyoitangulia. Mwishowe
nawaomba wasomaji wa Kisizaki na Kiikizu muyaone maandishi au kitabu
hiki kuwa ni uchokozi kwenu ili nanyi mwingine awe uwanjani kufanya utafiti
wa kisayansi na kitekenolojia wa karne ngumu ya ishirini na moja.

Signed, Phillip M. Mturi
Ikizu Development Association
P.O. Box 492, Bunda, Mara Region

Nyakinywa, instead, they came from various places and settled in one or the other area of the Kombogere or the Raze.[18] Chapter Five demonstrates that a change or repair needed to be made in the leadership of the land in order to take into account these people who came from many places. Chapter Six describes the formation of the Ikizu land itself, the rivers, mountains, etc., along with an introduction concerning the economic activities of the Ikizu people on this land.[19]

Chapter Seven explains the economic activities that the Ikizu people depended on in the past, before being destroyed by the outsiders, who are called 'the attackers.'[20] The Eighth Chapter explains the past cultural traditions of the Ikizu, that were disappearing at a rapid rate at the time of this writing, because the present generation does not follow them. The traditions that are explained here concern education of the youth, the constitution that governed Ikizu family life, funeral customs for three kinds of important people, who were members of societies called *Nyangi* (Titled Ranks) or *Sega* (Age or Generation Sets). The communal names of the groups of people who lived at a certain time, communication, inheritance and community faith are also discussed. These things too are also being rapidly forgotten among the Ikizu who were oppressed by colonialism, as well as influenced by modernization and the revolutionary changes that have caught fire all around the world as we enter the 21st Century of Science and Technology. Chapter Nine explains the youth of the past and their age-set names, who took the torch of the nation, passing it from Sibera to Nyamau.[21] Chapter Ten concerns miscellaneous items such as the important events of the past and important leaders who lived in Ikizu. The last section is an explanation of various difficult or foreign words used in the writing of this book, some of them are from the Ikizu language, which the authors were unable to translate, and whose full meaning must be explained.

Those who cooperated in the writing of this book ask that readers also contribute their own ideas if they have doubts or additional information about anything in the book. We ask your indulgence, for example, in calculating the number of years between age-sets (*Sega*) for the chart in Chapter Eight. After careful reasearch we concluded that each age-set or generation-set remains in power a total of ten years. Thus we began with the age-set about which we were sure, the Kikura, beginning in 1930, and then counted backwards every ten years to get the initiation year of each age-set.[22] Finally, I ask that the Sizaki and Ikizu readers see this book as a challenge for some among you to do more scientific and technological research during the difficult years of the 21st century.

Signed, Phillip M. Mturi
Ikizu Development Association
P.O. Box 492, Bunda, Mara Region

I. MURIHO NYIKENGE

Yasemekana mwanzilishi au Mwikizu wa kwanza kuingia sehemu hii ya Ikizu alikuwa shujaa mmoja aliyeitwa Muriho Nyikenge. Muriho yasemekana alitoka sehemu ya mbali Ukisu, Uganda, na kuingia Ukisii katika Jamhuri ya Kenya. Tokea Kisii huyo kiongozi na kundi lake waliingia sehemu ya Ngoreme wakaingia kwa mzee mmoja aliyejulikana kwa jina la Mangwesi. Hapo alipumzika kwa muda mfupi maana alikuwa safarini akitafuta nchi aliyoahidiwa na wazazi wake, yenye mlima mrefu nayo ikawa Ikizu. Alifikia kwenye mlima ulioitwa Rosambisambi, ambao baadaye ukaitwa Itongo Muriho.

Muriho mwenyewe alikuwa mganga na nabii na aliahidiwa utawala katika sehemu hii yenye mlima mrefu na alijenga mji wake hapo hapo Itongo Muriho. Nia ya Muriho ilikuwa kwenda kwenye mlima Chamuriho, lakini hakufaulu mwanzoni, maana kulikuwa na watu wakiishi kando kando yake walioitwa Mbilikimo, yaani kwa lugha yake Abahengere au Nyawambonere. Muriho aliishi hapo na kundi lake huku akitafuta na kubuni mbinu za kuwaingilia hao Mbilikimo. Mbilikimo nao baadaye waligundua kuwa kulikuwa na watu wakiishi hapo Rosambisambi. Hivyo waliondoka kwenda kuwashambulia lakini wanapofika hapo hawakuona miji au watu kwa sababu Muriho alikuwa ameuzindika mji, amezungusha kitu kiitwacho *orokoba*, chenye uwezo wa kufanya adui asione chochote.

Muriho akaanza mbinu za kuwashambulia hao maadui. Kwanza akaenda mpaka kwenye mlima huo akazungusha *orokoba* chini ya mlima wote, na kuweka mizimwi yake. Jumla ya mizimwi na sifa zake ni kama ifuatavyo hapa chini:

1. Mzimwi wa kwanza uliitwa Nyakame, maana yake ni ukungu na umande wenye baridi kama maji ya barafu kuwazuia Mbilikimo kuondoka mapema asubuhi.
2. Mzimwi wa pili uliitwa Chawisingi, yaani joka kubwa sana lenye jani (*risingi*) kichwani.
3. Mzimwi wa tatu uliitwa Mosanga, yaani nyoka yenye alama au kitu shingoni kinachowaka au kutoa mwanga kama nyota au tochi usiku.
4. Mzimwi wa nne uliitwa Keborogota, yaani nyoka anayelia, nchi yote inatetemeka.
5. Mzimwi wa tano uliitwa Itaho, yaani ni nyoka anayevuruga maji saa zote yanakuwa machafu kusudi adui zake Mbilikimo wasichote.

Mizimwi yote mitano, kila mmoja aliuweka kwenye mto wake, na kila mto unajulikana kwa jina la nyoka aliyekuwa humo mpaka siku hizi. Baada ya

I. MURIHO NYIKENGE

It is said that the founder of Ikizu, the first to enter this area of Ikizu, was the courageous man named Muriho Nyikenge. It is said that Muriho came from far away in Kisu, Uganda, and went to Kisii in the Republic of Kenya.[23] From Kisii this leader and his followers went to Ngoreme and were welcomed by one elder who was known by the name of Mangwesi.[24] He rested here for a short while on his journey to find the land called Ikizu with a tall mountain that was promised to him by his ancestors. He went on until he came to the mountain called Rosambisambi, later known as 'the home of Muriho.'

Muriho himself was a healer and a prophet who had been promised authority in the area where there was a tall mountain.[25] He built his homestead right there at Itongo Muriho. The goal of Muriho was to go onto the mountain Chamuriho,[26] but he was not initially successful because there were people living around the mountain, called Mbilikimo (dwarf-like people), or in the Ikizu language, the Hengere or Nyawambonere. Muriho lived here with his followers while he was searching for a way to overcome the Mbilikimo.[27] The Mbilikimo themselves also found out that someone else was living in the area of Rosambisambi. So they went to harass him, but when they got near to the homestead they could not see it nor any people. This was because Muriho had protected the homestead – he had encircled it with the medicine of the *orokoba* – which has the ability to make things invisible.

Muriho then began his own plans for harassing his enemies. First, he went back to the mountain and passed the *orokoba* medicines around the base of the whole mountain and planted his spirits.[28] The total number of spirits and their characteristics are described here:

1. The first spirit was called Nyakama, meaning cold dampness and dew, like cold refrigerator water, to drive away the Mbilikimo so that they would leave early in the morning.
2. The second spirit was called Chawisingi, meaning a very large snake with a green head (*risingi*).
3. The third spirit was called Mosanga, meaning the snake with a mark on his back that shines or gives off light, like a star or a flashlight at night.
4. The fourth spirit was called Keborogota, meaning the snake that cries and the ground shakes.
5. The fifth spirit was called Itaho, meaning the snake that stirs up the water all the time, making it dirty so that his enemies, the Mbilikimo, could not draw it.[29]

Each of these five spirits he placed in his own stream, and each stream is known by the name of the snake, which remains there even today.[30] After placing the

zindiko la mizimwi kila kisima cha maji, maji yakawa machungu sana, hivyo
Mbilikimo walishindwa kuyanywa. Mizimwi nayo kwa upande wake ilikuwa
kama silaha kuwashambulia Mbilikimo walipokosa maji na kwenda kwenye
mito hiyo kujisaidia. Hivyo Mbilikimo walipokosa maji na kuogopa kuumwa
na nyoka mitoni waliamua kuhama kutoka mlima Chamuriho.

Uhamiaji wa Mbilikimo

Mbilikimo waliohama mlima Chamuriho wakipitia njia ya Sarama A, Gabara-
we, na kuendelea mpaka Mlima Rosori kwa kupitia Kongoro, wakipita kwenye
mwamba uitwao Igonza na kuingia kwenye mto uitwao Nyitonyi. Na hapo
wakaamua kuweka kambi yao kwenye mwamba uitwao Nyabahengere.
Mwamba huo uliitwa hivyo kwa kuwa kilikuwa kituo cha kwanza baada ya
kuuhama mlima Chamuriho. Huko nyuma Muriho na kundi lake lililoitwa
Abakombogere waliwafuatia nyuma kila walimopitia hao Mbilikimo na
kuzindika kwa kupitisha *orokoba* mpaka kwenye mto Nyitonyi. Walipogundua
Mbilikimo walikuwa wanaishi kwenye mwamba Nyabahengere Muriho
aliingia kwenye mto Nyitonyi akaweka madawa yake mtoni (*amahika*), maji
yakawa machungu sana maadui wakashindwa kuyanywa, hivyo wakaamua
kuhama kwa ukosefu wa maji ya kunywa. Walihama wakipitia njia ya Kehonda
wakielekea mto Chamtigiti na kupitia kwenye nafasi ya mlima Chamhang'ana
na kutelemka mpaka Hunyari, wakaingia katika mlima Wosanza na kukuta
pango ambamo walianza kuishi wakitumia maji ya mto Chamtigiti Wibara.
Mbilikimo walipohama kwenye mwamba wa Nyabahengere Muriho
aliizindika sehemu yote na kupitisha *orokoba* na kuwafuatilia mpaka kwenye
pango la Wosanza na kuweka dawa au *amahika* kwenye maji ya Mto
Chamtigiti Wibara. Maji yakawa machungu na Mbilikimo walikosa maji ya
kunywa tena. Hivyo walishindwa kuishi pale iliwabidi wahame. Walihama
pango la Wosanza wakaelekea kwenye milima ya Sizaki, wakaingia mlima
mmoja uitwao Barama na wakaingia kwenye pango liitwalo Kanyamwara.
Muriho aliwafuatilia na kuzidi kuweka dawa zake kwenye maji na wakati huo
huo hakusahau kuwa anapowafukuza kwenye pango kuweka dawa na
kuzindika pango hilo ili wakitaka kurudi wasiipate sehemu hiyo tena.

Mbilikimo walihama pango la Kanyamwara na kuelekea sehemu za Kabasa na
hatimaye kuingia katika pango la Nyaka na kufanya maskani yao ambayo
yalikuwa ya muda tu. Muriho aliwafuatilia huku akiweka dawa kwenye maji
na kuzindika sehemu yote hiyo kwa kupitisha *orokoba*. Mbilikimo walishind-
wa kuishi kwenye pango la Nyaka kwa kukosa maji. Hivyo walihama na
kuelekea Ziwa Nyanza (i.e. Viktoria) ambako aliwasindikiza na kuwalaani
wasirudi tena. Yasemekana hawa Mbilikimo hawakukaa ziwani ila walisam-
baa. Kundi moja lilivuka ziwa na kuelekea sehemu za Mkoa wa sasa uitwao
Kagera na kuingia msituni. Kundi jingine liliambaa kando ya ziwa mpaka
kuingia katika mapori ya Tarime.

spirits in each spring, the water became bitter, so that the Mbilikimo could not drink it. The spirits were the weapon to defeat the Mbilikimo when they needed water and went to the streams to draw it. The Mbilikimo needed water but were afraid of being bit by the snakes, so they decided to move away from Chamuriho Mountain.

The Exile of the Mbilikimo

The Mbilikimo moved away from Chamuriho Mountain, going by Sarama A, Gabarawe and as far as Rosori Mountain, passing by Kongoro. They passed by the boulder called Igonza and by a stream called Nyitonyi. They decided to make their camp near the boulder, calling it Nyabahengere. This boulder was called this because it was their first stop after leaving Chamuriho Mountain. Muriho and his followers, called the Kombogere, were following right behind the Mbilikimo and passed the *orokoba* protection medicines around the stream of Nyitonyi. When they found out that the Mbilikimo were were living in the rock of Nyabahengere, Muriho went into the Nyitonyi stream and placed his medicines in the stream (*amahika*). The water became bitter and his enemies could not drink it, so they decided to moved again for lack of water. They moved, following the path of Kehonda, going toward Chamtigiti River and going through the pass of Chamhang'ana Mountain, coming down at Hunyari and up to the Wosanza Mountain where they cut out a cave and lived in it, using the water from the River Chamtigiti Wibara.[31] When the Mbilikimo moved away from the rock of Nyabahengere, Muriho passed the protection medicines of the *orokoba* around the whole area up to the cave at Wosanza. There he put the medicine (*amahika*) into the water at the Chamtigiti Wibara River. The water became bitter and the Mbilikimo again lacked drinking water. So they could not live there and they had to move on again. They left the cave at Wosanza and headed toward the mountains of Sizaki. They went to the mountain called Barama and entered a cave called Kanyamwara. Muriho followed behind them and once again placed his medicines in the water. He always made sure when he chased them out of a cave by putting medicines in the water to encircle the cave with protection medicines so that they could never again return.

The Mbilikimo left the cave at Kanyamwara and went toward the area of Kabasa, entering the cave at Nyaka and making their temporary camp there as was their custom. Muriho followed behind them and placed the medicines in the water and encircled the whole area with the *orokoba* medicines. The Mbilikimo were not able to live in the cave at Nyaka for lack of water. So they moved, going toward Lake Nyanza (Victoria) with Muriho accompanying them, cursing them never to return again. It is said that the Mbilikimo did not stay at the Lake but they dispersed. One group crossed the Lake and went toward the region that is now known as Kagera, going into the forest. Another group went along the lakeshore until they went into the wilderness at Tarime.

Muriho alipokwisha hakikisha kuwa hao maadui wa kwanza hawatarudi, alirudi nyumbani kufanya mipango ya kuimarisha miliki yake aliyojipatia. Alikwenda kwenye Mlima Chamuriho kufanya utakaso, yaani *ikimweso*. *Ikimweso* ni sherehe ya kuzindua na kubariki kitendo cha kishujaa na cha ujasiri. Katika sherehe hizo Nabii na Jemadari Muriho alizindua na kutakasa pango walimoishi Mbilikimo na kuhamisha mji wake toka mlima Sambisambi mpaka ukawa kwenye hilo pango katika Mlima Chamuriho.

Baada ya vita hii ya kwanza Muriho alikwisha kuwa na watu wengi licha ya wafuasi wake na viongozi wake. Alijipatia wanawake wanane baada ya fanikio hilo aidha kwa kupewa aoe kama shukurani kwa unabii na uganga wake.

Vita ya Pili Dhidi ya Mizimwi

Mwishowe, Muriho Nyikenge kama kiongozi mkuu wa Ikizu na Sizaki alilazimika kupigana vita nyingine dhidi ya mijitu ya ajabu ajabu yaani mizimwi au kwa kilugha, *amanani*. Mizimwi au *amanani* yalikuwa yanaishi sehemu za Sizaki hata wakati Muriho anawafukuza Mbilikimo kupitia Sizaki mpaka Ziwa Nyanza. Yalikuwa mawindaji ya wanyama na watu kwa lugha nyingine walikuwa wanakula wanyama na watu. Kuondoa wasiwasi kwa watu wake na kutimiza utabiri aliopewa na babu zake ambao pia walikuwa waganga, aliamua kuyashambuliwa hayo mazimwi. Alitumia njia au mbinu zile zile za kuweka dawa kwenye maji, kuzindika na kupitisha *orokoba* kila sehemu wanayoondoka adui kusudi wasiweze kurudi tena. Mazimwi hayo walikimbia mpaka Ziwa Nyanza na huku Muriho anayafukuza mpaka yakajitupa katika ziwa hilo na kutoweka kabisa. Wadadisi wa historia ya Ikizu na Waikizu, mpaka sasa hawaelewi hao mazimwi yanaishi au yalihamia ulimwengu upi.

Wakati wa kurudi Jemadari akiwa na kundi lake baada ya ushindi wa pili, Wasizaki walimwomba awalinde naye aliahidi kuwalinda akirudi nyumbani na kufanya utakaso. Sherehe ya utakaso, kuzindika na *ikimweso* zilifanyika sehemu hiyo na pia zilifanyika nyumbani kwake Chamuriho. Na baada ya hapo Chibora I alitumwa Sizaki kwenda kuilinda isishambuliwe na maadui kama alivyoahidi baba yake.

Jemadari Muriho Aanza Kujenga Misingi
au Chimbuko la Waikizu

Baada ya ushindi wa vita zote mbili na kuweka ulinzi wa uhakika katika sehemu zote alizoteka, Muriho alianza kujenga nchi mpya itakayojulikana

When Muriho had made certain that his first enemies would not return he went back to his house and made a plan to firmly establish the authority that he had just won for himself. He went to Chamuriho Mountain to celebrate the ritual of purification, the *ikimweso*. The *ikimweso* is a celebration of protection and blessing for the courageous deeds he had done. In this ritual the Prophet, General Muriho protected and purified the cave where the Mbilikimo had lived. He moved from his homestead at Sambisambi to this cave on Chamuriho Mountain.[32]

After this first battle Muriho had already attracted many new people, in addition to his followers and their leaders. He acquired eight wives after these events – people gave women to him in marriage as gifts of gratitude for his prophecy and medicines.[33]

The Second Battle of the Spirits

Finally, Muriho Nyikenge as the head leader of Ikizu and Sizaki, was forced to fight another battle with amazing beings, that is spirits which are called *amanani*. These spirits or *amanani* lived in an area of Sizaki even during the time when Muriho was chasing out the Mbilikimo from Sizaki to Lake Nyanza[34] (Victoria). They were hunters of animals and people, or in other words, they ate animals and people. In order to remove the anxiety of his people and to fulfill the prophecy of his grandfathers, who were also healers, he decided to attack these spirits. He used the same methods, that is to place medicines in water, to encircle each area where he had removed his enemies with the protection medicines of the *orokoba* so that they could not return again. These spririts fled to Lake Nyanza (Victoria) where Muriho chased them until they threw themselves into the lake and disappeared completely. Experts in Ikizu and Sizaki history do not know if these spirits still live or whether they left the earth completely.

When the General returned with his followers after this second victory, the Sizaki begged him to protect them. He promised to guard them and went home to do the purification ceremony.[35] The purification ritual, the *ikimweso*, was done at the same place and Muriho made his homestead at Chamuriho. After this Chibora I was sent by Muriho to Sizaki to keep them from being harassed by their enemies, just as his father had promised.

General Muriho Begins to Build the Foundation
or Source of the Ikizu

After both of these victories and establishing a sure system of security in every area that he had taken, Muriho began to build a new land that would be known

kama 'Ikizu.' Muriho wakati huo alikuwa kama nilivyoeleza awali ana wanawake wanane toka sehemu mbalimbali:

1. Mke wa Kikombogere (i.e. kabila lake)
2. Mke wa Kisukuma
3. Mke wa Kitaturu
4. Mke wa Kimaasai
5. Mke wa Kikuria
6. Mke wa Kiingoreme
7. Mke wa Kijita
8. Mke wa Kijaluo

Ili kuhakikisha kutakuwa na ulinzi na usalama katika miliki yake, hao wanawake aliwagawa katika makundi mawili kwa kufuata utaratibu alivyowaoa kama ifuatavyo hapo chini:

a) Mkombogere
b) Msukuma
   Mtaturu
   Mmaasai
   Mkuria
   Mongoreme
   Mjita
   Mjaluo

Katika kuzingatia utabiri wa babu zake alikotokea hayo makundi mawili ya wanawake wake aliyafanya na kuyageuza kuwa kama vyama kamili vya kisiasa vinavyoangalia nchi kwa zamu ya miaka minane katika fani zote, yaani kiutawala, kiuchumi na kiutamaduni.

Kundi la mke mkubwa likaitwa Zoma, nalo likawa na makora yafuatayo:

1. Zoma
2. Ghibasa
3. Gini
4. Nyange

Kundi la pili yaani la mke wa pili likaitwa Saai, likawa na makora yafuatayo:

1. Saai
2. Nyambureti
3. Gamnyari
4. Mmena

as 'Ikizu.' At this time Muriho had, as I explained before, eight wives from various places:

1. A Kombogere wife (referring to her tribe)
2. A Sukuma wife
3. A Tatoga wife
4. A Maasai wife
5. A Kuria wife
6. An Ngoreme wife
7. A Jita wife
8. A Luo wife[36]

In order to consolidate security and peace for the country under his rule, these women were divided into two groups following the order in which he married them as shown below:

a) Kombogere
b) Sukuma
   Tatoga
   Maasai
   Kuria
   Ngoreme
   Jita
   Luo[37]

In order to fulfill the prophecy of his forefathers from his ancestral home, these two groups of wives were made into two complete societies or political parties which would oversee the land by turns of eight years, each ruling in its turn the economy and the customary law of the land.

The group descendant from the senior wife was called Zoma, and it made up the Makora with these names:

1. Zoma
2. Ghibasa
3. Gini
4. Nyange

The second group, descendant from the second wife, was called Saai, and made up the following Makora:

1. Saai
2. Nyambureti
3. Gamunyari
4. Mmena[38]

Makora hayo manane, kwa zamu ya kubadilishana ya miaka minane minane
yaliongoza nchi kikamilifu. Yaliangalia usalama wa nchi, kama kuna hatari au
adui, njaa au balaa lo lote, na ndio wenye kuamrisha mwenge (*orokoba*) utoke
au *msana* upite nchi nzima kwa ajili ya mvua. Pia walihusika na kufunga na
kufungua njia.

Kama ilivyoelezwa hapo mbele kila Ikora toka upande mmoja huongoza nchi
kwa miaka minane na hung'atuka na uongozi huenda upande wa pili kwa Ikora
lenye zamu. Utaratibu wa kung'atuka utaelezwa baadaye kinaganaga.

Muriho, licha ya kuwa Mganga na Jemadari ilimbidi afuate unabii aliotabiriwa
na manabii wa kwao Ikisu, huko Kenya – kuwa miliki yake aliyoiteka
itapanuka sana, watu wengi watamfuata wakitokea sehemu mbalimbali za
kigeni kuja kuwa raia wake, alianzisha nyumba (*amaghiha*) nane ambamo
watapokelewa. Nazo alizipa majina yafuatayo:

1. Wazahya (Abazahya)
2. Wamangi (Abamangi)
3. Wasegwe (Abasegwe)
4. Wamwanza (Abamwanza)
5. Waraze (Abaraze)
6. Wahemba (Abahemba)
7. Wagitiga (Abagitiga)
8. Wazera (Abazera)

Kila nyumba ina sehemu zinazoitwa koo au *amaghiha* kilugha. Koo ni sehemu
ndogo ya nyumba ambayo kila wakati hupanuka na kuwa *hamati* ya nyumba
hiyo.

Jemadari Muriho, kabla ya kutoweka duniani kwa ajili ya ulinzi na usalama
aliigawa miliki yake katika sehemu nne, kila sehemu chini ya mdhamini
aliyemteua:

1. *Omuchero*: Huyo alikuwa mkuu wa wote, alivaa jina la tembo (*Rironge*),
   alitembea na mkiwa mweupe na alikuwa mlezi wa nyumba zote nane
   alizoachiwa chini ya udhamini wake.
2. *Nyamau*: Huyo alipewa kuangalia na kuongoza sehemu za Muriho i.e.
   Mariwanda, Sarama A, Kilinero, Kihumbu, mpaka milima ya Boraza na
   Botaze.
3. *Sibera*: Alipewa uongozi wa Nyamang'uta na sehemu za tambarare (i.e.
   Kitang'anyi).

These four Makora, or generation-sets, took turns every eight years in ruling the country. They looked after the peace of the country, and if there was danger or an enemy, famine or any other disaster, they would pass the torch, the protection medicine of the *orokoba*, or the *msana* (the rain medicine) around the whole country in order to get rain. They were also responsible for closing and opening paths.[39]

As I explained before, each generation-set from one side or the other would lead the country for eight years and then retire. The leadership would then pass to the second side of the generation-set for its turn. The ritual for retirement will be explained later.

Muriho, in addition to being the Healer and the General, had to fulfill the word of the prophets of Kisu in Kenya – that the authority he originally seized would be greatly expanded, many people would follow him from many foreign places, coming to be his citizens. So he started four houses (*amagiha*)[40] where these people would be received. He gave these houses the following names:

1. Zahya
2. Mangi
3. Segwe
4. Mwanza
5. Raze
6. Hemba
7. Gitiga
8. Zera[41]

Each house was divided into lineage sections called 'hearthstones,' in local language. The lineages are the smaller sections of the 'house' which are always expanding to become new *hamati* or clans of the larger house.[42]

Before disappearing from the earth General Muriho divided his authority into four parts, each part under a representative that he chose, in order to secure the protection and peace of the country.

1. *Omuchero*: This is the highest rank, its bearer wears the elephant tusk (*rironge*) and walks with a white-tail fly whisk in his hand, the sponsor of all the eight houses which were placed under his authority.[43]
2. *Nyamau*: He was given authority to watch over and lead the section of Muriho, that is the lands of Mariwanda, Sarama A, Kilinero, Kihumbu, up to the mountains of Boraza and Botaze.[44]
3. *Sibera*: He was given the leadership of Nyamang'uta and the plains area (i.e. Kitang'anyi).

4. *Chibora*: Huyo alipewa sehemu za Sizaki alizopelekwa hapo mbeleni kuzilinda baada ya vita ya pili dhidi ya mizimwi (*amanani*).

Wote viongozi watatu – Nyamau, Sibera, na Chibora – walikuwa walinzi na wadhamini wa *Amakora* na *Orokoba*, kila mmoja katika sehemu aliyo-kabidhiwa na Jemadari Muriho.

Watu wengine walioachwa na wosia wa Muriho ni kama wafuatavyo:

Nyakishoko: Huyo alikuwa binti wa Kishoko kijana wa Muriho au mmojawapo wa ndugu zake na ndiye aliyemzaa Nyakishoko. Nyakishoko alipewa uwezo mkubwa na babu yake Muriho. Aliachwa Kilinero akiwa ni kituo cha kupitia kwenda Chamuriho kufanya mitambiko na utakaso. Yeye alikuwa na uwezo wa kuruhusu msafara kupita au kukataa kamwe usipite.
Wasato: Vile vile aliachwa Kilinero kama nabii na mganga wa nchi nzima.
Nyachamuriho: Huyo alipewa jukumu na baba yake la kupanua mipaka ya nchi na akahamia Meseze, Sarama Kati ya sasa na ndiye aliyeachiwa mawe ya mitambiko na utakaso wa baba yake.

Mwishowe, kabla hatujaingilia maingilio ya Nyakinywa na kunde lake, inafaa tutaje mambo makuu ambayo yaliletwa na Muriho: Jemadari Muriho Nyikenge asili yake ni Ikisu Kenya, babu zake walikuwa waganga na manabii. Walimtabiri kuwa atafika siku moja nchi moja yenye mlima mrefu, na atakuwa mkubwa wa nchi hiyo. Yeye mwenyewe pia alikuwa nabii na mganga.

Kiuchumi, Muriho na kundi lake walikuwa wakulima na ndio walioleta mbegu za ulezi. Kiutamaduni, kwa upande wa kuabudu, waliamini miungu wengi. Na Muriho alipotoweka bila kufa na kuzikwa inavyoaminiwa na wafuasai wake, walianza kuabudu mlima Chamuriho, sehemu alizofikia kwa kuongozwa na manabii na waganga ambao nimewataja hapo juu Nyakishoko, Wasato na waliofuatia baadaye.

II. CHIMBUKO LA WAIKIZU – NYAKINYWA

Historia ya Nyakinywa yaanzia mbali nayo ina vituko vingi ambavyo kwa njia fulani vyafanana na vya Jemadari Muriho – utangulizi wake, na upande mwingine ni tofauti kimsingi na kimtazamo.

Inasemekana wazazi wa Nyakinywa walikuwa Wahima na wa ukoo wa kitawala huko sehemu za Uganda, Burundi, Karagwe, na sehemu za Geita. Baba yake Nyakinywa alikuwa mdogo wake Mtemi wa mojawapo kati ya hizo sehemu nilizozitaja, alikuwa na ng'ombe wengi na ng'ombe wake mmoja kwa

4. *Chibora*: He was given the area of Sizaki since he had been sent there earlier
to protect the land after the second war of the spirits (*amanani*).

All three of the leaders – Nyamau, Sibera and Chibora – were guardians and
sponsors of the generation-sets, *amakora*, and the *orokoba* medicine, each one
in the area which had been given to him by General Muriho.[45]

Other people were also given responsibility by Muriho as follows:

Nyakishoko: She was the daughter of Kishoko, the son of Muriho or one of his
brothers.[46] Nyakishoko inherited her great powers from her grandfather, Muriho.
She left at Kilinero, the gateway or station one must pass through on their way
to Chamuriho Mountain to make a sacrifice or to propitiate the spirits.[47]
Wasato: In the same way Muriho gave her responsibility for Kilinero, as a
prophet and the healer of the whole land.[48]
Nyachamuriho: Her father gave her the responsibility of expanding the borders
of the land. So she moved to Meseze, Sarama Kati of today, where she left the
rock as a sacrifice to her father.[49]

Finally, before we discuss the entrance of Nyakinywa and her followers, it is
necessary review the contributions of Muriho. The origins of General Muriho
Nyikenge were in Ikisu, Kenya where his grandfathers[50] were healers and
prophets. They prophesied that one day he would come to a country with a tall
mountain where he would become the leader. He himself was also a prophet
and a healer.

Economically, Muriho and his followers were farmers and they were the ones
who brought the first millet seeds.[51] Culturally, or in terms of religion, they
believed in many gods (spirits). When Muriho disappeared without dying or
being buried, as his followers believed, they began to worship Chamuriho
Mountain, at a place reached by following the prophets and healers that I
named above, Nyakishoko, Wasato and others.[52]

II. ORIGINS OF THE IKIZU PEOPLE – NYAKINYWA

The history of Nyakinywa begins long ago and includes many interesting
events that are similar to the life of General Muriho, especially in his
beginnings. But in another way it is fundamentally quite different.[53]

It is said that the parents of Nywkinywa were Wahima and the ruling clan in the
region of Uganda, Burundi, Karagwe and also the region of Geita.[54] The father
of Nyakinywa was the younger brother of the Chief in one of these places that
were mentioned. He had lots of cattle and one of his cows, by bad luck,

bahati mbaya alimeza hati za utawala (*ndezi*) za kaka yake. Kaka yake alitaka ng'ombe huyo achinjwe ziondolewe, yeye alikataa akiahidi kumtuunza na kumlisha vizuri ili akinya amrudishie kaka yake. Mtemi hakukubaliana na ombi hilo alitoa amri, ng'ombe huyo akachinjwa na hati za utawala zikatolewa tumboni na kukabidhiwa Mtemi. Kitendo hicho kilimuudhi mdogo wake ambaye aliamua kuhama, alichukua ng'ombe wake karibu wote akaondoka na watu wake, akasafiri kupitia sehemu nyingi mpaka mwisho na pembeni mwa Usukuma, sehemu itwayo kwa sasa Kanadi. Huko Kanadi akawa mtawala na nchi ikaneemeka akawa na ng'ombe wengi na maziwa yakapatikana kwa wingi kuzidi mahitaji. Yakawa yanamwagwa ovyo mitoni. Mvua zilipokuwa zinanyesha maziwa hayo yalisafirishwa sehemu za mbali. Mtemi alipoona jambo hilo aliwakataza watu wake wasimwage maziwa mitoni, lakini hawakufuata ushauri wake. Maziwa yaliyokuwa yakimwagwa mitoni yalifika Umaasaini. Wamaasai waliyafuatilia mpaka wakafika Kanadi. Ikazuka vita kubwa dhidi ya Wamaasai, watu wengi walikufa na Wamaasai walichukua ng'ombe wengi na kwenda nao Umaasaini.

Hali ya Kanadi ikazidi kuwa ya wasiwasi, hali ya baba yake ikawa mbaya na alipokaribia kuaga dunia aliita Nyakinywa na dada zake wawili, Wahunda na Wang'ombe awape wosia. Nyumba ya mama Nyakinywa ndiyo ilikuwa na haki kurithi utawala wa nchi, lakini haikuwa na mtoto wa kiume. Hivyo alibashiri fujo kutokea baada ya kufa kwake toka kwa kaka wake Nyakinywa wa nyumba nyingine kutaka kuwaua ili wasitawale. Wosia wa baba yao hao wasichana watatu ulisema yeye akifa waondoke Kanadi wasafiri mpaka nchi yenye mlima mrefu huko utawala wao unawasubiri. Akawatabiria jinsi watakavyosafiri na mambo yote watakayokuta njiani kabla ya kufika mwisho na pia ishara ya mwisho kuwajulisha wamefika mwisho wa safari yao. Mwishowe akawaombea na kuwabariki hao wasichana watatu.

Siku chache baadaye baba yao alikufa na wakamkalia na kumlilia kama kawaida ya Mtemi anapoaga dunia. Baada ya siku hizo za lazima Nyakinywa na dada zake wawili walichukua hati za utawala, wakatoroka Kanadi na kuanza safari ya mbali ya kutafuta nchi ya mlima mrefu na pango la ahadi. Walipofika katikati ya mbuga ya Serengeti, sehemu itwayo Sanagora walimwona mnyama anayefanana na ng'ombe akija mbio akitokea mashariki kuelekea magharibi. Alipowafikia karibu akaanguka chini na akafa. Punde kidogo walimwona mwindaji akija akafika wakasalimiana na wakamwomba awapasulie huyo mnyama tumboni mwake, kuna hati zao ambazo wanataka wazichukue na kuwa nyama yote achukue. Huyu ilikuwa mojawapo ya maagizo ya baba yao. Huyu mwindaji alimpasua huyo mnyama na humo tumboni walikuta vitu vya utawala vifuatavyo: ,

swallowed the emblem of authority, the *ndezi*,[55] of his older brother. His brother wanted to slaughter the cow to get the ndezi. But Nyakinywa's father refused and promised to guard the cow and feed it well so that when she expelled the *ndezi* he would return it to his brother. The Chief refused this request and gave a command that this cow should be slaughtered, the emblem of his office taken out of the stomach and returned to the Chief. This action grieved the younger brother and he decided to move. He took almost all his cattle and left with his followers, traveling through many places until finally he came to an area on the side of Sukuma, a land called Kanadi. There in Kanadi he became the leader of the country where he became prosperous with many cattle. The cows gave so much milk that they just threw the surplus into the stream. As a result when the rain fell the milk was taken to far away places. When the Chief saw this he ordered the people not to throw milk into the streams, but they did not follow his advice. The milk that they threw into the stream ended up in Maasailand[56] where the Maasai followed it back to its source in Kanadi. During the resulting battle many people died and the Maasai stole many cattle to take with them back to Maasailand.

The situation in Kanadi became uncertain and Nyakinywa's father fell sick. When he was about to leave the earth he called Nyakinywa and her sisters, Wahunda and Wang'ombe to give them his last requests. The house of Nyakinywa's mother had the right to inherit the leadership of the land but it had no son. He foretold the mischief that would take place after his death when Nyakinywa's older brother of another house would try to kill the girls in order that they would not rule.[57] The last request of their father was that when he died the three girls should leave Kanadi and travel until they came to a country with a tall mountain where their rule would be awaiting them. He prophesied how they would travel and everything they would meet on the way and the signs that would tell them they were at the end of their journey.[58] Finally, he prayed for them and blessed the three girls.

A few days later their father died and they mourned and cried for him as is the custom when the Chief leaves the earth. After the required days of mourning Nyakinywa and her two sisters took the emblems of authority and fled Kanadi, beginning their long journey to find the promised land of a tall mountain and a cave. When they arrived on the Serengeti plains, in a place called Sanagora, they saw an animal who resembled a cow, running fast from the east to the west. When he came near he fell down and died. A few minutes later they saw a hunter approaching who came near and greeted them.[59] They asked him to open up the stomach of this animal because it contained the emblems of their office which they wanted to have, leaving the meat to the hunter. This had been one of the prophecies of their father. So the hunter cut open the animal and found in its stomach the following:

a) *Zimbura* – mawe ya mvua.

b) *Eberongo* – alama avaazo mtemi mikononi na zingine za shingoni.

c) *Rigashoda* – ushanga ishara ya amani ya mtawala.

d) Vitu vya usiri vinavyowekwa ndani ya ngoma ya utawala.

e) *Ekebamba* – chuma cha utawala.

Walipomaliza kuchukua vitu hivyo walimwomba awachunie ngozi na awashonee mifuko ya kubebea vitu hivyo. Alitimiza ombi hilo la wasichana. Hao wasichana waliagana na mwindaji huyo wakaanza safari kuelekea Sizaki wakiwa na mifuko yao yenye hati za utawala ndani. Walifika kwenye mlima wa Changuge wakafikia na kukaribisha kwa mzee mmoja Mhemba aliyeitwa Samong'enya na walipumzika kwa siku chache wakipanga safari yao. Katika hizo siku chache walizopumzika mawe ya mvua yaliongezeka yakawa mengi yakawashinda kubeba. Hivyo ilibidi dada mkubwa Wahunda abaki hapo ayachunge. Nyakinywa na Wang'ombe wakiwa na mifuko yao waliendelea na safari yao kuelekea Hunyari. Walifika Hunyari sehemu iitwayo Chahingo, walipumzika kwa muda na bahati mzuri Wang'ombe aliyekuwa na mimba alijifungua vizuri na akamwomba dada yake amsubiri. Lakini Nyakinywa aliamua kuendelea na safari na kuahidi kumrudia baada ya kufika mwisho wa safari. Hivyo Wang'ombe alibaki Hunyari.

Nyakinywa alivuka Mto Nyambogo na kupanda milima ya Kihumbu na kuufikia Mlima Nyakinywa akapumzika kidogo, kisha akaendelea mpaka mapango ya Gaka. Alipoingia katika pango la Gaka alikanyaga jabali humo ndani lililia kama ngoma na alipolipiga lilitoa sauti ya ngoma halisi. Hivyo akaelewa kabisa amefika mwisho wa safari akatua mzigo yake kwenye makazi yake mapya aliyotabiriwa na baba yake. Kesho yake Nyakinywa alitoka nje ya pango lake akaanza kuchunguza mazingira yake. Kwa mbali aliona moshi, akaanza kuufuatia polepole na akagundua kuwa huo moshi ulikuwa watoka katika Mlima Sombayo. Alizidi kuufuatia, akavuka Mto Kibangi na kuingia Sombayo ndani ya pango. Punde akatokea mtu mmoja aitwaye Samongo mwenye pango hilo ambaye alikuwa wa ukoo wa Muriho. Samongo alimwuliza mgeni wake alikuwa anatoka wapi? Nyakinywa alimjibu alikuwa anatoka kwake na kwamba alikuwa amefuata moto. Alimwomba waongozane akaone kwake pia. Waliondoka pamoja mpaka Gaka kwa Nyakinywa ambako Samongo alimwomba Nyakinywa waoane. Lakini ombi hilo lilikataliwa badala yake waliishi kama wapenzi.

Watu hao wawili waliishi kila mmoja alikuwa na utaalamu wake. Samongo alifahamu siri ya kutengeneza moto na Nyakinywa alikuwa na maji, yaani ujanja wa kuleta mvua. Kila mmoja alimwomba mwenzake amwonyeshe utaalum wake, lakini hawakukubaliana. Mambo yaliendelea kuwa hivyo mpaka siku moja Samongo alikwenda kuwinda, Nyakinywa akaleta mvua kubwa

a) *Zimbura* – the rain stones
b) *Eberongo* – the ornaments worn by the Chief, bracelets and necklaces.
c) *Rigashoda* – beads which are a sign of the peace of the ruler.
d) Secret things that were put inside of the drum of authority.
e) *Ekebamba* – the iron of rule.[60]

After they recovered these things the three girls asked the hunter to skin the animal and make them a bag out of it for carrying their things. The hunter honored their request, the girls bid him farewell and continued on their journey toward Sizaki, carrying the bag with the emblems of their authority inside. When they came to the mountain of Changuge they went to the home of an elder named Mhemba who was called Samong'enya[61] where they rested for several days and planned the next stage of their journey. During these days while they rested the rain stones multiplied until there were so many that they could not carry them all. Therefore the eldest sister, Wahunda stayed behind at that place to guard the stones. Nyakinywa and Wang'ombe, with their bag, continued on the journey toward Hunyari. They arrived in Hunyari, at Chahingo, and rested for awhile. There Wang'ombe, who had been pregnant, gave birth and begged her sister to wait for her recovery. But Nyakinywa decided to continue on the journey alone, promising to resturn for her after the journey was complete. So Wang'ombe stayed in Hunyari.[62]

Nyakinywa crossed the River Nyambogo and climbed the mountains of Kihumbu, arriving at the mountain of Nyakinywa where she rested awhile and finally went on to the cave of Gaka. When she entered the cave of Gaka and stepped on the rock it cried like a drum and when she hit the rock, it sounded like a true drum.[63] That is how she knew that she had come to the end of her journey. She laid down her bundles in the new house that had been prophesied by her father. The next day she went outside to look at her surroundings when she saw some smoke far off in the distance. After careful investigation she found out that the smoke was coming from the hill of Sombayo. She went to find it over the River Kibangi and inside the cave at Sombayo. Right away she met a man coming out named Samongo who lived in the cave and was of the clan of Muriho.[64] Samongo asked his guest where she had come from. Nyakinywa replied that she came from her house to see where the smoke was coming from. He asked to see her house, so they went together to Gaka, to Nyakinywa's place, where he asked her to be his wife. She refused but instead they lived there together as lovers.

Those two people lived together, each with their own area of expertise. Samongo had the secret of making fire and Nyakinywa had the secret of water, that is she could bring rain.[65] Each asked the other to show them their expertise, but neither would agree. Things went on like this until one day Samongo went out to hunt. Nyakinywa brought a big rain that completely soaked Samongo out

ikamnyeshea mwenzake huko porini akalowa, huku nyumbani mwenzake
alizimisha moto. Aliporudi amelowa sana alikuta moto umezimika pangoni
Gaka. Kwa hiyo Samongo aliwajibika amuonyeshe mwenzake namna ya kupata
moto. Alitoa kibao cha moto na kijiti chake akapekecha mpaka ukatokea moto,
hivyo ikawa tayari amemwonyesha Nyakinywa asili ya moto. Alimwomba
mwenzake naye amwonyeshe siri ya mvua. Nyakinywa hakukataa ombi hilo, ila
alimwomba mwenzake kwanza amlete dada yake Wang'ombe toka Hunyari,
kisha aende porini aue mnyama aitwaye pongo, amchune huko huko aje
nyumbani na ngozi peke yake. Samongo alitimiza yote hayo alivyoagizwa,
kesho yake Samongo aliagizwa atengeneze miti ya kuwambia ngozi hiyo na
akatengeneza huo ua. Hivyo wakaondoka watu watatu, ngozi ya pongo na miti
ya mubamba ngoma kuelekea dimbwi la Nyambogo. Walipofika pale Samongo
aliombwa awambe ngozi hiyo juu ya maji alijaribu akashindwa. Nyakinywa
alijaribu naye ikakubali kukaa juu ya maji. Samongo aliombwa arudie kujaribu
mara ya pili na ilikataa pia. Wang'ombe aliombwa ajaribu, yeye alifanikiwa
kuiwamba ngozi hiyo kama dada yake Nyakinywa. Hivyo Samongo akaambiwa
ameshindwa mtihani hataonyeshwa utaalamu wa kuleta mvua na wakarudi
nyumbani Gaka. Walipofika nyumbani mambo yaligeuka, yaani Samongo
aliambiwa aoe binti yao ambaye ni binti yake pia. Ingawa mwanzoni alikataa
mwishowe alimuoa na akawa mkwirima wao na akalazimika kujenga nyumba
ya ngoma za utawala hapo maskani kwao Gaka. Mwishowe wakamwambia
waweke mipaka kati ya Muriho na Kitang'anyi. Samongo hakukubaliana na
hilo jambo kwa sababu alikuwa na wakubwa zake na ndugu wengine ambao
ilibidi washiriki katika jambo kubwa namna hilo la kugawa utawala wa nchi.

III. MKUTANO MKUU WA NYAKINYWA NA ABAKOMBOGERE
WA KUMKABIDHI UTAWALA WA NCHI

Baada ya Nyakinywa kutokubaliana kabisa na Samongo jinsi ya kuigawa nchi
na utawala wake, ilibidi mkutano mkuu uitishwe toka sehemu kuu mbili
zinazohusika kutoa uamuzi wake. Mkutano huo ulihudhuriwa na sehemu zote
mbili kama ifuatavyo:

1. Abakombogere
   a. Umuchero
   b. Nyamau
   c. Sibera
   d. Chibora
2. Abaraze
   a. Nyakinywa
   b. Wahunda
   c. Wang'ombe

in the bush. Back at home she had put out the fire. When he returned, cold and wet, he found the fire out in the cave at Gaka. Samongo[66] had to show Nyakinywa how to make fire. He took out a board and a stick that he twirled until he had kindled a fire. So you see, he had already shown her the secret of fire. He then asked Nyakinywa to show him the secret of rain. She did not refuse but first asked him to bring her sister Wang'ombe from Hunyari. Then he should go to the bush and kill a bushbuck, skin it and bring the skin alone to her. Samongo did all that she asked. The next day she asked him to make the pegs used to stretch out the hide on the ground to dry. When this was done the three of them left with the bushbuckskin and the pegs for stretching a drum and went to the pool at Nyambogo. When they arrived, Samongo was asked to peg out the skin on top of the pool. He tried and failed. Nyakinywa tried it and succeeded in laying it on top of the water. They asked Samongo to try it again but it still didn't work. Then Wang'ombe was asked to try and she also succeeded in pegging out the skin on top of the pool, like her sister Nyakinywa. So Samongo was told that he had failed the test and would not be shown the skill of bringing rain. They returned to their house at Gaka. When they arrived home things began to change, that is Samongo was told that he would marry their daughter, who was also his daughter. Although he refused at first, finally he married her and he became his own son-in-law. He was forced to build a house for the drum of authority there at their Gaka homestead.[67] Finally they told him that they would make boundaries between Muriho and Kitang'anyi. Samongo did not agree with this because he had elders and other brothers who must also be consulted on such important matters as dividing the rule of the country.[68]

III. THE GENERAL ASSEMBLY OF NYAKINYWA AND THE KOMBOGERE IN WHICH THE RULE OF THE LAND WAS CONFERRED

When Nyakinywa and Samongo could not agree on how the land[69] and its rule would be divided, it became necessary to call a general assembly, attended by those in both large sections, to make a ruling on this matter. Both sections attended this meeting as follows:[70]

1. Kombogere
   a. Umuchero
   b. Nyamau
   c. Sibera
   d. Chibora
2. Raze
   a. Nyakinywa
   b. Wahunda
   c. Wang'ombe[71]

Mkutano huo kwa jumla baada ya majadiliano ulikubali kumkaribisha na kumushirikisha Nyakinywa katika nchi kwa masharti fulani.

Masharti

a) Sharti la kwanza ilikuwa la kuleta mvua kuonyesha kweli anao uwezo huo. Nyakinywa alilitimiza kwa kuleta mvua iliyonyesha sana nchi nzima.

b) Akubali yeye na watu wake kushiriki *Uchero*. Nyakinywa aliomba kwa kuwa yeye alikuwa Mhima, Uhima wake nao uungane na Uchero kuwa kitu kimoja. Wakakubaliana mambo yakawa *Nyangi ya Himaye* mpaka *Mchero* ambavyo vyote tutavielezea kwa makini hapo baadaye.

c) Awe mshiriki katika makora manane. Hapo alikubali moja kwa moja.

d) Awe mshiriki katika nyumba au hamati nane. Hapo aliomba wagawane hizi nyumba sawa kwa sawa yaani nne kwa nne.

e) Akubali Wakombogere wawe na uwezo wa kupitisha *orokoba*, yaani kupitisha dawa ya kuzindika nchi nzima. Alikubaliana na sharti hilo.

f) Akubali wakati wa kuwasha Mwenge, yaani moto mpya kuzindika nchi, azime moto wote wa zamani. Alikubali kufanya kwa upande wa nyumba zake nne. Nyakinywa kwa upande wake aliomba kuwa anapitisha tambiko la mvua, yaani *omosano* nchi nzima.

Masharti yake yote lazima yafuatwe na kuzingatiwa kila sehemu anamo-pitishwa. Masharti hayo tutayaona kwenye miiko ya Kiikizu.

Mkutano, mwishowe uliamua au kuazimia kuwa nchi nzima kuwa na makundi au mafiga, *amagiha*, matatu ya uongozi wa nchi:

1. Moto – Kama ishara ya Mganga au Nabii.
2. Maji – Kama ishara ya Utemi au Mtemi.
3. Chungu – Kama ishara ya *Ubucheru* au *Mchero*, mwangalizi na mdhamini wa vyama *(Nyangi)* zote.

Hivyo Wakambogere na Waraze (Nyakinywa) wakaungana kuwa kitu kimoja Waikizu wa mwanzo. Nchi nzima ikagawanywa sehemu mbili kufuatana na mkataba wa mkutano mkuu uliotaja na utekelezaji wa kugawana nyumba nane. Nyakinywa akachukua nne na Abakombogere wakachukua nne.

After discussion the whole assembly agreed to welcome and unite together with Nyakinywa in this country if certain conditions were met.

Conditions

a) The first condition was that rain must be brought to show that she really had this power. Nyakinywa proved this to them and it rained a lot all over the whole land.
b) She and her people must agree to acknowledge the title of *Uchero*.[72] Nyakinywa asked, because she was of the Hima clan, that her royal clan status be combined with the *Uchero* title as one thing. They agreed and called the title the *Nyangi ya Himaye* up to the *Mchero* (all of which will be explained in detail later).
c) She must agree to membership in the four generation-sets. This she agreed to right away.
d) She must agree to membership in the eight houses or clans. Here she asked that the clans be divided in half, four and four.
e) She agreed that the Kombogere would have the right to pass the *orokoba* that is the protection medicine to encircle the whole country. She agreed to follow these laws.
f) She agreed that at the time of ritually lighting the torch,[73] that is the new fire, to pass around the land her people would put out all the old fires. She agreed to do this for her four 'houses.' And on Nyakinywa's part, she asked to be able to pass the medicine of rain, the *omosano*, around the whole country at the same time.

All of these conditions had to be met in each area in which it was ritually passed. These laws of Ikizu will be discussed later.[74]

Finally, the assembly decided and ruled that the whole country would submit to an authority symbolized by the cooking fire or hearth, *amagiha*:

1. Fire – as the sign of the Healer or Prophet.
2. Water – as the sign of the Chief or Rainmaker.
3. Cooking Pot – as the sign of the *Ubucheru* or *Mchero*, the head of all the eldership ranks (*Nyangi*).[75]

In this way the Kombogere and the Raze (Nyakinywa) united to become one thing, the original Ikizu people.[76] The country was divided into two sections following the resolution of the general assembly that stipulated and explained the division into the eight 'houses.' Nyakinywa took four and the Kombogere four.

Sehemu mbili za nchi zikaitwa Muriho na Kitang'anyi. Nyumba zenyewe zikawa kama ifuatavyo:

1. Muriho – Nyumba za Nyakinywa zikawa Abaraze (nyumba za)
   a. Abaraze
   b. Abahemba
   c. Abagitiga
   d. Abazera
2. Kitang'anyi – Abazahya (nyumba za)
   a. Abazahya
   b. Abamangi
   c. Abasegwe (Abamanzi/ Abamagenibe)
   d. Abamwanza

IV. MAINGILIO YA WATU WENGINE ZAIDI

Baada ya nyumba nane kugawiwa sehemu mbili, watu wengi zaidi walizidi kuingia toka sehemu mbalimbali na kujiunga aidha kwenye nyumba za Abaraze au nyumba za Abazahya. Yafuatayo ni maelezo kwa kifupi kuhusu watu hao.

A. Upande wa Abazahya

1. Wamangi – Hao walitokea Buseya Usukuma wakaingia Misarwa Sarama na wakawa Abamangi. Wengine walitokea Kuria Abakesero walipitia Bumangi na kuingia Ikizu na kujiunga na Abamangi wenzao Sarama na wengine baadaye wakaingia Nyamang'uta.
2. Sinde na Nyawaminza – Hao walitoka Busegwe Zanaki na kuingia Ketare. Sinde akawa Mzahya na Nyawaminza ukajiunga na Wamangi.
3. Wamwanza – Hao wa kwanza walitoka Ikoma na kuingia Sarama Kongoro, na wengine walitokea Zanaki na kujiunga na wenzao wa kutokea Ikoma, wote wakawa Wamwanza.
4. Waturi – Hao walitokea Businayombo mpakani mwa Creita ya Biharamulo na kuingia Ikizu Sarama wakajiunga na Megube na Masase wakawa Wazahya.
5. Masase na Megabe – Masase alikuwa Mzaluya na Megabe alikuwa Mhunzi, rafiki yake toka Ntuzu aliyehamia Bumangi wakawa Wahunzi wote na mwishowe wakaja tena Ikizu wakajiunga na Wazahya.

B. Upande wa Waraze (Abaraze)

1. Waraze – Hao walitoka Kanadi, yaani Nyakinywa na kundi lake.
2. Wahemba – Hao walitokea Nyarero toka kwa Waasi (Abaasi) au Ndorobo walikuwa wa wawindaji hodari. Walikuwa kundi kubwa na walipofika

The two areas of the country were called Muriho and Kitang'anyi. The houses themselves were as follows:

1. Muriho – the Houses of Nyakinywa became the Raze
   a. Raze
   b. Hemba
   c. Gitiga
   d. Zera
2. Kitang'anyi – the Houses of Zahya
   a. Zahya
   b. Mangi
   c. Segwe (Manzi/Magenibe)
   d. Mwanza[77]

IV. THE ADDITION OF OTHER PEOPLES

After the eight houses were divided into two sections other people kept coming in from various places and uniting with either the Raze or the Zahya houses.[78] The following is a short explanation about these people.

A. The Zahya Section

1. Mangi – these people came from Buseya, Sukuma and arrived in Misarwa Sarama, calling themselves the Mangi. Others came from Kuria Kesero, passing through Bumangi and entering Ikizu to join with their fellow Mangi at Sarama and others who came later to Nyamag'uta.
2. Sinde na Nyawaminza – These people came from Busegwe Zanaki and settled at Ketare. Sinde was a Zahya and Nywaminza joined with the Mangi.
3. Mwanza – These people came from Ikoma and settled in Sarama Kongoro, and others came from Zanaki and settled with their fellow clansmen from Ikoma, all were called Mwanza.
4. Turi – These people came from Businayombo as far as Creita of Biharamulo and settled in Ikizu at Sarama, joining with the Megube and Masase, becoming Zahya.
5. Masase and Megabe – Masase was a Luo and Megabe was a Hunzi (blacksmith), his friend from Ntuzu who moved to Bumangi to become the blacksmiths, finally they came to Ikizu and joined the Zahya.[79]

B. The Raze Section

1. Raze – They came from Kanadi, that is Nyakinywa and her followers.
2. Hemba – They came from Nyarero and were Asi or Ndorobo, that is expert hunting people.[80] They were a large group, but when they got to Mugeta they

Mugeta wakagawanyika. Kundi moja likavuka Mto Tirina na kwenda Nata na wengine wakaingia Mlima Kabohemba Sarama A. Na wengine wakaendelea mpaka Hunyari. Wengine walitoka Kenya wakiwa na viazi na mitumbwi wakiongozwa na Nyambobe wakafikia Mozemanga na baada ya ugomvi wao na Wamwanza walihamia Mumwaro na Muriho. Kundi la tatu lilitokea Usukuma wakiwa na mbegu ya mtama na moto, wakapitia Changuge Ushashi na baadaye wakajiunga na wenzao wa Ikizu.

3. Wagitiga (Abagitiga) – Hao wakiongozwa na Chamtigiti walitokea Sonjo sehemu za Arusha na kupitia Ikoma hadi Ikizu. Walikuwa wafugaji wa kondoo na ndio walikuja na mbegu za kunde.

4. Wazera (Abazera) – Hao pia walitokea sehemu za Sonjo Arusha na kupitia Ikoma hadi Ikizu. Walikuja na asali hivyo walikuwa wafuagaji wa nyuki.

5. Wasigosigo (Abasigosigo) – Hao ni kundi la dada wa Abazera lakini alijiunga na upande wa waume zao Abaraze.

6. Wasagwe Wamagembe – Hao walitoka sehemu za Usirombo Guta (Uzinza) wakapitia Ushashi mpaka Mariwanda kwa Mzee Ghuluba wakawa Wahemba

7. Chabwasi – Huyo alikuwa anafuata dada zake, akapitia Nyamswa Chabiasi mpaka Mariwanda akamchukua dada yake na kurudi Nyamuswa, walijiunga na Wahemba kwa kuwa walipokelewa na Ghuluba mwanzoni.

Kwa maelezo haya yaliyotangulia kuhusu watu wengine walioingia Ikizu licha ya kundi la Muriho na kundi la Nyakinywa tumekamilisha maelezo ya Waikizu wa mwanzo waliojenga Ikizu ya sasa na utamaduni wake. Inafaa zaidi tuchunguze uongozi wa nchi ulivyoendeshwa kuanzia hapo.

V. UONGOZI WA NCHI ULIVYOKUWA BAADA YA MAINGILIO YA WATU WENGINE

Nimekwisha eleza kuwa Mkutano Mkuu uliazimia uongozi wa nchi nzima uwe chini ya makundi au misingi mitatu, yaani moto (ishara ya unabii), maji (ishara ya utemi) na chungu (ishara ya *mchero*). Sasa ni wakati wa kuchunguza shughuli na wajibu wa kila kundi.

A. Moto

Ishara ya Mganga na Nabii wa nchi (i.e. *Abanase* au *Abagabho Bicharo*). Kundi hilo lina historia ndefu kuanzia kwa Jemadari Muriho mpaka kipindi hiki bado tunao kwenye uongozi wao nchini.

Kazi ya kundi hilo iliyo kubwa ni kuangalia kwa ujumla usalama wa nchi na watu wake. Kwanza kuzindika nchi dhidi ya maadui wa ndani na nje kwa

divided. One group crossed the Tirina River and went to Nata, another came to Kabohemba Moutain at Sarama A, and another went on to Hunyari. Others came from Kenya along with sweet potatoes and canoes, led by Nyambobe. They came to Mozemanga and because of a conflict with the Mwanza they moved to Mumwaro and Muriho. Another group came from Sukuma with the seeds of millet and fire; they passed Changuge in Ushashi and afterwards joined the Ikizu.

3. Gitiga – These people were led by Chamtigiti coming from Sonjo, in the area of Arusha, passing Ikoma up to Ikizu.[81] They were herders of sheep and came to Ikizu with the seeds of the kunde bean.
4. Zera – These people also came from Sonjo Arusha and passed through Ikoma to Ikizu. They brought honey and were beekeepers.[82]
5. Sigosigo – These are the people of Zera's sister but they joined on their male side, the Raze.
6. Sagwe Magembe – These people came from the area of Sirombo Guta (Zinza) passing through Ushashi up to Mariwanda at the home of Mzee Ghuluba and became Hemba.
7. Chabwasi – This person followed his sisters, passing through Nyamuswa Chabiasi up to Mariwanda. He took his sister and returned to Nyamuswa, joining with the Hemba, since Ghuluba welcomed them in the beginning.

With the preceding explanation about the other people who came to Ikizu, apart from the groups of Muriho and Nyakinywa, we have finished the information about the beginnings of the Ikizu people who built Ikizu and now claim it as their heritage. It is now necessary to look at the leadership of the country from this point on.

V. LEADERSHIP OF THE COUNTRY AFTER THE ENTRANCE OF THE OTHER PEOPLES

I have already explained that the General Assembly ruled that leadership of the country should be under the three institutions, that is fire (the sign of the prophet), water (sign of the chief), and the cooking pot (sign of the *mchero*). Now we will look at the work and responsibility of each.

A. Fire

Fire is the sign of the Healer or Prophet of the Land (i.e. *Abanase* or *Abagabho Bicharo*). This group has a long history starting with General Muriho up to the present where they are still involved in leadership.

The major work of this group is to guard the general peace of the land and its people. First they must pass the rope of protection medicines (*orokoba*) around

kupitisha kamba (*orokoba*) yenye dawa kwenye mipaka ya nchi kwa kupokezana na Wazama wa kila kijiji. Kamba hiyo huambatana na uwashaji wa mwenge (moto mpya) na mioto huzimwa kila kijiji unamopitia na kupokea moto mpya. Kamba hiyo huanzia Kilinero na kuishia Nyamang'uta.

Kazi ya pili ya Nabii, kama maadui wameingia, ni kuwapa vijana fimbo yenye dawa *(ororende)* kwenda nayo vitani kupambana na maadui na huko nyuma yeye mganga na mke wake wanabaki na fimbo zingine, baba anayo mkononi ndani ya zizi na mama anayo ndani ya nyumba, wote wameketi kwenye viti vya unabii. Vijana wakirudi toka mapambanoni huja moja kwa moja mpaka kwa nabii na vitu vyote walivyoteka vitani, kiwa ni pamoja na sehemu hata za siri za adui waliowauwa kutumia katika kinga ya hapo baadaye. Mganga na mke wake huwapokea hao vijana na kuwatakasa kwa kuwapaka mafuta au kuwatupia unga wa ulezi na kuwaruhusu kurudi makwao wakiimba nyimbo za ushindi (i.e. *Heru … Heru … Heru …*).

Kazi ya tatu ni kutoa kibali (passport) cha kutoka nje. Hii huwa fimbo inayoitwa Mzee (*Omokaruka*) ambayo huwalinda kutokana na maadui mpaka warudi kama wahusika wanafanikiwa. Hiyo fimbo nayo hupewa ina sehemu yake kama mshiriki.

Kazi ya nne ya nabii ilikuwa kutoa maonyo kwa wananchi kujirekebisha kuacha mwelekeo mbaya, na kutabiri majanga ambayo yangeweza kutoka.

Mwishowe, kabla ya kuwataja na kuwaeleza baadhi ya waganga na manabii maarufu ingekuwa bora kujulisha kuwa kundi hilo licha ya kuwa waganga walikuwa pia majemadari wakuu au wenyeviti wa yowe. Walikuwa na kanuni zao za kuongoza yowe ni pamoja na adhabu mbalimbali zilizotolewa kwa wahalifu wao. Kwa mfano wahalifu waliweza kupewa adhabu au nzagu kama kutozwa au kulipa ng'ombe, mbuzi, kuku, majembe, mishale au viboko kwa kufuata makosa waliyotenda.

Wafuatao ni viongozi na majemadari wakuu kwa upande manabii:

1. Muriho Nyikenge
2. Nyakishoko
3. Wasato
4. Nyachamuriho
5. Marisha
6. Isakwe
7. Chibora II
8. Zegera – huyu alizaliwa anasema na kuwaambia wazazi alitaka kula nini.

the boundaries of the land to keep away enemies from within and without. This is passed in turn to the *Zama* of each village.[83] This rope is passed together with the lighting of the new fire after all the old fires in each village have been put out. The rope begins in Kilinero and ends up in Nyamang'uta.[84]

The second job of the prophet is that, if enemy's attack, he gives the youth a medicine stick (*ororende*) to take with them to war. While the youth fight the enemies the prophet and his wife stay back with their other medicine sticks. The father (prophet) has it in his hand inside the corral and the mother (his wife) has hers inside the house. Both sit on the seats of prophecy.[85] When the youth returned from the battlefield they came immediately to the prophet with the things that they captured in the battle, even the private parts of the enemies who were killed, which would later be used to make protection medicines. The prophet and his wife greeted the youth and purified them with oil and the flour of millet before they returned to their homes singing the songs of victory (i.e. *Heru … Heru … Heru …*).[86]

The third work of the prophet is to provide passage 'passport' outside of the country. He has a walking stick called 'the Elder' (*Omokaruka*) which people take on their journeys to guard them from enemies until they return home with their job done. You get this stick as a member.

The fourth work of the prophet was to give warnings to the people to change their bad ways and to prophecy events that would happen in the future.

Finally, before listing and describing some of the famous healers and prophets of the past it is better to tell you that this group, besides being healers were also generals or leaders when the alarm call of enemy approaching was sounded.[87] They followed their own by-laws in leading the alarm and in disciplining the disobedient. For example, those who disobeyed the alarm call were fined a cow, a goat, a chicken, a hoe, arrows or were whipped, depending on their crime.

The following are leaders and generals on the side of the prophets:[88]

1. Muriho Nyikenge
2. Nyakishoko[89]
3. Wasato
4. NyaChamuriho
5. Marisha
6. Isakwe
7. Chibora II
8. Zegera – this one was born speaking and telling his parents what he wanted to eat.[90]

9. Mazageu
10. Mang'aranya – huyu anajulikana sana Ikizu kwa uganga na unabii wake.
11. Maswe
12. Materego
13. Warioba Kazungu
14. Chamuriho wa Nyakosamaga
15. Kilitohera Tebera – ambaye tunaye kwa kipindi tunaandika historia hii ya
    Waikizu.

B. Maji

Maji ni ishara ya Utemi au Mtemi mtawala wa jadi wa nchi hii ya Ikizu baada
ya Mkutano Mkuu kati ya Nyakinywa na Abakombogere. Hapa vile vile
tutajaribu kutaja Watemi waliokuwepo toka wa kwanza Nyakinywa mpaka wa
sasa na kueleza kwa kifupi wale waliokuwa maarufu katika nchi.

Utawala wa Nchi

Kuanzia zamani Ikizu imekuwa, kama nilivyokwisha eleza, ni uongozi imara
uliogawanywa katika makundi yanayojulikana matatu, kila kundi na kazi zake
maalum katika nchi yote. Kundi ambalo tutachunguza kwa sasa ni la watawala
au Watemi.

1. Muriho Nyikenge – Huyu alikuwa mtawala na mwanzilishi wa kabila la
   Waikizu baada ya kuwafukuza kabisa Mbilikimo na Mazimwi na kuanzisha
   makazi yake chini ya mlima uliopewa jina lake Chamuriho.

2. Nyakinywa (1815-1825) – Huyo alikuwa Mtemi wa pili baada ya Mkutano
   Mkuu. Kazi za mtemi zilielezwa waziwazi na wajibu wake kwa nchi nzima.
   Naona nawajibika kueleza kazi na wajibu wa mtemi wa Ikizu ulivyokuwa
   kabla ya uongozi wa jadi kuondolewa mwaka 1962. Kazi ya kwanza ya
   mtemi ni lazima awe na uwezo wa kuleta mvua kurutubisha nchi na
   kuhakikisha mazao ya wananchi yanastawi kumfutilia mbali adui njaa. Kazi
   ya pili ni kuanzisha au kutoa maagizo kamba ya mvua (*omoshana*)
   kupitisha kila kijiji kuhakikisha kuwa mvua itaendelea kuwepo na kufutilia
   mbali upinzani au nia mbaya iliyokuwapo ya kuzuia mvua isinyeshe. Kazi
   ya tatu kuongoza matambiko ya nchi kama kiongozi wa nchi.

3. Nyakazenzeri (1825-1835) – Huyo alikuwa mtemi mwanamke binti wa
   Nyakinywa.

4. Hoka (1835-1845) – Alikuwa mwanamke.

5. Kesozora (1845-1855) – Alikuwa mwanamke.

9. Mazageu
10. Mang'aranya – this one was famous in Ikziu for his healing and prophecy.
11. Maswe
12. Materego
13. Warioba Kazungu
14. Chamuriho wa Nyakosamaga
15. Kilitohera Tebera – the prophet at the time when this history of the Ikizu was written.

B. Water

Water is the sign of the Chief, the customary leader of this country of Ikizu after the General Assembly between Nyakinywa and the Kombogere clan. Here we will list the Chiefs beginning with Nyakinywa up to the present and briefly describe those who were famous in the country.

Leadership of the Country

As I have already explained, starting from long ago Ikizu had a stable leadership divided into three parts, each group with its own special work in the land. The group that we will now look at is that of the rulers or the Chiefs.

1. Muriho Nyikenga – He was the ruler and the founder of the Ikizu tribe after chasing out the Mbilikimo (dwarf-like people) and the spirits and building his home under the mountain that took his own name, Chamuriho.[91]

2. Nyakinywa (1815-1825)[92] – She was the second chief after the General Assembly. The work of the chief was explained there openly as responsibility for the whole country. I must now explain this work of the chief of Ikizu up to the time when customary leadership with abolished in 1962.[93] The first work of the chief was the ability to bring rain to water the land and to bring the crops to maturity so that the enemy of hunger would be chased far away.[94] The second work was to give the orders or to provide the medicine bundle of the rain (*omoshana*) that was passed through each village to ensure that the rain would keep falling and that those who might try to stop it would be foiled. The third work was to lead the offering of the propitiation of the land as its leader.

3. Nyakazenzeri (1825-1835) – She was a female chief, the daughter of Nyakinywa.[95]

4. Hoka (1835-1845) – She was a woman.

5. Kesozora (1845-1855) – She was a woman.

6. Hoka Nyabusisa (1855-1865) – Alikuwa mwanamke.

7. Wekunza (1865-1875) – Alikuwa mwanamke.

8. Nyambobe (1875-1885) – Alikuwa mwanamke.

9. Gibwege (1885-1895) – Huyo alikuwa mtemi wa kwanza wanamume. Alinyakua utemi baada ya mama yake Nyambobe kufa. Alijitwalia kwa nguvu hati za utemi kama vile *ndezi, egashoda, eberongo*, ngoma na ngozi ya simba ya utawala. Kaka yake alimgombeza kuwa siyo haki yake lakini aliwania kuwa mtemi na akawa kweli Mtemi.

10. Mwesa Gibwege (1895-1901) – Huyo alirithi utemi wa baba yake, alitawala miaka siyo mingi maana shangazi yake alimwonea gere akazuia mvua isinyeshe mpaka auawe. Waikizu waliitikia wakamwua Mwesa, mtemi wao.

11. Nyakinywa II (1901-1906) (i.e. Nyagambamara) – Huyu ndiye aliyeteleza kuuawa kwa Mwesa akawa mtawala mwanamke tena.

12. Matutu Mawesa (1906-1926) – Huyo, baba yake Mwesa alipouawa alikimbilia Ikoma, Ngoreme na baadaye Zanaki. Naye alizuia mvua kwa muda mrefu hapo Ikizu chini ya Mtemi Nyakinywa II, hatimaye Mtemi huyo aliuawa akarudi Ikizu kuwa mtemi. Enzi za Utemi wake Matutu Mwesa kulitokea kidogo vurugu za utawala. Kulitokea mtu mmoja toka Mwanza aliyeitwa Mwaninyama ambaye alidai kuwa yeye ni Mkilinero, hivyo utemi wa Ikizu ni wake. Mtemi Matutu alisema kuwa yeye ni mtemi kama kawaida wa kuleta mvua. Hivyo kuonyesha ni yupi wa kweli walipeana kwa zamu kila mmoja alete mvua kwa muda wa siku tatu. Mwaninyama alishindwa, Matutu alifanikiwa kuleta mvua nyingi sana na hema la mkuu wa msafara kutoka Mwanza lilingolewa. Huyo Mzungu akamfukuza Mwaninyama. Matutu akaendela kuwa Mtemi. Baada ya muda akaja mvamizi mwingine aliyeitwa Nyalubamba toka Mwanza akidai kuwa Ikizu ni nchi yake. Matutu alimwambia Mzungu aliyekuwa mkuu wa msafara kuwa yeye alikuwa mtemi kwa ajili ya mvua. Hivyo wote wawili walipewa siku tatu kila mmoja kuleta mvua. Mara ya pili Matutu alifanikisha huleta mvua, iliyong'oa hema la huyo Mzungu kiongozi wa msafara na Nyalubamba alifukuzwa na madai yake kufutuliwa mbali.

Mizozo ilizidi kumwandama Mtemi Matutu, maana mnamo 1918 mtu mmoja wa ukoo wa Muriho aliyeitwa Kihiri aliongoza Wakombogere wapigane na Waraze ili wachukue utemi. Pande zote zikiwa ziko tayari kushambuliana. Ndege aitwaye tai alitua katikati yao na hiyo ikawa ishara ya kuacha ugomvi waamue matatizo yao kwa amani. Mzee mmoja

6. Hoka Nyabusisa (1855-1865) – She was a woman.

7. Wekunza (1865-1875) – She was a woman.

8. Nyambobe (1875-1885) – She was a woman.

9. Gibwege (1885-1895)[96] – He was the first male chief. He became chief after his mother Nyambobe died. He took the emblems of the chiefship, like the *ndezi*, the *egashoda*, the *eberongo*, the drum and the lion skin, by force. His elder brother argued with him saying that this was not his right, but he took over the chiefship and really did become the chief.

10. Mwesa Gibwege (1895-1901)[97] – He inherited the chiefship of his father. He did not rule for many years because his paternal aunt was offended by him and kept the rain from falling until he was killed. The Ikizu then responded and killed their chief, Mwesa.

11. Nyakinywa II (1901-1906) (i.e. Nyagambamara) – She is the one who conspired to kill Mwesa and then became the next female chief.

12. Matutu Mawesa (1906-1926) – He is the son of Mwesa, who fled to Ikoma, Ngoreme and later to Zanaki after his father was killed. He kept the rain from falling for a long time in Ikizu under the Chiefship of Nyakinywa II. Then this chief was killed and Matutu returned to Ikizu to become the chief. During the time of his chiefship, Matutu Mwesa had to leave for a while because of a conflict over his chiefship. A man from Mwanza called Mwaninyama claimed the Ikizu chiefship as a man from Kilinero. Mtemi Matutu said that he was the chief who normally brought the rain. Thus there was a contest to see who could really bring the rain that they took in turns for three days. Mwaninyama failed but Matutu succeeded in bringing a lot of rain and the tent of the head of the group from Mwanza was blown away.[98] The white man chased Mwaninyama away. Matutu went on being the chief. After a time another challenge arose from Nyalubamba from Mwanza, who claimed that Ikizu was his country. Matutu told the white man, who was the head of the expedition, that he was the chief on account of the rain. So once again, each were given three days to bring rain. For the second time Matutu succeeded in bringing rain that washed away the tent of the white man and Nyalubamba was sent far away with his claims.

    Yet problems continued to follow Mtemi Matutu. Around 1918 a man from the clan of Muriho, named Kihiri, led the Kombogere in a fight against the Raze to seize the chiefship. Both sides were ready to attack each other. A buzzard that landed between the two sides was seen as a sign to leave off fighting and settle their differences in peace. An elder named Mwiza advised Kihiri that he should rule, so he was given the sections of

aliyeitwa Mwiza alishauri Kihiri naye atawale, hivyo akapewa sehemu za
Sarama Kati, Kitare, Bosore, Manyago, Sarawe, Kehonde, Kiloreri na
Nyangere. Matutu alianzia Bukama, Nyamuswa, Kiloreri - Mashariki,
Bugitiga, Hunyari, Kihumbu, Kilinero, Sarama A na Maliwanda na makao
makuu yake yakawa Nyamuswa Bugitiga. Na yale ya Kihiri yakawekwa
Chakundi. Baada ya mwaka mmoja Kihiri alifungwa na nafasi yake
kachukuliwa na Mbiso (1920), Mhunzi wa ukoo wa Masase, rafikiye
Nyawaminza, ambao wote tumekwisha eleza habari zao. Inasemekana
Mbiso aliupata utemi kwa msaada na bidii ya jamaa yake Isomba
aliyekuwa akida, yaani mkuu wa watemi wote. Mbiso alitawala Kitare na
Sarama Kati, kwani vijiji vingine vilimkataa. Matutu alikufa mwaka 1926
akaachia utawala mtoto wake Makongoro.

13. Makongoro Matutu (1926-1958) – Mtemi Makongoro, mwanzoni alikuwa
    mtawala mlezi, kwani utemi ulikuwa uende kwa mjukuu wa Matutu
    aliyeitwa Kesone Webiro atakapofikia umri wa kutawala. Makongoro
    aliendelea kuwa mtemi mlezi mpaka Webiro Kesome alipokuwa tayari
    kuchukua utemi, ndipo mbinu zikafanywa na Makongoro, Webiro Kesone
    akauawa na Makongoro. Baada ya misukosuko ya huko na huko, akawa
    mtemi kamili wa Ikizu na akaiunganisha Ikizu yote kuwa chini ya mtemi
    mmoja, yeye mwenyewe.

14. Matutu Matutu (1959-1986) – Huyo mtemi alitawala kwa bahati, maana
    Mtemi Makongoro alikuwa ameusia utawala, yaani utemi, uende kwa
    wanae aliokuwa tayari amewateua. Makongoro alipokufa Waikizu
    walimchagua Matutu Matutu kuwa mtemi licha ya vikwazo ambavyo
    alikuwa amewekewa na Makongoro, kama kutokwenda shule,
    kutoonekana na kikundi cha Waikizu n.k. Matutu Matutu alitawazwa kuwa
    mtemi wa Ikizu 1959 na alitawala miaka minne utemi wa kiutawala
    ukaisha akabaki na utemi wa jadi 1962.

15. Adamu Matutu (1986-) – Huyo ni mtemi wa jadi kwa kipindi hiki, maana
    uwezo wa kiutendaji ulifutwa na sheria ya utemi 1962.

C. Chungu

Chungu ni ishara ya *Ubuchero* au *Mchero* ambaye ni mlinzi na mdhamini wa
nchi na utamaduni wake kwa ujumla. *Mchero* ni msimamizi na mdhamini wa
vyama vyote vya Kiikizu (*Nyangi*) na ndiye anayeongoza matambiko ya
kutakasa dosari iliyotendeka. Maelezo zaidi kuhusu jambo tutayakuta
tutakaongelea vyama (*Zenyangi*) mbalimbali vya Waikizu.

Sarama Kati, Kitare, Bosore, Manyago, Sarawe, Kehonde, Kiloreri and Nyangere. Matutu was left with Bukama, Nyamuswa, Kiloreri – Mashariki, Bugitiga, Hunyari, Kihumbu, Kilinero, Sarama A and Maliwanda. His capital was Nyamuswa Bigitiga. Kihiri's capital became Chakundi. After a year Kihiri was arrested and his place was taken by Mbiso (1920), a blacksmith of the clan of Masase,[99] a friend of Nyawaminza, who has already been described above. It is said that Mbiso got the chiefship with the help of the family of Isomba, who was an Akida,[100] that is the leader of all the chiefs. Mbiso ruled Kitare and Sarama Kati, the other villages that he was alloted refused his rule. Matutu died in 1926 and left the rule to his son Makongoro.[101]

13. Makongoro Matutu (1926-1958) – Chief Makongoro was at first an advisor to the chief, that is he served as a regent to the chiefship until Kesone Webiro, appointed by Matutu, would reach his majority. Makongoro acted as regent until Webiro Kesome was ready to take the chiefship himself. At that time Makongoro took action and killed Kesone. After this disturbance, pulling the chiefdom here and there, Makongoro became the Ikizu chief in his own right, uniting all Ikizu under one chief again.[102]

14. Matutu Matutu (1959-1986) – This Chief ruled by luck, that is Chief Makongoro declared that the authority of the chiefship should be inherited by his son, who would be appointed when he was ready. When Makongoro died the people chose Matutu Matutu to be the chief in spite of obstacles put in his way by Makongoro, for example he did not go to school, he was not well known among the Ikizu people, etc. Matutu Matutu was installed as the Ikizu Chief in 1959 and ruled for four years until the chiefs were abolished and he remained as the customary chief since 1962.

15. Adamu Matutu (1986-) – He has been the customary chief for the present period. Between 1962 and 1986 the authority of chiefs was abolished by law.

C. The Cooking Pot

The cooking pot is the sign of the *Ubuchero* or *Mchero* who is the guardian or the sponsor of the country and its total cultural tradition. The *Mchero* is the leader or the sponsor of all the Ikizu ranks (*Nyangi*) and is the one who is responsible for the offerings of purification when a transgression is committed. Further explanation will be provided under the section on the various *Zenyangi* of the Ikizu people.

Kabla ya mtu kufikia *Uchero* kuna hatua au ngazi za kupitia, yaani upitie *Umagiha*, *Uhimayi* na kuwa *Mchero*. Kuwa *Mmaghiha* lazima anayehusika atimize yafuatayo:

1. Kiingilio vipande vitano vya tumbako.
2. Ng'ombe tano, mmoja wa kufunguliwa milango (*Ibisiko*) na wanne ada za kuwa mwanachama (*Imiyingo*).
3. Mbuzi moja (*Maksai*) naye anatolewa na inamkamilisha kuwa *Mmaghiha*. Askari kamili wa Mhimayi, yaani anajipikia au kufanya mambo kwa kujitegemea (*Kwirugera*).
4. Kujitayarisha kupokea mfuko (*Rigozi*), atatengeneza pombe na ng'ombe wa kuchinja ya *Inzi* (*Zingi*) na mmoja wa kupewa mfuko (*Rigozi*) na anakuwa tayari kupokea mwenge (*Oromore*) na anakuwa Mhimaye mteule.
5. Baada ya muda kidogo anatayarisha chakula na pombe anawaita Wahimayi, Wachero na Wamaghiha wanakuja kwake. Anatoa ng'ombe 10 za kilio (*ekerere*) na mbuzi 12 na hapo sherehe inafanyika. Atapewa shahada (heshima) ya kutunukiwa mkia mwekundu wa ng'ombe na fimbo maalum. Wakati wote huo wasichana wake lazima wajitunza wasipate mimba. Wakipata mimba kabla ya baba yao kupewa Uhimayi ni mkosi. Hatapewa heshima hiyo. Masharti yote hayo niliyoeleza hapo yakitimizwa, heshima ya Uhimayi inatolewa mara moja kwa mhusika. Ikiwa bahati mbaya binti ya huyo mhusika atapata mimba kama nilivyosema hapo, hii huhesabika kuwa mkosi (*Abengile*) na huyo binti heshima yake hushuka na huolewa kwa kondoo saba tu. Baba yake atapigwa adhabu ya kosa hilo na huwa hao kondoo saba wanaliwa na Wahimaye, na anapewa mkia mweusi wa ng'ombe (hii inasemekana *Kubingukya*).

Mhimayo huyo mpya, mabinti wake walioolewa wanapozaa hufanyiwa sherehe na mitambiko ya kumkata nywele (*Kosonzora*) na hapo hapo yeye mwenyewe hujitayarisha kuwa Mchero. Hutayarisha chakula na pombe ya kunywa siku mbili na hutoa kwao ng'ombe tano na hupewa au anakuwa Mchero. Anapewa jino la tembo (*Rironge*) la pili mkono wa pili, mkia mweupe wa ng'ombe na hapo anakamilika anakuwa Mchero, kiongozi mkuu wa shughuli zote za vyama (*Nyangi*) na anakuwa pia mlinzi na mtekelezaji mkuu wa miiko ya Kiikizu.

Mchero akifa, anazikwa kwa sherehe sawasawa na Mtemi na Nabii (*Mnase*) kwa kukalizwa kwenye kiti maalum ikiwa ni ishara ya kuonyesha au kuonya nchi isilale, yeye bado yuko macho nao katika kulinda usalama na amani ya nchi.

Before reaching the rank or eldership title of *Uchero* there are several other steps to pass through, the *Umagiha*, the *Uhimayi* and finally the *Mchero*.[103] To reach the rank of *Mmaghiha* one must fulfill the following requirements:

1. Pay a fee of five packets of tobacco.
2. Give five cows – one to 'open the door' (*Ibisiko*) and four as the dues for becoming a member (*Imiyingo*).
3. Give one castrated goat, which fulfills the requirements for becoming a member of the *Maghiha* rank. These are the guardians of the Mhimayi, who cook for him or otherwise do everything on his behalf (*Kwirugera*).
4. Prepare oneself to receive the ritual bag (*Rigozi*) by making beer and slaughtering a cow, called the *Inzi* (*Zingi*), another cow to receive the bag (*Rigozi*), and preparing to receive the torch (*Oromore*) whereby one reaches the rank of appointed *Mhimaye*.
5. A little while later he prepares food and beer and invites all the Wahimayi, Wachero and Wamagiha members to his house. He provides ten cows as his entrance fee (*ekerere*) and twelve goats so that the feast may take place. At the feast he is given the honor of carrying the red cow's tail and a special walking stick.[104] His daughters must be protected so that they do not become pregnant. If they become pregnant before their father achieves the rank of Uhimayi he is liable and will not receive this honor. If these conditions that have been explained are fulfilled, the honor of the *Uhimayi* title will be granted to the contestant. If by bad luck his daughter becomes pregnant in the meantime he will be held responsible for this transgression (*Abengile*) and his daughter's honor will be diminished. She will be married with a brideprice of only seven sheep, which are eaten by the Wahimaye elders. He is fined and given a black tail (this is called *Kubingukya*).[105]

When the daughters of the new Mhimayo are married and give birth a big feast is given and the ritual of cutting his hair (*Kosonzora*) takes place, that is the final step for taking the *Uchero* rank. He prepares food and drink for a two-day feast, including five cows, whereby he will become the *Mchero*. At that time he receives the second armlet (*Rironge*) to wear on the other arm,[106] the white cow's tail, and becomes the Mchero, the head leader of all of the eldership ranks (*Nyangi*), the guardian and main initiator of all Ikizu prohibitions.

If the Mchero dies, he is buried with the same rituals as would befit the Chief or the Prophet (*Mnase*) of the country, sitting on a special stool as a sign to show or to warn the nation not to sleep. He is still watching them and guarding the peace and security of the land.[107]

Makora

Rikora ni mpango maalum ulioanzishwa wa kuwagawa watu katika makundi maalum na kuwapa majina ya kudumu kwa ajili hasa ya usalama, ulinzi na ustawi wa jamii. Vikundi hivyo vilianzishwa na Jemadari Muriho kwa ajili ya ulinzi na usalama wa miliki yake aliyojenga hapa Ikizu na sehemu fulani za Sizaki. Nyakinywa, Mtemi wa kwanza ambaye alikuwa mwanamke aliafiki mpango huo wa makora na watu wake wakawa washiriki wa sehemu zote za makora hayo.

Makora hayo manane yaligawanywa katika makundi mawili na yalithibitishwa na Mkutano Mkuu. Nayo yako kama ifuatavyo:

1. Kundi la Zoma:
   a. Zoma
   b. Gibasa
   c. Gini
   d. Nyange
2. Kundi la Saai:
   a. Saai
   b. Nyambureti
   c. Gumnyari
   d. Mena

Makora, kiukweli ni vyama siyo vya siasa, ila vya utendaji katika mambo yote yanahusu nchi, kuanzia unabii, ya *uchero* na ya utemi. Watendaji wake wakuu wa kila siku huitwa Wachama (*Wazama*). Makora hayo yanafanya kazi kwa kipindi cha miaka minane minane kwa kila Ikora, kisha linastaafu au kung'atuka. Kushika zamu kunaitwa *kutumera* na kustaafu *kung'atuka*. Utaratibu wa kung'atuka na kuingia uko kama ifuatavyo:

Kutumera

Kutumera ni matayarisho ya kuchukua madaraka ya uongozi wa nchi toka kwa rikora ambalo litaang'atuka katika kipindi cha mwaka mmoja kutoka sehemu ya pili ya makora. Matayarisho hayo hufanyika kama ifuatavyo:

Wazama wateule, wasichana na wazazi wao watoka Hunyari huja mpaka Nyamanguta kujiunga na wenzao ambao huwa tayari na hulala pale siku moja. Kesho yake huondoka makundi yote mawili kuelekea Ketale ambako hujiunga na wenzao na kulala pale siku moja. Siku inayofuatia makundi matutu huondoka kuelekea Sarama kupitia wenzao wa sehemu hiyo. Wanakaa pale siku moja, siku ya pili wajumbe wa Sarama wanajiunga na kundi la msafara

The Generation-Sets

The institution of the generation-set (*Rikora*) began in order to divide the people into special groups, each with its own name, to guard the peace, security and prosperity of the community. General Muriho instituted these groups to guard and protect the authority that he established in Ikizu and Sizaki. Nyakinywa, the first chief, who was a woman, accepted the plan of the generation-sets and her people joined the generation-sets in each of their territories.

The eight generation-sets are divided into two groups, certified by the General Assembly. These are as follows:[108]

1. The Zoma group:
   a. Zoma
   b. Gibasa
   c. Gini
   d. Nyange
2. The Saai group:
   a. Saai
   b. Nyambureti
   c. Gumanyari
   d. Mena

The generation-sets are really like parties, but not political. They carry out the orders of those who lead the nation, starting with the prophet, the *uchero* and the chief. The active agents are the *Wachama* or the members of the generation-set in power. Each generation-set does its work for eight years. Then it retires and another takes over. Taking up your generation-set responsibilities is called *kutumera* and retiring from active duty is called *kung'atuka*,[109] which are described as follows:

Initiation

Kutumera is the yearlong preparation for taking over the authority of leading the nation from the retiring generation-set, which is in the opposite group of generation-sets from your own.[110] The preparations are listed as follows:

The appointed *Wazama* or generation-set members, along with their daughers and parents, come from Hunyari to Nyamanguta to unite with their fellow members there who have prepared for their arrival. After sleeping there one night the whole group moves on to Ketale where they unite with the next group and sleep one there one night. The next day all three groups continue on to Sarama to collect the members in this area. They stay one day and on the

kuelekea Kilinero ambako wataungana na wenzao toka Kihumbu pamoja na
Mtemi wa nchi. Kama kawaida watakaa siku moja wakijitayarisha kuingia
mahali patakatifu Nyamau. Siku ya pili msafara ukiwa na wajumbe toka kila
sehemu pamoja na mtemi unaelekea Mariwanda Nyamau na kujiunga na
wenzao. Kesho yake huenda kwa Mzee aliyeng'atuka wafanyiwe utakaso na
kupokea baraka. Mzee huyo lazima awe na wajukuu hai wa mke wa kwanza
naye lazima awe bado hai. Kitendo cha kwenda kwa mzee huyo kupata utakaso
na baraka kinaitwa *Koraha*.

Nyumbani kwa huyo mzee, beberu wa mbuzi huchinjwa katika sherehe hiyo,
ngozi yake hutengenezwa kamba za kutosha kuvisha mvulana mteule na
msichana toka kila kijiji na nyingine mbili ziada kwa ajili ya mvulana mteule
na msichana toka Sizaki watakaporudi na kufika Sibera. Huyo mzee huwavisha
mvulana na msichana toka kila kijiji, huwatakasa wote na kuwabariki katika
sherehe ya kucheza ngoma iitwayo *Moyengo*. Baada ya sherehe ya ngoma hiyo
moto mpya unapekechwa kutoka kwenye jino la tembo la kwanza lililotoa
moto wa kwanza hapo hapo Nyamau. Kwa kawaida moto unapatikana kwa
kutumia vipande vya miti ambavyo vinaitwa *Ekekari* na *Ekerende*. Moto huo
ukitokea unakuwa moto mpya wa nchi yote na moto wa zamani unazimwa na
majivu yake kutupiliwa mbali. Moto mpya utapitishwa kila kijiji na ufikapo
moto wa zamani utazimwa na kupokea huo moto mpya. Msafara utarudi
kupitia kila kijiji na huo moto mpya pamoja na kamba mbili za Sizaki na
kuishia Sibera Nyamanguta. Wazama wateule pamoja na wasichana kutoka
Sizaki watakuja Sibera kupokea moto mpya na msichana kuvishwa kamba
(*orokamba*) pamoja na mchama mteule mmoja. Ujumbe toka Sizaki utarudi
kwao kupitia Kyanguge na kuendela mpaka Nyakwibukya ambako unakomea
ukiwa moto mpya.

Kung'atuka

Kwa upande wa *kung'atuka* ni sawa na *kutumera*, wachama, wake zao, watoto
wao na baba zao waliong'atuka, huondoka Hunyari na kupitia sehemu zote
tulizozitaja kwenye *kutumera* mpaka Mariwanda Nyamau na hufanya
yafuatayo wanapofika Mariwanda.

Wanafikia kwa Mzee aliyeng'atuka. Asubuhi wanachinja mbuzi ambayo
inagawanywa sehemu mbili: sehemu ya mgongo na kichwa wanakula
wanaong'atuka na sehemu ya mkia (*ikiribizi*, *ikirangwa* au *kirigiza*) wanapewa
watoto wao kula.

Watoto wa wanaong'atuka wanapewa mafunzo na miongozo kuhusu wajibu
wao kuhusu kung'atuka na jinsi ya kujiandaa ifikapo wakati wa kipindi chao
cha *kutumera*. Watoto pia wapewa kamba (*orokoba* / *orokamba*) za ngozi ya
mbuzi aliyechinjwa, mvulana na msichana toka kila kijiji na kamba mbili za

second day the Sarama members join with the larger group on the journey to Kilinero where they will be joined by the members from Kihumbu and the Chief of the nation. As usual they stay there one night, preparing to go to the sacred place at Nyamau. The next day they start out with members from every section of the country along with the Chief on their way to Mariwanda Nyamau where they will unite with others. The next day they will meet with a retired elder who will purify and bless them. This elder must have live grandchildren and his first wife must still be living. This ritual is called the *Koraha*.

At the elder's home a billy goat is slaughtered for the feast and his hide is cut into enough strips to give to a chosen boy and a girl from each village and also a boy and a girl from Sizaki, for when they return and go to Sibera. This elder puts the strip on the finger of each boy and girl from each village, purifying and blessing them in the ceremony of dancing the *Moyengo*.[111] After the dancing ceremony the new fire is lit by twirling a stick onto the tusk of an elephant used to make the first fire here in Nyamau. Normally the fire is made using pieces of wood called the *Ekekeri* and the *Ekerende*. This fire is the new fire for the whole land and the old fire is put out, its ashes thrown out away from the house. The new fire is taken to each village when the old fire has been put out, ready to receive the new fire. Then the procession returns, passing through each village with the new fire, together with the two strips of hide for Sizaki, ending up at Sibera Nyamanguta. The newly appointed Sizaki Wazama, together with the Sizaki girls, go to Sibera to receive the new fire. One appointed girl and one boy from the generation-set put the strips of hide onto their fingers (*orokamba*). Finally the delegation from Sizaki returns home passing through Kyanguge and going on until they reach Nyakwibukya, where they stop with the new fire.[112]

Retirement

The retirement ceremony is the same as the initiation ceremony, the generation-set, their wives, children, and their retired fathers leave Hunyari and pass through each section which we mentioned above until they get to Mariwanda Nyamau where they do the following:

They arrive at the home of a retired elder. In the morning they kill a goat and divide it into two parts: those who are retiring eat the side with the back and the head, the generation of their children eat the side with the tail (*ikiribizi*, *ikirangwa* or *kirigiza*).[113]

The children of the retiring generation are given instruction and advice concerning their responsibility with the retirement and how to prepare themselves for the time when they will be initiated. The children, represented by a boy and a girl from each village, with two extra for Sizaki are also given

ziada ambazo watakuja nazo kwa ajili ya Sizaki. Msafara utarudi ukipitia kila
kijiji kama ulivyofanya saa ya kwenda ukiwa na kamba za Sizaki mpaka
Nyamanguta Sibera. Kundi la Wachama wa Sizaki watakuja na wasichana na
msichana mmoja na mvulana watafungiwa hizo kamba hapo Sibera, kisha
wataanza safari yao ya kurudi kupitia Changuge mpaka Nyakwibukija ambako
msafara utakomea.

VI. UCHUMI WA WAIKIZU

Kabla ya kuchunguza uchumi wa Waikizu inafaa tuchunguze nchi yenyewe
ilivyo himaumbili ya asili. Tuone mipaka ya nchi, mito, milima na mwishowe
tuone miezi kwa Kiikizu, maana hiyo iliamua lini wakati wa kulima au kusafiri
kwenda nchi nyingine kibiashara (*obotani*).

Mipaka

Kila nchi inatambulika kwa mipaka yake ya asili au ambayo imewekwa na
kutambuliwa na jamii zinazohusika.

1. Mashariki – Mpaka kwa upande huo ni Mto Munzimwero ukitenga Issenye
    na Ikizu. Mkomalilo kwa upande wa Ngoreme.
2. Kaskazini – Ni Mto Mirwa hadi Tarani ukiwa ni mpaka na Zanaki.
3. Magharibi – Mto Nyabikere hadi Mto Msiriganya - Kagongwe unaendela
    mpaka Mto Suguti, huo ni mpaka wa Ikizu na Zanaki tena.
4. Kusini – Kwa upande wa Kusini ni Mto Suguti tena ukiwa mpaka wa Ikizu
    na Sizaki, na upande wa Kusini - Magharhibi ni Mbuga ya Taifa Serengeti
    hadi Mto Barageti, huo ukiwa mpaka wa Ikizu na Usukuma.

Mito

Ifuatayo ni mito midogo ya Ikizu:

1. Rwamakore unaingia Mto Tirina
2. Kiviburwa unaingia Mto Tirina
3. Ng'onyo unaingia Mto Maribanzeru
4. Maribanzeru unaingia Mto Tirina
5. Sanzati unaingia Mto Ruana
6. Nyarija unaingia Mto Kyarano
7. Nyabonyoro unaingia Nyanja
8. Wamwihindi unaingia Nyanja

strips of hide (*orokoba/orokamba*) from the goat that was killed for the feast. The delegation returns passing through each village with the strips of hide for Sizaki until they reach Nyamanguta Sibera. The group of generation-set members from Sizaki comes with the girls and the appointed girl and boy to put on the strips of hide at Sibera. They then continue on their journey returning through Changuge to Nyakwibukija where the journey ends.[114]

VI. THE IKIZU ECONOMY

Before looking at the economy of Ikizu we must consider the land itself as it was created. Let us look at the boundaries of the country, the rivers, the mountains and lastly the months in Ikizu, which were used to decide when to plant or travel to another country for trade (*obutani*).

Boundaries

Each country is known by its traditional boundaries or those which are recognized by the community itself:

1. East – the boundary on the east is the Munzimwero River, dividing Issenye and Ikizu. Mkomalilo is the boundary with Ngoreme.
2. North – the boundary on the north is the Mirwa River up to Tarani, which is the boundary with Zanaki.
3. West – the boundary to the west is the Nyabikere River up to the Msiriganya-Kagongwe River until you reach the Suguti River, which is also the boundary between Ikizu and Zanaki.
4. South – the boundary on the south is the Suguti River that is also the boundary between Ikizu and Sizaki, and on the southwest it is the Serengeti National Park up to the Barageti River, which is the boundary between Ikizu and Sukuma.[115]

Rivers

The following are the smaller rivers of Ikizu:

1. Rwamakore River, a tributary of the Tirina River
2. Kiviburwa River, a tributary of the Tirina River
3. Ng'onyo River, a tributary of the Maribanzeru River
4. Maribanzeru River, a tributary of the Tirina River
5. Sanzati River, a tributary of the Ruana River
6. Nyarija River, a tributary of the Kyarano River
7. Nyabonyoro, a tributary of Lake Nyanja (Victoria)
8. Wamwihindi River, a tributary of Lake Nyanja

9.   Nyameka unaingia Mto Kyarano
10. Nyibwe unaingia Mto Nyameka
11. Nyitonyi unaingia Mto Nyameka
12. Gambago-Yanda unaingia Mto Nyameka
13. Nyamagiha unaingia Mto Nyabekere
14. Nyambere unaingia Mto Msiriganya
15. Chawatama unaingia Mto Nyambere
16. Msika unaingia Mto Nyambere
17. Ikaza unaingia Mto Nyambere
18. Nyamerama unaingia Mto Nyambere
19. Kambubu unaingia Mto Kagongwe
20. Kezomu unaingia Mto Suguti
21. Ihindya unaingia Mto Suguti
22. Kinywesho unaingia Mto Suguti
23. Chamtigiti-Wibara unaingia Mto Suguti
24. Chamtigiti wa Yeka unaingia Mto Nyisawati
25. Nyisawati unaingia Mto Mwaro-Wangwe
26. Chamunyama unaingia Mto Mwaro-Wangwe
27. Mwaro-Wangwe unaingia Mto Ruana
28. Italo unaingia Mto.Ruana
29. Ilalya unaingia Mto Ruana
30. Kwaro unaingia Mto Ruana
31. Nyaseng'we unaingia Mto Ilalya
32. Kebange unaingia Mto Ilalya
33. Charwitengi unaingia Mto Chamunyama
34. Nyakame unaingia Mto Ruana
35. Mokegara unaingia Mto Nyakame
36. Mazarabasi unaingia Mto Sanzati
37. Nyamanzi-Mabe unaingia Mto Nyakame
38. Sarakwa unaingia Mto Ruana
39. Ruana unaingia Ziwa Nyanza
40. Rwashangi unaingia Mto Ruana
41. Munzimobe unaingia Mto Ruana
42. Kokanyanza unaingia Mto Ruana

Milima

Ifuatayo ni milima na vilima vya Ikizu:

1.   Chamuriho – Ni mlima ulio mrefu kupita yote katika nchi ya Ikizu na
     vilevile katika Mkoa wa Mara. Ulipewa jina hilo kama kumbukumbu ya
     mwanzilishi wa Ikizu, Jemadari Muriho Nyikenge, nao uko Mariwanda.
2.   Moderi – Mlima huo uko Mgeta
3.   Siriti – Mlima huo uko Sarama

9.   Nyameka River, a tributary of the Kyarano River
10. Nyibwe River, a tributary of the Nyameka River
11. Nyitonyi River, a tributary of the Nyameka River
12. Gambago-Yanda River, a tributary of the Nyameka
13. Nyamagiha River, a tributary of the Nyabekere River
14. Nyambere River, a tributary of the Msiriganya River
15. Chawatama River, a tributary of the Nyambere River
16. Msika River, a tributary of the Nyambere River
17. Ikaza River, a tributary of the Nyambere River
18. Nyamerama River, a tributary of the Nyambere River
19. Kambubu River, a tributary of the Kagongwe River
20. Kezomu River, a tributary of the Suguti River
21. Ihindya River, a tributary of the Suguti River
22. Kinywesho River, a tributary of the Suguti River
23. Chamtigiti-Wibara River, a tributary of the Suguti River
24. Chamtigiti wa Yeka, a tributary of the Nyisawati River
25. Nyisawati River, a tributary of the Mwaro-Wangwe River
26. Chamunyama, a tributary of the Mwaro-Wangwe River
27. Mwaro-Wangwe River, a tributary of the Ruana River
28. Italo River, a tributary of the Ruana River
29. Ilalya River, a tributary of the Ruana River
30. Kwaro River, a tributary of the Ruana River
31. Nyaseng'we River, a tributary of the Ilalya River
32. Kebange River, a tributary of the Ilalya River
33. Charwitengi River, a tributary of the Chamunyama River
34. Nyakame River, a tributary of the Ruana River
35. Mokegara River, a tributary of the Nyakame River
36. Mazarabasi River, a tributary of the Sanzati River
37. Nyamanzi-Mabe River, a tributary of the Nyakame River
38. Sarakwa River, a tributary of the Ruana River
39. Ruana River, a tributary of Lake Nyanza
40. Rwashangi River, a tributary of the Ruana River
41. Munzimobe River, a tributary of the Ruana River
42. Kokanyanza River, a tributary of the Ruana River

Mountains / Hills

The following are the mountains and hills of Ikizu:

1.   Chamuriho – This is the tallest mountain in the country of Ikizu, as well as
     in the whole Mara Region. It got its name in remembrance of the founder
     of the Ikizu, General Muriho Nyikenge. It is located at Mariwanda.[116]
2.   Moderi – located at Mgeta
3.   Siriti – located at Sarama

4. Bolaze – Mlima huo uko Kihumbu
5. Botaze – Mlima huo uko Mariwanda
6. Sembayo – Mlima huo uko Kilinero
7. Gaka – Mlima huo uko Kihumbu
8. Nyakinywa – Mlima huo uko Kihumbu
9. Kabohemba – Mlima huo uko Sarama A
10. Ibigi - Mogozo – Mlima huo uko Kihumbu
11. Rosori – Mlima huo uko Sarama -Kati
12. Mara – Mlima huo uko Sarama A
13. Nyandago – Mlima huo uko Sarama A
14. Bushanzabo – Mlima huo uko Hunyari
15. Nyahohenga – Mlima huo uko Hunyari
16. Sosoni (i.e. Shori) – Mlima huo uko Hunyari
17. Chamshang'ana – Mlima huo uko Hunyari
18. Nyamatoto – Mlima huo uko Hunyari
19. Nyaka – Mlima huo uko Hunyari
20. Bonyonyi – Mlima huo uko Hunyari
21. Mogabo wa Ryoba – Mlima huo uko Hunyari
22. Chahingo – Mlima huo uko Hunyari
23. Manangasi – Mlima huo uko Hunyari
24. Bengororo – Mlima huo uko Hunyari
25. Mosekwa – Mlima huo uko Hunyari
26. Wosanza – Mlima huo uko Hunyari
27. Gidu – Mlima huo uko Hunyari
28. Nyamekarande – Mlima huo uko Hunyari
29. Korotorogoro – Mlima huo uko Nyamang'uta
30. Korosoro – Mlima huo uko Nyamang'uta
31. Nondwa – Mlima huo uko Kiroreli
32. Kobeng'we – Mlima huo uko Hunyari
33. Tiringati – Mlima huo uko Ketare
34. Kitongi – Mlima huo uko Mariwanda
35. Bigegu – Mlima huo uko Ketare
36. Masira – Kiko mpakani mwa Issenye na Ikizu, sehemu iitwayo Kokanyanza

4. Bolaze – located at Kihumbu
5. Botaze – located at Mariwanda
6. Sembayo – located at Kilinero
7. Gaka – located at Kihumbu
8. Nyakinywa – located at Kihumbu
9. Kabohemba – located at Sarama A
10. Ibigi - Mogozo – located at Kihumbu
11. Rosori – located at Sarama -Kati
12. Mara – located at Sarama A
13. Nyandago – located at Sarama A
14. Bushanzabo – located at Hunyari
15. Nyahohenga – located at Hunyari
16. Sosoni (i.e. Shori) – located at Hunyari
17. Chamshang'ana – located at Hunyari
18. Nyamatoto – located at Hunyari
19. Nyaka – located at Hunyari
20. Bonyonyi – located at Hunyari
21. Mogabo wa Ryoba – located at Hunyari
22. Chahingo – located at Hunyari
23. Manangasi – located at Hunyari
24. Bengororo – located at Hunyari
25. Mosekwa – located at Hunyari
26. Wosanza – located at Hunyari
27. Gidu – located at Hunyari
28. Nyamekarande – located at Hunyari
29. Korotorogoro – located at Nyamang'uta
30. Korosoro – located at Nyamang'uta
31. Nondwa – located at Kiroreli
32. Kobeng'we – located at Hunyari
33. Tiringati – located at Ketare
34. Kitongi – located at Mariwanda
35. Bigegu – located at Ketare
36. Masira – the boundary between Issenye na Ikizu, located at Kokanyanza

Miezi ya Kiikizu
(The Ikizu Months)[117]

Mwezi (Month)	Kiikizu (Ikizu Word)	Maelezo (Explanation)
Januari January	*Ritaturi*	Ni wakati wa kumalizia kutayarisha mashamba ya ulezi (*Ribosa*) na kumwaga mbegu ya ulezi. (This is the time to finish preparation of the millet fields.)
Februari February	*Mohandi Mokoro*	Hicho ni kipindi cha kumalizia kumwaga mbegu ya ulezi, na pia kumwaga mbegu za mtama, ufuta, kunde, n.k. (This is the time of planting millet, sorghum, sesame and bean seeds.)
Maͅchi March	*Mohandi Munyi*	Huo ni wakati wa palizi ya mashamba yaliyopandwa miezi ya nyuma (*Rizuba*). (This is the time to weed the fields that were planted last month.)
Aprili April	*Ikiraburu*	Ni kipindi ambacho ulezi unaanza kutoa masuke na kumalizia palizi ya ulezi uliopandwa mwezi wa pili. (This is the time when millet produces heads of grain and the weeding is finished.)
Mei May	*Ichero*	Ni kipindi cha uchimbaji/uvunaji wa karanga na njugu mawe (*Riyogora*). (This is the time for digging peanuts and groundnuts.)
Juni June	*Mabeho*	Hicho ni kipindi cha ukataji au uvunaji wa ulezi toka mashambani. (This is the time for harvesting millet in the fields.)

Julai July	*Ikongora*	Ni wakati wa kumaliza kuvuna ulezi, mtama na mazao mengine na kuyakusanya nyumbani kwenye ghala zilizokwisha tayarishwa. (This is the time to finish the harvest of millet, sorghum and other crops and to store them in the storage bins that have been prepared.)
Agosti August	*Ikyatya*	Hicho ni kipindi cha kupumzika na kucheza ngoma na michezo ya aina mbalimbali kama tutapoona hapo baadaye tutakapoeleza michezo kwenye sehemu ya Utamaduni. (This is the time to relax and celebrate with various kinds of dances.)
Septemba September	*Nyasahi*	Kipindi hicho ngoma na michezo huwa vinaendelea na pia kipindi cha Tohara, i.e. kutahiri wavulana na wasichana. (This is the time when dances and games continue and it is also the time for the circumcision of both boys and girls.)
Okotoba October	*Nyakwir*	Wakati wa Tohara, yaani kutahiriwa wasichana na wavulana. (The time of circumcision for both boys and girls.)
Novemba November	*Eng'endeka*	Mwanzo wa kilimo cha vuli. (The beginning of the short season farming.)
Desemba December	*Ritabarari*	Mwanzo wa kilimo hasa cha karanga, njugu mawe, mtama na kuanza kulima mashamba ya ulezi (*ikisingi*). Mazao ya karanga na njugu hupandwa mwezi huo, pia kwa sasa ni mwezi wa kulima pamba. (The beginning of the peanut, groundnut, sorghum planting and when the ground must be prepared for millet (*ikisingi*) and cotton.

VII. UZALISHAJI MALI KILIMO

Kilimo kama ilivyo katika sehemu nyingi za Tanzania ni uti wa mgongo wa uchumi wa jamii. Maisha na maendeleo ya jamii yanategemea sana mazao yatokanayo na kilimo. Waikizu tangu zamani walikuwa walimaji wa mazao mbalimbali, mengi kwa ajili ya chakula chao wenyewe na machache kwa ajili ya biashara kama tutakavyoona hapo baadaye. Mwanzoni Waikizu hawakuwa na zana bora za kulimia, walichonga matawi ya mti au miti ambayo ilikuwa imara kama mipingo na kadhalika. Katika shughuli za kibiashara na jamii zingine za sehemu mbalimbali walifanikiwa kupata zana bora kama vile majembe, shoka n.k. ambavyo ni chuma na imara zaidi kuliko mpingo.

Mazao

Mazao ya nafaka yalikuwa ulezi na mtama. Vyote viwili vililimwa nchi nzima kwa ajili kupikwa kama ugali, chakula chao kikuu. Pia walilima maharage, kunde, njugumawe, karanga, ufuta, na maboga kama vyakula vya ziada (*misumo*), ambavyo huliwa wakati wowote kabla au baada ya mlo mkubwa wa ugali na nyama, maharage au mboga za majani.

Mazao ya kibiashara pia yalilimwa na jamii hiyo, nayo yalikuwa vibuyu ambavyo vilipelekwa Usukumani, sehemu zilizokuwa kame kwa kuchotea maji. Kulikuwa na biashara imara kati ya Waikizu na Wasukuma na Wazinza wa Geita. Misafara ya watu ilitoka Ikizu ikiwa imebeba vibuyu, ngozi zilizolainisha kama nguo, mikia na singa za wanyama, kuelekea sehemu hizo nilizozitaja, Majita na Ukerewe. Majita na Ukerewe vilikuwa sehemu walikouzia zaidi mikia ya wanyama wa porini na singa zao.

Ufugaji

Licha ya kilimo, jamii ya Waikizu pia walikuwa wafugaji, wavuvi na wawindaji hodari. Kwa upande wa ufugaji walikuwa na ng'ombe wanaosemekana walikuja au kuletwa na Wabamangi na Wataturu. Walifuga mbuzi ambao pia yasemekana waliletwa na Wabamangi na Wataturu. Walifuga kondoo walioletwa na Wagitiga. Walifuga kuku ambao yasemekana waliletwa na Wakombogere, wafuasi wa mwanzilishi wa Ikizu wa kwanza, Jemadari Muriho. Kwa upande wa wanyama wa nyumbani mbwa alikuja na Wamwanza. Paka aliletwa baadaye na wafanya biashara wa Kiikizu (*abatani*) toka sehemu za Kanadi Mwagara, Usukumani.

Uvuvi

Jamii ya Waikizu walikuwa pia wavuvi wa samaki katika mito Ruana, Gurumeti, Barageti, Tirina na vijito vya mito hiyo niliyotaja. Samaki walio-

VII. THE ECONOMY OF AGRICULTURE

As is common in many places throughout Tanzania, agriculture is the backbone of the household economy. Life itself and community development depends upon the agricultural crops. The Ikizu are traditionally farmers of a variety of crops, of which many were food crops and a few were cash crops, as we will see later. In the beginning the Ikizu did not have good implements for farming. They shaped the branches of trees which had strong wood, like ebony and others, to made their tools. They were also able to get good implements like hoes and axes made of iron, which were stronger than ebony, through trade with other communities and other regions.

Crops

The staple grain crops of the area are millet and sorghum. Both were grown throughout the land for cooking porridge, the basic food. They also grew various kinds of beans, peanuts, legumes, sesame, and various vegetables (*misumo*) that were eaten anytime before or after the large meal of porridge served with meat, beans or greens.

Cash crops also grown by the community were large gourds that were taken to Sukuma, a dry country where they needed gourds to carry water. Trade relations were established between the Ikizu, the Sukuma, and the Zinza of Geita.[118] Groups of traders from Ikizu left carrying gourds, tanned hides, wild animal tails and hair, heading toward the places already mentioned as well as Majita and Ukerewe. The demand for wild animal tails and hair was greatest in Majita and Ukerewe Island.[119]

Livestock Herding

Above and beyond agriculture, the Ikizu people were also herders, fishermen and expert hunters. In terms of livestock, it is said that cattle were brought by the Bamangi and the Taturu. They also herded goats that were said to have been brought by the Bamangi and the Taturu.[120] Sheep were introduced by the Gitiga. Raising chickens is said to have been introduced by the Kombogere, the followers of the founder of Ikizu, General Muriho. In terms of domestic animals the dog was brought by the Mwanza. Rats and mice were brought by those who traded in Ikizu (*abatani*) from Kanadi Mwagara in Sukuma.

Fishing

The Ikizu people were also fisherman in the Ruana, Gurumeti, Barageti and Tirina Rivers, as well as the other smaller streams. They fished for a variety of

vuliwa katika mito hiyo ni ningu, nembe, mumi, seko, kambale - mamba na
gogogo. Zana walizotumia kuvulia hao samaki ni za aina nyingi kutegemea
aina za samaki waliopatikana kwa wakati huo. Nyavu zilitumika kwa kunasia
karibu samaki wote isipokuwa mumi na kambale-mamba. Ndoani zilitumika
(*amarobo*) kwa kuvulia mumi na kambale. Mkuki ulioitwa *omogera* kwa
kuchomea kambali-mamba. Bondeni walijenga kitu kama nyumba (*zembego*)
na mitoni walitumia chomba kilichosukwa kilichoitwa *omogone*. Samaki
walivuliwa kwa ajili ya watumizi kama mboga yao, zaidi ni sehemu ndogo tu
waliyoweza kuuzia jirani zao Wazanaki.

Uwindaji

Waikizu pia walikuwa wawindaji hodari, wawindaji wa wanyama wa aina
mbalimbali na wakitumia zana na silaha mbalimbali. Wanyama waliowinda
waweza kugawanywa katika makundi matatu, yaani wanyama wadogo,
wanyama wakubwa na la mwisho ni wanyama hatari.

1. Wanyama wadogo: Kundi hilo lina wanyama kama Sungura, Swala Tomi,
   Swala Granti, Paa, Funo na wengine wengi. Zana kwa wanyama hao ziliku-
   wa wavu au kamba (*tora*), upinde na mishale yenye sumu, mikuki na rungu.
2. Wanyama wakubwa: Kwenye kundi hilo tunawakuta wanyama kama
   Nyamera, Nyumbu, Punda Milia, Pofu, Kongoni, n.k. Zana zilizotumika
   zilikuwa ni wavu/kamba (*zetora*), upinde na mishale ya sumu, handaki
   yaani shimo refu (*amina*) ambamo mnyama akianguka atashindwa kutoka
   na atauawa kwa mikuki.
3. Wanyama hatari: Hilo kundi lina wanyama wa aina mbili – wanaowindwa
   kwa ajili ya nyama kama kitoweo na matumizi mengine madogo, nao
   walikuwa Mbogo/Nyati, Tembo, Kifaru na Kiboko. Aina nyingine ya
   wanyama hatari walikuwa Simba na Chui. Hao waliwindwa sana na vijana
   kwa ajili ya kujipatia sifa kwa wale waliowahi kuua mnyama huyo.
   Waliporudi na ngozi pamoja na kichwa cha mnyama huyo walipokewa kwa
   shangwe kubwa (*etambo*) na kesho yake ilichezwa ngoma ya kishujaa
   (*ekesa*). Vijana hao watatu baada ya ngoma hiyo ya ushujaa walipewa
   zawadi nono na wazazi na zawadi zingine za aina mbalimbali toka kwa
   jamii nzima ya Waikizu wafikapo kwenye kaya au miji yao.

Zana zilizotumika kuwindia hao wanyama wa hatari ilikuwa ni upinde na
mishale yenye sumu kali sana na sime kiunoni. Ngozi za wanyama hao
zilikuwa na thamani kubwa na inasemekana kwa upande wa simba alitoa kiti
kingine cha thamani sana kiitwacho *hirizi* iliyoweza kumkinga mtu aliyeivaa
tokana na nuksi au mikosi mingi. Kwa mnyama tembo, Waikizu walipata kitu
cha thamani kwao, meno yake ambayo yalitumiwa kwa viongozi wa nchi
kuonyesha daraja zao mpaka kufikia Mchero ambaye nimemwelezea katika
sura ya viongozi wa nchi.

fish in these rivers and used many kinds of implements, depending on the kind of fish in season at the time. The fishermen used nets for almost all fish except the catfish. They used fishing poles (*amarobo*) for the catfish varieties. A kind of spear, called an *omogera* was also used to spear the catfish. They would build fish traps that looked like small houses along the lakeshore called *zembego* and plait traps to be used in the rivers called *omogone*. The Ikizu used fish for making a sauce that would be eaten with porridge and also a small portion was used in trade with their neighbors, the Zanaki.

Hunting

The Ikizu were also expert hunters of various kinds of wild animals, using various implements and weapons. The animals that they hunted can be divided into three categories, small animals, large animals and dangerous animals.

1. Small animals: This group includes Rabbits, Thompson's Gazelle, Grant's Gazelle, Impala, Duiker and others. These animals were hunted with nets or traps (*zetora*), bow and arrows with poison tips, spears or throwing sticks.[121]
2. Large animals: This group includes Topi, Wildebeest, Zebra, Eland, Hartebeest, and others. These animals were hunted with nets and traps (*zetora*), bows and arrows with poison tips, and deep fallpits (*amina*) where animals would be driven into and be unable to get out. The hunters would then spear them in the pits.[122]
3. Dangerous animals: This group includes animals of two kinds. Those hunted for their meat to be used for food in the home were Buffalo, Elephant, Rhinoceros and Hippopotamus. Other dangerous animals like the Lion and the Leopard were mainly hunted by the youth to demonstrate their bravery. The first to kill the animal would be praised by the people. When they returned with the skin of the lion or leopard and his head they would be met with shouts of joy and singing (*etambo*). The next day there would be a dance to honor the courageous young men (*ekesa*). After the dance the three young men who were first to kill the animal were given rich gifts by their parents and other presents from all their relatives and all the Ikizu people when they arrived at their homes to visit.[123]

The weapons used to hunt these dangerous animals were bows and arrows with poison tips and a large knife. The skin of these animals was very valuable and it is said that a lion skin was used to make something of great value called a *hirizi*, which would protect the man who wore it from bad luck or bad omens. The Ikizu people also got something of great value from the elephant, ivory tusks which were used by the leaders of the country as a symbol of their rank, for example the Mchero, whose ranks was explained above in the section concerning the leaders of the country.[124]

Biashara

Kuhusu sekta ya biashara misfara ya Waikizu ilisafiri sana katika kanda ya ziwa ikiwa na bidhaa mbali mbali za kubadilishana na wenyeji kwa kile walichokuwa nacho. Bidhaa kama vibuyu walipeleka sehemu za Sukuma mpaka Geita kwenye ukame kwa ajili ya kutekea maji, mikia ya nyumbu ilipelekwa Sukuma Geita, mishale ya sumu ilipelekwa Geita mpaka Biharamulo, ngozi za wanyama baada ya kuwa zimelainishwa ziwe nguo zilipekewa Usukuma. Meno ya tembo yalikuwa yanategenezwa vizuri kuwa urembo wa kuvaliwa mikononi, duara hizo ziliuzwa kwa thamani Usukuma. Misafara hiyo ya Waikizu iliporudi toka safarini (*obotani*) walikuwa na majembe, vyuma toka sehemu za Geita na Biharamulo, chumvi kutoka Meatu Usukuma. Nao waliviuza kwa kubadilishana mbuzi au kondoo kwa kubadilishana mbuzi au kondoo na hao hatimaye waliwabadilisha kuwa ng'ombe.

VIII. UTAMADUNI

Neno 'utamaduni' linajumlisha mambo mengi katika jamii ye yote inayohusika. Ni jumla ya mambo yaliyobuniwa na jamii kukidhi maisha yao ya hila. Utamaduni wa Kiikizu katika maandishi au kitabu hiki kifupi unazungumza vipengele vifuatavyo:

1. Elimu – Hivyo ilitolewa kwa vijawa kike na kiume mpaka wanapokaribishwa kwenye utu mzima.
2. Kanuni – Sheria ndogo na miiko vyote ambavyo vina lengo la kurekebisha tabia za jamii ya Waikizu.
3. Kifo cha Watu Maarufu – Hawa katika jamii ya Waikizu ni viongozi wao, watemi, walumayi na manabii.
4. *Zenyangi* – Hivi ni vyama vya heshima na vya kupanda madaraja kutoka ujana mpaka kipeoni yaani uzee.
5. Urithi – Waikizu wamejigawa katika makundi mawili, walio wengi ni *Wiru* na *Waturi* ambao ni wachache. Urithi wa *Wiru* una mwelekeo wa upande wa mama na *Waturi* ni wa baba.
6. Imani – Wanavyoabudu Mungu.
7. Mawasiliano – Wanayopashana habari nzuri na mbaya.
8. Zesega – Hivi ni vizazi vilivyopewa majina kutokana na matukio makubwa katika kipindi cha miaka kumi.

Trade

Concerning the area of trade, the Ikizu people traveled a lot around the lakeshore with various commodities to trade with others in neighboring areas. They took trade goods like gourds to Sukuma, and even to Geita, where the people there used the gourds to haul water on account of the drought. The Ikizu also took wildebeest tails to Sukuma Geita, arrow poison as far as Biharamulo, and tanned animal skins for clothing also to Sukuma. They also made the ivory tusks into ornaments to be worn on the arms. The Sukuma valued these armlets highly. The Ikizu traders returned from their trip (*obutani*) with hoes and other iron implements from Geita and Biharamulo and salt from Meatu Sukuma.[125] At home they traded these goods for goats and sheep that could be traded again for cattle.

VIII. CUSTOM

The word 'custom' is a category which encompasses many aspects of society. It is the sum of all things that have been designed by the society to grant them their everyday health and sustenance. The Ikizu culture described in this book, in short, concerns the following:

1. Education – Provided for young boys and girls until they approach adulthood.
2. Law – Various minor laws and all of the prohibitions whose goal it is to build the Ikizu character.
3. The Death of Important People – These are the leaders of the Ikizu people, the chiefs, the prophets and the titled elders.
4. *Zenyangi* – These are the respected eldership ranks that a person accepts, one after another, from youth to old age.
5. Inheritance – The Ikizu people are divided into two groups, most people belong to the *Wiru* group while only a few are *Waturi*. Inheritance among the *Wiru* is on the side of the mother, while among the *Waturi* it is on the side of the father.[126]
6. Faith – How they worship God.
7. Communication – How they relay news, both good and bad.
8. *Zesega* – These are the generations (age-sets) which were given names according to important events of the ten-year period in which they were initiated.

Elimu

Jamii ya Waikizu haina sehemu maalum ambako elimu kwa vijana wote wa kiume na wakike ilivyokuwa inatolewa rasmi, wala hatukuwa na watu waliotayarishwa kama walimu. Kila mtu mzima alikuwa na wajibu kumsaidia au kumfunza kijana maadili ya jamii. Karibu kila mahali palipokuwa na mkusanyiko wa watu wa aina zote, yaani wazee na vijana mafunzo ya aina fulani yalitolewa kwa vijana kinadharia na kwa njia ya vitendo.

Watoto wa kiume mafunzo yao yalitolewa zaidi sehemu zifuatazo:

1. Jioni, wakati wamekaa kwenye moto uliotayarishwa na vijana hao tokana na mavi ya ng'ombe au magogo. Hapo mwalimu alikuwa baba mzazi au mlezi wa kaaya hiyo.
2. Mafunzo mengine yalitolewa kwenye misafara ya kwenda kuwinda njiani na kambini walimofikia (*moboraro*). Mafunzo aina hiyo pia yalitolewa wakati wa misafara ya kwenda kuvua samaki mitoni, aidha mwanzoni (*kuchandaro*) au mwishoni kituoni (*moboraro*).
3. Mafunzo yaliyoambatana na adhabu yalitolewa wakati wa kujenga na kupandisha paa la nyumba mpya au katika kikao maalum kilichoitishwa (*kwigoto*) ambako vijana walionywa na kupewa adhabu mengine ya aina hiyo yalitolewa wakati wa tohara (*eborano*) kisherehe cha mwisho kumkamilisha kijana aingie kikundi cha watu wazima.

Kwa upande wa wasichana na mafunzo yalitolewa jioni jikoni na mama au bibi ya msichana. Mafunzo yakiambatana na adhabu yalitolewa wakati wa makusanyiko wa wanawake wanaojenga au kukandika nyumba mpya. Mafunzo mengine na adhabu inapobidi kutolewa wakati wa kisherehe cha mwisho, yaani tohara ya kuwakamilisha kwenye kikundi cha watu wazima (*mokegoro*).

Kanuni Za Waikizu

Maisha ya jamii ya Waikizu ya kila siku yanaongozwa na kutawaliwa na vituko vya kila siku ambavyo wana imani kuwa vina au vinaleta mikosi au nuksi. Hivyo kanuni zilizokubaliwa na jamii hii kuhusu matukio kama ifuatavyo kwa ufupi.

1. Mvua – Mvua ya mawe ikinyesha au upepo mkali umetokea na kuharibu mashamba na vitu ni mwiko au marufuku kulima kesho yake. Atayekiuka kanuni hiyo atanyang'anywa jembe hilo na Wanyiko au Wazama ambao ni watekelezaji wa Makora kama ilivyoeleza nyuma katika uongozi wa nchi.

Education

The Ikizu community did not have a special place where the education of young boys and girls was officially conducted, nor did it prepare special people as teachers. Rather, each adult had the responsibility to help and teach young people right conduct in the community. Everywhere that elders and youth met together, the elders provided training for the youth, using both theoretical and practical application.

Young boys would be taught lessons especially in the following areas:

1. In the evening when the men sat around the fire which the youth built from cattle dung and logs. In this setting the teacher was the male head of the homestead.
2. The elders gave other lessons on hunting journeys, along the trail or in the camp (*moboraro*). These kinds of lesson were also given on expeditions to fish along the rivers, at the beginning (*kuchandaro*) or finally when they made a camp for the night (*moboraro*).[127]
3. Youth learned lessons along with discipline at the time of building or roofing a new house or during special meetings (*kwigoto*) that the elders called in order to warn the youth or to correct them. Meetings of this kind took place during the time of circumcision ceremonies (*eborano*), on the last days when the elders prepared the youth to enter their adulthood.

Young girls were taught in the evenings as they worked or sat in the kitchen with their mother or grandmother. Lessons went along with discipline when the women gathered in a group to finish or repair a house by smearing it with mud. Other lessons and corrections were provided at the time of the last celebrations of girlhood, that is circumcision, when they would graduate into adulthood, as members of the community.[128]

Customary Law of the Ikizu

The daily life of the Ikizu people includes many events or actions of daily life that they believe will bring bad luck. Therefore the customary laws agreed upon by the community concerning these events are summarized as follows:[129]

1. Rain – If hail and strong wind come and ruin the crops in the field and other things, it is prohibited or forbidden to farm the next day. Whoever disobeys this law will have his hoe confiscated by the Generation-set (*Zama*) in power, who have this authority of the generation-set for the country as was explained above.

2. Kilio na Mazishi – Kila mmoja anawajibika kuhudhuria kilio na mazishi katika kijiji, kesho yake ni marufuku kwenda shambani kulima, ukipuuzia unayang'anywa jembe na Wazama.

3. Moto – Nyumba ya mtu ikiungua kwa moto wa kawaida lazima atafuta Mnyase na Wazama waje kuzindika mji huo. Kama ni moto wa radi lazima ampate *Mgimba*, yaani mganga wa mvua kuzinduka mji huo, akiwa ameandamana na Wazama.

4. Chungu cha pombe – Ni mwiko kukanyanga ndani ya chungu cha pombe kilichochimbiwa chini huku pombe inanywewa kwa mikenge. Anayefanya hivyo atatoa nzagu au faini ya mbuzi mmoja. Mbwa harusiwi kusogea karibu na chungu cha pombe kilichotajwa hapo juu, na kwa bahati akipenya na kukanyanga ndani ya chungu hicho ni nuksi kwenye mji huo. Ili kuiondoa nuksi mwenye kaya hiyo atatoa ng'ombe mmoja na kondoo mmoja, Mnase aje azindike na kuutakasa mji huo.

5. Nyumba ya nyasi – Kubomoa nyumba ya nyasi hakuruhusiwi wakati wa mvua, yaani wakati wa kilimo mpaka mganga wa mvua ametoa kibali kwa kuitakasa nyumba hiyo, ili iweze kubomolewa.

6. Njia kuu – Ni marufuka kwa mtu yeyote kukata au kuziba njia kuu kwa makusudi bila kibali cha Wazama. Afanyaye hivyo bila kibali hicho faini ni ng'ombe mmoja na kondoo mmoja kwa ajili ya zindiko la mahali hapo.

Kifo Cha Watu Maarufu

Jamii ya Waikizu hutoa heshimu mbalimbali kwa wazee waliokufa kwa kufuata wadhifa waliokuwa nao katika jamii wakati akiwa hai. Mtemi, Muchero na Mnase ambao ni viongozi wakuu wa jamii ya Waikizu, wakifa hukalizwa kwenye kiti cha kigoda kilichotayarishwa au kuchongwa kaburini wakati wa kuzikwa kwake kama onyo kuwa nchi isilale yeye bado yupo pamoja katika ulinzi na usalama wa nchi. Wazee wengine hulazwa kaburini, wa kiume kulala mkono wa kulia akielekea mashariki na wa kike hulali mkono wa kushoto naye akielekea mashariki, ambako jua linokochomekea kama ilivyo agizwa na Jemadari Muriho. Ng'ombe huchinjwa na ngozi yao hutumika kama sanda kwa marehemu na marehemu hupakwa mafuta mabichi ya ng'ombe akipewa heshima ya mwisho kabla ya kutelemshwa kaburini na kuzikwa.

Zenyangi

Katika jamii ya Kiikizu *nyangi* au *zenyangi* ni vyama vya uongozi wa heshima ambavyo mtu anapewa katika maisha toka mwanzo mpaka upeo wake katika utimizaji wa masharti yaliyowekwa na jamii.

2. Mourning and Burials – Each person is responsible to attend all mourning gatherings and burials in the village, the next day it is forbidden to go to the fields to farms. Whoever disobeys will have his hoe taken by the *Zama*.

3. Fire – If a house is burned by fire the Prophet (*Mnyase*) and the generation-set members (*Zama*) must be called to purify and protect the family. If the fire was started by lightening the rainmaker (*Gimba*) must come with the *Zama* to perform the ceremony.

4. The Beer Pot – It is prohibited to step inside a beer pot that is partially buried in the ground so that the beer can be drunk through straws. Anyone who does this will be fined one goat. A dog is not allowed to come near to the beer pot described above. If by accident he steps into the pot bad luck will fall on this homestead. To remove the bad luck the head of the homestead must pay a fine of one cow and one sheep. Then the Prophet (*Mnase*) must come to perform the ceremony to purify and protect the homestead.

5. Grass Houses – One cannot tear down a thatched house during the rainy season, the time of farming, until the rainmaker gives permission to purify the grass house, in order that it may be torn down.

6. The Main Path – It is prohibited for any man to refuse access or to block the main path for his own reasons without permission from the *Zama*. Whoever does this without permission must pay a fine of one cow and one sheep in order to purify this place.

The Death of Important People

The Ikizu people honor deceased elders in various ways according to the rank that the elder achieved in the community while he was alive. If the Chief, the Muchero, or the Prophet, who are the head leaders of the Ikizu people, dies he is buried sitting on a wooden stool that is carved in the grave at the time of his burial. This acts as a warning to the people that the country must not sleep because he is still guarding the peace and security of the nation. Other elders are buried lying in the grave, males lie on the right side, facing east and females lie on the left side, facing east, where the sun rises.[130] General Muriho ordered the practice of this custom. A cow is slaughtered and its hide is used as a shroud for the deceased, who is anointed with fresh butter to pay him final respect before he is put into the grave and buried.

Eldership Titles, Zenyangi

Among the Ikizu people, *nyangi* or *zenyangi* (plural) are societies of respected leadership positions that a person achieves in his life from youth to old age, fulfilling the obligations demanded by the community.

1. *Esega* – Chama kiitwacho *esega* kiko wazi kwa mtu yeyote, awe ameoa au hakuoa, kuwa mwanachama wake lazima utimize masharti yafuatayo: Anayetaka kuwa *Msega* hutoa ng'ombe mmoja, mbuzi watatu na pombe ya kutosha kunywewa siku tatu, ng'ombe na hao mbuzi huchinjwa wakati wakinywa pombe hiyo ya siku tatu. Mwisho wa sherehe hutunukiwa cheo hicho cha Msega na kazi yake katika jamii huwa kufungisha au kutakasa mimba ya kwanza katika sherehe ndogo iitwayo *Risubo*.

2. *Rusarange* – Hiki ni chama cha pili ambacho kuingia kwake yakubidi utoe ng'ombe mmoja na mbuzi watatu na baada sherehe fupi unatumikiwa heshima ya kuitwa *Mrusarange*. Kazi ya *Mrusarange* mwanaume ni kuwatahiri wavulana, na mwanamke kutahiri wasichana.

3. *Ekebage* – Hicho ni chama cha tatu ambacho kuingia kwake mtarajiwa hutoa ng'ombe mmoja, mbuzi watatu na kutayarisha pombe ambayo hunywewa kwa muda wa siku tatu na mwisho wa sherehe hutunukiwa heshima ya kuitwa *Mokebage*. Kazi yake katika jamii ni kutakasa wavulana katika sherehe fupi iitwayo *Borano*, na mwanamke hutakasa wasichana waliokwisha tahiriwa katika sherehe fupi iitwayo *Mokegoro Kusubwa*. Sherehe hiyo ni ya kumtayarisha kuingia utu uzima aweze kuolewa au kuoa kama ni mvulana.

4. *Ikise* – Hicho ni cheo au heshima anayopewa mzee baada ya kuwa na watoto ambao wamekwisha fanyiwa nyangi za ujana tulizoelezea hapo juu, Borano na Mokegoro. Mtarajiwa huchukua mbuzi mmoja na unga wa kutosha na kuvipeleka kwa mdhamini wa vyama, yaani *nyangi,* naye huwa *Muchero*. *Muchero* humfanyia utakaso katika sherehe fupi na kumpe mkiwa ng'ombe mweusi na heshima ya kuitwa *Mkise*. Mke au wake za *Mkise* hupewa fimbo za kutembea za heshima.

5. *Mkirang'ani* – Watoto wa *Mkise* wakioa au kuolewa na kupata watoto, sherehe nyingine hufanyika, kijana wa *Mkise* hupeleka kwa baba yake mbuzi mmoja ambako pombe hutengenezwa, na wazee *Wakirang'ani* hualikwa, sherehe kufanyika na *Mkise* huvalishwa na mjukuu wake, chuma mkono wa kulia, kama ni mkwelima ndiye aliyefanya sherehe hiyo mjukuu humvalisha mkono wa kushoto, wakati ameketi katika kiti cha kienyeji kiitwacho *kigota*. Sherehe hiyo ni ya kumtambulisha amekuwa mzee wa heshima katika jamii hiyo na kuwa anaweza kukalia kiti hicho mahali popote. Mke au wake zake huvalishwa mfupa wa kuvaa shingoni pamoja na ushanga ikiwa ni ishara ya kuonyesha ana mjukuu. Mjukuu huyo akizaa watoto sherehe nyingine ndogo hufanyika ya kumvalisha au kumwekea sikioni simbe na shanga, wa kiume anamwekea sikio la kulia, na msichana anamwekea sikio la kushoto. Mfuko hushonwa wa kuwa unavaliwa kiunoni kama ishara kuwa ana vijukuu, hivyo lazima awe tayari kuweka dawa humo kwa ajili ya ukoo wake uliopanuka. Mzee huyo akifa jamii hailii, badalaa yake sherehe hufanyika na wajukuu hucheza ngoma.

1. *Esega* – Membership in the association called the *esega* is open to any person, whether he has married or not, according to the following conditions: Whoever wants to become an *Msega* must give one cow, three goats and enough beer for three days of drinking. The cow and the goats are slaughtered during the three days in which they drink the beer. At the end of the feast the initiate receives the rank of *Msega*, whose work in the community is to bind or bless the first pregnancy of a woman in the ritual called *Risubo*.

2. *Rusarange* – This is the second association which requires a contribution of one cow and three goats for membership. After the short celebration the initiate accepts the respected title or name of *Mrusarange*. The work of a male *Mrusarange* is to circumcise boys and the female *Mrusarange* to circumcise girls.

3. *Ekebage* – This is the third association that requires a contribution of one cow and three goats, along with enough beer for three days of drinking, after which the applicant gains the respect of being called *Mokebage*. The work of the *Mokebage* among the community is to bless boys in the short ceremony called the *Borano*, for a woman it is to bless the girls who have been circumcised in the short ceremony called the *Mokegoro Kusubwa*. This ceremony prepares them to enter adulthood and become eligible for marriage.

4. *Ikise* – An elder receives this rank or honorary title after he has children who have already done the *nyangi* of youth that was explained above, the *Borano* and the *Mokegoro*. The applicant takes one goat and enough flour to satisfy the sponsor of all the associations, the *Muchero*. The *Muchero* peforms a short ritual in which the applicant is purified and receives the black cowtail and the respected title of *Mkise*. The wife of the *Mkise* receives an honorary walking stick.

5. *Mkirang'ani* – When the children of an *Mkise* elder get married and have children another feast is held. The son of the *Mkise* takes one goat to his father's homestead where beer is being prepared and the *Kirang'ani* elders have been invited. During the feast the *Mkise* elder's grandchild puts the iron armlet on his right arm.[131] If his son-in-law is sponsoring the feast his grandchild puts it on his left arm while he is sitting on the traditional stool called a *kigota*. The feast announces to everyone that this man has become a respected elder in the community and as a result may sit on this stool at any place. His wife (or wives) is given a bone to wear on her neck, together with beads, as a sign to show that she has a grandchild. If the grandchild gives birth, the *Kirang'ani* elder gives another small feast and receives an earring in the right ear for a great grandson and in the left ear for a great granddaughter. He receives a sewn bag that he wears on his shoulder as a sign of the great grandchildren. This is necessary so that the elder is ready to put medicines in the bag on behalf of his expanding lineage. When this elder dies his family does not cry, rather his grandchildren give a feast and dance.

6. *Marung'weta* – Hicho ni kikundi au chama ambacho wanachama wake huitwa *Abamarung'weta*. Kina shughulikia zaidi *Wahimayi* na *Mchero*. *Mchero* ameelezwa kwa kirefu huku nyuma kwenye uongozi wa nchi kipengele cha tatu Chungu. *Wamarung'weta* ni washabiki na walinzi wa *Mhimayi* na *Mchero*. Kuingia chama hicho mwananchi huenda kwa *Mhimayi* ambako kikundi hicho huwa kimekutana, hutoa vipande vya tumbako na kuwagawia viongozi wa Wanachama ikiwa ni ishara ya kuomba kuwa mwanachama. Baadaye hutoa ng'ombe mmoja ikifuatiwa na tumbako tena, na kuwa mwanachama kamili. Hatua au kitendo hicho cha kutoa tumbako huitwa *kubyemera*, yaani anakuwa *Mmarung'weta* kamili.

Kikundi hiki kina Kamati au Halmashauri na uongozi. Kuingia katika Halmashauri hiyo mwanachama mwanamke hutoa unga wa kutosha na mwanachama mwanaume hutoa mbuzi au fedha. Kitendo hicho huitwa kuingia ndani ya nyumba (*kusikera munyumba*) na anakuwa mmojawapo wa viongozi katika chama hicho. Kazi za kikundi hicho zaweza kugawanyika katika sehemu tatu. Ni walinzi na washabiki wa *Mhimayi*. Binti wa *Mhimayi* aliyeolewa na kupata mimba hurudi nyumbani kwao na *Wamarung'weta* hukusanyikwa kwa huyo *Mhimayi* kucheza ngoma (ya *Marungweta*) kutakasa hiyo mimba. Mjamzito na bwana wake hutoa ng'ombe mmoja, wote wana-kuwa wanachama wa kikundi hicho. Ng'ombe huyo kwa kawaida hutolewa na baba yake. Baada ya mchezo wa *Marung'weta* binti hurudi kwa bwana wake. Akizaa hurudi kwa baba yake akiwa ameandamana na mume wake. *Wahimayi* na *Wachero* hukutana pale kwa mwenzao *Mhimayi* huyo ili sherehe ya kukata nywele ifanyike. Sherehe yenyewe huitwa *kusunzura*. *Mhimayi* huyo hupewa baraka na kibali cha kuendelea na hatua zingine za kuelekea *Uchero*, kama ilivyoelezewa nyuma. Shughuli zingine za kikundi hiki ni kumlinda *Mchero* na ndipo zana au vyombo vyao vinakotunzwa na *Mchero*.

Urithi

Kuhusu urithi, jamii ya Kiikizu ina makundi ya aina mbili. Kundi la *Wiru* (*Abiro*) na kundi la Wahunzi (*Abaturi*). *Wiru* hurithi upande wa kike, mali ya marehemu hurithiwa na kaka au mdogo wake upande wa mama na kama hawapo mwipwa hurithi mali ya mjomba. Vijana wa marehemu hurithi zana kama mkuki, upinde na mishale, chungu kikubwa cha pombe na ghala kubwa ya kutunzia nafaka. Upande wa Wahunzi wao hurithi kuumeni. Mzee akifariki watoto wake hurithi mali yote. Kuhusu urithi upande wa wanawake, sehemu zote hurithi upande wa kike.

6. *Marung'weta* – This is the association or rank whose members are called *Abamarung'weta*. They mostly serve the *Wahimayi* and the *Mchero*. The *Mchero* rank was explained in detail in the section concerning the leadership of the country, the cooking pot. The *Marung'weta* are the guardians and promoters of the *Mhimaye* and the *Mchero* ranks. A person applying to become of member of this rank goes to the home of the *Mhimayi* where this group meets and gives each of them a bundle of tobacco as a sign that he/she asks to become a member. Later he/she will give a cow, followed by more tobacco, to become a full member. The act of giving tobacco is called *kubyemera*, meaning that he/she becomes a full *Marung'weta* member.

This association has an Advisory Committee and officers. To become a member of the Council a female member gives sufficient flour and a male member gives a goat or some money. This act is called 'to enter into the house' (*kusikera munyumba*), by which he/she will become one of the association leaders. The work of this group can be divided into three sections. They are the guardians and promoters of the *Mhimayi*. The married daughter of the *Mhimayi* who is pregnant returns home and the *Marung'weta* gather at the *Mhimayi*'s house where they perform the *Marung'weta* dance in order to purify the fetus. The pregnant mother and her husband are given a cow and both become members of the association. Her father usually gives this cow. After the *Marung'weta* dance the daughter goes to her husband's home. When she gives birth she returns to her father's house along with her husband. The other *Wahimayi* and *Wachero* meet there at the home of their fellow *Mhimaye* to perform the ceremony of cutting the hair, called *kusunzura*. The *Mhimaye* then receives a blessing and permission to take the next step toward the rank of *Uchero*, as was explained previously. Other work of the association consists of guarding the *Mchero*, at whose homestead their instruments are stored.

Inheritance

In the matter of inheritance the Ikizu are divided into two groups. The *Wiru* (*Abiro*) group and the Blacksmith (*Abaturi*) group. The *Wiru* inherit through the female side, the property of the deceased is inherited by his older or younger brother (cousin) on his mother's side and if they are not living his sister's son inherits the wealth of his uncle. The sons of the deceased inherit his tools such as his spear, bow and arrows, beer pot and grain storage bin. The Blacksmiths inherit on the male side. An elder's sons inherit all his wealth. A woman's inheritance is on the female side for both.

Michezo

Jamii ya Kiikizu ilikuwa na mielekezo na nyimbo nyingi na mbali kufuatana na kupindi kilichopo. Michezo hiyo na zana zinazotumiwa ni vigumu kuzielezea dhahiri. Tutajaribu kutaja michezo yenyewe na kuielezea kwa kifupi.

1. *Ridede* – Huo mchezo hufanyika wakati wa kilimo (*Ribosa*) miezi Januari na Februari. Zana zinzotumika ni baragumu (*rihembe*), nguo za jadi za ngozi zilizolainishwa na nyimbo. Washiriki ni vijana (*Wamura*), wanawake wa vijana na wasichana.
2. *Rereda* – Mchezo huo hufanyika wakati wa kuvuna mazao miezi Juni na Julai. Washiriki ni vijana na wasichana bado hawajaolewa.
3. *Ikinyunyi* – Mchezo huo hufanyika wakati wowote mchana. Zana inayotumika ni filimbi. Wavulana na wasichana hushiriki.
4. *Obonyangare* – *Obonyangare* ni mchezo wa wanaume pekee, nao huchezwa wakati wa mchana katika kipindi chochote cha mwaka. Huvaa singa za mbuzi na kujipaka mchanga mweupe laini (*endoba*).
5. *Rogarya* – Mchezo huo huchezwa mwisho wa michezo kuonyesha kuwa michezo imefikia kilele chake na wachezaji waweze kuondoka pamoja na watazamaji kuelekea nyumbani.
6. *Ndono* – Huu ni mchezo wa vijana wasichana na wavulana. Mchezo huu huchezwa usiku wakati wa mbalamwezi kwenye miji ya watu katika vitongoji mbalimbali kwa zamu.
7. *Zeze* – Kwa kawaida *zeze* ni mchezo wa vijana wakiwa ni wavulana na wasichana ambao hawajaolewa. Pia mchezo huu hufanyika usiku wakati wa mbalamwezi kwenye miji ya watu katika kitongoji kwa zamu.
8. *Ubwenga na Edora* – Hii ni michezo inayochezwa na wanawake. Wachezaji wa *bwenga* huwa wamevalia vitu vingi mwilini: shanga, simbi, nguo za ngozi iliyoalinishwa, singa za wanyama, n.k.
9. *Ekesa* – *Ekesa* ni mchezo wa kijadi wa kusherekea ushujaa uliofanyika. Hufanyika au kuchezwa baada ya vijana kuua simba, chui au baada ya nchi kuvamiwa na kushambuliwa na maadui toka nje, maadui hao wakishindwa na kuuawa. Mchezo huu unachezwa na wanaume waliowahi kuua wanyama hao au kuua maadui waliotaja hapo juu. Wanawake waliozaa mtoto wa kwanza bila kuogopa washiriki kucheza michezo huu. Mwanamke aliyeogopa kuzaa na kumnyonga mtoto wa kwanza (*kubunza*) haruhusiwi kufika kwenye mchezo wenyewe au kucheza. Waikizu kwa kawaida hawakuwa na maadui wengi, waliishi kwa amani na majirani na walikuwa mahodari wa kuzindika nchi isiingiliwe na maadui toka nje kama ilivyoelezwa kwenye mapambano ya Jemadari Muriho na Mbilikimo.

Dances

The Ikizu community had many songs and dances for each occasion. These dances and the instruments used in the dances are difficult to describe in writing. We will try to describe the dances themselves and give a short explanation of each:

1. *Ridede* – This dance is performed during the farming season (*Ribosa*), January and February. The dance requires a horn (*rihembe*), traditional clothing made from tanned leather, and songs. It is performed by young men (*Wamura)*, women and unmarried girls.
2. *Rereda* – This dance is performed at harvest time, June and July. The dancers are the young men and unmarried girls.
3. *Ikinyunyi* – This dance can be performed at anytime during the day. The instrument used is the flute. Both boys and girls participate.
4. *Obonyangare* – This is a dance for the men alone, performed during the day at any time of the year. They wear goat hair and paint themselves with white clay (*endoba*).
5. *Rogarya* – Participants perform this dance at the end of a dance session to signify that the dance will soon be finished and that the dancers and the observers should leave together and go home.
6. *Ndono* – This is a dance for unmarried girls and boys. It is performed during the night at the time of the new moon in a neighborhood homestead that changes each month by turn.
7. *Zeze* – Normally the *zeze* is a dance for unmarried girls and boys. This dance is also performed at night during the new moon in a neighborhood homestead that changes each month by turn.
8. *Ubwenga* and Edora – These are dances for women. The *bwenga* dancers normally wear much ornamentation on their bodies: beads, cowry shells, tanned leather clothing, animal hair, etc.
9. *Ekesa* – The *Ekesa* is a traditional dance to celebrate the bravery of youth. It is usually performed after young men kill a lion, a leopard or when enemies from outside attack the country and the warriors claim victory and kill an enemy. The first young men to kill the animal or the enemy are allowed to dance. Women who give birth for the first time without showing fear also join in the dance. A woman who is afraid to give birth and strangles her first child in the womb (*kubunza*) is not allowed to be present at the dance or to dance.[132] The Ikizu did not have many enemies. They lived at peace with their neighbors and were experts at protecting the land from the entrance of outside enemies, as was explained in the battle between General Muriho and the Mbilikimo (dwarf-like people).

Mawasiliano

Mawasiliano ni upelekaji wa habari au ujumbe toka sehemu moja au toka kikundi kimoja katika jamii kwenda sehemu fulani kwa kikundi kingine kinachohusika na ujumbe huo. Jamii ya Kiikizu ilitumia mbinu au njia zifuatazo kwa kuwasiliana.

1. Hatari – Kama ilitokea jambo baya na la hatari yowe ilipigwa kuwaita watu kwa haraka wakusanyike sehemu yenyewe ilikotokea hatari au sehemu maalum iliyokwisha chaguliwa (*kuchandaro*).
2. Ujumbe – Kwa kawaida ujumbe ulipelekwa na kijana au mtu aliyechaguliwa ulikuwa wa kuonana ana kwa ana (uso kwa uso).
3. Baragumu – Kulikuwa na baragumu za mawasiliano za aina tatu zilizotumiwa na jamii ya Kiikizu.
   a. *Enzobe* – Hiyo ni baragumu iliyotengenezwa toka kwa pembe za mnyama aitwaye *Palahala*, nayo hutumika kuwaita watu wa kuwajulisha kuwa kuna michezo ya *Rereda* na *Ridede*, pia, hutumika kuwaita *Wazama* wakutane.
   b. *Nyarobanga* – Hiyo huwa ni pembe ya kuro, pofu, au nyati ambayo hutumia kuwaita watu kwenda kwenye kilimo cha ushirika, kazi za pamoja au watu wajumuike pamoja. Na pia wawindaji hutumia kujulisha kuwa wako tayari kuwaleta wanyama kwenye kamba zao walizowatega wanyama hao.
   c. *Ekehembe* – Hiyo ni pembe ndogo ya wanyama wadogo hasa swala tomi, nayo hutumika kuwaita watu kwenye uwindaji wa wanyama wadogo (*enyahuhu*), kuita watu waende kuchukua nyama porini au kusaidia wawindaji kubeba nyama wazilete nyumbani. Pia hutumiwa na vijana kuitana kwenye shughuli zao za ushirika na michezo wao wa *ndono*.
4. Ishara – Hiyo kuwa ni njia mojawapo ya kuwasiliana au kupashana ujumbe fulani kwa mfano kijana au mtu anapokwenda kuposa anaweka kipande cha tumbako kwenye mkuki na kuingilia kupitia mlango unaoingilia kwenye zizi la wanyama wafugwao.

Imani

Kuhusu imani, Jamii ya Waikizu wa zamani waliamini kuwa kulikuwa na Mungu mmoja tu waliyemuita *Iryoba*, yaani Jua, akiwa na msaidizi wake *Umweli*, yaani Mwezi. Nyota ni watumishi au malaika wakiwa na viongozi wao wakubwa wawili waitwao *Sonda*, yaani Nyota ya Asubuhi na *Ndemera*, yaani Kilimia. Nyota zingine zote ni malaika waolinda roho za bindadamu viumbe wa Mungu Mkuu Jua. Jamii ya Kiikizu inaamini kuwa kila mtu ana malaika wawili wanaomlinda.

Communication

Communication means taking news or a message from one area to another, or from one group in the community to a group in another area concerned with this message. The Ikizu community used the following means to communicate.

1. Danger – When something bad or dangerous happened an alarm call was sounded to call people together quickly at the place where the call began or another previously chosen spot (*kuchandaro*).
2. Message – Normally a message was taken by a young man or someone else specially chosen. The message was taken personally, face to face.
3. Horn – There were three different kind of horns for communication used by the Ikizu people
   a. *Enzobe* – This was a horn made from the horn of an animal called the Kudu. It was used to call people and inform them when there would be a *Rereda* or a *Ridede* dance. It was also used to call the *Wazama* (generation-set in power) for a meeting.
   b. *Nyarobanga* – This instrument is made from the horn of a waterbuck, eland or buffalo. It is used to call people for cooperative farming, other cooperative work or to gather together. Hunters use it to inform the others that they are ready to drive the animals into the traps that are made ready to receive the animals.
   c. *Ekehembe* – This is a small horn from the smaller animals such as the Thompson's Gazelle, and is used to call people who are hunting small game together (*enyahuhu*), to call people to come take the meat in the bush or to help the hunters carry the meat home. It is also used by the youth to call each other for their various cooperative work or for dances (*ndono*).
4. Sign Language – This is one means of communication for giving messages by actions. For example, a young man who goes to propose marriage at the girl's home puts a bundle of tobacco on the end of his spear and enters the girl's homestead through the door to the livestock corral.

Faith

Concerning faith, the Ikizu community in the past believed that there was only one God, whom they called *Iryoba*, meaning the sun, whose helper was *Umweli*, the moon. The stars are servants or angels, led by their elders, *Sonda*, or the morning star, and *Ndemera*, the Pleiades. The rest of the stars are angels who guard people's spirits, created by the great God, the Sun. The Ikizu people believed that each person has two angels who protect him.

Mizimwi

Mizimwi ni viongozi wa kwanza maalum ambao Jamii ya Kiikizu inaamini walikuwa manabii ambao walitumwa na Mungu kuja kuongoza jamii au ukoo fulani katika sehemu fulani wakitoa maagizo na maelekeo kuwa wakiondoka jamii ifanye nini katika kuwasiliano nao katika shida zao. Hao manabii hawakufa na kuzikwa ila walitoweka tu, na jamii zinazohusika ziliachiwa maagizo kuheshimu na kutambikia sehemu wazi walipokuwa wakiishi.

Mizimwi hiyo inayoitwa na wahusika *misambwa* na sehemu ilipo ni kama ilivyopangwa kwenye jedwali lifuatalo:

Chamuriho Mountain.

Spirits

The spirits are the special original leaders that the Ikizu community believes were prophets sent by God to come and lead the whole people or a particular lineage in a particular place by giving instructions and directions for solving their common problems after the prophet was gone. These prophets did not die and were not buried, they simply disappeared. The community involved was left with instructions on how to honor the prophets by making offerings to them at that spot where they lived.

These spirits, who are called the *misambwa,* and the places where they rest are listed as follows on the chart below:[133]

P.M. Mturi, Nybogesi Nyaing'asa, Warioba Mabusi, Ibrahim Giratiba Wana at Isamongo, 16 August 1995 (see p. 60-64).

MIZIMWI (SPIRITS)	MAHALI (PLACE)	JAMII WANAO-UABUDU (DESCENT GROUP)	MAELEZO (EXPLANATION)
1. Chamuriho	Mariwanda	Abakombogere Abazahya	Jemadari Muriho alipofikia. (When General Muriho arrived.)
2. Nyakame	Kilinero	Abazahya Abakombogere	Ni vituo vitano ambavyo Jemadari Muriho aliweka mizimwi kama nyoka na kuzindika katika vita yake dhidi ya Mbilikimo.
3. Chawisingi	Kilinero	Abazahya Abakombogere	(These are the five places where General Muriho planted the spirits, like snakes, and the protection medicines during the war against the Mbilikimo.)
4. Mosanga	Mariwanda	Abazahya Abakombogere	
5. Keboro - Gota	Mariwanda	Abazahya Abakombogere	
6. Itaho na Kwaro	Mariwanda	Abazahya Abakombogere	
7.Nyacha - Ngawiburi	Kilinero	Abazahya Abakombogere	Ni mwanamke aliyekwenda kuabudu Chamuriho ili azae, Muriho akamgeuza mzimwi ili naye watu wamuabudu. (This is the woman who went to propitiate Chamuriho so that she could give birth. Muriho turned her into a spirit that others would propitiate.)
8. Korong'we	Kilinero	Abazahya Abakombogere	Kituo cha matambiko cha Muriho wakati akiwa Rusambisambi. (The place where Muriho stayed while at Rosambisambi.)
9. Irarya	Boraze	Abaraze	Mtu aliyetoka Busweta akajenga kando ya Mto Irarya pakawa mahali pa wafuasi wake kutambikia. (A man who came from Busweta and built near to the Irarya River, this became the place where his followers propitiate his spirit.)
10. Nyakinywa	Boraze	Abaraze	Huyo alikuwa Mtemi wa kwanza mwanamke toka Kanadi. (This is the first Chief, a woman from Kanadi.)
11. Bunuri	Kihumbu	Abaraze, Wafuasi wa Masase na Megabe	Ni mwanamke aliyetoka Dutwa akiwa mhuunzi aliyekaribishwa na Nyakinywa akajenga miji na akawa mzimwi. (This is a woman from Dutwa, a blacksmith who was invited by Nyakinywa to build her home and she became a spirit.)

12. Abana ba Webiro	Kihumbu	Abahemba	Ni mtu toka Ngoreme aliyetua tua pale akiwa na dada yake Magori kabla ya kwenda Sizaki. (This is an Ngoreme man who settled there with his sister Magori before going on to Sizaki.)
13. Mahgu na Wekwe	Kilinero	Abakombogero (Migiro)	Alikuwa mtu-chui kwa Mazingyombwe aliyokuwa akijifanyia. (He became a leopard-man from the magic power he performed for himself.)
14. Masenza	Sarama A	Abazahya na Abamwanza	Alitokea Geita alikuwa Mhunzi. (He was a blacksmith from Geita)
15. Chamtigiti wa Yeka ni Isaka	Nyamanguta Hunyari	Abagitiga Abazera	Alitoka Sonzo Arusha akiwa na kundi lake wakiwa na kondoo na kunde. (He was from Sonjo, Arusha and came with his followers bringing sheep and kunde beans.)
16. Ngazi	Nyamanguta Hunyari	Abagitiga Abazera	Alitokea Sonjo akifuatia wenzake waliotangulia i.e. Chamtigiti. (He came from Sonjo following those who came before, Chamtigiti)
17. Mabura	Nyamang'uta	Abazera Abagitiga	Ni Mzahya aliyetokea Sukuma na kundi lake akajiunga na kundi la Ngazi. (A Zahya clan member from Sukuma and his followers who joined with the Ngazi group.)
18. Giziba	Mariwanda	Abazera Abagitiga	Alitokea Sonjo na kundi lake kama watangulizi wake alizaliwa anasema. (He came from Sonjo with his followers as did those who preceeded him.)
19. Chabwasi	Nyamuswa	Wasegwe (Magembe)	Alitokea Buzira yombo Biharamulo na watu wake. (He came from Buzira in Biharamulo with his people.)
20. Nyambobe	Sarama Kati	Wahemba	Alikuwa mwanamke Mluo, alikuja kwa mtumbwi akiwa na viazi, ndizi n.k. (She was a Luo woman who came with a boat, sweet potatoes and bananas.)
21. Nyitonyi na Nyibwe	Kitale	Abamangi Wamwanza	Alitokea Busegwe wa Ukoo wa Nyawaminza. (He came from Busegwe of the clan of Nyawaminza.)

Mizimwi Ya Babu

Waikizu wa awali walikuwa waamini kabisa kuwa mtu anapokufa siyo mwisho wake hapo duniani. Mwili unaoza na kuwa udongo lakini roho na malaika wake wabaki hapo kaburini wakiwa tayari kuwasiliana na wajukuu wa marehemu kwa ujumbe atakao marehemu. Kwa mfano marehemu atataka mtoto fulani apewe jina lake, apewe pombe, apaliliwe kaburi lake, n.k.

Kwa kawaida, kabla ya mtu kwenda kutambikia mizimwi mikuu au kwenye kaburi la babu yake, huenda kwa mganga au nabii kutazamia jambo linalomkera au kumwandama. Mganga humwambia mambo yote kuhusu mizimwi au baba yake kama anatakiwa aende kutambikia, vitu vinavyotakiwa aende navyo kufanya kafara kaburini au sehemu inayojulikana ya mzimwi huo. Vitu kama asali, mafuta, kondoo mweusi, ng'ombe, nguo za kuvaa njiani na mambo ya kutenda au kutotenda akiwa njiani kwenda kutambikia au akiwa anarudi nyumbani baada ya matambiko.

Zesega

Zesega ni malika au vizazi vilivyopita ambavyo vilipewa majina tokana na matukio muhimu waliyowapata jamii ya Waikizu walioishi baada ya kukamilika kwa maingilio ya watu toka sehemu mbalimbali.

Inakuwa vigumu kujua kikamilifu miaka yenyewe wakati vizazi hivyo vilipokuwa vinaishi. Ifuatayo ni majina za vizazi venyewe na maelezo ya matukio yaliyofanya wakapewa majina hiyo:

Spirits of the Ancestors

Ikizu people in the past believed that when a man dies it is not the end of his life here on earth. His body rots and becomes earth but his spirit and his guardian angel stay at the grave, ready to communicate with his grandchildren. For example, the deceased may decide that he wants someone to be named after him, or wants them to give him some beer, or clean his grave.

Normally, before someone goes to make an offering to the great spirits or at the grave of his grandfather, he goes to a healer or a prophet to find out what is bothering or troubling him. The healer tells him whether the spirits or his grandfather want him to come and make an offering and what kinds of things they want him to bring to make his offering at the gravesite or at the place where the spirits dwell. The prophet tells the man to take things like honey, butter, a black sheep, a cow and certain traveling clothes. There are also other things that he must do or avoid on the trip to make the offering or after he returns to his home.

The Age-Sets (Zesega)

Zesega are the age-sets that are given names in accordance with important events that happened in Ikizu after they were unified with people coming in from many different places and joining them.

It is difficult to know for sure the dates when each of these different age-sets lived. The following is a list of the names of the age-sets and an explanation of the events which led to their names:[134]

Mtemi Adamu Matutu, Warioba Mabusi, Nybogesi Nyaing'asa, Wilson Wanusu, Godfrey Mayai Matutu, Mturi Wesaka, Joseph M. Nyaganza, Ikota W. Mwisagita, Kibiriti Kekang'a, makongoro Wamburu, P.M. Mturi, Ikizu Elders at the grave of Nyakinywa, Gaka, 31 August 1995.

KIZAZI (AGE-SET)	MIAKA KILIO-ISHI (YEAR)	MAELEZO KUHUSU JINA AU KIZAZI HICHO (EXPLANATION OF THE NAME OF THE AGE-SET)
1. Abaamahingora	1790	Kizazi cha watu wenye nguvu na wachapa kazi. (The generation of people with strength to do much work.)
2. Gematenya	1800	Kizazi kilichofuatia cha watu hodari na walionyesha uhodari popote walipotumwa. (The generation of energetic people who demonstrated their strength wherever they were sent.)
3. Abasagenda Umushagenda	1810	Walikuwa wadadisi hodari wa mambo ambayo yaliikabili nchi. (They were people who were inquisitive about the problems of the land.)
4. Abamegona	1820	Kizazi cha mashujaa waliopambana na maadui vizuri uwanjani. (The generation of brave people who fought the enemy on the battlefield.)
5. Masarong'ida	1830	Kizazi cha warembo na wacheza michezo na ng'oma vizuri. (The generation who were known for their ornamentation and good dancing.)
6. Abamera	1840	Chatokana na vijana waliotembelea Mera ya Tarime wakaona uhodari wao, nao wakajiita jina hilo. (Their name comes from the youth who visited the Mera of Tarime and seeing their courage called themselves by the same name.)[135]
7. Abagesa	1850	Kizazi hodari kilichoshinda maadui kabisa na kikawa wakulima hodari. (The generation which had victory over their enemies and were expert farmers.)
8. Abanzahya	1860	Kizazi hodari waliotumia upinde na mishale na waliokomesha maadui kuja Ikizu kuishambulia. (The generation who used the bow and arrow and stopped their enemies from attacking Ikizu.)
9. Abakehoza	1870	Kazazi kilichorudisha ng'ombe walioibiwa mbali walipowapitisha Ikizu kiliwafuatia na kuwachukua. (The generation which brought back the cattle which were stolen from far away. They followed and took the cattle when they passed through Ikizu.)

10. Abamaruru	1880	Kilikuwa kizazi cha watu wapole wacheza ngoma na warembo. (The generation known for its gentle people who danced and decorated themselves.)
11. Abagaya	1890	Kizazi kilichofuata baada ya Mtemi Matutu kuita askari wa Kiluo kuzima uasi nchini. (The generation who came after Mtemi Matutu who called the Luo soldiers to come put down the rebellion in the country.[136])
12. Abanyangare	1900	Kizazi cha wapenda amani na ndio walioleta ngoma Obonyangare. (The generation who loved peace and introduced the Obonyangare dance.)
13. Abatumeka	1910	Kizazi cha watu hodari wauaji wa simba. (The generation who were experts in killing lions.)
14. Abanyawara	1920	Walitokea wapanya kubwa toka Ngoreme waliokula panya wengine waliokuwepo na kuwamaliza, hivyo kizazi kikaitwa hivyo. (They are called this because many large rats came from Ngoreme and they are the ones who ate them and finished them off.)
15. Kikukura	1930	Walitokea balaa la watoto wa nzige walioshambulia mazao shambani vibaya hivyo kizazi hicho kikaitwa hivyo na Mtemi Makongoro. (This is the generation when the locust destroyed the crops in the field, they were given this name by Mtemi Makongoro.)
16. Abarelangera	1940	Ni kizazi cha vijana hodari waliosomba mchanga malamboni wakiwa na nia mchanga uliochimbwa usibakie siku hiyo, kwa sababu hivyo wakati jina hilo lenye 'usibakiza kitu.' (This is the generation of strong youth who dug the ponds in one day, leaving no dirt in the bottem, for that reason they were called 'don't leave any.')
17. Mgambo	1950	Kizazi na rika la watu waliochukua mafunzo ya kijeshi ya sasa wawe tayari kulinda nchi na mipaka yake. (The generation who received training in the army so that they would be ready to guard the nation and their borders.)

SEHEMU YA PILI
HISTORIA YA SIZAKI NA WASIZAKI

Historia ya jamii ni kumbukumbu ya kabila au taifa fulani kwa jinsi ilivyoanza na maendeleo yake kwa vizazi vijavyo. Kama mtu haelewi historia ya kabila lake au taifa lake mtu wa namna hiyo mara nyingi huitwa si mzalendo wa sehemu hiyo.

Nimeandika historia hii kwa msaada wa wazee wafuatao ili kuhakikisha kuwa ni kweli nao ni hawa wafuatao:

Sumuni Sirinde toka Itabe
Tangazo Mazowa toka Iku
Daniel Saranga toka Iku
Matata Kirondera toka Iku
Daniel Marugo toka Kigienga
Zarubeli Isaboke toka Kigienga
Ndekero Matuliga toka Chamgunye
E. Marinda Chamliho toka Changuge
Kinyunyi Masagija toka Changuge
S. M. Sanzagah toka Iku
S. P. Taraba toka Iku

Makabila ya Tanzania yana mafungu makuu mawili ambayo ni Wabantu na Wahamitic. Wabantu nao twawatenga hivi: a) Wabantu wazee, b) Wabantu vijana. Wabantu wazee ndio waliotoa Mbilikimo. Wabantu vijana ambao walitoka kaskazini ya Afrika, nao waliingia Tanganyika kwa njia mbili. Kwanza upande wa Magharibi ya Mto Naili, pili upande wa Mashariki ya Mto Naili. Walioingia toka Magharibi ya Mto Naili walienea Uganda, Bukoba, Kasulu, Kibondo, Kigoma na Ufipa. Walioingilia mashariki ya Mto Naili walienea Kenya, Kikuyu, Musoma, na jimbo la kati Dodoma.

Asili ya Wasizaki

Asili ya Wasizaki ni katika maingilio ya mashariki ya Mto Naili. Watu hawa ndio walioingia pamoja na makabila mengine ya Musoma kwa pamoja, isipokuwa Wajita waliingilia upande wa magharibi nao walikuja kwa njia ya ziwa. Makabila ya Musoma yaliingia kwa vikosi vya hatua kwa hatua. Inasemekana kuwa watu walifia njiani kwa ajili ya njaa. Kwa hiyo iliwapasa kula mizoga ya wanyama wa misituni. Waliambukizwa ugonjwa wa sotoka, nao walikufa kwa wingi sana. Kwa hiyo waliingia Musoma wakiwa wachache.

PART II
THE HISTORY OF SIZAKI AND THE SIZAKI PEOPLE

The history of the people is the heritage of a certain tribe or nation, how it began and its development in the following generations. If a person does not understand the history of his tribe or nation he cannot truly be called a native of his country.

I have written this history with the help of the following who confirmed the truth of this history, and they are:

Sumuni Sirinde from Itabe
Tangazo Mazowa from Iku
Daniel Saranga from Iku
Matata Kirondera from Iku
Daniel Marugo from Kigienga
Zarubeli Isaboke from Kigienga
Ndekero Matuliga from Chamgunye
E. Marinda Chamliho from Changuge
Kinyunyi Masagija from Changuge
S. M. Sanzagah from Iku
S. P. Taraba from Iku

The tribes of Tanzania can be divided into two sections, the Bantu and the Hamitic peoples. The Bantu can also be divided into two sections, 1) the ancestral Bantu and 2) the contemporary Bantu. The Mbilikimo are part of the ancestral Bantu.[137] The contemporary Bantu are those who came from northern Africa and arrived in Tanganyika by two paths. The first one was on the west, by the Nile River, the second to the east of the Nile River. Those who came from the west of the Nile River spread out over Uganda, Bukoba, Kasulu, Kibondo, Kigoma and Ufipa. Those who came on the east side of the Nile River spread out over Kenya, Kikuyu, Musoma and Dodoma.[138]

Origins of the Sizaki people

The origins of the Sizaki people lie with those who followed the east side of the Nile River. They came together with other Musoma tribes, except for the Jita, who came on the west side, traveling by the lake.[139] The tribes of Musoma entered the region slowly, over time. It is said that the people often died on the road from hunger. They often had to eat carcasses of wild animals. They were infected with venereal disease and many died. Therefore by the time they entered Musoma there were few left.[140] You will see that all of the Musoma

Utaona makabila yote ya Musoma yaana uhusiano sana kwa desturi, mila na lugha, utatambua kwa maneno – *Mura, Tata, Warere, Waraye, Wareri*, n.k. Pia ngoma zao *Mbegete* hutumika pote na *Ndongo* pia hutumika pote Musoma pamoja na makabila yote, yaani mila zao nzuri ni nyangi na kutahiri. Ingawa wengine hutahiri wake kwa waume, na wengine hutahiri wanaume tu.

Wasizaki Kuingia Sizaki

Watu hawa Wasizaki ni katika uzao wa watu watatu wa tumbo moja waliokaa Tegeruka: nao ni Mugwasi, Gibayi, na Moke. Mugwasi alizaa watoto wengi wakiume na wakike. Mtoto mkubwa aliitwa Musiza, kwa kuwa Musiza hakupendwa na baba yake kwa hiyo alikata shauri kuhama pale kwao Tegeruka. Alichukua mkuki, mundu na mbwa wawili akaenda katika mapori ya Komesi, kwani aliikuwa mwindaji. Siku moja alikutana na mwanamke mmoja wa Kikerewe ambaye alikuwa akienda Komesi kuabudu. Hawa watu wawili walisikilizana na kukubaliana wakaoana. Inasemekana kuwa Musiza alizaa watoto wanne nao ni: Mukwaya, Mbogora, Mahemba, na Mugwasi. Musiza alikuwa mwindaji wa tembo, faru, mbogo, simba na chui. Siku moja alitoka mjini mwake, akaenda kuwinda na aliuawa na Tembo. Taarifa haikuwafikia familia yake.

Nantare, ndilo lilikuwa jina la mkewe Musiza, baada ya kungojea kwa muda mrefu walikata tamaa na kujua mumewe amekufa. Kwa hiyo walihama na kutafuta makao mapya, walitua karibu na kijito. Makao haya mapya yaliwapendeza kwa ajili ya rutuba na hali yake, kwa hiyo wakapaita Sizaki, kwa ukumbusho wa Musiza na pili wametangulia kufika pale. Watoto hao walilelewa na kukuzwa, wakazaa na kuongezeka. Nantare alikuwa mjuzi wa Uganga wa kila aina, karibu ya kufa kwake alianza kuwapa wanae uganga wa aina mbalimbali.

Mukwaya ambaye alikuwa mwanamke na kipenzi kwa mama yake alipewa uganga wa kuleta mvua na utabiri wa mambo ya baadaye. Mahemba alifundishwa zindiko la mashamba ya vyakula yasishambuliwe na wadudu. Mbogora alipewa dawa ya zindiko la nchi kwa kutoshambuliwa na maadui (*orokoba*). Mwasi alifundishwa dawa ya kupandia mbegu mashambani.

Siku moja Nantare aliwaita ili awape mamlaka ya nchi. Kila mmoja aliambiwa afanye majaribio ya dawa ambaye amefundishwa. Mukwaya alifanya majaribio ya kuleta mvua. Mvua ilinyesha sana na watu wakampenda, hivyo akapewa utawala, kwa desturi alipelekwa karibu na Ziwa huko Nyabehu. Mukwaya alitawazwa kuwa mkuu wa nchi ya Iku. Na baada ya Mukwaya kutawazwa aliwagawia nduguze nchi kama ifuatavyo:

tribes are closely related in culture, custom and language. This is demonstrated by common words such as the greeting for 'comrade,' 'father,' and many others. Also the dances such as *Mbegete* and *Ndongo* are found everywhere in the region. The important customs of the eldership titles and circumcision are shared, even though some circumcise both male and female and some only male.

How the Sizaki Came to Sizaki

The Sizaki are the descendants of three siblings who lived in Tegeruka – Mugwasi, Gibayi and Moke. Mugwasi gave birth to many children, boys and girls. The eldest was named Musiza. Because his father did not love him Musiza decided to move away from Tegeruka. He took a spear, a sickle and two dogs and moved to the wilderness of Komesi to become a hunter. One day he met a woman from Kikerewe who was going to Komesi to propitiate the spirit. These two people came to an understanding and agreed to get married.[141] It is said that Musiza fathered four children, Mukwaya, Mbogora, Mahemba, and Mugwasi.[142] Musiza was a hunter of elephant, rhinocerous, buffalo, lion and leopard.[143] One day he left his house and went to hunt and an elephant killed him. This news did not reach his family.

Nantare, the wife of Musiza, waited for him for a long time before she gave up and decided that her husband must be dead. The family then left looking for a new home and stopped near to a stream. This new home pleased them because of the fertile soil and the good climate, so they called it 'Sizaki' in memory of Musiza and also because they had first come there. The children grew up and multiplied. Nantare was a specialist in all kinds of healing and before she died she taught her children these various medicines.

Mukwaya was the daugter best loved by her mother, she was given the medicines to bring rain and to prophecy the future. Mahemba was taught to encircle the fields with protection medicines so the crops would not be eaten by insects. Mbogora was given the medicines to protect the land from enemies (*orokoba*). Mwasi was taught the medicines for planting crops in the fields.

One day Nantare called them together to give them authority over the land.[144] Each one was asked to demonstrate the medicines they had been given. Mukwaya tried to bring the rain. It rained hard and the people loved her. Therefore she was installed into office, by custom near to the lake at Nyabehu. Mukwaya was made leader of the country of Iku. After she became chief the land was divided out among her siblings as follows:

1. Iku ni ya Mukwaya ndio ukoo wa Bakwaya,
2. Itabi alipewa Mbogora ndio ukoo wa Bakombogere Abazahya.
3. Chamgunye alipewa Ido ndio ukoo wa Basegwe Bamagembe.
4. Kiginga alipewa Mwasi ndio ukoo wa Bamwanza.
5. Changuge alipewa Mahemba ndio ukoo wa Buhemba.

Nyangi

Wasizaki wana mila zingine sawa na makabila mengine ya Musoma ambayo
huitwa hamati, *Hamati*, ni Ukoo wa upande wa pamoja, upande wa mama
ambao kusudi lao kubwa ni kama mtu amefanya matatizo fulani kwa bahati
mbaya analazimika kulipa fidia kubwa. Watu wa ukoo wake hukaa na
kuchanga vitu au mali hiyo kuweza kulipa deni hilo. Koo hizo zimegawanyika
mafungu makuu mawili. Na kila fungu lina sehemu nne, nazo ni:

1. Abakwaya ambao ni ukoo wa Mukwaya
2. Abakombogere ndio ukoo wa Mbogora
3. Abasegwe Bamagembe ndio ukoo wa Ido
4. Abamwanza ndio ukoo wa Mwasi
5. Abahemba ndio ukoo wa Mahemba

Kwa kuwa waliweza kuoana baadaye zilijitokeza koo zingine kama vile
Abazera, Abakitige na Abatuguri. Kwa hiyo utaona kila fungu kuu limepata
mafungu madogo kama ifuatyo: Abakwaya, Abahemba, Abasegwe, Abakitiga,
Abakombogere, Abamwanza, Abatuguri na Abasegwe Abamanzi. Kwa hiyo
kila kundi lina mambo yake mbali na kufanya mikutano yao kulipia madeni au
fidia zitakazojitokeza katika upande wake bila kuingilia kundi lingine. Na
kama mtu amefariki dunia jamaa za marehemu hutoa ng'ombe mmoja kwa
kundi hilo, huzika na huitwa *Amarero*. Ng'ombe hiyo huchinjwa na kugawana
nyama jamaa wote wa kundi hilo. Pia Wasizaki wanazo desturi zingine sawa
na Wazanaki wa Mkoa wa Mara, nazo ni *Rikora* au *Marika*. Haya
yamegawanyika mafungu makuu mawili na kila fungu lina kizazi vinne:

A. *Zuma*
   1. Mzuma
   2. Mgibasa
   3. Mgini
   4. Munyange
B. *Saai*
   1. Musaai
   2. Munyambureti
   3. Mugamnyari
   4. Mumena

1. Iku remained under Mukwaya and the clan of Kwaya.[145]
2. Mbogora was given to Itabi and the clan of Kombogere Zahya.[146]
3. Ido was given to Chamgunya and the clan of Segwe Magembe.
4. Mwasi was given to Kiginga and the clan of Mwanza.
5. Mahemba was given to Changuge and the clan of Hemba.

Eldership titles

Many of the customs of the Sizaki are the same as the other tribes of Musoma that have matrilineal clans called *Hamati* descended on the mother's side. The main purpose of the *Hamati* is assistance in cases where a man might be fined for a wrong doing against others. The people of his descent group sit together and collect enough to cover his fine through donations. These clans are divided into two large groups.[147] Each group then has four sections, that are:

1. The Kwaya or the clan of Mukwaya
2. The Kombogere or the clan of Mbogora
3. The Segwe Magembe or the clan of Ido
4. The Mwanza or the clan of Mwasi
5. The Hemba or the clan of Mahemba

Because the clans were able to intermarry, other descent groups arose such as the Zera, Kitige and Tuguri. So you will see that each clan is divided into smaller descent groups such as: Kwaya, Hemba, Segwe, Kitiga, Kombogere, Mwanza, Tuguri and Segwe Manzi. Each group has its own affairs and meets together to pay their members' fines or debts without involving other groups. If a man dies his family gives one cow, called the *Amarero,* to this descent group at the burial. This cow is butchered and the meat is divided out among everyone from this descent group. The Sizaki also have other customs similar to the Zanaki in the Mara Region such as the *Rikora or Marika* (generation-set or age-set). The generation-sets are divided into two large groups and each group has four sections as follows:

A. *Zuma*
    1. Mzuma
    2. Mgibasa
    3. Mgini
    4. Munyange
B. *Saai*
    1. Musaai
    2. Munyambureti
    3. Mugamnyari
    4. Mumena

Kila rika hushugulikia mambo yote ya nchi kama usalama, ulinzi, kilimo, zindiko la nchi, kutafuta mvua, amani ya nchi, n.k. Kila rika linachukua mamlaka kwa kipindi cha miaka minane (8) hatimaye linaachia rika linalofuata kwa kipindi kijacho, kwa kupokezana. Rika ambalo linaacha shuguli huitwa *kung'atuka,* na rika ambalo linachukua madaraka huitwa *kutomera* au kuapishwa rasimi.

Wasizaki pia wanafanya *Nyangi* kama makabila mengine ya Musoma. Nyangi ni cheo cha heshima ambayo mtu hupewa baada ya kuwa ametimiza mambo yote kufikia ngazi au daraja hilo. Mtoto alipofikia umri kati ya miaka 14-16 hutahiriwa. Baada ya kutahiriwa kama ni wa kiume hufanyikwa *Omosero* na baadaye *Borano* na mwisho *Ikikwera,* hapo huitwa *Momakono.* Na kama ni msichana baada ya kutahiriwa hufanyiwa *Ikibisiryo* na hatimaye *Ikyaramero* na *Ikikwera* na huitwa *Musubati.* Kwa muda huo wote mvulana hupewa mafunzo na wazee wa kiume na msichana hupewa mafunzo na wazee wa kike kuhusu tabia njema, heshima kwa wakuu pamoja na kufanya kazi kwa bidii. Nyangi inazo idara au sehemu kama zifuatayo:

1. *Rusarange* – Idara hii ndio idara ya kwanza mtu ambaye anapenda kuhitimu mila na desturi za Kisizaki. Mtu akitaka kuingia hutoa ng'ombe moja na shs. 25/=. Ng'ombe huchinjwa nyama hugawana wazee wahusika.
2. *Bukurirwa* – Hii ni hatua ya pili mtu akifikia hapo hutengeneza pombe na maksai ya mbuzi na baadaye hupewa fimbo ya mti maalam kuonyesha amefikia ngazi hiyo.
3. *Ikisi* – Hii ni hatua ya tatu ambayo mtu hutengeneza pombe ya mikenge na kuita wazee wahusika na baadaye humpa shahada ya mkia wa ng'ombe mweusi, pamoja na mfuko wa ngozi kama kielelezo.
4. *Ekerang'ani* – Hii ni hatua ya mwisho mtu hutoa pombe na mbuzi na hatimaye hupewa chuma cheusi mkono wa kulia na huitwa *Mokerang'ani.* Anayepewa kufikia ngazi hii huwa kwanza amezaa na mtoto wake naye amezaa. Kwa hiyo ana mjukuu na mke wake huvaa mfupa shingoni ndiyo shahaba ya kuonyesha amepata mjukuu. Wasizaki wanaelewa kuwa mke na bwana ni kitu kimoja, bwana anapokuwa anafanyiwa mitambiko hiyo huenda sambamba na mkewe, maana anatoa vitu na wanafanyiwa mitambiko pamoja na mkewe.
5. *Ekebage* – Kuna sehemu zingine au idara zingine ambazo ni kubwa zaidi ya hapo ambazo ni *Ekebage.* Mtu akitaka kuingia katika sehemu hii kwanza ni lazima achaguliwe na kukubaliwa na umma kufuatana na tabia au mwenendo wake. Kama anafaa, baadaye hukubaliwa kutengeneza pombe nyingi na umma huitumia kunywa na kula chakula na baadaye wanamwapisha na kumpa cheo cha *Omokebage.* Na shughuli yake ni kuwafanyia vijana tohara wakishirikiana na wazee *Abakise* na *Abamakono.*
6. *Mchero* – Sehemu nyingine ambayo ni kubwa zaidi kuliko zote ni *Mchero.* Mtu akitaka kuingia sehemu hii kwanza lazima achaguliwe na kukubaliwa

Each generation-set takes care of everything in the country, such as peace, security, agriculture, protection medicines for the land, rain and the peace of the land. Each generation-set takes authority for a period of eight years and then turns it over to the next generation-set for the next period, and back and forth between Zuma and Saai. The retiring generation is called *kung'atuka* and the one coming in is called *kutomera* or to swear into office.

The Sizaki also take eldership titles, similiar to other Musoma tribes. *Nyangi* is a rank of respect that a man takes after he has fulfilled certain requirements necessary to atain this title. When a child reaches the ages of 14-16 years he is circumcised. After circumcision a man takes the *Omosero* and later the *Borano* rank. Lastly, with the *Ikikwera* rank he is called *Momakono*. In the case of a girl, after she is circumcised she takes the *Ikibisiryo*, the *Ikyaramero* and the *Ikikwera*, then she is called *Musubati*. During this entire period a boy is taught by his elders and a girl by elderly women concerning good character, respect for elders and working hard. These *nyangi* ranks are divided into the following titles as follows:

1. *Rusarange* – This rank is the first step for a man wanting to complete the traditions and customs of the Sizaki. One must pay a cow and 25 shillings for this title. A cow is slaughtered and divided among the elders of that rank.
2. *Bukurirwa* – This is the second step in which a man makes beer and slaughters a male goat. He is given a walking stick of a certain kind of wood to show that he has reached this level.
3. *Ikisi* – This is the third step in which a man makes beer and calls elders of that rank together to drink it with straws. He then receives the sign of the black cow's tail, together with a leather bag.
4. *Ekerang'ani* – This is the last step. A man gives beer and a goat in order to receive the black iron armband and the name of *Mokerang'ani*. One cannot reach this rank until he has a grandchild. Once he has a grandchild his wife wears a bone necklace that is the sign of a grandmother. The Sizaki understand that a man and his wife are one. When a man makes an offering he goes together with his wife, meaning that they are making the offering together.
5. *Ekebage* – There is another kind of title that is higher yet, known as the *Ekebage*. If a man wants to attain this title he has to first be chosen and approved by the whole community on the basis of his character and actions. If he is found worthy he must make lots of beer and the community is invited to drink and eat food. Then he swears an oath and is given the title of *Omokebage*. His work is to circumcise the young men together with those in the rank of *Abakise* and *Abamakono*.
6. *Mchero* – Another kind of title, that is more important than all of the others is the *Mchero*. If a man wants to take this title he must be chosen and approved by all the people according to the quality of his leadership. He

na watu wote kwa uongozi wake kama anafaa, awe na tabia nzuri na moyo wa upendo kwa watu. Asiwe mtu wa kuonea au kupendelea. Baada ya kukubaliwa hutengeneza pombe nyingi na ng'ombe kama watano, pombe iwe nyingi ya kutosheleza umma. Ndipo umma huitwa kunywa na baadaye kumwapisha na kumpa nafasi hiyo ya kuitwa *Umuchero*, akipewa shahada ya mkia mweupe, mfuko wa ngozi ya mbuzi na kuvaa meno ya tembo mkononi. Kwanza kufikia ngazi hiyo awe amepitia ngazi zote. Na kama hamna uwezo wa mali na amechaguliwa kushika nafasi hiyo watu wanaweza kumchangia kiasi ambacho amepungukiwa. Shughuli yake ni kusimamia na kuongoza shughuli zote za nyangi kama ndiye kiongozi mkuu na kuwakabidhi shahaba wanazofikia.

Mipaka ya Sizaki

Kila nchi huwa na mipaka yake, kwa hiyo nchi ya Sizaki ina mipaka kama ifuatavyo:

1. Kusina ni Mto wa Barageti ambao ni mpaka kati ya Sizaki na Usukuma, ambao unaingia katika Ziwa Nyanza.
2. Magharibi ni Mto Nyantare na Isayenge ambao ni mpaka kati ya Ukerewe na Sizaki. Pia Mto Sizaki, huu ni Mto Mbubu ni mpaka kati ya Sizaki na Majita.
3. Kaskazini ni Mto Suguti ambao ni mpaka kati ya Sizaki na Ikizu.
4. Mashariki ni Mbuga ya Serengeti.

Kifo

Kama kifo kimetokea kwa mzee ambaye amemaliza mila zote na kuhitimu, kabla ya mazishi lazima awepo mzee mwingine ambaye anafikiwa ngazi hiyo wakati wa mazishi. Kaburi huchimbwa kama kawaida. Kazi ya mzee huyo ni kutengeneza kiti cha kumketisha marehemu kaburini na ng'ombe kuchinjwa na ngozi kumfunika marehemu, ndio sanda yake marehemu ya heshima. Maiti huzikwa amekaa kitini, akielekea mashariki ambako anaamini ndiko alikotokea. Vilevile marehemu hutunzwa shahada za heshima na watoto na wajukuu humpaka mafuta kama heshima ya mara ya mwisho. Shughuli hizo hutengenezwa kwa mzee mwanaume. Na kama ni mwanamke hulalia mkono wa kushoto na kufunikwa ngozi. Nyama ya ng'ombe aliyechinjwa hugawana wote waliokuwapo baada ya mazishi. Wasizaki hawaamini kuwa mtu akifa anapotea kabisa. Bali wanaamini wanazika nyama, moyo unabaki. Kwani wasipotimiza hayo anaweza kuwasumbua wajukuu na watoto wake siku za baadaye.

must have a good character and a heart of love for the people. He cannot be jealous or play favorites. After approval he makes a lot of beer, enough to satisfy the crowd, and slaughters about five cows. The whole community is invited to come eat and drink after which he swears an oath and is given the title of *Umuchero,* along with his symbols of rank, the white tail, the goat leather bag and the ivory armbands. Before reaching this stage he must have taken all of the prior ranks in order. If he is chosen for the title by the community but does not have the means to take the office the people can give contributions to cover the costs that he cannot meet. His work is to oversee and lead all of the affairs of the *Nyangi* as he is the head and responsible to present the symbols of rank to those who attain them.

Sizaki boundaries

Each country has its own boundaries, the Sizaki boundaries are as follows:

1. To the South is the Barageti River which is the boundary between Sizaki and Usukuma, extending out to Lake Victoria.
2. To the West is the Nyantare River and Isayenge which is the boundary between Ukerewe and Sizaki. Also the Sizaki River or the Mbubu River is the boundary with Majita.
3. To the North is the Suguti River which is the boundary between Sizaki and Ikizu.
4. To the East is the Serengeti plain.

Death

If a man who has attained all of the eldership ranks dies his funeral must be attended by an elder of the same rank. The grave is dug in the normal manner. The ranking elder must make a stool on which to sit the deceased in his grave and a cow is slaughtered so that its skin can be used to cover the body as his shroud of respect. The corpse is buried sitting on the stool, facing east, the direction from which he first came. Also the symbols of the deceased's office will be kept by his children or grandchildren, who put oil on his body for the last time as a sign of last respect. These steps are taken for a male elder. If the deceased is a women she lies on the left side and is covered with a skin. A cow is slaughtered and divided among everyone present after the burial. The Sizaki do not believe that when a man dies he disappears completely. Rather they believe that the body is buried but the spirit remains. If the survivors do not take all of these steps in the burial the deceased can come back to bother his children and grandchildren.

Urithi

Kwa kawaida anayerithi mali ya marehemu ni ndugu yake upande wa mama na kama hayupo mwipwa wake huwa na haki ya kurithi mali ya mjomba wake. Watoto wake hupewa silaha na zana zingine alizokuwa nazo na mali huchukuliwa na jamaa zake.

Maisha ya Wasizaki

Wasizaki waliweza kuishi kijamaa tangia zamani kwani waliweza kusaidiana kazi kwa pamoja katika taabu, raha na maombolezo. Mtu aliweza kuwaita wenzake wamsaidia kufanya kazi hata baadaye hupikwa chakula au pombe bila malipo ya fedha. Kazi za namna hii huitwa *isaga*. Waliweza kuchunga mifugo pamoja wakipeana zamu kwa zamu. Pia Wasizaki walikuwa wakulima wa ulezi, mtama, karanga, njugumawe, mihogo, kunde, ufuta, maharagwe, vibuyu, maboga, n.k. Pia walikuwa mafundi wa kuogelea waliweza kuten-geneza *gata* na mitego na nyavu kwa kuvulia samaki. Na waliwezi kuten-geneza nyavu za wanyama *zetora*, pia walitumia mikuki na mishale kwa kuwindia wanyama. Waliweza kufanya biashara ya kupeleka vibuyu Sukuma na wakibadilishana majembe kwa matumizi ya kilimo. Pia waliweza kuten-geneza mishale ya sumu, ndio ilikuwa biashara yao kuu, biashara hiyo iliitwa *obotani*.

Zesega

Wasizaki pia wana marika mengine kufuatana na umri kama ifuatayo:
1. Abamahingora. 2. Gemotenya. 3. Abasagenda. 4. Abamegona.
5. Masorogida. 6. Abamera. 7. Abegesa. 8. Abanzalya. 9. Abakehoza.
10. Abamaruru. 11. Abagaya. 12. Abanyangare. 13. Abatumeka.
14. Abanyawara. 15. Ibikukura. 16. Mugambo

Miezi ya Kisizaki

Miezi ya Kisizaki na Kiswahili:

1. Januari	=	*Ritaturi*, wakati wa *ribosa*.
2. Februari	=	*Mohandi Mokoro*, wanamwaga mbegu za ulezi.
3. Machi	=	*Mohandi Munyi*, palizi la ulezi.
4. Aprili	=	*Ikilaburu*, wakati ulezi unakomaa.
5. Mei	=	*Ichero*, kuchimba karanga.
6. Juni	=	*Mabeho*, mavuno ya ulezi.
7. Julai	=	*Ikongora*, kumaliza mavuno.
8. Agosti	=	*Nyasahi*, mwanzo wa michezo.
9. Septemba	=	*Ikyatya*, michezo *Rereda*.

Inheritance

Most commonly a man's wealth is inherited by his brothers (cousins) on his mother's side. If there are none then his nephews (sister's sons) have the right to inherit the wealth of their uncle. His own children inherit his weapons and tools and his family takes the property.

The lives of the Sizaki

The Sizaki have lived together communally since ancient times, meaning that they were able to help each other with cooperative work and in times of trouble, joy or mourning. A man could call his friends to help with some work and then give them food and beer without paying any wages. This kind of work party was called *Isaga*. They were also able to herd their cattle together, taking turns with the herding work. The Sizaki farmed millet, sorghum, peanuts, groundnuts (*njugumawe*), cassava, beans (*kunde*), simsim, beans, gourds and pumpkins. They were expert swimmers and made nets and traps (*gata*) to catch fish. The Sizaki made traps for animals (*zetora*), but also used spears and arrows to hunt animals. They traveled to Sukuma, taking gourds and exchanging them for iron hoes to use in farming. They also made arrow poison; this was their biggest trade, called *obutani*.[148]

*Age-sets (*Zesega*)*

The Sizaki have age-sets which one enters according to age, as follows:[149]
1. Abamahingora. 2. Gemotenya. 3. Abasagenda. 4. Abamegona.
5. Masorogida. 6. Abamera. 7. Abegesa. 8. Abanzalya. 9. Abakehoza.
10. Abamaruru. 11. Abagaya. 12. Abanyangare. 13. Abatumeka.
14. Abanyawara. 15. Ibikukura. 16. Mugambo

The Sizaki months

The Sizaki months are as follows:

1. January   = *Ritaturi*, the time of *ribosa*.
2. February   = *Mohandi Mokoro*, the time to plant millet.
3. March   = *Mohandi Munyi*, the time to weed millet.
4. April   = *Ikilaburu*, the time when millet is ripe.
5. May   = *Ichero*, the time to dig peanuts.
6. June   = *Mabeho*, the time to harvest millet.
7. July   = *Ikongora*, the time to finish the harvest.
8. August   = *Nyasahi*, the beginning of the dances.
9. September = *Ikyatya*, the time of the *Rereda* dance.

10. Oktoba   = *Nyakwiri,* wakati wa tohara.
11. Novemba   = *Eng'iendeka,* mwanzo wa kilimo.
12. Desemba   = *Litabarari,* kupanda karanga.

Michezo

Kulikuwa na michezo wa Wasizaki na Waikizu kama ifuatayo. Michezo hiyo huchezwa kwa muda maalum nayo ni kama – 1. *Rereda,* 2. *Idede,* 3. *Ikinyunyi,* 4. *Obonyangare,* 5. *Rogarya,* 6. *Ndono na Zeze.* Michezo hiyo huchezwa na watu wote wake na waume kwa wakati na baada ya mavuno. *Ubwenga na Edora* ni michezo ambayo huchezwa na wanawake tu. Pia kuna mchezo wa *Ekesa,* huu ni ambao ni wakijasiri, ambao huchezwa baada ya kuua simba au chui, na hata kama baada ya kushambuliwa na maadui toka nje na maadui hao wameshindwa na kuuawa, ndipo mchezo huu unachezwa. Mchezo huu pia huchezwa wake kwa waume. Na hasa upande wa wanawake ambao wamezaa bila kuogopa wanaruhusiwa kuingia kucheza. Na kama akiogopa wakati wa kuzaa haruhusiwi kuingia wala kusogea pale karibu kwa kuwa Wasizaki walikuwa na madawa mengi ya mazindiko, hawa kuweza kuingiliwa na maadui toka nje. Waliweza kuishi na majirani bila bugudha.

Imani

Wasizaki huwa wanaabudu mizumu yao au miungo yao:
Mungure, Bariri, Nyamshora, Kisheka Mwasi wa Bugambo, Bokere, Webiro wa Manyara, Magori, Nyaruga, Kitugi, Wahunda, Inzugu, Itanya, Sunyami, Sikwayi, Nyanzayeka, Nyasaha na Kyatasinge, Waliku Kumesi na Chamogongo, na Nyaningo. Wasizaki wanazo sehemu maalum ambazo zimezuiliwa zisikatwe ovyo nazo ni vichaka vya mitambiko kama: Mwiganda, Kwigoto, Mokebage, na miti maalum ambayo ni maarufu kwa shughuli za mitambiko au zindika la nchi. Kama atapatikana mtu aliyekata miti hiyo ataliwa nzago ya ng'ombe mmoja na mbuzi mmoja. Pamoja na sehemu ya Mukyaramero, pia na njia kuu haizibwi pamoja miti mikuu.

Kanuni za Sizaki, Nyongeza A

1. Ni mwiko kabisa mvua ya mawe ikinyesha au upepo mwingi umetokea na kuharibu vitu, au baada ya mazishi ya mtu, kesho yake ni marafuku kulima na kama atapatikana mtu analima atanyang'anywa jembe analolilimia. Wahusika ni *Wanyikora* au *Abazama* ambao ni watekelezaji.

10. October   = *Nyakwiri*, the time of circumcision.
11. November   = *Eng'iendeka*, the beginning of farming.
12. December   = *Litabarari,* the time to plant peanuts.

Dances

The dances of the Sizaki and the Ikizu will be listed in the following. These dances took place only at a prescribed time – 1. *Rereda,* 2. *Idede*, 3. *Ikinyunyi*, 4. *Obonyangare*, 5. *Rogarya*, 6. *Ndono na Zeze*. Everyone danced these dances, men and women together, at the end of the harvest. *Ubwenga na Edora* is a dance that is danced only by the women. There is also the dance called the *Ekesa*, which is danced by the brave men after they have killed a lion or a leopard, or even after defeating and killing enemies that have attacked the community from outside.[150] This is a dance for men. But on the side of the women, if they have given birth without fear, they are also allowed to enter the *Ekesa* dance. If a woman has cried out in childbirth she is not allowed to enter the dance, nor even to come near to the dance floor. The Sizaki had many enemies all around them, yet they were not overcome by outside enemies. They were able to live in peace with their neighbors.

Faith

The Sizaki worship their own spirits and gods such as:
Mungure, Bariri, Nyamshora, Kisheka Mwasi wa Bugambo, Bokere, Webiro wa Manyara, Magori, Nyaruga, Kitugi, Wahunda, Inzugu, Itanya, Sunyami, Sikwayi, Nyanzayeka, Nyasaha na Kyatasinge, Waliku Kumesi na Chamo-gongo, and Nyaningo.[151] The Sizaki have special places where people are not allowed to cut the trees that are left as bush areas for propitiating the spirits such as Mwiganda, Kwigoto and Mokebage. There are also special trees that cannot be cut because they are used for making the protection medicines of the land. If a person cuts these trees he is fined one cow and one goat. In addition to the important trees there is also the Mukyaramero area and the main road that cannot be blocked.

Laws of the Sizaki, Appendix A

1. If there is a hail storm along with a strong wind that destoys property or someone's burial, it is forbidden to farm the next day. Anyone who breaks this taboo will have his hoe taken away from him. Those responsible to enforce the law are the *Wanyikora* or the *Abazama* (the generation-set in power at the time).

2. Kama nyumba ya mtu imeungua na moto ni lazima atafutwe mhusika kuzindika. Kama ni moto wa kawaida anayezindika ni *Omonyasi* pamoja na *Abazama*. Na kama imeunguzwa na radi muhusika ni *Mgimba* (Mganga wa Mvua) akifuatana na *Abazama* na *Wanyikora*.

3. Ni mwiko kwa mtu yeyote kukanyaga ndani ya chungu ambacho kime-chimbiwa chini kwa matumizi ya pombe, hicho nzagu au faini ni mbuzi mmoja.

4. Mbwa haruhusiwi kabisa kusogea karibu na chungu hicho cha pombe, na kama mbwa atapenya na kukanyaga ndani ya chungu itabidi atafutiwe Mganga au *Omonyase* aje kuzindika pale. Mwenye kaya hiyo itabidi atoe ng'ombe na kondoo mmoja kwa ajili ya kuzindika.

5. Ni makosa kubomoa nyumba ya nyasi katikati ya mwaka bila kibari cha *Mgimba*. Kama ikibidi hivyo, mpaka atafutwe *Mgimba* azindue, ndipo nyumba hiyo iweze kubomolewa.

6. Ni marufuku kwa mtu yeyote kukata au kuziba njia kuu kwa makusudi bila kibali cha wazee wahusika na kama atapatikana mtu, nzagu au faini ni ng'ombe na mbuzi mmoja kwa ajili ya zindiko la mahali hapo.

7. Kama binti wa Kisizaki akiolewa, wazee hupewa ng'ombe mmoja na kuchinjwa nyama. Wazee wanagawana mgongo, ngozi hupewa mzazi mwenyewe, huitwa *Kyaramero* hutolewa kutokana na mahali iliyolipwa na muoaji.

Mito

Sizaki ina mito midogo ndani ya nchi nayo ni Nyandago, Itobwe, Rubugu, Isayenge, Kisheka, Nyambogo, Itanya, Masirandi, Wanyare, Nyamatoke, Munzimobe, Nyanzuryega, Wisegere, Rwakisonge, Nyamakwe, Rubana, Rwashangi.

Milima

Bariri, Somonda, Kibisa, Rigamba, Mwagara, Kirange, Nyamagogoto, Wamorenga, Chang'ombe, Bunda, Kabarimo, Nyarugama, Kitungi, Kiwasi, Rindara, Kamkenga, Nyang'oso, Kangetukya, Kabasa, Nyaka, Karisumba, Milima ya Itabi, Milima ya Chamuganya, Milima Kiginga, Chawigongo, Bundirya, Nyanyamarenga, Wamasare, n.k.

Uhusiano Kati ya Sizaki na Ikizu

Utaona kwamba wengi Wasizaki na Waikizu mambo mengi wana uhusiano wa pamoja. Utaona marika yao, rikora, michezo, yowe, hata lugha yao moja, pamoja na tabia zao.

2. If a house is burned the owner must find the proper person to place a protection charm. If it is a normal fire this can be done by the *Omonyasi* together with the *Abazama*. In the case of lightening one must get the *Mgimba* (Rainmaker), assisted by the *Abazama* or *Wanyikora* (Generation-set in power at the time).
3. It is forbidden for any person to step inside of the pot that is buried for drinking beer. The fine for this is one goat.[152]

4. A dog is not allowed to come near to the beer pot. If one gets through and steps into the pot a Healer/Prophet or *Omonyase* must be called to make a protection charm. The head of the homestead must pay a fine of a cow and a goat for this service to be performed.
5. It is forbidden to tear down a grass house in the middle of the year without the permission of the *Mgimba* (Rainmaker). The Rainmaker must first perform the necessary rituals before the house can be torn down.
6. It is forbidden for any man to intentionally block or cut through the main path without the permission of the concerned elders in the area. The fine for this is one cow and one goat for the protection ritual.
7. If a Sizaki woman marries the elders are entitled to one cow for butchering. The elders eat the back meat and the hide is given to the bride's father. This is called the *Kyaramero* and it is taken from the cattle of the bridewealth paid by the groom.

Rivers

Sizaki has many small rivers which are: Nyandago, Itobwe, Rubugu, Isayenge, Kisheka, Nyambogo, Itanya, Masirandi, Wanyare, Nyamatoke, Munzimobe, Nyanzuryega, Wisegere, Rwakisonge, Nyamakwe, Rubana, Rwashangi.

Mountains

The mountains in Sizaki are: Bariri, Somonda, Kibisa, Rigamba, Mwagara, Kirange, Nyamagogoto, Wamorenga, Chang'ombe, Bunda, Kabarimo, Nyarugama, Kitungi, Kiwasi, Rindara, Kamkenga, Nyang'oso, Kangetukya, Kabasa, Nyaka, Karisumba, Milima ya Itabi, Milima ya Chamuganya, Milima Kiginga, Chawigongo, Bundirya, Nyanyamarenga, Wamasare, etc.

The Sizaki and Ikizu relationship

You will see that the Sizaki and the Ikizu share many customs. Their age-sets, generation-sets, dances, alarm calls, languages, and even their personal characters are similar.[153]

*Watawala Wa Sizaki, Ukoo Wa Bakwaya (*Abanyase*)*

1. Mukwaya – Mkuu wa *Banyasi* na Shina Mke.
2. Ironyero – *Omonyase* Mwanaume.
3. Mobori – *Omonyase* Mwanaume.
4. Kehengu – *Omonyase* Mwanamke.
5. Magiha – *Omonyase* Mwanaume
6. Wakikyo – *Omonyase* Mwanume

Baada ya kufariki *Omonyase* Wakikyo, Kitereja alijifanya kuwa ni mganga wa Sizaki mwaka 1907. Aliwadanganya (Wanang'oma) watu fulani kuwa yeye ndiye anayefaa kuchukua nafasi ya *Omonyase*. Wasizaki walipogundua hila hiyo walikata shauri kumfukuza arudi kwao Usukuma. Kitereja alipofukuzwa alikwenda mpaka Karemela, wakati wa enzi ya Kijerumani na kuwaeleza jinsi alivyofukuzwa Sizaki. Siku moja alitambua kuwa Wasizaki wamekwenda kutawaza *Omonyase* (Mtemi) wako huko Guta Komosamwa, ambapo ni mahali pa kutawazia watawala wa Sizaki kijadi. Kitereja aliwachukua askari hao wa Kijerumani wakavuka na mtumbwi usiku hadi Komosamwa (Guta). Walipofika pale wakajificha na kungojea Wasizaki watakapokuja. Baada ya kukaa pale wakaona Wasizaki wanakuja kwa furaha ile wamtawaze mtemi wao wa halali. Wasizaki walipofika pale Komosamwa, Kitereja pamoja na wale askari walijitokeza wazi na Kitereja alichagua watu sita – 1. Mugwasi, 2. Mogozo, 3. Towa, 4. Kenoke, 5. Mchozi, 6. Waryoba.

Kitereja aliwaweka kando na kuwaambia askari wawaue. Askari walifyatua risasi na kuwaua wote wao, watu sita. Miongoni mwao akiwemo mtawala aliyekuwa anapelekwa kutawazwa. Watu waliobaki walipoona kivumbi hicho walikimbia na kurudi nyumbani. Nyuma yao walifuatiwa na Kitereja pamoja na askari. Kitereja aliamuru askari wachome nyumba za watu waliobaki kule Komosamwa. Mzee mmoja Taraba alichomewa nyumba zake zote. Mifugo na vitu vingine viliteketea vyote. Hata hivyo Kitereja hakuridhika na hayo, bali alizidi kutisha watu na kusema atakayethubutu na kusema hanitaki risali litamla kama wenzake wa Komosamwa. Kitereja aliondoa wanangwa wote na kuingiza Wasukuma toka Usukuma na kuwapa Uanangwa ili kudumisha Sizaki iko chini ya himaya yake ya Kisukuma. Hapa ni baadhi ya Wasukuma waliopewa nafasi ya Uanangwa: 1. Magulija, 2. Nyota, 3. Malwilo, 4. Hyablindi.

Wasizaki baada ya kutawaliwa kwa nguvu bila hiari waliitana kwa siri wakaenda kwenye makaburi ya watawala wao (*Kobaru*) na kuomboleza hivi: '*Mungure wetu, Baliri na Nyamushora, Kisheka Mwasi wa Mugabo Bokore, Webiro wa Manayara, Mangwesi Magori na Abanyase bakare muhite abato beto basirire Komosamwa*.' Yaani, walimwita Mungu na miungu yote mare-

Sizaki leadership, the Kwaya Clan (Abanyase, prophets)

1. Mukwaya – founder of the *Banyasi* and his wife Shina
2. Ironyero – Male *Omonyase*
3. Mobori – Male *Omonyase*
4. Kehengu – Female *Omonyase*
5. Magiha – Male *Omonyase*
6. Wakikyo – Male *Omonyase*[154]

After the death of the Prophet Wakikyo, Kitereja pretended to be the prophet of Sizaki in 1907. He fooled some people into believing that he was worthy to become the new prophet, *Omonyase*. When the Sizaki realized this deceit they decided to banish him to his home in Usukuma. At the time of the Germans when Kitereja was driven out he went to Karemela and told the Germans how he had been chased out of Sizaki.[155] One day he learned that the Sizaki were going to celebrate the coronation of the new *Omonyase* or Chief at Guta Komosamwa, the traditional place for installing Sizaki rulers. Kitereja took the German soldiers and set off in canoes at night to reach Komosamwa (Guta).[156] When they reached there they hid themselves to wait for the Sizaki coming in celebration for the installation of the new and legitimate chief. When the Sizaki arrived at Komosamwa, Kitereja and the soldiers came out from hiding and Kitereja chose six men – 1. Mugwasi, 2. Mogozo, 3. Towa, 4. Kenoke, 5. Mchozi, 6. Waryoba.

Kitereja told these men to stand to the side and then told the soldiers to kill them. The soldiers fired their guns and killed all six of them, among whom was the man who was ready to be installed as chief. The rest of the people, seeing the confusion, ran to their homes, followed by Kitereja and the soldiers. Kitereja ordered the soldiers to burn the homes of the people who were left there at Komosamwa. All of the houses of one elder, Taraba, burned to the ground. His cattle and many other things were burned. Even so, Kitereja was not satisfied and continued to terrorize the people by saying that if anyone refused him as prophet, he would consume them as he did their comrades at Komosamwa. Kitereja removed all of the headmen and put Sukuma men in their place as headmen so that he could be assured that Sizaki was under his Sukuma guardianship. These are the names of some of the Sukuma who were given the position of headmen: 1. Magulija, 2. Nyota, 3. Malwilo, 4. Hyablindi.[157]

After the Sizaki had been forcibly ruled for some time without choice they called a secret meeting and went to the graves of their former rulers (*Kobaru*) they called out to them: '*Mungure wetu, Bariri na Nyamushora, Kisheka Mwasi wa Mugabo Bokore, Webiro wa Manayara, Mangwesi Magori na Abanyase bakare muhite abato beto basirire Komosamwa.*' They called to

hemu waliouawa huko Komosamwa, wakakumbukwe wakati wote. Huo ni mwaka 1910. Kitereja alitawala Sizaki kwa nguvu, hizo za umwagaji damu.

Kitereja alitawala hadi 1915 akafa na mwanae mkubwa Ruhaga alitawala hadi 1936 akafa na Masanja, nduguye na Ruhaga alitawala kwa nguvu za Serikali bila hiyari ya wananchi wenyewe.

Madai ya Kujikomboa

Mnamo mwaka 1927 marehemu Ally Yusufu alidai utawala huo urudishwe mikononi mwa Wasizaki wenyewe, wachague Mtemi wao kulingana na mila zao, kama nchi zingine. Wasizaki wengine waliogopa, bado wanakumbuka kitendo cha Komosamwa. Kwa hiyo Bwana Ally Yusufu alihamishwa na kupelekwa Lindi kwa uchochezi wa Ruhaga na Kitereja. Taraba aliwekwa kizuizini kwa muda wa mwaka mzima, Ally alifia huko Lindi.

Mnamo mwaka 1942 marehemu R.C. Magige alidai utawala huo urudishwe mikononi mwa Wasizaki wachague Mtemi wao kulingana na mila yao kama nchi nyingine zilivyo. Alipokuwa akishughulika mipango hiyo, alijibiwa na D.C. wa Musoma kwa wakati huo apendelei kuhakikisha kuwa kama kweli kulikuwa na utawala wa asili. Katika barua D.C. huyo (Kumb. No. 501/13/22) ya tarehe 16 Novemba 1942 Serikali kuu haikuweza kushughulikia jambo hilo kikamilifu kama ilivyokuwa ikidaiwa. Mnamo mwaka 1946 Magige alionana na D.C. wa Mwanza na kumweleza tatizo hilo. D.C. hiyo alijibu kuwa mpaka Masanja afe, ndipo madai hayo yaweze kusikilizwa. Inaelezwa katika barua (Kumb. No. AS 5/47) ya tarehe 22 Januari 1946 kwa Magige. Mnamo mwaka 1948 Bwana D. Saranga alidai utawala huo urudishwe mikononi mwa Wasizaki, wachague Mtemi kulingana na mila yao ilivyo. Alikemewa na Serikali kwa vikali, mwisho alipewa Uanangwa katika Gunguli la Bunda, ili kumfumba macho, asiendelee na madai hayo. Na alitishiwa kama atazidi kuendelea na madai hayo atafungwa.

Mnamo mwaka 1960 Bwana E. Marinda Chamuriho na Joseph Makanyanga walidai utawala huo urudishwe mikononi mwa Wasizaki wenyewe wachague Mtemi wao kwa hiari. Wakati huo Tanganyika ilikuwa karibu kujitawala kutoka katika utawala wa Kiingereza. Halmashauri ya Wilaya Musoma iliamua ufanyika uchaguzi wa Wanangwa Wilaya nzima, kufuatana na matakwa ya wananchi wenyewe.

Wasizaki walipokuwa wakifanya mpango wa watu watakaogombea nafasi hizo. Mtemi Masanja pia aliitwa kushiriki katika shughuli hizo huko Changuge. Mtemi Masanja alifuatana na askari wa kikosi cha kutuliza ghasia.

God, to the ancestral spirits and to the spirits of those who were killed at Komosamwa, saying they would not be forgotten. This was in 1910. Kitereja ruled Sizaki by the force of shed blood.

Kitereja ruled until 1915 when he died and his eldest son Ruhaga took over and ruled until 1936. He was killed and Masanja, the brother of Ruhaga, ruled by force of the government, without consent of the people themselves.

The claim of self-rule

In the year 1927 the now deceased Ally Yusufu claimed that authority must be returned to the hands of the Sizaki themselves. They should be allowed to choose their own Chief according to their customs as other nations do. Some Sizaki were afraid, remembering the events of Komosamwa. Therefore Mr. Ally Yusufu was exiled from the community and sent to Lindi through the provocation of Ruhaga and Kitereja. Taraba was jailed for one year and Ally died in Lindi.

In 1942 R.C. Magige (now deceased) again claimed that authority should be returned to the hands of the Sizaki to choose their own Chief in accordance with their own customs as other nations do. As he was working on this issue the District Commissioner of Musoma, who wanted to ascertain if there really was a traditional leadership pattern, answered his claim. In this letter (Reference Number 501/13/22, dated 16 November 1942) the D.C. stated that the government refused to look into this matter and follow up on the complaint. In 1946 Magige talked to the Mwanza D.C., explaining the problem. The D.C. answered that the claims could not be entertained until the present Chief Masanja died. This is explained in a letter (Reference Number AS 5/47) on 22 January 1946 to Magige. In 1948 once again Mr. D. Saranga claimed that authority must be returned to the hands of the Sizaki to choose a Chief according to their own customs. The government put down his claim forcibly. Finally he was made headman in Bunda in order to keep him silent. He was warned that if he continued with these claims he would be imprisoned.[158]

In 1960 Mr. E. Marinda Chamuriho and Joseph Makanyanga claimed that authority must be returned to the hands of the Sizaki themselves to choose their own Chief. At this time Tanganyika was close to getting independence from the British. The District Council of Musoma decided to have popular elections for Headmen throughout the whole District, following the choice of the people themselves.

The Sizaki began planning who would run for these offices during the elections. Chief Masanja was called to participate in these meetings. Yet he went with his soldiers ready to stop the disturbance. When he arrived at the

Alipofika pale kikaoni alichagua majina ya watu sita na kuwaweka kando,
kama baba yake alivyofanya. Majina ya watu waliochaguliwa ni: 1. E.M.
Chamuriho, 2. Joseph Makanyanga, 3. Iriza Masagija, 4. Rajabu Kigorohe, 5.
Masandeko Nyambunga, 6. Kinyunyi Masagija.

Zikiwa tarehe 7 Agosti 1960, nia yake ilikuwa kuvuruga utaratibu huo ili
Wasizaki wasipate nafasi ya kugombea nafasi hizo, waendelee kuwa ni
Wasukuma tu. Wote hawa, watu sita walichukuliwa na askari hao mpaka
Barazani na hatimaye wakaachiwa siku hiyo na kwa kutishwa kuwa
wasiendelee na shughuli zao hizo za kuandaa wagombea, bali walio na haki
kugombea ni Wasukuma tu.

Uchaguzi wa Wanangwa

Uchaguzi ulifika na kuendeshwa na madiwani wa Halmashauri ya Wilaya
pamoja na D.C. wa Musoma. Wafuatao ni Wanangwa waliochaguliwa kwa
kura za Wananchi wenyewe:

Jina gunguli 1. S. M. Sanzagah Changuge 2. Magilari Mazige Chamgunye
3. Jackson Sumuni Itabi 4. E. N. Nyiakibamba Misisi 5. S. C. Nyakire Bariri
6. E. M. Sitima Bunda 7. E. M. Mutani Waliko 8. Shadrack Ngereji Kabasa
9. P. Mogereja Mbibo Bitaraguru 10. E. L. Kuhengwa Guta.
Baada ya uchaguzi kumalizika, Mtemi Masanja hakuridhika na uchaguzi huo
kwani viti vingi vilichukuliwa na Wasizaki. Kwa kuwa Mtemi Masanja
hakuridhika na uchaguzi huo alijiunga na chama cha upinzani kwa wakati huo,
ambacho ni Congress ili kupinga uamuzi wa TANU kwa kupitisha Wanangwa
wa Kisizaki kama kawaida. Tanganyika ilipata uhuru 9 Desemba 1961. Baada
ya uhuru ilionekana hakuna maana ya kuwa na Watemi wa jadi.

Masanja kwa ukatili wake alianza msako mwingine wa kusaka Wasizaki.
Mnamo mwaka 5 Juni 1961 kabla ya uhuru wa Tanganyika aliwakamata watu
wafuatao bila hatia yeyote kuwaweka rumande Musoma: 1. Iriza Masagija,
2. Joseph Makanyanga, 3. Daniel Saranga, 4. E.M. Chamuriho, 5. Lameck
Mogereja, 6. Mogereja Mbibo. Watu hao walikaa huko Rumande miezi miwili,
na hatimaye waliachiwa na kurudi nyumbani. Na wakati huo Mtemi Masanja
alikuwa anampendelea sana Mwanangwa E. Kuleng'wa, kwani ndiye
aliyebaki Mwanangwa Msukuma, wengine kama Waikizu, Wasizaki na Wajita.
Ndipo Masanja na jamaa zake wote waliamua kujiunga na Chama cha National
Congress ambacho kilikuwa chama cha upinzani kwa TANU.

Masanja Kufukuzwa Kazini

Serikali ya TANU ilipogundua hila zake hizo iliamua kumfukuza kazini kabla
ya Watemi wengine, kutokana na vurugu yake. Hizo Masanja alifukuzwa

meeting he called out the names of six men to stand to the side, just as his father had done. The names of those men are: 1. E. M. Chamuriho, 2. Joseph Makanyanga, 3. Iriza Masagija, 4. Rajabu Kigorohe, 5. Masandeko Nyambunga, 6. Kinyunyi Masagija.

On this day of 7 August 1960 his goal was to mess up the meeting so that the Sizaki would not get the chance to run for these offices and he could go on having only Sukuma officers. Soldiers took those six men to the court and later in the day left them go. They were warned not to go on planning for people to run for those offices, leaving it to the Sukuma, who alone had the right to run for office.

The election of headmen

The election day came and was overseen by the officers of the District Council together with the Musoma District Officer. The following is a list of those who were chosen by vote of the citizens themselves:

Name area 1. S. M. Sanzagah Changuge 2. Magilari Mazige Chamgunye 3. Jackson Sumuni Itabi 4. E. N. Nyiakibamba Misisi 5. S. C. Nyakire Bariri 6. E. M. Sitima Bunda 7. E. M. Mutani Waliko 8. Shadrack Ngereji Kabasa 9. P. Mogereja Mbibo Bitaraguru 10. E. L. Kuhengwa Guta.
After the election was over Chief Masanja was not satisfied with the results because Sizaki people won many of the offices. Because Chief Masanja was disgruntled he joined the opposition party at this time, the 'Congress' party, in order to oppose the decisions of TANU to install these new Sizaki headman according to procedure.[159] Tanganyika gained independence on 9 December 1961. After independence traditional Chiefs were abolished.

Masanja, in his murderous way, began to set another trap for the Sizaki. On 5 June 1961, after Tanganyikan Independence, he arrested the following men without cause and brought them to Musoma: 1. Iriza Masagija, 2. Joseph Makanyanga, 3. Daniel Saranga, 4. E.M. Chamuriho, 5. Lameck Mogereja, 6. Mogereja Mbibo. These men stayed in jail for two months and then were set free to return home. During this period Mtemi Masanja showed favoritism toward Headman E. Kuleng'wa, who was one of the few remaining Sukuma Headmen, the others being Ikizu, Sizaki or Jita. So Masanja and his whole family decided to join the 'National Congress Party' which was the party opposing TANU.

Masanja is run out of office

When the Government of TANU discovered his deceit they decided to let him go from office early, even before the other Chiefs, because of the disturbance

kazini tarehe 16 Mei 1962. Kabla ya Jamuhuri, huko Bunda ambako kulikuwa na mkutano wa hadhara, Waziri wa Serikali mitaa alifika wakati wakifuatana na Mkuu wa Mkoa. Ndipo Waziri alitamka rasmi kumfukuza kazi. Wasizaki walipokuwa wanajiandaa kumchagua Mtemi wao. Serikali zilitangaza Watemi wote wanaondolewa kazini, na nafasi hizo zitashikiliwa na watumishi wengine. Na hakuna tena watawala wa jadi nchini na maswala yote yakasimamishwa kutokana na utaratibu wa Serikali.

Kuweka Msimamizi wa Jadi

Baada ya kuwa Serikali imefuta Utemi ilibidi Wasizaki wachague kiongozi wa msimamizi wa shughuli zote za mila na desturi kuhusu mambo ya asili k.v. Ikora, Nyangi, pamoja na *Businduri*, zindiko la nchi (*Orokoba*), pamoja na maswala yote ya usalama wa nchi. Kwa wakati huo Wasizaki walikaa na kumchagua ndugu Keboko Chabwasi kushika na kusimamia uongozi wa mila na desturi kama yalivyotajwa hapo juu.

*Mazimwi (*Amanani*)*

Inasemekana kuwa Nantare ndiye aliyekuwa mtaalum wa madawa ya aina mbalimbali. Kabla hajafa kulikuwa na watu waliokuwa wanakula watu wengine yaani mizimwi (*Amanani*). Nantare aliweza kuwafanyia madawa ya zindiko na kuwazindika katika milima ya Nyamagogato, sehemu ya Irinirya. Tangia hapo hayo mazimwi yalitoweka kabisa na watu waliweza kuishi bila bugudha.

Mwisho imeonekana kuwa tangia zamani Wasizaki na Waikizu walishirikiana kwa mambo mengi kama *Ikora*, wapo pamoja, lugha, michezo, na hata uongozi wa jamii, yaani Mwikizu alitoka kutawazwa rasmi mpaka afike Sizaki Kyanguge. Mara nyingi vitendo vya Sizaki na Ikizu vinafanana tangia zamani ya Wahenge na Wahenguzi. Kuna uhusiano mzuri tangia mababu zetu.

Walioshirikiana Kutunga Historia Hii Ni

S. M. Sanzaga toka Sizaki
S. P. Taaraba toka Sizaki
N. Nyingasa toka Ikizu
Y. G. Mangombe toka Sizaki
S. Sasura toka Ikizu
C. Malogo toka Ikizu
P. M. Mturi toka Ikizu

that he was causing. Masanja was run out of office on 16 May 1962. Before unification with Zanzibar, a public meeting was called in Bunda, attended by the government officers from the region and the Regional Officer. At that time the Minister officially announced that Masanja would leave his office. The Sizaki then began to prepare to elect their own Chief. At the same time the government announced that all Chiefs would be removed from office and the jobs would be filled by civil servants. A government declaration abolished traditional rule throughout the nation and all of these disputes ended.

Installing a customary leader

After the government abolished Chiefship the Sizaki had to choose a leader to oversee all of the affairs of the tribe concerning their traditions and customs, for example the generation-sets, the titled elders, as well as the *Businduri*, the protection medicine of the land (*Orokoba*) and all matters pertaining to the peace of the land.[160] The Sizaki met and elected Keboko Chabwasi to take this position of leadership in traditional matters.

Spirits

It is said that Nantare was an expert in various kinds of medicines. Before he died there were people who ate others, like bad spirits, beasts (*Amanani*). Nantare planted protection medicine on the mountain of Nyamagogato, in the area of Irinirya. From that time on the spirits were gone completely and the people were able to live without fear.[161]

Finally, it is said that since ancient time the Sizaki and the Ikizu resembled each other in things like the generation-sets, language, dances, and even in the leadership of the community. When an Ikizu chief is installed he must come first to Sizaki Kyanguge. The customs of the Sizaki and the Ikizu may also be said to resemble the Henge and the Henguzi. We have had a good relationship ever since the time of our ancestors.

Those who cooperated in writing this history are:

S. M. Sanzaga from Sizaki
S. P. Taaraba from Sizaki
N. Nyingasa from Ikizu
Y.G. Mangombe from Sizaki
S. Sasura from Ikizu
C. Malogo from Ikizu
P. M. Mturi from Ikizu

Hitimisho

Ingawa historia ni ya Ikizu/Waikizu na Sizaki/ Wasizaki lakini inakuwa
vigumu kutambua kwa uhakika kuwa huyu ni Msizaki na yule ni Mwikizu.
Mambo yao yanashabihiana sana: kutembea kwao wakiwa wanapunga hewa ni
sawa, wakiwa kwenye harakati za haraka tembea yao Waikizu na Wasizaki ni
sawa. Wakati wa msiba kama vile kufiwa wote wasikitika sana, wanalia au
hawalii kutegemea hadhi au wadhifa aliokuwa nao marehemu. Mfano mzuri ni
wa *Mchero*, mzee mwenye hadhi ya juu katika jamii. Wasizaki hawamlilia na
Waikizu hawalii pia. *Mchero* kila nchi anazikwa amekalizwa wima kwenye kiti
maalum cha jadi, ishara kwamba hakulala, yuko pamoja na jamii hiyo, hivyo
yungali mdhamini wa mambo yote ya jamii kama kawaida.

Tujaribu kuangalia mambo mengine katika jamii hizo mbili za Waikizu na
Wasizaki. Nachukua neno 'Sizaki' : Katika historia ya Wasizaki neno 'siza' lina
maana mbili. Mojawapo ni kuwahi kufika au kuwa wa kwanza katika tukio
lolote linahusu wakati na mwendo. Neno hilo lina maana hiyo hiyo katika jamii
ya Kiikizu. Karibu maneno yote ya kawaida ya lugha ya Kiikizu ni sawa kabisa
na ya Kisizaki hata lafudhi yake, yaani yanavyotamukwa ni sawa kabisa.
Mwandishi wa hitimisho hii anatoka katika jamii mojawapo ya hizo mbili
lakini anashindwa waziwazi kuzitofautisha jamii hizo. Naomba wasomaji
wangu, pengine tukubaliane na msemo aidha wa Kiingereza au Kisheria kuwa,
'kitu kimoja pekee tofauti, ndicho kinahalalisha au kuthibitisha ukweli wa kitu
au sheria.' Kitu hicho tofauti katika jamii hizo ni, ukubali usikubali, Wasizaki
wa Sizaki wana lugha mbili – Kisizaki na Kisukuma.

Mwishowe, naomba niseme nia yangu na lengo langu ni kuwachokoza wasomi
vijana wa jamii hizi mbili wasisite kunishauri na kunielekeza au kuandika upya
vipengele visivyoridhisha katika maandishi ya historia ya jamii hizi mbili
ambazo mwandishi aziite jamii au kabila moja.

Asante,
P. M. Mturi, Ikizu Development Association
P. O. Box 492, Bunda, Mara

Conclusion

Although this history is of the Ikizu and the Sizaki it is often difficult to tell who is Sizaki and who is Ikizu. Their habits are very similar: the way they walk when they are short of breath is the same, or when they are walking quickly the Ikizu and the Sizaki look the same. At a funeral the mourners are very distressed and they cry or don't cry depending on the deceased's position of respect. A good example is the *Mchero*, a man of of utmost honor and respect in the community. Neither the Sizaki nor the Ikizu will cry for him at the funeral. In both of these communities the *Mchero* is buried sitting on a special traditional stool. This demonstrates that he never sleeps, he is always with the community, even in death, and goes on guarding them against all things.

Let us consider other things about these communities of the Sizaki and the Ikizu people. For example, the word, '*siza*.' In Sizaki history the word '*siza*' has two meanings. The first meaning is to be the first one to arrive or to be the first in any event concerned with speed or time. The word has this meaning in the Ikizu community as well. Nearly all words in the language of Ikizu have the same meaning as they do in Sizaki, even their pronunciation is exactly the same. This author comes from one of these groups but finds it difficult to distinguish the two. I beg you, readers, let us assent to the saying of the English or the Law that says, 'only one element may differentiate one thing from another, yet it is this difference that becomes the defining element.' This thing that differentiates these two communities, you can agree with me or not, is that the Sizaki have two languages – Sizaki and Sukuma.[162]

Finally, I must add that my goal in writing this book is to inspire the young readers of these two communities not to hesitate to give me advice or direction or to write new chapters that are not covered in the writing of the history of these two communities that the author describes as one community or one tribe.

Thank you,
P. M. Mturi, Ikizu Development Association,
P. O. Box 492, Bunda, Mara

CHAPTER II

Contents:

PART I
HISTORIA YA KABILA LA WAISENYE

Makala haya yametayarishwa na
Mch. / Mwl. Daniel Msai Sattima, 30 Novemba 1995

Utangulizi

Kabila la Waisenye ni kabila dogo linaloishi katika Wilaya ya Serengeti, Mkoani Mara nchini Tanzania. Historia ya kabila hili haijawahi kuandikwa na mwandishi yeyote. Kwa hiyo historia yote ya kabila hili imekuwa ni ya masimulizi ya kurithisha kizazi hadi kizazi.

Asili ya Kabila la Waisenye

Inasemekana mwanzilishi wa kabila hili aliitwa Mwishenyi, ambaye alioa mke wake aliyeitwa Iyancha. Mwishenyi na Iyancha walizaa watoto watano wa kiume ambao ndio milango ya Waisenye. Nao ni Mugendi, Kinyonyi, Moseriga, Musayiti na Morogoro. Kabila la Waisenye limegawanyika katika milango hiyo mitano hadi leo hii. Historia ya kabila hili inasemekana walitokea maeneo ya Arusha na kuenea hadi Mkoani Mara wakaishi katika eneo liitwalo Nyigoti. Kwa sasa eneo hilo linajulikana kama Mugumu. Kwa hiyo eneo la Nyigoti liliitwa Nyiberekira. Hapo Nyiberekira kikundi kidogo kilimegeka kikajiita Wasonjo na kikaendelea kubaki katika Mkoa wa Arusha. Mwishenyi na Msonjo wakikutana, baada ya kutambulishana wote husema, "sisi ni ndugu," ni watoto wa mtu mmoja, Mwishenyi.

Kuhamahama Kwa Kabila la Waisenye

Kabila la Waisenye ni wafugaji, wakulima na wavuvi pia. Kwa ajili ya vita baina yao na kabila la Wamaasai, hasa kwa ajili ya Wamaasai kuwaibia Waisenye mifugo yao, Waisenye waliendelea kuhamahama na kufikia eneo wanalokaa sasa. Kabila la Waisenye ni wawindaji, ndio maana waliendelea kuishi kando kando ya mbuga za wanyama za Serengeti National Park. Waisenye pia ni wavuvi wa samaki katika mito inayowazunguka, yaani Grumeti na Rubana.

Mila na Desturi za Waisenye

Kabila la Waisenye lina mila ya tohara kwa wavulana na wasichana. Vijana wanapofikia umri kuanzia miaka 12 hadi 18 huingia jandoni. Wanawake

PART I
HISTORY OF THE ISHENYI PEOPLE[1]

Written by Pastor / Teacher Daniel Msai Sattima, 30 November 1995[2]

Introduction

The Ishenyi are a small tribe who live in the Serengeti District, Mara Region of Tanzania. The history of this tribe has not yet been written by any author. The history of the tribe has been passed down orally generation after generation.

The Origins of the Ishenyi

It is said that the founder of this tribe was named Mwishenyi. He married a wife named Iyancha. Mwishenyi and Iyancha gave birth to five male children who founded the five "doors" (clans)[3] of the Ishenyi – Mugendi, Kinyonyi, Moseriga, Musayiti and Morogoro. The Ishenyi tribe is divided into these five doors even up to today. The history of the tribe says that these people came from the area of what is now Arusha and expanded until they got to the Mara Region, living in the area of Nyigoti, which is now in the countryside near to Mugumu town. This area of Nyigoti was called Nyiberekira.[4] There at Nyiberekira a small group broke off and called themselves the Sonjo, returning back to the Arusha region. If an Ishenyi and a Sonjo person meet, after greeting one another, they will say, "we are brothers," the children of one man, Mwishenyi.[5]

The Migrations of the Ishenyi People

The Ishenyi are herders, farmers and also fishermen. Because of the conflict that arose between themselves and the Maasai, primarily as a result of the Maasai raiding their cattle, the Ishenyi migrated until they reached the area where they now live today. The Ishenyi are hunters, which is the reason that they chose to live next to animals on the plains of the Serengeti National Park. The Ishenyi are also fishermen in the rivers that surround them, such as the Grumeti and the Rubana Rivers.

Customs and Traditions of the Ishenyi

The Ishenyi practice the custom of circumcising boys and girls. When the young people reach the age from about 12 up to 18 they begin their initiation

hutahiriwa nyumbani kando kando ya maghala ya kwao. Wanaume hutahiriwa chini ya mti mkubwa ulio nje ya kijiji. Mti huo huitwa *Ekibaga* nao huo mti huheshimiwa sana na watu wote na ni mwiko au ni marufuku mtu kuukata mti huo kwa muda wote jamii hiyo inapoishi katika eneo hilo. Kipindi chote cha jando vijana hulishwa chakula bora kwa kuchinjiwa mbuzi, kondoo na hata ng'ombe. Vijana hao hukaa jandoni kwa muda wa mwezi mmoja. Kipindi hicho vijana hutembea tembea karibu karibu na kuwinda ndege kwa mishale na pinde zao. Hili huwa ni zoezi la kulenga shabaha ili hatimaye vijana hao waweze kumlenga adui kwa mishale bila kumkosa! Wasichana walioingia jandoni mwaka huo, hawaruhusiwi kwenda shambani kulima au kufanya kazi yoyote ngumu. Ni wakati wa kula *uhondo* na kustarehe.

Nyangi Au Etitinyo

Baada ya miezi kadhaa vijana walioingia jandoni hupelekwa porini kwa juma zima ili kufundishwa nidhamu ya kulinda kabila lao na mbinu za kukabiliana na maadui wanaoweza kuvamia kabila lao kwa kuwaibia mifugo yao au kuwashambulia kivita. Mafunzo haya huwa ni magumu sana na pia huwa ni siri kubwa, mtu yeyote hapaswi kuyasema kwa yeyote asiyeingia tohara au wa kabila jingine. Inaaminika kwamba mtu yeyote akikiuka miiko hii na kufichua siri ya *nyangi* ambayo huitwa *amasubu* huweza kupata kichaa au kupata msiba mbaya sana kama kupigwa na radi.

Wasichana hupata mafunzo hayo kwa siku moja tu kwani kwa wasichana mafunzo hayo huwa siyo magumu kama ya wavulana. Mvulana au msichana akipitia mafunzo hayo yaitwayo *Nyangi* au *Titinyo*, huwa amefuzu na ana haki kuoa au kuolewa. Kabla ya kupitia mila hiyo mtu haruhusiwi kuoa au kuolewa kwani mvulana huitwa *Omoreshi*, ikiwa na maana ya mchafu. Na msichana huitwa *Omusagane*, ikiwa na maana hiyo hiyo ya mchafu. Endapo msichana alipata mimba kabla ya kuingia tohara au jando, aliitwa *Ribengo*, yaani mtu aliyeasi mila za kabila lake. Msichana kama huyo hudharauliwa na jamii yake, na pia huwa ameleta aibu kwa wazazi wake. Sharti wazazi wake watoe fidia fulani katika jamii hiyo ili kufuta kosa hilo. Hapo msichana huyo hutahiriwa kabla hajajifungua. Hatimaye anaweza kuolewa, yeye sasa sio najisi tena.

Ndoa

Kwa kawaida mvulana alipofikisha umri wa miaka 18 alishauriwa kuoa na kujenga mji wake mwenyewe. Hali kadhalika msichana alipofikia umri wa miaka 15 aliweza kuolewa. Baada ya mapatano ya wazazi wa pande zote mbili, baba ya msichana hualika ndugu zake na wa ukoo wake kwenda kuchukua mahari ya ng'ombe kwa baba ya mvulana anayetaka kuoa. Baada ya mahari kutolewa, sherehe za arusi hupangwa na ndugu na jamaa hualikwa kuhudhuria sherehe hizo. Siku hiyo hiyo ya arusi bibi arusi husindikizwa kwenda kwa mume wake. Kwa kawaida mahari ni kati ya ng'ombe 5 hadi 12. Jambo la

rites. The girls are circumcised at the house, near to the grain storage bins. Boys are circumcised under a large tree outside of the village. This tree is called the *Ekibaga* and it is highly respected by everyone. It is taboo to cut this tree at any time for the people living in this area. At all times during the initiation rites the young people are fed good food, for example a sheep, goat or even a cow may be slaughtered for them. The young people remain with the initiation group for one month during which time the boys walk around in the immediate area and shoot birds with their bow and arrows. This is one exercise towards the goal of initiaition – that the young men will be able to shoot an enemy with accuracy! The girls entering initiation are not allowed to go to the fields to farm or to do any hard work. It is the time to relax.

The Nyangi or Etitinyo *of Adulthood*

After some months the youth who were initiated are taken out to the wilderness for an entire week to be taught the discipline of guarding their people and the methods for fighting against enemies who are ever ready to surprise them to steal cattle or to go to battle. These are very difficult lessons and their contents are kept as a critical secret. One must not tell these secrets to someone who has not gone through circimcision or who is from another tribe. They believe that if anyone breaks this taboo and tells the secrets of the *nyangi,* that are called *amasubu*, he may go insane or die a terrible death, like being hit by lightening.

The girls are also taught lessons but only for one day, because the girls' lessons are not so difficult as the boys'. If a boy or a girl passes the *Nyangi* or *Titinyo* he/she has succeeded and now has the right to marry or be married. Before passing through this rite a person is not allowed to marry or to be married.[6] That is why a boy (before initiation) is called *Omoreshi*, meaning "dirty" or "impure," and a girl is called *Omusagane*, also meaning "dirty." If a girl becomes pregnant before circumcision rites she is called *Ribengo*, meaning a "rebel" against the traditions of her people. The girl is despised by her community and brings shame to her parents. Her parents must pay a fine to erase this wrong.[7] The girl is then circumcised before she gives birth. Afterwards she can marry and is no longer unclean.

Marriage

When a boy reaches the age of eighteen he is advised to marry and to build his own homestead. In the same way a girl is expected to marry from about the age of fifteen. After an understanding is reached between the parents of both sides, the father of the girl calls his brothers and other relatives to go and take the bridewealth of cattle from the father of the boy who wants to marry his daughter. After the bridewealth is given the wedding is planned and all of the relatives are invited to come and celebrate. On the day of the wedding the bride is accompanied to go join her husband. The bridewealth is usually about 5 to

ajabu ni kwamba kama mzee fulani aliona msichana fulani hata kama bado ni mdogo, na kama anataka msichana huyo aolewe na kijana wake, basi mzee huyo huwasiliana na wazazi wa msichana huyo, na hupeleka mahari kadhaa kama kishika uchumba. Msichana huyo akifikira umri huo sharti aolewe katika mji huo aliochaguliwa na wazazi wake. La sivyo atapata laana katika maisha yake yote. Sifa ya mwanaume wa Kisenye ni yule mwenye kufanya kazi kwa bidii na kuoa wanawake wengi na kuwatawala bila ugomvi wowote katika mji wake.

Katika kabila la Waisenye ilikuwa ni nuksi au balaa kwa mtoto kuzaliwa kwa kutanguliza miguu. Mtoto kama huyo aliweza kuuawa na wakunga wazalishaji. Waisenye waliamini kwamba mtoto kama huyo akiachwa kuishi basi ataleta balaa kwa kabila zima. Kwa mfano kama vile ukame wa muda mrefu wa kusababisha watu kukosa mazao ya chakula na hata mifugo kukosa malisho. Hali kadhalika kama mtoto alitangulia kuota meno ya juu alichukuliwa kama ni balaa pia kwa kabila zima. Kwa hiyo alichukuliwa hadi porini akiwa na chungu cha uji, huko msituni alizungushiwa matawi ya miti akaachwa huko mpaka alipokufa kwa njaa au kuliwa na wanyama wakali kama fisi na simba. Hakika huu ulikuwa ukatili uliokithiri kwa watoto wachanga. Wazazi ambao hawakutaka watoto wao kuuawa waliwatorosha watoto wao kwenda kwa kabila la Wangoreme ambao wao hawakuwa na mila potofu kama hiyo. Inawezekana hali hiyo ya kuua watoto wachanga waliotanguliza miguu na meno ya juu, ndio iliyosababisha kabila la Waisenye kuwa dogo sana.

Ngoma na Michezo

Kabila la Waisenye lina ngoma zake na michezo ya kiutamaduni. Ngoma hizo huitwa *Omweno, Isandire* na *Irianga*. *Omweno* na *Isandire* huchezwa wakati wa kiangazi mara tu baada ya mavuno. *Irianga* huchezwa na kina mama peke yao wakati mwanamke anapojifungua mtoto wake wa kwanza.

Ushujaa wa Vijana

Vijana wa kabila la Kiisenye huonyesha ushujaa wao kwa kumwuua nyoka mkali mwenye sumu kali aitwaye *Ibowanana*. Pia tendo la kumwuua simba au chui huonyesha ushujaa wa vijana wa Kiisenye. Ni jukumu la vijana kulinda kabila lao kwa hali yeyote ile. Kwa mfano ng'ombe wakiibiwa, vijana hufuatilia nyayo za ng'ombe hao hadi watakapopambana na wezi hao na kuwarudisha nyumbani. Vijana wanaporudi na ng'ombe walioibiwa hupokelewa na kushangiliwa sana na kina mama na wazee. Wanawake wote wa kijijini huwajibika kupeleka uji na vibuyu vya maziwa kwa vijana hao mashujaa bila kujali kama kijana huyo ni ndugu yake ama la. Lengo ni kuonyesha kwamba ng'ombe hao ni wa kabila lote na vijana pia ni walinzi wa kabila zima. Hii ni kuimarisha umoja na mshikamano katika kabila la Waisenye.

12 cows.[8] A surprising thing in the past was that if a certain man saw a paricular girl, even if she was just a child, he could go to her parents and make arrangements for her to marry his son when they grew up by bringing the bridewealth to cement the engagement. When the girl reached the marriageable age she would be required to marry from the family chosen by her parents. If she refused she would be cursed the rest of her life. A man worthy of praise in Ishenyi is one who works hard and marries lots of women and rules them all without any conflict in the homestead.

Among the Ishenyi it is bad luck for a child to be born breech. The midwives could kill such a child at birth. The Ishenyi believed that if a child like this is allowed to live he will bring a trouble to the whole tribe, for example drought or famine which may result in loss of the crop and death of livestock. Similarly if a child gets his top teeth in before his bottom teeth he is treated as a calamity for the whole tribe. He is taken into the bush with a pot of porridge. In the forest he is surrounded by tree branches and is left to die of hunger or to cry until the wild animals, like the hyena or the lion, eat him. Certainly this was cruelty toward infants. The parents who did not want their children to be killed would send their children secretly to the Ngoreme people who did not have this wasteful custom. It is possible that this custom of killing infants who were born breech or who got their top teeth first is the reason that the Ishenyi tribe is so small today.[9]

Music and Dance

The Ishenyi tribe practices certain traditional music and dance. These dances are called the *Omweno, Isandire* and *Irianga*. The *Omweno* and the *Isandire* are danced in the dry season after the harvest. The *Irianga* is danced by women when a woman gives birth to her first child.

Courage of the Youth

The Ishenyi youth demonstrated their courage by killing a fierce and poisonous snake called the *Ibowanana*.[10] Also the act of killing a lion or a leopard shows the courage of an Ishenyi youth. It is the duty of the youth to protect the tribe from every eventuality.[11] For example if the cattle are stolen the youth follow the tracks of the cattle until they fight the thieves and return their cattle home. When the youth return with the stolen cattle they are met with celebration by the women and old men. The women from the whole village have to bring porridge and gourds of milk for the brave youth without worrying whether the youth are from your family or not. The goal of this demonstration is to show that the cattle belong to the whole tribe and that the youth are the guardians of everyone. This act strengthened the unity and cooperation of the Ishenyi tribe.

Kuwinda Wanyama Pori

Kabla ya kuja kwa wakoloni, Waisenye walikuwa wawindaji mashuhuri wa wanyama pori. Walikwenda porini wakajenga vibanda vya muda vya kutunzia nyama zao. Waliua wanyama na kukausha nyama kwa kuzipasua kuwa kama ngozi na kuziita *Ebemoro*. Wawindaji hao walirudi nyumbani na nyama nyingi wakabadilishana kwa mazao ya chakula kama ulezi na mtama. Hii ni kwa sababu mfumo wa fedha ulikuwa haujaanza. Wawindaji hao waliweza pia kusafirisha nyama zao hadi Mkoani Mwanza, pamoja na *singa* za wanyama waitwao nyumbu. Huko pia walibadilishana nyama kwa mifugo kama kondoo, mbuzi na hata ng'ombe.

Majina ya Miezi Kwa Kiisenye

Shughuli za kabila la Waisenye zilifanyika kulingana na majira ya mwaka. Kila mwezi ulikuwa na shughuli yake maalum.

Kwa Kiswahili	Kwa Kiisenye
Januari	*Ritaturi*
Februari	*Ekimaga*
Machi	*Ekiraburu*
Aprili	*Ikiero Ekimbere*
Mei	*Ikiero Ekenyume*
Juni	*Nyamabeho*
Juli	*Ekuri*
Agosti	*Rigo*
Septemba	*Obutiri*
Oktoba	*Iyeti*
Novemba	*Ritabarari*
Desemba	*Ekinyariri*

Hunting

Before colonialism, the Ishenyi were celebrated hunters of wild animals. They went to the bush to build temporary shelters to process the meat. They killed animals and dried the meat by cutting it into thin strips called *Ebemoro*. The hunters went home with lots of meat that they could exchange for food like millet and sorghum. This was before the cash economy was introduced. The hunters took their meat to trade as far as the present-day Region of Mwanza together with *singa*, wildebeest tails. There they traded the meat for livestock such as sheep, goats, and even cattle.

Names of the Months in Ishenyi

The daily tasks of the Ishenyi people followed the seasons of the years. Each month had its own special work and was named in accordance.[12]

In English	In Kiishenyi
January	*Ritaturi*
February	*Ekimaga*
March	*Ekiraburu*
April	*Ikiero Ekimbere*
May	*Ikiero Ekenyume*
June	*Nyamabeho*
July	*Ekuri*
August	*Rigo*
September	*Obutiri*
October	*Iyeti*
November	*Ritabarari*
December	*Ekinyariri*

PART II
KIKAO CHA MILA, DESTURI NA ASILI YA KABILA
LA WAISHENYI KILICHOKUTANA
TAREHE 6 JUNI 1990, NYIBEREKIRA, ISHENYI

*Joseph Mashohi and Mossi
Chagana at Nyiberekira,
16 February 1996.*

Utangulizi

Lengo la wazee hao waliohudhuria kikao hiki ni kuandika mila, desturi na Asili ya Kabila la Waishenyi, ili kuweka kumbukumbu muhimu na sahihi kwa vizazi vijavyo. Aidha pia kuna mambo muhimu ambayo yanatakiwa kufanyiwa mabadiliko mapema baada ya kuonekana kuwa ni makosa kama Kata ya Issenye ni sahihi na kweli iwe Kata ya Ishenyi kama inavyosomeka kwa muhtasari huu. Lakini jambo hili ni lazima lipitie Vikao vya Chama na Serikali tangia ngazi za Kata hadi Taifa: Kumbukumbu ni kitu muhimu kwa masuala ya maendeleo yoyote. Hivyo kikao hiki ni cha maendeleo.

PART II
COUNCIL CONCERNING THE CUSTOMS AND TRADITIONS
OF THE ISHENYI PEOPLE
MEETING AT NYIBEREKIRA OF THE ISHENYI
ON 6 JUNE 1990[13]

Name	Position	From
1. Musoma Morigo Bosiri	(Chairman) Mwenyekiti	Nyiberekira
2. James Ally Nyarobi	(Secretary) Katibu wa Muda	Nyamisingisi
3. Nyamukinda Mossi Butahomire	(Representative) Mjumbe	Nyamisingisi
4. Makindi Muweseni Moremi	(Representative) Mjumbe	Rigicha
5. Song'ana Mongoreme Muhochi	(Representative) Mjumbe	Iharara
6. Wambura Korori Machage	(Representative) Mjumbe	Nyankomogo
7. Nicolaus Muhoni Mahagura	(Representative) Mjumbe	Nyiberekera
8. . Mang'ombe Moremi Hiricha	(Representative) Mjumbe	Iharara
9. Nyamitangi Masato Magoromango	(Representative) Mjumbe	Rigicha
10. Tambe Mabusi Wanyancha	(Representative) Mjumbe	Nyamisingisi
11. Chiwa Getiga Kirindwe	(Representative) Mjumbe	Iharara
12. Maro Mtayi Maguku	(Representative) Mjumbe	Iharara
13. Sogone Masagi Barangwa	(Representative) Mjumbe	Nyiberekera
14. Magate Mwishawa Magatte	(Representative) Mjumbe	Nyiberekera
15. Mashauri Ng'ana Matega	(Representative) Mjumbe	Nyamisingisi
16. Moyenka Manyama Wisese	(Representative) Mjumbe	Nyamisingisi
17. Raphael Masambayani Mochogote	(Representative) Mjumbe	Iharara
18. Morigo Sagonga Gambochi	(Representative) Mjumbe	Nyiberekera
19. Jumanne Shang'wera Nyanesa	(Representative) Mjumbe	Iharara

Introduction

The aim of the elders who attended this council was to write down the customs and traditions of the Ishenyi origins in order to leave an official and correct document for the coming generations. There may be important things that must be changed after finding mistakes, for example the Section of Issenye is correct, but in this paper we prefer to refer to it as the Section of Ishenyi. However, it is necessary that each of these changes get approval through the proper party and government channels from the level of the section to that of the nation. Memory of the past is important for any development issues. Therefore this is a development meeting.[14]

Yaliyomo Kuhusu Waishenyi

-   *Asili ya Waishenyi*
-   *Kizazi Chao*
-   *Milango ya Waishenyi*
-   *Mila na Desturi za Waishenyi*
-   *Jando la Waishenyi*
-   *Utamaduni wa Kishenyi*
-   *Sheria ya Waishenyi*

Asili ya Kabila la Waishenyi

Asili ya kabila la Waishenyi ni Guka, Mashariki ya Wilaya yetu ya Serengeti. Kwa Kishenyi (Rogoro) watu waliozaa Waishenyi ni Mugunyi (Bwana) na Iyancha (Mke). Wao ndio walioishi Guka kwa maana nyingine ndiyo Waishenyi wa kwanza. Baadaye walihama na kwenda Gukano. Pia inafahamika walihamia Rebaka na mwisho walihamia Nyiberekira wakiwa wamekuwa wengi.

Kizazi Chao

Mughunyi na Iyancha, Waishenyi wa kwanza, walizaa mtoto mmoja aitwaye Mwishenyi ambaye ndiye asili ya jina la Waishenyi. Naye Mwishenyi alizaa watoto wawili wote ni wa kiume:

1. Mtoto wa kwanza aliitwa Mwing'osero.
2. Mtoto wa pili aliitwa Muweliweli.

I. Mwing'osero alizaa watoto watatu:
    A. wa kwanza Morogoro
    B. wa pili Msagiti
    C. wa tatu Moseligha

    A. Morogoro alizaa watoto watatu nao ni:
    1. Nyarobi
    2. Ghesesi
    3. Mnangi

    C. Moseriga alizaa watoto wawili nao ni:
    1. Wisharo
    2. Sabara

Table of Contents

- *Origins of the Ishenyi*
- *Their geneology*
- *Ishenyi clans*
- *Ishenyi customs and traditions*
- *Ishenyi initiation*
- *Traditional Ishenyi dances*
- *Ishenyi law*

Origins of the Ishenyi

The origins of the Ishenyi are at Guka, in the eastern part of the Serengeti District. In the Ishenyi language (Rogoro) the ancestors of the Ishenyi people are Mugunyi (the man) and Iyancha (the woman). They lived at Guka as the first Ishenyi people. After that they moved to Gukano. It is also known that they moved to Rebaka and finally to Nyiberekira, at which point they had become a large group.[15]

Their Geneology

Mughunyi and Iyancha, the first Ishenyi, gave birth to one child who was called, Mwishenyi. This is the origin of the name Ishenyi. Mwishenyi gave birth to two male children:[16]

1. The first child was named Mwing'osero
2. The second child was named Muweliweli

I. Mwing'osero had three children:
   A. the first was Morogoro
   B. the second was Msagiti
   C. the third was Moseligha

   A. Morogoro then had three children:
   1. Nyarobi
   2. Ghesesi
   3. Mnangi

   C. Moseriga then had two children:
   1. Wisharo
   2. Sabara

II. Muweliweli alizaa watoto watatu nao ni:
   A. Kinyonyi
   B. Mungohe
   C. Mugendi

   A. Kinyonyi alizaa watoto wawili nao ni:
   1. *Mokiri
   2. Mayiha
   Mokiri alizaa watoto wanne nao ni:
   Morumbe
   *Mahaghe
   Nyabhughara
   Nyegha
   Mahaghe alizaa watoto wanne
   Ghichanta
   *Bosiri
   Masato
   Sabanya
Bosiri alizaa watoto watano ambao wanaolindana na kurithiana kiukoo:
   Bosiri
   Mambarera
   Kyaroko
   Ghomase
   Nyamoteyika

   C. Mughendi alizaa watoto watatu nao ni:
   1. Shang'angi
   2. Mtahe
   3. Shokura

Mila Na Desturi: Rika za Kishenyi
(Ubhusegha)

I. *Amasuura*: Yalizaa Segha ya Amataara

II. *Amataara*: Yalizaa Segha tatu
   a. Abharumarancha
   b. Abhasaai
   c. Abhangireti

III. *Abharumarancha*:
   1. Abharumarancha walizaa Segha ya Abhakubura
   2. Abhakubura walizaa Segha ya Abhakamata
   3. Abhakamata walizaa Segha ya Abangerecha
   4. Abhangerecha walizaa Abharumara

II. Muweliweli had three children:
   A. Kinyonyi
   B. Mungohe
   C. Mugendi

   A. Kinyonyi then had two children:
   1. *Mokiri
   2. Mayiha
   Mokiri had four children:
   Morumbe
   *Mahaghe
   Nyabhughara
   Nyegha
   Mahaghe had four children:
   Ghichanta
   *Bosiri
   Masato
   Sabanya
Bosiri had five children who protect each other and inherit with the group:
   Bosiri
   Mambarera
   Kyaroko
   Ghomase
   Nyamoteyika

   C. Mughendi had three children:
   1. Shang'angi
   2. Mtahe
   3. Shokura

Age-Sets of the Ishenyi
(Ubhusegha)

I.   *Amasuura*: Gave birth to the age set of:[17]

II. *Amataara*: Gave birth to three age-sets:
      a. Abharumarancha
      b. Abhasaai
      c. Abhangireti

III. *Abharumarancha*:
      1. Abharumarancha gave birth to the age-set of Abhakubura
      2. Abhakubura gave birth to thte age-set of Abhakamata
      3. Abhakamata gave birth to the age set of Abangerecha
      4. Abhangerecha have birth to the age-set of Abharumara

IV. *Abhasaai*:
1. Abhasaai walizaa Segha ya Abhakihocha (Ng'ombe)
2. Abhakihocha walizaa Segha ya Abakinaho (Abhaghamunyeri Akakoro)
3. Abhakinaho walizaa Segha ya Abhamena
4. Abhamena walizaa Abhakerogha

V. *Abhangireti*:
1. Abhangireti walizaa Segha ya Abakong'ota
2. Abhakong'ota walizaa Segha ya Abhasanduka
3. Abhasanduka walizaa Segha ya Abahobaasi
4. Abhahobasi wamezaa Segha ya Abhakerogha

Mila na Desturi za Waishenyi

Mila ya Kishenyi huanza mara tu baada ya kuzaliwa kwa mtoto. Mtoto wa kishenyi akizaliwa mila yake ya kwanza ni kukaa ndani ya nyumba pamoja na mama yake kwa muda wa siku nane, siku ya tisa hutoka nje na kutakasika. Mtoto hupewa jina na baba yake na mama yake kupewa jina la uzazi wa mtoto wao. Hapo mama huaanza kuitwa jina la mtoto, yaani mama fulani na baba naye huitwa jina la mtoto baba fulani. Kama Baba Bhoke, Baba Kimori au Baba Mossi, naye Mama Morigo, Mama Moremi, au Mama Nyambura.

Baada ya mtoto kuota meno chini hufanyiwa sherehe ya kimila kwa kuita wazee na majirani huchinjwa kondoo na watu wote hufurahi kwa pamoja.
Mtoto hukua na akiwa mkubwa akikaribia kwenda jando hufanyiwa nyangi iitwayo *Obunyenye* kwa kutoa jino moja la chini na hapo ndipo hukubalika kwenda Jando la Waishenyi.

Jando la Waishenyi

Jando ni mila ya lazima kwa kabila la Waishenyi. Vijana wa Kishenyi huingia Jando akiwa na umri wa miaka kumi na minane baada ya kuvuna mazao shambani. Baada ya kutahiriwa hupewa jina la *Iyiwori*.

Jando ni sherehe kubwa na hujumuisha vijana wote wa kike na kiume. Wazee wakubwa, yaani wazazi wa vijana ndio hutayarisha sherehe hiyo na watu wote hujumuika na kula na kunywa pombe kwa pamoja. Vijana waliotahiriwa hukaa kwa muda wa miaka minane wakiwa ndiyo walinzi wa sehemu yao kwa maana kamili wakiwa ndio maaskari wa sehemu yao.
Baada ya miaka minane mwaka wa tisa hupanda cheo na kuingia hatua ya pili, yaani *Isaigha*. *Isaigha* hudumu kwa muda wa miaka minane pia. Mwaka wa tisa hung'atuka na kuwa wazee, hivyo na wao huwa tayari kutahiri watoto wao.

IV. *Abhasaai*:
1. Saai gave birth to the age set of Kihocha (Cattle)
2. Kihocha gave birth to the age-set of Kinaho (Ghamunyeri Akakoro)
3. Kinaho gave birth to the age-set of Mena
4. Mena gave birth to the age-set of Kerogha

V. *Gireti*:
1. Gireti gave birth to the age-set of Kong'ota
2. Kong'ota gave birth to the age-set of Sanduka
3. Sanduka gave birth to the age-set of Hobaasi
4. Hobasi gave birth to the age-set of Kerogha

Tradition and Customs of the Ishenyi

Ishenyi customs begin to affect a child as soon as he is born. The first custom encountered after birth of Ishenyi child is to stay inside of the house together with his mother for eight days. On the ninth day he comes out for a sanctification ritual. The child is given a name by his father and mother. The mother is then called by the name of her child, for example, mother of X. The father is also referred to as the father of X. Common Ishenyi names would be Baba (father) Bhoke, Baba Kimori or Baba Mossi, on the other side Mama (mother) Morigo, Mama Moremi, or Mama Nyambura.

After the child gets in his teeth on the bottom a customary celebration is held. The elders and neighbors are invited to a feast in which a sheep in slaughtered and everyone celebrates together. The child grows and when he is ready for initiation a ritual called *Obunyenye* is held to take out one lower tooth before he can enter the Ishenyi initiation rites.

Ishenyi Initiation Rites

Every Ishenyi must pass through the initiation rites. The Ishenyi youth enters the initiation rites when he is about eighteen years old, during the time after harvest. After circumcision the youth is called *Iyiwori*.

Initiation is an important celebration and brings together all of the youth, both male and female. The parents of the initiates prepare a big feast and everyone is invited to eat and drink beer together. The youth who were circumcised remain for eight years as the guardians of the people, or one could say they are the soldiers of their area.
After eight years, during the ninth year, they move up in rank and begin the second stage, the *Isaigha*. They remain in service as *Isaigha* for another eight years. In the ninth year they retire and become elders, at that time they are ready to begin circumcision of their own children.

Mara baada ya kutahiri watoto wao hushika mikia meusi na baba zao hushika mikia miupe. Wakati anashikishwa mkia mweusi pia hupewa *Rikore* na kiti kiitwacho *Imbatani*. Na hapo huruhusiwa kunywa pombe kwa kufuatana na umri wake.

Utamaduni wa Kishenyi

Utamaduni wa Kishenyi ni huu ufuatao:

- Kutahiri wavulana na wasichana
- Kutoga masikio wavulana na wasichana.
- Michezo ya mchana na usiku – kwa amani kwa mfano:

Umweno
Mchezo huo ni wa wanawake waliozaa tu, ni mchezo wa mchana na ni mchezo wa furaha baada ya mwenzao kujifungua vizuri na ni ngoma ya ushujaa wao.

Michezo ya Usiku: Esingori
Mchezo huu huchezwa usiku kwa wavulana na wasichana wakati wa mbara mwezi ya kiangazi. Huchaguliwa mji mmoja wa mzee maalum hapo kijijini ndipo mchezo huo huchezewa.

Miiko ya Waishenyi

Ifuatayo ni Miiko ya Waishenyi:

- Ni marufuku kuua chatu katika nchi ya Waishenyi (*Ibasoti*). Mtu akiua chatu hutoa kondoo mweusi na kuchinjwa na kutakasisha sehemu hiyo.
- Ni mwiko kuchoma nyumba yoyote, kama akichoma kwa bahati mbaya hutoa kondoo mweusi na kutakasisha sehemu hiyo. Baadaye wanakijiji hutoa msaada kwa kujenga nyumba nyingine. Hakuna malipo yoyote. Ila kama mtu alichoma kwa makusudi kijiji kinaweza kumtoza *inchagho*.
- Ni mwiko kwa Waishenyi kutishia au kutumia silaha ya aina yoyote kwa mwenzake. Kama ikitumia hutozwa *inchagho* ng'ombe, akikataa hutengwa na jamii yote.
- Ni marufuku kwa Waishenyi kuuana, lakini ikitokea kwa bahati mbaya wazee wa pande zote mbili hukutana pamoja na kujadili namna ya malipo na namna ya kula chakula kwa pamoja, *Kwibisereni Engibo*. Muuwaji ndiye hutoa malipo kondoo saba na ng'ombe saba awali ili wapate kula chakula pamoja. Malipo kamili ya marahemu ni juu ya jamaa ya marehemu kudai kiasi wanachotaka.

After they circumcise their children they take the black tail and their fathers take the white tail.[18] When a man takes the black tail he is also given *Rikore* (beer straws) and a stool called *Imbatani*. Then he is allowed to drink beer according to his age status.

Ishenyi Traditional Dances

Traditional dances of the Ishenyi include:

- At the time of circumcising boys and girls
- At the time of piercing the ears
- Dances during the day and at night, for example:

Umweno
This dance is only for women who have given birth. It is danced during the day and is a dance of joy after their sister has given birth. It celebrates the woman's courage in childbirth.[19]

Night-Time Dances: Esingori
This dance is performed at night with both boys and girls, at the time of the full moon during the dry season. A particular homestead of a prominent elder in the village is chosen as the place for the dance to take place.

Customary Taboos of the Ishenyi[20]

The following are the taboos of the Ishenyi:

- It is forbidden to kill a python in the land of the Ishenyi (*Ibasoti*). If a man kills a python he is fined a black sheep that is slaughtered to purify the area.
- It is forbidden to burn any house. If a house is accidently burned the person responsible is fined a black sheep to purify the area. Afterwards the community will help to rebuild another house. They will not be paid. However if a man burns a house purposely the village can fine him *inchagho*.[21]
- It is forbidden to frighten or to use a weapon of any kind against your fellow comrade. If someone does this he is fined one cow. If he refuses to pay he is shunned by the whole community.
- It is forbidden for Ishenyi to kill each other, but if this happens by accident the elders from each family meet together and discuss the amount of the blood compensation and preparations for the common ritual meal of purification called, *Kwibisereni Engibo*. The murderer must first pay seven sheep and seven cows for the feast. It is up to the family of the deceased to decide the amount of the full payment.[22]

Sheria ya Waishenyi

- Ni marufuku kijana wa Kishenyi kumtukana Mzee yeyote wa kiume au wa kike. Ikitokea kosa hilo, kijana huyo hutozwa *inchago* kondoo na kama huyo kijana atakataa kutoa *inchago* hiyo atatengwa na jamii na mwisho hulaaniwa.
- Ni marufuku mtoto kupiga wazazi wake wote na ikitokea hivyo mtoto huyo hutozwa inchagho ya ng'ombe moja kwa wazee wa mila. Akikataa kutoa inchagho hiyo hulaaniwa na wazee, hiyo ndiyo mila ya Waishenyi.
- Ni marufuku kwa kijana wa Kishenyi mwenye umri chini ya miaka kumi na minane (18) kunywa pombe, kwani wao ndio askari na walinzi wa nchi yao. Hawataweza kulinda nchi huku wamelewa.
- Kimila cha Waishenyi kijana hawezi kuchukua binti wa mtu na kuishi naye bila ya kutoa mahari kwao. Akikaa naye bila ya mahari si mke wake halali hata akizaa naye mtoto — mtoto huyo si wake sababu hakuna ndoa iliyo halalishwa kimila.
- Ni marufuku mwanamke kupokea mahari ya binti wake, hata kama mume wake amekufa. Vijana wake au babu ya binti ndiye anayepokea mahali hiyo kwa manufaa ya mji huo (ukoo).
- Ni lazima kila mwaka Waishenyi kwenda Nyiberekira baada ya mavuno kutambikia *(kuherana)*. Huko ndiko tuliko tokea, hivyo tunakwenda kuhiji Kishenyi.
- Kwa mila ya Kishenyi, ng'ombe wanaobomoa zizi usiku na kula shamba kwa bahati mbaya, mwenye shamba halipwi fidia. Hivyo huitwa bahati mbaya kwa sababu ni usiku.
- Kwa Mila ya Kishenyi wanawake wanakunywa pombe na wanaume wao mwisho saa 10:00 za jioni. Baada ya hapo wanawake wanakwenda nyumbani kwa shughuli za mji. Kama mwanamke akionekana baada ya masaa hayo atatozwa *inchagho* kondoo moja na kuonywa asirudie. Asipotoa atatengwa na jamii yote.

*Ugoni (*Ekiroghi*)*
Kishenyi ukimfumania mke wako akizini na mtu mwingine yule mtu atatozwa ugoni wa ng'ombe wanne tu.

Customary Laws of the Isenyi

- It is forbidden for an Ishenyi youth to curse or disrespect any elder, male or female. If this takes place the youth is fined one sheep. If the youth refuses to pay the fine he will be shunned from the community and cursed.
- It is forbidden for a child to hit either of his parents. If this takes place the child is fined one cow by the customary elders. If he refuses to pay the fine he is cursed by the elders, this is the custom of the Ishenyi.
- It if forbidden for an Ishenyi youth less than eighteen years old to drink beer. This is because they are the guardians of the land. They cannot guard the people if they are drunk.[23]
- According to the Ishenyi custom a youth cannot take the daughter of another man and live with her without giving bridewealth to her parents. If they live together without giving bridewealth she is not his true wife. Even if they have children together, the children are not his own because the marriage is not recognized by the traditional means.
- It is forbidden for a woman to receive the bridewealth of her daughter, even if her husband is dead. Her sons or her father must receive the bridewealth on behalf of the homestead or lineage.[24]
- Every Ishenyi must go to Nyiberekira after the harvest to make an offering *(kuherana)*.[25] That is where the Ishenyi originated, so we must return to make the pilgrimage.
- According to Ishenyi custom if a cow breaks down the corral, gets into a field and eats the crops at night, through no fault of the owner, no fine is owed. It is just called "bad luck" because it is night.
- According to Ishenyi custom women drink the last beer with their men at 4:00 o'clock in the afternoon. After this they go to their homes to get the housework done. If a woman is seen after this hour drinking beer she is fined one sheep and is warned not to do it again. If she refuses she is shunned from the whole community.

*Adultery (*Ekiroghi*)*
If a man catches his wife in the act of adultry with another man, that man is fined four cows.

PART III
HISTORIA FUPI KUHUSU MWANZO WA WIKOMA

Mwanzo wao Walikotokea
History Form No. I, Waikoma Mwanzo wao Kabla ya Kuja
Ikoma Robanda, na Kutawanyika kwa Koo

By Yusuph Mboi and Samson Keroto,
from Sasura Mosegai, 7 Machi 1984

Asili yao walikuwa katika kijiji kimoja kiitwacho kwa jina Masasi au mji wa Masasi, waliishi huko kwa muda mrefu kisha kwa makusudi tu, walitoka huko Masasi wakaondoka wakapitia mji wa Dodoma, milima ya Usambara, milima ya Ngorongoro na mashariki katikati ya Ngorongoro Arusha hadi mahali paitwapo Sonjo. Huko Sonjo waliishi huko Sonjo wakishirikiana sana na kabila la Wasonjo kwa kila shughuli.

Baada ya muda Waikoma waliamua kuondoka, wakaelekea upande wa Magharibi, kutoka Mashariki ya Sonjo, huko walikuwa wanawinda wanyama wakaendelea mpaka wakafika sehemu moja inayojulikana kwa jina kama Mabohe Mero au Matonyo. Wakati walipokuwa huko Matonyo wakiendelea na uwindaji hapo wakawa na utafiti wa kugundua vyanzo vya maji au visima vya asili kwa, majina vinajulikana:

1. Nyabare
2. Chengera
3. Nyagenana
4. Remegutu
5. Musarinyambari
6. Kisima cha Kumary

Baada ya kutoka sehemu hizo za mawindo hapo ndipo wakahamia mahali paitwapo kwa jina la kienyeji Egegoro Egekoro, mpaka sasa bado wanaishi huko karibu na kilima hicho.

Tena baada ya kuishi huko wakagundua tena majina ya vitu vinavyohusu watu, nayo ni hayo

1. Nyakomogo ni jina la mganga wa mvua na watu.
2. Nyamagambo pia ni jina la mganga mvua na watu.
3. Nyakiraburu naye alikuwa mganga hivyo.

PART III
A SHORT HISTORY OF THE IKOMA

Mwanzo wao Walikotokea
History Form No. I, Ikoma Origins before they came to Robanda and their Clan Dispersal.

By Yusuph Mboi and Samson Keroto,
from Sasura Mosegai, 7 March 1984

The origins of the Ikoma people are from a village called Masasi, or the homestead of the man called Masasi. They lived there for a long time and then left Masasi, passing through the town of Dodoma, the Usambara mountains, the Ngorongoro mountains and east between Arusha Ngorongoro up to the place called Sonjo. There at Sonjo they lived together with the Sonjo tribe cooperating in everything.[26]

After awhile the Ikoma decided to leave. They went west from Sonjo in the east, there they hunted animals until they reached as far as a place known by the name of Mabohe Mero or Matonyo. While they were at Matonyo they went on hunting at that place and discovered springs of water or traditional wells which are known by the names of:

1. Nyabare
2. Chengera
3. Nyagenana
4. Remegutu
5. Musarinyambari
6. Kisima cha Kumary

After leaving this hunting camp they went to another place called by local people, Egegoro Egekoro. The Ikoma people still live at this place, near to this small mountain.[27]

After living there for a while they discovered other things concerning their life together:

1. Nyakomoro was the name of the rainmaker and his people.
2. Nyamagambo was the name of another rainmaker and his people.
3. Nyakiraburu was a healer/prophet.

Historia hii, imerikodiwa na Yusuph Mboi akishirikiana na Samson Keroto, kutoka kwa Sasura Mosegai, Mtu wa kale mnamo tarehe 7 Machi 1984.

Baada ya kutawanyika kwa koo ndipo kukawapo na kaline, kwa majina ya uzao:
1. Wasaai
2. Wamoruranga
3. Wasagenta
4. Wamoruranga
5. Wakihocha
6. Wakinaho
7. Wanyanyanga

Signed 7 Machi 1984

This history was recorded by Yusuph Mboi together with Samson Keroto, narrated by Sasura Mosegai, a traditional elder, on 7 March 1984.

After the Ikoma divided and spread out by lineage group then clans came to be:

1. Saye
2. Moruranga
3. Sagenta
4. Moruranga
5. Kihocha
6. Kinaho
7. Nyanyanga

Signed 7 March 1984

PART IV
TATOGA HISTORY

28 Machi 1996
Mtafasiri (Translator) Mwl. S/Msingi Iharara,
Box 11 Mugumu-Serengeti

Mwanzo na Asili ya Kabila la Wataturu / Ratoga

Wataturu / Ratoga walitoka kaskazini mwa Afrika inasadikiwa kuwa walitoka nchi ya Misri wakatelemka kuelekea kusini hadi Tanzania, kupita Kenya, Narok hadi Tanzania.

Kwa asili Wataturu waliishi kwa kufuga mifugo kama vile ng'ombe, kondoo na mbuzi. Na wao walitegemea sana ng'ombe kama chakula chao kikuu. Walikula nyama, maziwa na damu ya ng'ombe. Kamwe Wataturu hawakujua kulima. Kwa vile walikuwa wafugaji walipenda kuishi katika sehemu zenye mbuga tambarare, zenye nyasi fupi, vichaka kidogo na kandokando ya mito. Sehemu hizo ziliwafaa sana kwa ufugaji wa wanyama wao.

Wao walipoingia Tanzania kutoka Kenya walianza kuishi sehemu za Arusha sehemu zenye mbuga za wazi (open plains), wakiambaamba na bonde la ufa hadi Wilayani Hanang', Mkoani Arusha. Huko walianza kugawanyika kutokana na upendeleo wa kila upande (viongozi wa koo walianza kuto-fautiana). Hapo waliacha kundi moja lililojiita Barhibaiga kwa kisingizio kuwa wao hawako tayari kuendelea na safari, eti kwa sababu walikuwa wameishiwa fimbo (Baiga) za kuswagia mifugo yao. Kundi hilo la Wabarhibaiga wakaachwa hapo na wenzao na wakajulikana kwa jina hilo la Barhibaiga (Wakata Fimbo) hadi sasa. Kundi la pili lilikuwa la Burheriga na Gisamijanga, hawa wakati Wataturu wakiendelea na safari yao ya kuhamahama (nomadic life) kundi hili la pili lilibaki sehemu za Tabora na Shinyanga katika Tanzania. Wao walidai kuwa hawataendelea na safari kwa sababu ya uchovu, walikuwa wamechoka hawa wakaitwa Burheriga, yaani waliochoka na safari.

Kundi la tatu na la mwisho waliendelea na safari hadi Mkoani Mara, nao wakadai kuwa wamepoteza punda wao waliokuwa wanawatumia kwa kubeba mizigo. Basi wote hawakuweza kuendelea na safari ya kuhama kwa sababu punda wao wamepotea. Wote wakabaki hapo kutafuta punda hadi sasa. Wakajulikana kwa jina hilo la watafuta punda — Rhotigenga. Kundi hilo lilisambaa Mkoani Mara na sasa hivi wamechanganyikana na makabila mengine ya Mkoa wa Mara katika Wilaya ya Serengeti na Bunda tu.

PART IV
TATOGA HISTORY

28 March 1996
Translator Mwl. S/Msingi Iharara,
Box 11 Mugumu-Serengeti[28]

Origins of the Tatoga Tribe

The Taturu or Ratoga originated in northern Africa. It is accepted that they came from Egypt and migrated south toward Tanzania, passing through Narok, Kenya on the way to Tanzania.[29]

From the beginning the Taturu lived as livestock herders of cattle, sheep and goats. They have especially depended upon cattle as their main source of food. They ate the meat, milk and blood of cattle. The Taturu have never farmed. Because they were herders they preferred to live on flat plains with short grass and little bush, near to rivers or streams. Areas like this were excellent for caring for their livestock.[30]

When they arrived in Tanzania, coming from Kenya, they first lived in the area of Arusha with large open plains. They passed along the Rift Valley to the District of Hanang', Arusha Region. There they began to spread out as each group preferred a different area (the leaders of each lineage group began to differentiate themselves). The group called the Barhibaiga[31] stayed behind at this place on the excuse that they were not ready to continue the journey because they had no more sticks to herd their cattle (Baiga). So the Barhibaiga were left there by their comrades and have been known by the name of Barhibaiga (those who cut sticks) until today. The second group were the Burheriga and Gisamijanga. During the nomadic journeys of the Tatoga this group stayed in Tabora and Shinyanga, Tanzania. They claimed that they would not go on with the journey because they were tired. Those who were tired were called the Burheriga, meaning those who were tired of the journey.

The third group and the last continued on the journey to the Mara Region. They claimed that they lost the donkeys that carried their possessions. So they could not continue with the nomadic journey because their donkeys were lost. All of them stayed to search for the donkeys and are still there today. They became known by the name of Rhotigenga. This group has spread throughout the Mara Region and today have mixed with many other tribes in the Mara Region and especially the Serengeti and Bunda Districts.

Mila na Desturi

Kwa upande wa mila na desturi Wataturu/Ratoga wote wa makundi yote yaani
1) Wabarhibaiga, 2) Burheriga, 3) Rhotigenga waliwaheshimu sana wakubwa
wao. Wadogo waliwaheshimu wakubwa wote bila kujali kuwa ni wa ukoo
wake au vipi.

Pia kwenye jamii zote hizo vijana walikuwa na jukumu la kulinda amani na
usalama wa jamii nzima na mali zao (ng'ombe). Wazururaji na watu wavivu
hawatakiwi kabisa katika jamii ya Watatoga. Sifa moja ya kijana kuoa au
kuolewa ni jinsi gani anasaidia ndugu zake na jamii yake. Upande wa kuoa,
Wataturu walioa kwa kuchumbisha binti na kufanya kazi kwa baba mkwe
(father-in-law) hadi baba mkwe wake atakaporidhika na shughuli zake ndipo
anamruhusu anapewa zawadi na baba mke wake na kwenda kuanza maisha na
mkewe, mara nyingi zawadi hizo huwa ni ng'ombe. Wataturu hawatoi mahari
kwa ajili ya ndoa. Ingawa baadaye muoaji hutoa ng'ombe mmoja kwa baba
mkwe wake (ng'ombe huyo hujulikana kama *Reragejalida*, ng'ombe wa
ndoa).

Wataturu kwa asili tulikuwa na vikao vyetu vya asili mabaraza ya kurekebisha
wahalifu, hatukuwa tukishitakiana mahakamani kama sasa. Wahalifu waliad-
hibiwa katika mabaraza ya wazee. Adhabu zilizotolewa zilikuwa za viboko,
kunyang'anywa ng'ombe au kutengwa na jamii. Kutengwa na jamii ilikuwa ni
adhabu kali na ya mwisho katika jamii.

Wataturu waliamini kuwa kufanya dhambi ni kosa kwa mwenye Mungu, hivyo
waliamini kuwa Mungu yupo na pia kufanya dhambi kwa makusudi ni
kumuudhi Mungu na kuwa mtu wa namna hiyo ataangamia. Wataturu wana
dini yao ya asili inayoongozwa na koo/milango miwili mikubwa, yaani
Ghawoga na Rerhemung'ajega, hawa ni viongozi wa dini ya Wataturu. Baadhi
ya madhambi yanayoogopwa sana na Wataturu ni: 1) kuua, 2) kuiba, 3) kuoana
na ndugu au jamaa yako, 4) kudhulumu, 5) kupiga mzazi, n.k. Wanaamini
kuwa atakayetenda matendo haya akiisha kiri na kutubu huombewa ili
mwenyezi Mungu amsemehe.

Mwisho

Custom and Tradition

In terms of tradition the Tatoga divided into three groups 1) Barhibaiga, 2) Buheriga, and 3) Rhotigenga, all respect their elders. Younger people respect all elders without discriminating on the basis of descent group or anything else.

Also within this community the youth were given the responsibility to protect the peace of the whole community and its property (cattle). The idle and the lazy were not welcome in this community of the Tatoga. The highest praise at a wedding went to youth who helped their families and their communities. Concerning marriage, the Tatoga married by first getting engaged to a girl and working for her father until he was satisfied with the work and gave his permission. The father-in-law then gave a gift, often cattle, to the man to begin his new life with his wife. The Tatoga do not exchange bridewealth for marriage.[32] However after a while the one who marries gives one cow to his father-in-law (this cow is known as *Reragejalida*, or the cow of marriage).

Traditionally the Taturu had a number of councils to correct those who transgressed the law, without the litigation in court that is now so common. The accused were brought to shame in front of the council of elders. The punishment was the whip, a fine of cattle or to be banned from the community. Banning was the most severe punishment and only a last resort.

The Taturu believed that sinning is an offense against God. So they believed that God exists and that sinning by choice grieves God and that a person like this would perish.[33] The Taturu have their own traditional religion, led by specialists from two large clans, the Ghawoga and the Rerhemung'ajega, who constitute the religious leadership for all Taturu.[34] Among the sins which are most feared by the Taturu are: 1) murder, 2) theft, 3) marriage with a sibling or close relative, 4) fraud or injustice, 5) beating a parent, etc. They believe that whoever does these acts but admits his fault and repents will be prayed for so that God forgives him.

The End

CHAPTER III

THREE HISTORIES OF THE NGOREME

Contents:

Phillipo Haimati at Iramba,
14 September 1995 (see p. 174ff).

PART I
THE HISTORY AND TRADITIONS OF THE NGOREME

Imeandikwa na Phillipo Haimati, Iramba, 1987

Utangulizi

Ni mimi Phillipo Haimati.

Mnamo mwaka 1950, nilipokuwa sijui Historia ya Ngoreme na mila zao. Nilikuwa nikiuliza wazee, babu zangu, na wakati huo sikujua nitaandika habari hizo mpaka 1970 ndipo nilikumbuka nikaziandika. Gharama za madaftari nilisaidiwa na Padri Caroli Houle na wazee ambao walinihadithia nawataja kwa majina na kuwashukuru sana ni hawa:

1. N. Suumo   marehemu
2. Keguku   marehemu
3. M.M. Bartelerui   marehemu
4. M.K. Mairi   marehemu
5. Nyatechi   marehemu
6. P.M. Nyakuge   marehemu
7. S.W. Ntira   marehemu
8. S.M. Sagana   marehemu
9. Z.M. Mokereti   marehemu

Maelezo

Wakati kama karne ya tatu A.D. nchi hii ya Ngoreme ilikuwa msitu na nyika bila watu ila wanyama wa porini mpaka mwanzoni mwa karne ya nne A.D. Watu wa kwanza kabisa walifika nchi hii na walipendeze sana kuona nchi mpya yenye wanyama wengi wa porini. Sasa ninaanza historia kama nilivyohadithiwa na wazee hao.

Watu wa Mwanzo Ngoreme

Watangulizi kabisa kufika nchi hii walikuwa watu wa ukoo wa Wamaare na walitoka mashariki sehemu za Arusha na hapa Ngoreme. Walikuwa wakiishi milimani.

Baadaye watu wa ukoo wa Wataboori walifuata na hawakuja moja kwa moja ila walikuja pole pole wakijenga vituo na kuwinda wanyama, na walifika

PART I
THE HISTORY AND TRADITIONS OF THE NGOREME

Written by Phillipo Haimati, Iramba, 1987[1]

Introduction

My name is Phillipo Haimati.

In the year 1950 I did not know about the history and traditions of the Ngoreme people, so I starting asking the elders, my grandfathers, not knowing that someday I would write all of this down. It was in 1970 that I began to write. Father Caroli Houle helped me with the price of the notebooks. I want to especially thank the elders by name who told me this history:

1. N. Suumo   deceased
2. Keguku   deceased
3. M.M. Bartelerui   deceased
4. M.K. Mairi   deceased
5. Nyatechi   deceased
6. P.M. Nyakuge   deceased
7. S.W. Ntira   deceased
8. S.M. Sagana   deceased
9. Z.M. Mokereti   deceased

Explanation

In about the third century A.D. the land of Ngoreme was forest and plains, without people, but teaming with wild animals. At the beginning of the fourth century A.D. the first people began to arrive in this land. They were so pleased to see this new land with lots of wild animals. Now I will begin the history as it was told to me by the elders.[2]

The First People in Ngoreme

The first people to arrive in this land were people from the Maare clan, coming from the east around Arusha and settling in the mountains of Ngoreme.

After awhile people of the Taboori clan followed, travelling slowly and indirectly, stopping to build temporary hunting camps as they went. They arrived in Ngoreme during the fourth century A.D.[3] At that time they were

Ngoreme mnamo karne ya nne A.D. na walikuwa na milango miwili, yaani Waihindi na Wabugasa. Sasa Ngoreme ikawa na milango mitatu.

1. Wamaare
2. Waihindi
3. Wabugasa

Na ni hawa tu asili ya Wangoreme na wote wametoka mashariki sehemu za Arusha katika ukoo au kabila la Wasonjo.

Milango mingine ni:

1. Wagoosi
2. Wagitare
3. Wairegi
4. Wabusaawe
5. Wasweta
6. Waraguuri
7. Watimbaru
8. Wamabaasi

Wote hao walitoka Kenya na ni Wakuria.
Yaani:
Wagiseero wametoka Kenya Giseero na wanaamini chui, Kikuria Waingwe.
Wagoosi wametoka Goosi Kenya.
Wagitare wametoka Kitare Kenya.
Wairegi wametoka Bwiregi Kaskazini ya Mto Mara.

Na hao walipofikia Ngoreme Ikorongo wakamkuta Isabayaya, ndiye aliye-wapokea. Isabayaya alikuwa mkulima na pia mfugaji. Watu hao walipofika toka kaskazini ya Ngoreme Isabayaya aliwapa ng'ombe mweusi wakamfanyia mitambiko na mpaka sasa, pamoja na Brashi za Wairege mitambiko walifanyia mitamba nane na kidume madoa mpaka sasa. Na wale Wataboori toka mwanzo waliamini fisi tu, mitambiko yao ni juu ya fisi. Hata mavi ya fisi wanayatumia kwa amini ya kuaminika kwa mtu anayesema ukweli.

Na hapa nataja majina ya wazee waliotoka Sonjo wakafika Ngoreme wazee hao ni:

1. Mareu Wandiira
2. Isabayaya
3. Nyahaba
4. Mongoreme

divided into two descent groups, the Ihindi and the Bugasa. At that time Ngoreme had three descent groups:

1. Maare[4]
2. Ihindi
3. Bugasa

These are the founders of the Ngoreme people and all of them came from the east, around Arusha, from among the Sonjo people.[5]

Other descent groups include:

1. Goosi
2. Gitare
3. Iregi
4. Busaawe
5. Sweta
6. Raguuri
7. Timbaru
8. Mabaasi

All of these came from Kenya and are Kuria.
That is:
The Giseero came from Kenya Giseero and honor the leopard, in Kuria, *Ingwe*.
The Goosi came from Goosi, Kenya.
The Gitare came from Kitare, Kenya.
The Iregi came from Bwiregi, north of the Mara River.[6]

When they reached Ngoreme at Ikorongo they met Isabayaya, who greeted them. Isabayaya was a farmer and a herder of livestock. When these people arrived from the north Isabayaya gave them black cattle, which they used as offerings of propitiation. Still today they make offerings consisting of eight heifers and one spotted bull (along with the brush of the Iregi). From the beginning the Taboori have honored the hyena.[7] They even use the feces of the hyena to swear a truth-telling oath.

I will now name the first elders who came from Sonjo to Ngoreme:[8]

1. Mareu Wandiira
2. Isabayaya
3. Nyahaba
4. Mongoreme

Hatujui ni namna gani mlolongo wa vizazi, katika kizazi hicho ulivyokuwa. Lakini msemo huo unao tuongoza: 'Isabayaya ne Wandiira' yaonyesha Isabayaya alikuwa mtoto wa Wandiira. Halafu 'Ngoreme ya Isabayaya' yaonyesha Mongoreme alikuwa mtoto wa Isabayaya. Halafu 'Ngoreme kwa Nyahaba' yajulikana ni ya Wanyahaba, yaonyesha baada ya kufa Mongoreme ndipo akapatikana Nyahaba, basi Wangoreme wakawa Wanyahaba. Na jina hilo la kwanza Mareu yasemekana ni miongoni mwa kwanza kwa wale waliotoka Sonjo.

Wataboori Toka Sonjo Hadi Mlima Mangwesi Ngoreme

Mlima Mangwesi ni kusini ya Ngoreme. Watu wa mwanzo kabisa walipotoka Sonjo walifika Mlima Mangwesi wakatua hapo nakujenga kituo kwa wote.

Kutawanyika Kwa Watu Waliotoka Sonjo

Watu hao wa mwanzo baada ya kufika Mangwesi chini ya mlima huo walifanya kituo. Baadaye misiba mingi ilitokea hivyo watu wakatawanyika, wengine wengi wakaelekea Ikongoro wakawa wakulima na wafugaji. Wachache wakaelekea kaskazini wakawa wawindaji. Na walipokuwa wanawinda, mtu aliyepotea msituni walimpigia yowe na yowe hiyo ikaitwa Koma, na watu hao wakaitwa Waikoma.

Kumbe Mongoreme na Mwikoma ni kabila moja, hata mila na desturi zao ni moja bila tofauti. Mwandishi wa kitabu hiki anaomba Wangoreme na Waikoma wangefuta Ngoreme na Ikoma, wote wawe na jina moja Wanyahaba. Na nchi zetu ziwe: Ngoreme – Nyahaba Magharibi Kaskazini. Na Ikoma – Nyahaba Mashariki Kusini.

Watu Wengine Walioingia Ngoreme

Baada ya mtawanyiko ya Wangoreme na Waikoma toka Mlima Mangwesi, na baada ya kuingia Wagiseero, Wagoosi, Wagitare na Wairege, ndipo watu wengine wakatoka Ikizu. Na hao wakaingia kwenye ukoo wa Wagimenye na Wabwiro.

Sasa ukoo au milango ya Ngoreme, walipotoka na nadhiri kama alama ya kuapa kwao ni yafuatayo: (S = Wasaai na C = Wachuuma):

1. (S) Wamaare – Wametoka Sonjo –Ng'ombe na nyani
2. (C) Waihindi –Wametoka Sonjo – Fisi
3. (S) Wabugasa – Wametoka Sonjo – Fisi
4. (CS) Wagiseero – Wametoka Gisero, Kuria –Ng'ombe na Brashi
5. (C) Wagoosi – Wametoka Goosi, Kuria –Ng'ombe na Brashi

We do not know exactly how one generation followed the next, but we are guided by a saying which goes: 'Isabayaya of Wandiira,' which shows that Isabayaya was the child of Wandiira. Then 'Ngoreme of Isabayaya,' which shows that Ngoreme was the son of Isabayaya. Then 'Ngoreme with Nyahaba,' which shows that Nyahaba appeared after the death of Ngoreme, so the Ngoreme people became the Nyahaba. It is said that the name Mareu was the first among those who came from Sonjo.[9]

The Taboori Came from Sonjo to Mangwesi Mountain in Ngoreme

Mangwesi Mountain lies to the south of Ngoreme. The first people from Sonjo arrived at Mangwesi Mountain and stopped there to build a camp for everyone.

The Dispersal of the People Who Came from Sonjo

These first peoples from Sonjo made a camp at the base of Mangwesi Mountain. After many deaths occurred there the people began to leave the mountain and some went towards Ikongoro to farm and herd. A few went north to hunt. While they were hunting a man got lost in the forest and they called out to get help in finding him. This alarm call came to be called 'Koma' and those people came to be known as the Ikoma.

From this story we can see that Ngoreme and Ikoma are really one tribe, even their customs and traditions are the same, without difference.[10] The author of this book asks that the Ngoreme and the Ikoma stop using those tribal names, all should be known as the Nyahaba people. Then our land could be referred to as: Ngoreme – northwestern Nyahaba. And Ikoma – southeastern Nyahaba.

Others Who Came to Ngoreme

After the dispersal of Ngoreme and Ikoma from Mangwesi Mountain and after the entrance of the Giseero, the Goosi, the Gitare and the Irege, then other people arrived from Ikizu. Those who came were from the clans of the Gimenye and the Bwiro.[11]

Today the Ngoreme clans or descent groups, their origins and their oathing symbol are as follows (S=Saai and C=Chuuma):[12]

1. (S) The Maare – from Sonjo – Cattle and Baboon
2. (C) The Ihindi – from Sonjo – Hyena
3. (S) The Bugasa – from Sonjo – Hyena
4. (CS) The Giseero – from Gisero, Kuria – Cattle and Brush
5. (C) The Goosi – from Goosi, Kuria – Cattle and Brush

6. (S) Wagitare – Wametoka Kitare, Kuria – Brashi na Samaki
7. (C) Wairegi – Wametoka Bwiregi, Kuria – Ng'ombe, Nyama
8. (S) Wagimenye – Wametoka Ikizu – baadhi Bisimba
9. (C) Wabwiro – Wametoka Ikizu – baadhi Makoome, Mabeno, Kunde
10. (C) Wanguki – Maasai – baadhi yao Sarota
11. (S) Wabusawe
12. Wasweta
13. Waraguuri
14. Watimbaru
15. Wanyabasi

Wairegi, Wasweta na Wagisero – ulezi na chui na kunde.
Alama hizo ziliwekwa na wazee wa mwanzo wa Ngoreme ili yeyote atakaye kula kiapo kutokana na alama hiyo kwa uongo mji wake ufirisike au uishe kabisa, mfano kama Wakristo wanavyoapa juu ya Bibilia.

Utaratibu wa Kuishi Kwa Wangoreme

Kwa sababu ya kuonyeshana ushujaa Wangoreme waligawanyika mara mbili, wengine wakawa Wasaai, wengine wakawa Wachuuma. Kama ifuatavyo:

Wasaai	Wachuuma
Wabutacha	Waihindi
Wamaare	Wagoosi
Wagitare	Wabwiro
Wabugasa	Wanguku
Wagimenye I	Wagimenye II
	Wairege
	Watimbaru

Kufika 1940 Wangoreme walikuwa wakifanya kwata (drill) wamevalia kijeshi mavazi haya:

Kiunoni – Rikobe kupande cha ngozi ya kondoo
Miguuni – Vikengele na *amantiri*
Mgongoni – Manyonya ya ndege
Kichwani – Kofia ya ngozi ya Simba
Na juu ya kofia wamesimika nyoya.
Mikononi toka mabegani walining'iniza kamba za ngozi ya kondoo.

Ngozini – wamejipaka tope.

6. (S) The Gitare – from Kitare, Kuria – Brush and Fish
7. (C) The Iregi – from Bwiregi, Kuria – Cattle and Meat.
8. (S) The Gimenye – from Ikizu – some of them, Bisimba
9. (C) The Bwiro – from Ikizu – some of them, the Makoome, Mabeno, and Beans.
10. (C) The Nguki – from Maasai – some of them Sarota (a man's name)[13]
11. (S) The Busawe
12. The Sweta
13. The Raguuri
14. The Timbaru
15. The Nyabasi

The Iregi, Sweta and Gisero all honor millet, the leopard and the kunde bean. These symbols were assigned by the founding Ngoreme elders so that if anyone takes a false oath on this sign, his homestead will be finished and his line will not continue, similar to the way Christians swear on the Bible.[14]

The Ngoreme Plan of Attack

In order to show their courage the Ngoreme divided into two parts, some were called Saai and the others were called Chuuma, the clans divided into these two groups as follows:

Saai	Chuuma
Butacha	Ihindi
Maare	Goosi
Gitare	Bwiro
Bugasa	Nguku
Gimenye I	Gimenye II
	Irege
	Timbaru

In 1940 the Ngoreme soldiers were drilling and they wore the following military uniform:

On their bodies – a *rikobe* made from sheepskin
On their legs – Bells and *amantiri*
On their back – Bird feathers
On their head – a lion skin cap
They stick a tall feather on top of the hat.
Around their arms from the shoulder they tie strips of sheepskin that swing in the wind.
They cover their skin with mud.

Mkono wa kushoto – wameshikilia ngao iliyopambwa maridadi sana kwa rangi nyeupe kama chokaa, rangi nyekundu na nyeusi.
Mkono wa kulia umeshikia mkuki maridadi.
Mwendo wa kiaskari.

Toka Wazungu waliingia wakaunda jeshi lakini jeshi la Kizungu halikupendeza kama jeshi la Ngoreme na mwendo wao. Wasaai walikuwa na jeshi na Wachuuma walikuwa na jeshi. Kwa Ngoreme nzima majeshi 10 hivi:

1. Busaai I – majeshi 2
2. Busaai II – majeshi 2
3. Bongirate – majeshi 2
4. Borumarancha – majeshi 2
5. Bugamutenya – majeshi 2

Kila nchi Wasaai na Wachuuma majeshi mawili.

Namna Nchi 5 za Ngoreme Zilivyoundwa
(Busaai I, Busaai II, Bongirate, Bugamutenya, Borumarancha)

Kabla ya nchi hizo kuundwa Wangoreme walikuwa wakiishi kila mlango au kila ukoo na ngome yao walioijenga kwa kutumia mawe. Na nchi yote ilienea vita kati ya Wangoreme na Wamaasai. Ilionekana ngome moja iliposhambuliwa ndugu wawili au watatu wa Baba mmoja waliuawa na Wamaasai. Wangoreme walipoona hivyo walitawanya watoto wakati wa kutahiriwa:
- Watoto wa kwanza walienda Busaai I
- Watoto wa pili walienda Busaai II
- Watoto wa tatu walienda Bongirate
- Watoto wa nne walienda Borumarancha
- Watoto wa tano walienda Bugamutenya

Sasa ilipokuwa vita nchi moja kati ya hizo wenye kuuawa ni mtu mmoja, ni mmoja kuliko ndugu watatu au wanne wauawe kwa siku moja. Vita kati ya Wamaasai na Wangoreme itaelezwa katika sura nyingine.

The right hand holds a shield that is beautifully decorated with white (lime) and also red and black colors. The right hand holds a decorated spear. They run ahead at a soldier's gait.

From the time of colonialism they had colonial soldiers but they did not look as good as they marched along. The Saai and the Chuuma each had their own military. There were ten troops for all of Ngoreme:

1. Saai I – 2 troops
2. Saai II – 2 troops
3. Bongirate – 2 troops
4. Borumarancha – 2 troops
5. Bugamutenya – 2 troops

Each Saai and Chuuma area had two sets of troops.[15]

How the 5 Territories of Ngoreme Were Formed
(Busaai I, Busaai II, Bongirate, Bugamutenya, Borumarancha)

Before these territories were formed each Ngoreme clan or descent group lived in its own fortified settlement built of rocks.[16] Then all of the land was overwhelmed by the war between the Ngoreme and the Maasai. When one fortified settlement was attacked two or three brothers of one father might be killed by the Maasai. When the Ngoreme saw this they spread out the children at the time of circumcision:
-   The first children went to Busaai I
-   The second children went to Busaai II
-   The third children went to Bongirate
-   The fourth children went to Borumarancha
-   The fifth children went to Bugamutenya

So now when one territory among these fought a battle only one child of a father would be killed rather than three or four on the same day. The war between the Maasai and the Ngoreme will be explained in another chapter.

Makora ya Wangoreme

Makora au *Amakora* ni utaratibu wa Wangoreme wa vizazi vinne:

Wasaai	**Wachuuma**
Abanyambureti	Abagiini
Abagamunyari	Abanyange
Abamaina	Abachuuma
Abarumarancha	Abamairabe

Kwa wakati huu, 1987, wazee sana karibu kumalizika Abanyambureti na Abagiini. Watoto wa sasa ni wazee wengi ndio Abanyange na Abagamunyari. Na watoto wao ni vijana toka umri wa miaka 15 mpaka miaka 35 ndio Abamaina na Abachuuma. Na watoto wao ni Abarumarancha na Abamairabe, watoto hao ndiyo wanaozaliwa sasa. Wanawake wa Abanyange na Abagamunyari kwa sasa hawazai, maana ni wazee. Labda wanawake wao wanaozaa ni (*Abarekari*) mke wa pili.

Utawala wa Wangoreme

Desturi ya Wangoreme, utawala wa Wangoreme, ulikuwa wa kijeshi na mali ya Ngoreme ambayo ilikuwa mifugo yote ilikuwa mali ya jeshi. Ingawa mali hizo zilikuwa mali za kila mtu binafsi, lakini kwa jumla jeshi ndilo lilikuwa likitumia mali hizo bila kuuliza au kumuomba mwenyewe.

Kwa mfano: Jeshi lilipokuwa kwenye michezo na lilipotaka kuchinja ng'ombe lilituma watu kwenye makundi ya ng'ombe machungani na watu hao walichagua maksai wanono na kuleta kwenye michezo bila kuuliza hiyo maksai ni wa nani, na mchungaji kwamba yule maksai amechinjwa na jeshi bila kulalamika, aliona ni sawa. Mwenye ng'ombe alipewa kichwa na ngozi. Sababu ya jeshi kufanya hivyo ni kwamba jeshi lilikuwa likipigana na maadui na wengi walipoteza maisha yao kupigania mali hizo na kulinda mifugo isichukuliwe na maadui.

Muundo wa Serikali ya Wangoreme

Sasa nitaeleza muundo wenyewe kama ifuatavyo: Kama ungekuwa ni wakati kama huu, Iramba, yaani Borumarancha, hatungekuwa na utawala, maana Wanyange wa Wagamunyari wamejiuzulu sasa wanakula mgongo na watoto wao walio wengi wako shuleni na vijana walioiva ni wachache. Kwa sasa jeshi la Bugamutenya lingetawala. Na baada ya kujiuzulu Bugamutenya ndipo Iramba au Borumarancha itapewa utawala, na ikijiuzulu ndipo Busaai I itapewa utawala. Halafu Busaai II, baadaye Bongirate. Halafu Bugametenya.

Ngoreme Generation-Sets

The Generation-sets or *Amakora* follows a rotation in Ngoreme every four
generations:

Saai	Chuuma
Nyambureti	Giini
Gamunyari	Nyange
Maina	Chuuma
Rumarancha	Mairabe

Today, in 1987, the very elderly men are the last of the Nyambureti and Giini
generation. Their children, who are today's ruling elders, are the Nyange and
Gamunyari generation. Their children, the youth from about 15 to 35 years old,
are the Maina and the Chuuma generation. Their children are the Rumarancha
and Mairabe generation who are just being born now. The wives of the Nyange
and the Gamunyari generation are elders and have stopped giving birth.
Perhaps their second wives are still giving birth.

Leadership Among the Ngoreme

According to Ngoreme tradition, leadership among the Ngoreme was
determined by military standing. The wealth of the Ngoreme, its livestock, was
considered the wealth of the military. Although each person owned his own
cattle privately, the soldiers could use this property without asking the owner.[17]

For example: When the warriors had their dances and they wanted to butcher a
cow, they would send soldiers to a grazing herd of cattle nearby to choose a fat
cow. They would bring it to the dances without asking whose it was and the
herder would not complain and agree that they should take it. The owner would
receive the head and the hide of the cow. The reason that the soldiers were
allowed to do this was because they fought the enemies and many lost their
lives fighting for this property. They were the ones who kept the cattle from
being taken by the enemies.

The Structure of Ngoreme Government

Now let me explain the government structure like this. For example, today
Iramba, or Borumarancha, would not have the rule, because the Nyange and
Gamunyari generations have retired and now eat the back meat[18] while many
of their children are in school and very few are mature yet. This is the time
when the Bugamutenya would rule. After the Bugamutenya retire then Iramba
or Borumarancha will get the rule, and when they retire Busaai I will rule. Then
Busaai II, then Bongirate and lastly Bugametenya.[19]

Kutunga Sheria

Desturi ya Wangoreme ingawa jeshi lilikuwa likitawala lakini ilikuwa marufuku kutunga sheria. Sheria zilitungwa na wazee waliojiuzulu wale wanaokula mgongo. Sheria zilizotungwa na wazee ndizo zilitekelezwa na jeshi. Maana ninaposema utawala ulikuwa wa kijeshi ni kwamba wanaume wote Ngoreme walikuwa ni wanajeshi. Na wazee waliojiuzulu lakini walibaki na madaraka makubwa. Walishikilia sheria mila na desturi. Na kila mtu alitii na kuwaheshimu wazee. Ni wazee tu waliotoa hukumu mtu fulani upigwe, alipe, au auawe. Waliouawa hasa ni wachawi.

Watoto Na Baba Zao

Watoto wote waliwaheshimu na kuwatii sana Baba zao. Ingawa kila mtu alifanya kazi nyumbani kwao lakini ilikuwa ni amri vijana wafanye kazi kila siku, pamoja na wazee wao: kulima, kuchunga, kujenga, n.k. Kijana aliyezurura tu bila kazi alisuswa kijijini asile au kutembelea mji wowote mpaka hapo alipotubu na kufanya kazi.

Kutuma Watoto

Mzee yeyote alituma mtoto ambaye alikutana naye bila kutaka idhini ya mzazi wake. Hata kama alituma mtoto maili 20, mzee alitumia madaraka yake bila wazazi kuwa na habari. Ila kama mtoto mwenye kutumwa alikataa ndipo habari zilipelekewa kwa wazazi wake na mtoto huyo aliadhibiwa.

General: Mkuu Wa Jeshi

Mkuu wa Serikali ya Ngoreme ni pia alikuwa Mkuu wa Jeshi kama General, Kengoreme, *Omuchama*. Huyo alichaguliwa na wananchi kwa jumla, na alipewa sheria zake kama mkuu:

1. Ashike sheria zote bila kuvunja, yaani uaminifu.
2. Asishiriki na mke wa mtu, ila mke wake tu.
3. Watu nao walipewa amri, yeyote asishiriki na mke wa *Omuchama*.
4. Asiibe mali ya mtu, pia asiibiwe.
5. Asiwe mvurugaji na asibugudhiwe, maana ni mkuu.

Vijana na Unywaji wa Pombe

Kwa sababu ya vita ya Wangoreme na Wamaasai wanajeshi wenye kufikia umri wa miaka 40 walikuwa hawanywi pombe. Mtu kufika anywe pombe

Making the Law

According to Ngoreme tradition, although the military ruled, they were forbidden from making the law. The law was made by the elders who had retired from active duty, those who ate the back meat. The law made by the elders was carried out by the soldiers. So when I say that there was a military rule in Ngoreme remember that all Ngoreme men were soldiers. The elders had retired from the army but they had the authority. They defended customary law. Everyone obeyed out of respect for the elders. Only the elders judged a case and ordered that a man be beaten, pay a fine or be killed. It was mainly sorcerers/witches that were killed.

Children and Their Father

Children respected and obeyed their fathers. Although every person did work in their own house it was a standing order that all youth had to work at home each day along with their elders: farming, herding, building, etc.[20] A youth who was idle was banned from the community, he could not eat or visit any homestead until he repented and went back to work.

Sending Children on Errands

Any elder could send a child whom he met on an errand without first clearing it with his parents. Even if he sent the child 20 miles away, the elder could use his authority without telling the parents. However, if the child refused then the news would be taken to his parents and the child would be punished.

General: Head of the Army[21]

The head of the Ngoreme government and also the head of the army, like a General, in Ngoreme was called the *Omuchama*.[22] He was chosen by all the people and was given the law as ruler:

1. He must follow all of the laws without breaking any – that is he must be trustworthy.
2. He must not associate with another man's wife.
3. Other people must not associate[23] with the wife of the *Omuchama*.
4. He must not steal from others or be stolen from.
5. He must not cause trouble or bother because he is the leader.

Youth and Drinking Beer

Because of the conflict between the Ngoreme and the Maasai those of a military age, up to 40, did not drink beer. A man received permission to begin

alikuwa anaruhusiwa na Baba yake. Kama hana baba badala yake alikuwa Baba wa Ukoo amruhusu. Na kuruhusu baba yake alimwambia atengeneze pombe ya mikenge, alipofanya hivyo baba yake alimuletea mkenge na alimwita mtoto, wote watoke nyumbani kwa babu, na baba alitangulia na mkenge mkononi mpaka nyumbani mwa mtoto wake. Baba mwenyewe aliingiza mkenge kwenye pombe na alitangulia kuuvuta. Alipomeza pombe ya kwanza alimpa mtoto akauvuta. Basi Baba akamwachia tayari amempa ruhusa.

Vijana na Utongozaji wa Wanawake

Vijana walikatazwa kabisa kutongoza wanawake, hasa wanawake walioolewa. Maana kufanya hivyo wangepoteza nguvu, hasa nguvu za kukimbilia vitani. Kila mzee ilikuwa kazi yake kumwita kijana alfajiri kabla hajatoka nje kukojoa na alimwomba akojoe na yeye anaona. Na mzee alipoona povu linatoka pale anapokojoa alimsifu kijana au alipoona mkojo maji tu alimgombeza kwamba mkojo hauna nguvu, kumbe unatembea na wanawake.

Vijana na Heshima Vijijini

Kusalimu: Vijana walikuwa wanasimama kusalimu wazee wa kiume na wakike mpaka wajue huyo mzee na hali yake ya siku hiyo, siyo 'Tata' anapita mpaka aulize amelalaje au ameshindaje.
Kupokea: Vijana walioona mzee yeyote anakuja na mzigo walimpokea mzigo ili apumzike hata kama hawajui jina la mzee yule.

Wasichana na Kubeba Mimba Bila Kutahiriwa

Msichana alifukuzwa nchini kwa jumla Ngoreme alivushwa Mto Mara na kutupwa aende apendako. Siku hizi jambo hilo halipo ila heshima mbaya sana inabaki hata vigumu kuolewa. Ila vijana ambao hawajui mila wanaoa msichana huyo. Pia wasichana wengi wameolewa toka nchi ya Ngoreme.

Utawala ya Kijadi

Ni mimi Phillipo Haimati ambaye nasimama badala ya wazee wa zamani na mila za kijadi. Ingawa utawala tulio nao ni wa kisasa, lakini naomba mila iweke wazee ambao ni wa kijadi kutunza mila na desturi za Wangoreme kwamba utaratibu wa zamani ufuatwe. Mfano:

drinking beer from his father. If he had no father a lineage elder would give him permission. His father would tell him to make beer for drinking through straws.[24] When it was ready his father would bring him a straw and call his child. Everyone would go out from the house of the grandfather with the father in the lead carrying the beer straw to the house of his son. His father would put the straw into the beer and be the first to suck it. When he had tasted the first beer he would give it to his son to suck. That is how the father gave his permission.

Youth and the Seduction of Women

Young men were absolutely forbidden to seduce women, especially married women. This was because it would cause them to loose strength, especially the strength to run in battle. It was the work of each elder to call a young man in the early morning before he had arisen to urinate. The youth was required to urinate in front of the elder. If the elder saw froth he would congratulate the youth, but if he saw that it came out like water he would berate the boy, saying that his urine had no strength and he must be going around with women.

Youth and Showing Respect

Greetings: Young people stood when they greeted their male and female elders, inquiring about the person's health that day, not just saying 'father' and waiting until the man passed to ask how he slept or how he spent the day.
Aid: If a youth saw any elder coming with a burden he would go and carry the load for him, even if he did not know the man's name.

Pregnancy Before Circumcision

A girl in these circumstances would be run out of Ngoreme, across the Mara River, cast off to go where she will.[25] These days this custom is no longer practiced but it is still dishonorable and may make it hard for her to marry, although many youth who don't know better marry this kind of girl. Many such girls have gotten married outside of Ngoreme.

Traditional Rule

I, Phillipo Haimati, stand on behalf of the elders from the past and the custom of the ancestors. Although today we have modern rule, I ask that we appoint customary elders who will preserve the customs and traditions of the Ngoreme and that we follow the schedule set down in the past, for example:

1990   ateuliwe mzee wa Iramba.
2000   ateuliwe mzee wa Bugamutenya
2010   ateuliwe mzee wa Bongirate
2020   ateuliwe mzee wa Busaai II
2030   ateuliwe mzee wa Busaai I

Na hao watakuwa wenyeviti wa kimila walioelimisha kimila. Nami mzee ninayeongoza mila za Ngoreme naomba hivyo. Na hao hawataingilia Serikali ya Chama cha Mapinduzi. Hao wazee wa kijadi uchaguzi wao utakuwa hivi: Wananchi wenyewe wa kila sehemu zinazotajwa ndio watakuwa na haki ya uchaguzi, mfano:

1990   Borumarancha
2000   Bugamutenya
2010   Bongirate
2020   Busaai II
2030   Busaai I

Na kila anayechaguliwa atakuwa Mkuu wa Jadi na Mila za Wangoreme kwa jumla.

Matukuo Makubwa Ngoreme

Itamensa Isaaha alikuwa akichonganisha Wangoreme, akifika Busaai anasema Warumarancha wamesema watawashambulia. Pia alikuja Iramba akasema Wasaai, wamesema mwezi huu watatushambulia.

Hivyo wote wanakutana na kupigana na vifo kila upande vikatokea. Walipomng'amua Warumarancha walimpeleka machakani wakachimba shimo wakamzika na kuacha kichwa nje. Na fisi walikuja wakala kichwa akiwa hajafa, kama 1800.

Chacha Bukaya alichonganisha Wangoreme na Wakuria hivyo aliuwawa na Wakuria kama 1986.

Waotaji na Watoa Gitana

Kuota ni kila mtu anaota hata mengine kuwa ya ukweli. Lakini kuna waotaji kama wanabii, wanaota mambo au matukio makubwa yanayotarajia kuja. Na hayo mengine kuwa ni mazuri, mengine huwa yakutisha. Na hao huwa wameambiwa na Mungu kwa ndoto namna yatakavyotendeka karibuni au kwa miaka inayokuja.

1990   appoint an elder from Iramba
2000   appoint an elder from Bugamutenya
2010   appoint an elder from Bongirate
2020   appoint an elder from Busaai II
2030   appoint an elder from Busaai I

These elders would be chairmen who would educate people in customary issues. As an elder and a leader in customary matters I make this request. But these appointments should not be make through the government of the Revolutionary Party (CCM). The elders should be chosen in this way: The people of each territory would have the right of choice during their particular year.

1990   Borumarancha
2000   Bugamutenya
2010   Bongirate
2020   Busaai II
2030   Busaai I

The man chosen would be the Customary Leader of Ngoreme Tradition for everyone.

Betrayal in Ngoreme

Itamensa Isaaha betrayed the Ngoreme when he went to Busaai saying that the Rumarancha said that they were coming to attack. He also came to Iramba saying that the Saai were planning to attack this month.

So then everyone came to battle and deaths were suffered on every side. When they discovered his betrayal the Rumarancha took him into the bush and dug a hole, burying him up to the neck. The hyenas came and began to eat the head before he was dead. This happened around 1800.

Chacha Bukaya played a similar game between the Ngoreme and the Kuria in 1986 and was killed.

Prophets and Protection Medicine[26]

Everyone dreams but some dream things that come true. There are dreamers who are prophets, dreaming about important events that will come to be. Some of these things are good, others are frightening. These prophets are told these things by God in a dream, for the near future and for the years to come.

Wengine ni watoa *gitana*, waliposikia vita inawajia kijijini walizungusha *gitana* kijijini, wale wanakuja kuwapiga vita walipovuka mpaka wa *gitana* nguvu ziliwaishia. Pia akili ziliwaishia wakabaki hoi, na hapo waliuawa hata na wanawake na watoto.

1. Na hapa ni jina la muota ndoto ni Mwigocho Chacha au jina lingine Nyamusagane Chacha ni huyu mmoja.
2. Na hapa ni mtoa Gitana ni huyu Maro Mung'aho: Wamaasai wengi walikufa alipokuwa akiwatega kitana. Kitana ni dawa ya kutega wenye nia mbaya na kuwalevya ili wauwawe.

Hapa ni Miezi Ya Wangoreme

1. Itatuuri – Matorora yanaota majani (*yaraitatoorra*).
2. Itabarari – Wawindaji wanawinda.
3. Kimaga – Mwezi huo huwa mweupe sababu mvua hainyeshi.
4. Kemwamu I – Mwezi mweusi sababu mawingu ya mvua na mvua.
5. Kemwamu II – [Ditto]
6. Kirabu I – Mvua nyeupe.
7. Kirabu II – [Ditto]
8. Nyamabeho – Mwezi wa baridi.
9. Nyansahi – Watu wamemaliza kuvuna, michezo, saro, na ugeni kwa wingi.
10. Rugaka – Mmea wa *Rigaka* unatoa maua.
11. Tiiri – Kilimo kinaanza wanapanda na kuotesha.
12. Kinyariri – Majani yaliyochomwa yanaota majani mpya (*obohe*).

Ebibancheko

Neno hili kulitafsili kuwe jambo la kwanza kabla ya maelezo:

1. Kusifu – *Oguchoonyi*
2. Kushukuru – *Ogokumi*
3. Kuheshimu – *Ogusooka*

Maneno hayo yote yanatumika katika *ebibancheko* katika kikundi cha watu kina sherehe za unywaji wa pombe za mikenge. Wazee huwa wanatoa sifa za yule aliyetengeza pombe za mikenge, pia kumshukuru. Mzee anayetoa sifa au shukurani anatoa sauti kama wimbo na wazee wengine wanaitikia. Na sifa hizo zinafuatilia ukoo wa yule anayesifiwa, na wote wanafurahi hata wanawake wanashangilia – Kairirириririri. Basi hizo ndizo sababu za kipiga *ebibancheko*.

Other prophets are those who carry the *gitana*. When they hear of the threat of war they pass the protection medicine around the village. When the enemies pass the boundaries of the *gitana*, they loose all strength. They also loose their minds and are left helpless where they can be killed by even women and children.[27]

1. The name of the dream prophet was Mwigocho Chacha or by another name, Nyamusagane Chacha.
2. The name of the medicine bundle keeper was Maro Mung'aho. Many Maasai died when he caught them in the *gitana*. The *gitana* is medicine to trap those with evil purpose, making them 'drunk' so they can be killed.

Ngoreme Months, Calendar

1. Itatuuri – The harvested fields sprouts weeds[28] (*yaraitatoorra*).
2. Itabarari – Hunters go out hunting.
3. Kimaga – This month is 'white' or dry because there is no rain.[29]
4. Kemwamu I – This is a 'black' month because there are clouds and rain.
5. Kemwamu II – Ditto
6. Kirabu I – 'White' rain.
7. Kirabu II – Ditto
8. Nyamabeho – A cold month.
9. Nyansahi – After the harvest, time for dances, circumcision and lots of visiting.
10. Rugaka – The *Rigaka* plant flowers.
11. Tiiri – Farming begins.
12. Kinyariri – Grass is burned and sprouts again (*obohe*).

Praise Names, Ebibancheko

In order to translate this word one must first look at other words:

1. To praise – *Oguchoonyi*
2. To thank – *Ogokumi*
3. To honor – *Ogusooka*

All of these words are used in relation to the *ebibancheko,* which refers to a celebration of many people drinking beer through straws. The elders praise and thank the one who prepared the beer. The elder who praises or gives thanks says it with a singing voice and the others elders give the response. The songs refer to the descent group of the one being praised. Everyone is happy and women give the joy cry – Kairirirririri. So this is the reason for the praise songs.

Michezo

Michezo ya Wangoreme ni kama ifuatavyo, upande wa wanaume na wanawake pamoja:

1. *Embegete*: *Mbegete* ni ngoma mbili zinapigwa na watu wawili wakiwa mafundi. Mmoja anasimama anapiga *mbegete*, wa pili akipiga *egetome*. Wachezaji wamesimama na kucheza wanaume pamoja na wanawake.
2. *Ekinyonyi*: *Ekinyonyi* unayeanzisha ni fundi wa kupiga *Endereresi* mlio kama wa filimbi. Wachezaji wanacheza wakizungunka zunguka pia ni wanaume pamoja na wanawake.
3. *Ritingo*: *Ritingo* ni mfuno unaopigwa na fundi, na wapili anapiga filimbi. Wachezaji wanacheza na kutingisha mgongo, wanaume na wanawake.
4. *Entono*: *Entono* ni chombo mfano wa upinde, hupigwa na fundi mmoja. Wachezaji wanacheza wamesimama wanaume na wanawake.
5. *Ekindanda*: Hicho *ekinanda* ni chombo kidogo.

Barua Kwa Wangoreme na Wakurya

Mwisho kabisa ya kitabu hiki ni barua iliyoandikwa na mwandishi Phillipo Haimati kwa Wangoreme na Wakurya kuhusu wizi, unyang'anyi na mauwaji. Jambo ambalo linaleta mahangaiko kwa wananchi na serikali na chama. Pia kuvunja amri za Mungu ya tano na ya saba, hata amri ya kumi.

Na mkusanyiko wa uharibifu huo kuvunja amri hizo, pia unaharibu kabisa amri ya kwanza, upendo kwa Mungu na kwa mwenzetu.

Mababu zetu walikuwa na upendo na ushirikiano kati ya Mkurya na Mongoreme. Walitembeleana, walikaribishana kindugu kabisa. Kati yao wizi na unyanganyi havikuwepo. Na hasa mauwaji kati yao hayakuwapo. Wote walikuwa wakitakiana mema.

Ni kitu gani kimesababisha uharibifu hao? Ni hali ya siku hizi ya kutaka utajiri wa haraka. Na pili hali isiyopendeza ya wazee wa siku hizi pia inasababisha. Hasa kwa upande wa Ngoreme hali ya wazee wa siku hizi inavuruga vijana kuwakasirisha kama ifuatavyo:

Wazee wanapokuwa kwenye pombe ya machicha wana msemo wa kunyamazisha wengine wasiwe na sauti ya kutoa mawazo yao mbele zao, eti huyu ni mkavu, anyamaze tu, chemchemu waseme. Maana yake huyu ni maskini, anyamaze, tajiri aseme. Au ukoo huo usiwe na sauti, maana ni masikini, ukoo wetu ni tajiri wawe na sauti ya kusema. Vijana huwa wanasikiliza hayo na hayawapendezi.

Dances

Ngoreme dances are as follows, both men's and women's:[30]

1. *Embegete*: The *embegete* consists of two players who are   specialists   in this music. One person stands and plays the *mbegete*, the second plays the *egetome*. The dancers stand and dance, both men and women together.
2. *Ekinyonyi*: The *ekinyonyi* is played by an expert on the *endereresi*, an instrument like a flute. The dancers circle around and around, again with both men and women together.
3. *Ritingo*: The *ritingo* is an instrument played by a specialist, accompanied by a flute player. The dancers shake their shoulders, both men and women together.
4. *Entono*: The *entono* is an instrument played with a bow by a specialist. The dancers stand together, men and women.
5. *Ekindanda*: The *ekinanda* is an small instrument.

An Open Letter to the Ngoreme and the Kuria[31]

At the end of this book is a letter written by the author, Phillipo Haimati to the Ngoreme and Kuria concerning cattle theft, raids and murder. This is a matter that has brought suffering to the people, the government and the party. It also breaks the Ten Commandments of God, the fifth, the seventh and, of course, the tenth.

This destructive association destroys these commandments as well as the first commandment to love God and your neighbor.

Our grandfathers had good relations and cooperation between the Kuria and the Ngoreme. The visited each other, welcoming each other as brothers. Theft and cattle raiding were unknown to them and certainly murder between them was unthinkable. They only wanted the best for each other.

So what is it that has caused this destructive behavior? It is the modern desire to get rich quickly. But secondly, it is also caused by the elders. In the case of the Ngoreme, today's elders agitate and anger the youth. When the elders drink beer they use certain phrases to silence others, so that they have no voice in the discussions, such as saying – 'this person is dry, he should be quiet, let those who are springs of water speak.'[32] The meaning of these sayings is that this person is poor and so should be quiet, let the wealthy man speak. Or they might say that a certain descent group should not speak because they are poor, let the wealthy descent groups speak. The youth hear this and are disgruntled.

Na matokeo huwa hivi: Wale wanaotukanwa, siku ya ng'ombe za huyu tajiri zikiibiwa tajiri anataka msaada kwa watu wote hata kwa wale anaowatukana. Wakienda kutoa msaada hubakibaki nyuma na kusema: 'Nikijitia mbele bahati mbaya niuawe huyu tajiri hataona uchungu na atazidi kutukana familia yangu. Basi kinachoharibu yote hayo ni kikosa upendo. Maana, hali za watu duniani kote hazilingani kwa upande wa mali. Ikiwa wewe ulibahatiwa kuwa na mali shukuru Mungu, uwe wa kwanza kupenda wenye mali ndogo pamoja na maskini.'

Aidha, narudia kuandika ukarimu wa Wangoreme toka zamani. Walisaidiana kazi toka kwa tajiri mpaka kwa maskini. Pia aliyechinja ng'ombe kwa ajili ya mboga aliwapatia bure majirani, hata kama wengine ni maskini. Walitoa misaada kwa wagonjwa bila ya kujali tajiri na maskini. Walikaribisha wageni wapita njia. Walitoa misaada kwa wanawake waliozaa. Siku hizi mwanamke akizaa, ikiwa hana ng'ombe na akihitaji mafuta kijiko kimoja awe anapaka kitovu cha mtoto, mpaka anunue!

Mimi mwenyewe bila ya kuambiwa nimeona matendo hayo. Na kwa kulinganisha hali ya leo, tofauti imekuwa kubwa sana. Hata kwa upande wetu Wakristu matendo mema kwa jirani hatuna. Pia matendo kwa wagonjwa, maskini, wageni au wasafiri hatuna.

Kwa sababu hizo, malalamiko mengi yapo. Nawaomba Wangoreme na Wakurya rudi kufikiri, tufufue matendo ya zamani. Kila mtu atafute mali kwa jasho lake. Na hapo narudi kusifu Wangoreme kwamba, hawaendi kuiba, kunyanganya, ama kufanya mauwaji kwa Wakurya, labda uwe ni wakati wa kufuata mali zao zilizoibwa.

Sasa naomba ombi ambalo labda halitapendeza pande zote hivi: Mongereme au Mkurya anapokuwa safarini tafadhali asifaniwe madhara yeyote. Tumpende Mungu kuliko vitu vyote. Na tumpende mwenzetu kama tunavyojipenda sisi wenyewe.

Mwalimu mmoja alisema: 'Wengi wanafikiri, macho yenyewe ndiyo yanamakengeza, walakini, tufahamu kwamba hata akili pia zina makengeza.' Unapomuuwa mwenzako, ama kumnyang'anya mali yake, au kumwiibia, akili zako zina makengeza. Sisi wote kila mmoja hataki kutendewa hivyo. Basi, kadhalika tusiwatendee hivyo wenzetu. Matendo kama hayo tunapoyatenda, hatukosi kuyalipa hata tungali duniani. Tukiondoa uhai wa mwenzetu, ama kumnyang'anya mali yake, unamuacha maskini kupindukia, baraka za Mungu huzipati humu duniani. Aidha shitaka linakungojea kesho utakapoitwa na Mungu, hutajitetea, wala hutaita ushahidi, maana Mungu mwenyewe alikuona. Ndugu zangu, tusifanye benki ya mateso ya kesho, tupendane, tusaidiane, hapo tutajiwekea akiba benki ya kesho.

The end result of all this is that on the day that the wealthy man's cattle are stolen, he expects that everyone will help him to recover the cattle, even those who were insulted. That man will go to help but will stay in the rear saying, 'If I go to the front I may be killed and the wealthy man will not even care but will increase the insults towards my family.' Lack of love has destroyed these relationships. In this world there has never been equality in wealth. If you have been lucky enough to be have wealth then thank God for it and be the first to love those with only a little and the poor.

Moreover, I return to the subject of traditional Ngoreme hospitality. They helped each other in their work, both rich and poor. When someone would butcher a cow they gave free meat to their neighbors, even if they were poor. They gave assistance to the sick without caring whether they were rich or poor. They welcomed the passing stranger. They helped women who had given birth. But these days when a poor woman without cattle gives birth she even has to buy the one tablespoon of fat to put on the infant's umbilical chord!

I have seen these things myself. The gap between now and the past is huge. Even we Christians do not practice charity towards our neighbors, the sick, the poor, or the stranger.

Because many complaints have been registered I am begging the Ngoreme and the Kuria to think about reviving the behaviors of the past. Each man should gain wealth by the sweat of his brow. Here I must return to praise the Ngoreme that they do not go to steal, raid or murder against the Kuria, except in the case of trying to recover their stolen property.[33]

I have one request that might not be pleasing to either side: When either Ngoreme or Kuria people travel please do not cause them any harm. Let us love God more than things and our neighbor as we love ourselves.

As a teacher once said, 'many people think that it is only the eye which squints, however, we know that even the mind can be impaired in a similar way.' When you kill your neighbor or take his property or steal from him, your mind has been temporarily blinded or disabled. There is not one of us who would want this done to him. So let us not do it to others. We will surely pay for these kind of actions, even here on earth. If we take away the life of our neighbor or take away his property, we leave him to a life of poverty. God's blessing is not in this. Your punishment is waiting when God calls and you will not be able to defend yourself or call a witness, because God has seen it all. My brothers, let us not build up a bank account of suffering for tommorow. Let us rather love one another, help one another and put aside for ourselves a good account for tommorow.

Sifa Kwa Kijiji Cha Mesaga Ngoreme

Nilienda kumtuliza aliyefiwa Mesaga Ngoreme, nikakuta wanakijiji hipo wanachanga fedha za kurudisha gharama yote aliyokopa yule Baba aliyefiwa. Maana kijana wake alifia Hospitali Musoma, maiti ikaletwa Ngoreme, motokaa ya kumleta ilikodiwa. Wanakijiji wakajitolea kumrudishia fedha zote alizokodi motokaa hiyo. Kitendo hicho nikasifa kweli. Pia nikaona shule jirani imeleta kuni tele. Wanawake kijijini wakaleta unga kila mtu kidogo kidogo nao ukawa mwingi sana. Maji yalikuwa yamejaa madiramu matatu. Matendo hayo mimi niliyapigia makofi.

Ndugu wapenzi Wakurya na Wangoreme, si afadhali tufanyiane matendo kama hayo kuliko kuhangaika kuondoleana uhai na mali? Barua niliyowaandikieni inatushtaki sisi wote kila mtu rohoni mwake. Ni Mungu aliyetwandikia barua hii, si mimi, lakini mimi nimejibandikia jina tu, mwandishi ni Mungu wetu. Kwa sababu hiyo tuitie maanani.

Kuwateka Wenye Safari

Ndugu wapenzi, jambo la kuteka Mabasi ni Tanzania nzima. Mimi ninaposafiri naomba Mungu nifike pale nilipotarajia kwa usalama. Wewe pia, na yule pia. Sasa, tunaposhtukia wenzetu wanatusimamisha wakiwa na silaha, wanatun-yanganya mali mifukoni. Na wao kesho wakisafiri, watafurahi kufanyiwa kitendo kama hicho?

Kubomoa Majumba

Ndugu waheshimiwa, kila mtu, mimi na wewe, na yule, mchana tunafanya kazi na kuchoka, usiku tunaenda kulala. Ni nani anapenda watu waje usiku amelala, wabomoe nyumba yake, wamkate na mapanga, wanyanganya mali yake? Mimi, na wewe, na yule, hatupendi hayo. Basi kwa nini tufanyie wengine?

Kubomoa Mabenki

Wapendwa, kila mtu, mimi na wewe, na yule, tunapenda Serikali yetu iwe na fedha za kutusaidia sisi. Tunapenda Serikali iwe na majeshi ya kutulinda. Tunapobomoa Mabenki na kuiba fedha kesho tunaitaka Serikali iwe na silaha, madawa, barabara nzuri, shule za kuelimisha watoto wetu na mengine mengi, fedha hizo Serikali itazipata wapi?

Tafadhali sana sana tukae tufikiri yakuwa tukimuuwa mke mwenye mimba na baadaye tunahitaji mtoto tutampata wapi? Yametosha, naomba ushirikiano kutokana na upendo.

Phillipo Haimati

Praise for Mesaga Village

When I went to visit the mourners in Mesaga, Ngoreme, I found that the villagers were contributing money to pay back the whole debt of the man whose son had died. His son died in Musoma Hospital and his body was brought to Ngoreme in a rented car. The villagers gave money to pay for the rented car. I praise this kind of action. I also noted that the nearby school brough lots of firewood. Each of the village women brought a little flour and it soon became a large amount. The water that people brought filled three large barrels. I want to give a hand to these people.

My beloved brothers, Kuria and Ngoreme, isn't it better that we do these kinds of deeds rather than spend our time taking away life and property? This letter condemns all of us, each person in his own heart. God wrote us this letter, not me, but I have only put my name on it, the author is our God. Therefore let us give it careful consideration.

Attacks on Those Traveling

My friends, all over Tanzania bandits are attacking people on the road. When I am traveling I ask God for safe arrival. I pray for your safety and others also. So I am surprised when our neighbors stop us on the road with weapons and demand all of the money in our pockets. If they go traveling tomorrow will they be happy to have this done to them?

Breaking into Houses

My friends, each person, you and I and everyone else, likes to work during the day and sleep at night. Who likes to have people come during the night while they are sleeping to break into their house, cut him with a machete and take his wealth? None of us likes this. So why do we do it to others?

Breaking into Banks

My friends, each person, you and I and everyone else likes our government to have money to help us. We want to government to have an army to protect us. When we break into the bank to steal money, then tommorrow we want the governmnet to have weapons, medicines, good roads, schools for our children and many other things. Yet where will the government get this money?

Please, let us sit together and discuss this. You cannot kill a pregnant woman and then afterwards lament that you have no children. That is enough now. I am praying for the cooperation that comes from love.

Phillip Haimati.

PART II
HISTORIA YA NGOREME

by Mwalimu Mambi

Yaliyomo

1. HISTORIA INAVYOPATIKANA
2. MANUFAA YA HISTORIA
3. WATU WA ASILI WA NCHI HII
4. NGOREME KABLA YA WAGENI KUINGIA
5. WADACHI (WAJERUMANI) WANAINGIA
6. UTAWALA
7. VITA NA WAMAASAI
8. ELIMU

Historia Inavyopatikana

Katika kila kabila na hata taifa watu huwa na desturi zao walizorithi kutoka kwa babu na mababu zao. Mila za namna hizo mara kwa mara zinasimuliwa toka kizazi hata kizazi urithi wa hadithi za makabila yetu. Habari za maana namna hii zinakumbukwa na hata tarehe zake watu wanakumbuka (kwa miaka au nyakati). Historia basi ni matokeo maalum yenye thamani na yaliyotokea wakati maalum. Matokeo hayo hutolewa kwa njia tatu maalum:

a) Historia yaweza kupatikana kutokana na uchimbuzi wa vitu vya kale toka ardhini ('digging up history'). Hii imetokea sehemu nyingi, wataalam wamefukuwa ardhini na kugundua vitu vya zamani na wameweza kujua jinsi watu wa zamani sana walivyoishi. Vitu vinavyochimbuliwa na wataalum hao hasa huwa vifaa vya kupikia, kulimia na sanamu.

b) Masimulizi ya wazee (retold history). Habari nyingi za mashujaa wa kale zimepatikana toka kizazi hadi kizazi kwa njia ya kusimuliana. Watu wa kale hawakujua kuandika lakini matukio yote ya maana yalikumbukwa hadi leo. Habari za watu wa kwanza duniani, Adam na Hawa, maisha yao, watoto wao, na watu waliofuata ziliandikwa na watu wengine kwa njia ya masimulizi. Wazee wetu wanakumbuka miaka ya njaa kali, 'vimatu' au nzige, na miaka ya mafuriko makali. Hivyo masimulizi kuwa yanaleta matokeo maalum ya zamani kwa wale wazaliwa wapya na wakajua yaliyopita.

PART II
THE HISTORY OF THE NGOREME

by Mwalimu Mambi[34]

Contents

How History Is Produced[35]

Each tribe and even each nation has certain customs that they inherit from their ancestors. Traditions such as these are often passed on from generation to generation as an inheritance of stories from our people. Events like this are remembered, people even remember the dates (by year or time). History then is remembering special events of importance that have happened at a particular time. These events can be preserved in the following ways:

a) History can be found from digging up the things of the past in the earth, archaeology. This has happened in lots of places where experts have found artifacts from the past and used them to figure out how people lived. The artifacts that the experts dig up are often things like cooking utensils, agricultural tools and artwork.

b) Stories of the elders (oral tradition). Many stories about the heroes of the past are passed on orally from generation to generation. In the past people did not know how to write but all of the important events have been remembered up to today. The story of the first people on earth, Adam and Eve, their life, their children, and those who followed them was all written down from oral sources. Our elders remember the years of terrible famine, locust or floods. In this way the stories bring to life the important events of the past for those who are yet to be born.

c) Maandiko Maalum (written history). Biblia ni kitabu kinachotoa habari za kale kwa ufasaha na toka watu walipojua kuandika, imekuwa matukio maalum na tarehe matukio hayo yalipotokea yameandikwa na kukumbukwa na kila kizazi kijacho. Sisi leo tunasoma vitabu kadhaa vya historia na hivyo vimeandikwa baadhi tu ya matukio muhimu ulimwenguni. Historia inakuwa kila siku, juma, mwezi na hata mwaka historia inaendelea kuandikwa na watu mbalimbali wa ulimwengu huu.

Manufaa ya Historia

Tunajifunza historia ili kutambua matokeo au matendo maalum yaliyotokea siku za kale. Historia inatuonyesha mambo maalum na inatoa wakati maalum mambo hayo yalipotendeka. Hii ina faida mbili:

a) Kwa kujifunza matukio ya kale tunaelewa mababu zetu walivyokuwa wakiishi, zana za vita walizokuwa wanatumia au zana walizotumia kwa kuwindia wanyama wa porini, mahali walipokuwa wakiishi na kadhalika. Pia kwa njia hizo tunafahamu watu wa kale walikuwaje, maumbile yao, desturi na mila zao, makazi yao na kadhalika.
b) Kwa kujifunza historia, maisha yetu yanarekebishwa kwa kadiri ya mazingira ya siku hizi. Hii kutokea kwa kuoana hatimaye tunajifunza kutokana na makosa yao tunayorekibisha matendo yetu ipasavyo. Kwa jumla hadithi za kale hurekebisha sana maisha ya vizazi vipya na kusaidia kujenga sura ya dunia.

Asili ya Abangoreme

Maisha ya watu wa kale yamegawanyika katika sehemu 4.

a) Wakati wa watu wa zamani sana (period of early man).
b) Wakati wa watu waliotumia vyombo vya mawe (period of old stone age man).
c) Wakati wa watu waliotumia vyombo vya mawe vilivyokuwa bora zaidi kuliko vyombo vya kwanza (period of middle stone age).
d) Wakati wa watu waliotumia vyombo bora (period of new stone age man).

Nyakati hizo zote zilitokea kabla ya kuzaliwa Kristo (B.C.). Siku hizi tunakazania kujifunza historia ya muda baada ya Kristo (A.D.). Hivyo historia ya Ngoreme itakumbukwa zaidi kwa karne ya karibuni yaani wakati Wandira alipoingia katika nchi hii.

c) Written history. The Bible is a book that tells about the past correctly and from people who knew how to write. It tells of important events and the dates when they took place, recorded for each coming generation. Today we can study books about the history of selected places and events throughout the world. History changes each day, week, month and year. It will continue to be written by various people in this world.

The Usefulness of History

We study history to understand the events or the important actions that happened in the past. History shows us the important events and when they took place. This then has two benefits:

a) In studying the events of the past we understand how our ancestors lived, the weapons that they used for war or to hunt wild animals, the places where they lived, etc. In this way we can understand the people of the past, their natural state, their customs and traditions, their work, etc.

b) In studying history we may also correct our own mistakes in accordance with today's environment. We learn from their mistakes how we may correct our own today. In sum, stories from the past are a great corrective for the lives of the generations to come and helps to build our vision of the world.[36]

Origins of the Ngoreme

The past may be divided into four parts:

a) Era of the distant past (period of early man).
b) Era of the Old Stone Age when people used stone tools.
c) Era of the Middle Stone Age when people used improved stone tools
d) Era of the New Stone Age when people used stone tools that were better than the last era.

These eras all took place before the birth of Christ (B.C.). These days we are working on learning the history after the birth of Christ (A.D.). Most of the remembered history of the Ngoreme took place in the more recent centuries, at the time when Wandira entered this land.[37]

Ngoreme Kabla ya Wageni Kuingia

Zamani kabla ya Wazungu kuingia katika nchi ya Ngoreme kabila la
Abangoreme liligawanyika katika vikabila vidogo vidogo 3. Vikabila hivyo
vilijulikana kwa jina la kiasili *Chisaiga*:

1. Bongirate
2. Busaai
3. Borumarancha

Saiga hizi ziligawa nchi katika sehemu mbili:

1. Wasaai – Saiga za Wasaai ni Abangirate na Abaromore.
2. Wachuuma – Saiga za Wachuuma ni Abagamutenya na Abarumarancha.

Katika kila upande kati ya sehemu hizo mbili yaani Wasaai na Wachuuma kuna
koo mbalimbali:

Wasaai: Katika Wasaai kuna koo hizi zifuatazo – Abagisegeso, Ababugasa,
Ababusawe, Abagitare, Ababutacha, Abamare, Abagimenye, Abakombo,
Abanaguri.
Wachuuma: Koo za Wachuuma ni hizi – Abatimbari, Abagosi, Abirege,
Ababwiro, Abaihindi, Abanguku.

Pande hizi mbili zina matendo maalum ya kuwajulisha maisha ya miaka.
Matendo hayo yanaitwa *Amakora*: (Vizazi) kizazi kimoja kinakadiriwa
kudumu miaka 100 hivi. Kila upande kuna vizazi vinne, nayo ni kama
ifuatavyo hapa:

Wasaai: Kizazi cha Abasaai, Abanyambureti, Abagamunyari, Abamaina.
Wachuuma: Kizazi cha Abamairabe, Abagini, Abanyangi, Abachuuma.

Hii ina maana kuwa kizazi cha Abasaai kinazaa watoto watakaowekwa katika
kizazi cha Abanyambureti, na kadhalika.

Katika kila koo kuna milango mbalimbali na *Amagiha*. Kwa mfano katika
ukoo wa Abamare kuna milango 3.

1. Abairege – mlango huu una Amagiha haya yafuatayo:
   a. Abarimombia
   b. Abarimagure
   c. Abarimagita
   d. Abarimokiri

Precolonial Ngoreme

In the past, before the foreigners came to the Ngoreme land, the Ngoreme tribe was divided into three subtribes. These subtribes were known traditionally as age-sets or *Chisaiga*:[38]

1. Bongirate
2. Busaai
3. Borumarancha[39]

These age-sets were divided into two parts:

1. The Saai – the Saai age-sets were the Bongirate and the Romore.
2. The Chuuma – the Chuuma age-sets were Bagamutenya and Rumarancha.[40]

Within each of these two sections, that is the Saai and the Chuuma, there are various clans represented:[41]

Saai: Among the Saai the following clans are represented – Gisegeso, Bugasa, Busawe, Gitare, Butacha, Mare, Gimenye, Kombo, Naguri.
Chuuma: Among the Chuuma the following clans are represented – Timbari, Gosi, Irege, Bwiro, Ihindi, Nguku.

The succession of Saai and Chuuma age-sets allows the people to calculate the passage of time. These two sides are called the *Amakora* or the generations. One full cycle of generations is estimated to be about 100 years.[42] On each side there are four generations, which are listed as follows:

Saai: the generations of the Saai, Nyambureti, Gamunyari, Maina.
Chuuma: the generations of the Mairabe, Gini, Nyangi, Chuuma.

This means that the generation of the Saai will give birth to children who will be in the generation of the Nyambureti and so on.

In each clan there are various lineages (doors) and sub-lineages or hearthstones (*amagiha*). For example in the clan of the Mare there are three 'doors.'[43]

1. Irege – This 'door' has three 'hearthstones':
   a. Mombia
   b. Magure
   c. Magita
   d. Mokiri

2. Abasweta – mlango huu una Amagiha haya yafuatayo:
   a. Abarinyangi
   b. Abarisagaswe
   c. Abarisagana
3. Abagisero – mlango huu hauna magiha.

Hali ya Maisha Kabla ya Wazungu

Baada ya kuona kabila hili livyogawanyika visehemu vidogo vidogo vya koo mbalimbali, hebu sasa tuone jinsi walivyoishi kabla ya Wazungu kuingia nchini.

Kabila hili liishi katika hali ya kupigana wao kwa wao. Lakini katika kupigana huku hawakutumia silaha kali, bali walitumia fimbo kwa kupigana na wapinzani wao. Vita hivi vilikuwa vikipiganwa kwa kufuata koo mbalimbali au *saiga*. Ubaguzi wa kikabila ulizidi sana na mtu toka ukoo fulani alikuwa havuki ng'ambo hii kwenda ng'ambo ile. Inasemekana kuwa ukoo fulani uliposhambuliwa na adui kama vile Wamaasai, koo zingine zilikuwa zikifurahi kuona kuwa ukoo huo ulishambuliwa ukipunguzwa ili koo zingine ziuteke ukoo huo kwa urahisi.

Kama nilivyosema hapo juu kuwa ingawa chuki hiyo ya ukoo kwa ukoo ulikuwa kali sana, lakini ukoo fulani haukuruhusiwa kutumia silaha kali wakati wa kupigana vita na ukoo mwingine. Vita vya kutumia silaha kali, kwa mfano sime, upinde, na mikuki, vilianzishwa na Abarumarancha. Hii ilitokea baada ya jamaa hao kuwa wanashindwa vita mara kwa mara. Vita vilizidi kuwa vikali na inasemekana kuwa Abagimenye ba Busaai wakati huo wakiwa wanajenga Masinki walipigana na Abagimenye ba Bongirate wakiwa huko Nyang'oma na Abangirate walifukuzwa. Abagimenye ba Bongirate hawakukata tamaa na walirudia kwa mara ya pili. Wakati huu walifanikiwa, yaani Abagimenye ba Bongirate waliwashinda Abagimenye ba Busaai. Mali yote walinyang'anywa. Vita vingine vilitukia baina ya Omongirate wa Wachuuma wakiwa wamejenga Somba walipigana na Abasaai ba Wachuuma na Omongirate wa Wachuuma wakafukuzwa. Baada ya Omongirate wa Wachuuma kufukuzwa, waliamua kukimbia kwa Omingirate wa kwao na walijenga kuko Kebanata. Wakati huo Abamare walikuwa wamejenga Nyabubemba na Abagimenye walikuwa Kewantena.

Wajerumani Wanaingia

Katika karne 19 Wajerumani waliingia nchini. Kabla ya Wajerumani kuingia nchini, alikuja jamaa mmoja kutoka pande za Ikizu. Jamaa huyo alijulikana kwa jina la Bwana Kinasa. Yeye alipoingia Kewantena alijifanya Bwana

2. Sweta – This 'door' has three 'hearthstones':
   a. Nyangi
   b. Sagaswe
   c. Sagana
3. Gisero – This 'door' has no 'hearthstones.'

Life Before Colonialism

After seeing how this tribe is divided into smaller subsections of various clans, let us now look at how people lived before the foreigners came into the country.

In the past it was common for these people to constantly fight one another. However in this conflict they did not use lethal weapons, rather they used sticks to fight with their opponents. These battles were fought between various clans or age-sets. Tribal prejudice was so strong that there was a time when a man from one clan would not cross over the boundary from one side to the other. It is said that when one clan was attacked by the enemy, for example the Maasai, the other clans would be happy to see that one clan was attacked and that their numbers would be reduced, making them an easier target for additional plunder.[44]

As I said before, even though the conflict was intense between the clans, they were not allowed to use lethal weapons when they were fighting against another clan. The Rumarancha started the battles with sharp weapons, for example bush knives, bow and arrows, and spears.[45] This happened after this age-set was defeated in many battles. The battle became increasingly intense and it is said that the Gimenye of the Saai who had settled around Masinki at this time were fighting with the Gimenye of the Bongirate who were there at Nyang'oma. The Bongirate were finally chased out. But the Gimenye of the Bongirate did not give up and returned to fight a second time. This time they won and the Gimenye of the Bongirate beat the Gimenye of the Saai, taking all of their wealth.
The Bongirate of the Chuuma fought other battles while they were settled at Somba. They fought against the Saai of the Chuuma and the Bongirate of the Chuuma were chased out. They ran to another Bongirate territory and settled there at Kebanata. At that time the Mare had settled at Nyabubemba and the Gimenye were at Kewantena.[46]

The Arrival of the Germans

The Germans arrived in the country during the nineteenth century. Before the Germans came one man arrived from the direction of Ikizu, he was known by the name of Bwana Kinasa.[47] When he arrived at Kewantena he acted liked he

Mkubwa aliyetumwa na Wazungu kuja kutawala. Alikula mali za watu kwa kutumia nguvu, na aliwatesa watu vibaya sana.

Siku moja Omongirate wa Bumare na wa Gimenye waliamua kumpiga Kinesa pamoja na wafuasi wake waliojulikana kwa jina la *Amamboi*. Vita iliwaka moto na hatimaye Kinesa na *Amamboi* yake yalishindwa. Katika vita hii *Amamboi* mengi yaliuwawa na Kinesa alitoroka na kwenda kwao huko Ikizu.

Baada ya Kinesa kutorotoka alikwenda huko kutayarisha Wazungu, yaani Wajerumani, kuja kuwapiga vita watu wa Kewantena. Habari hizi alizisikia jamaa mmoja aliyetoka Bwasi aliyejulikana kwa jina la Bwana Macholi wa Bina. Bwana huyu aliwapelekea habari watu wa Kewantena kwamba wakae tayari, kwani Bwana Kinesa amekwenda kuwachukuwa Wajerumani ili kuja kuwapiga vita na kuwateketeza. Lakini Bwana Macholi Brina hakuwaambia habari hizo wazi wazi. Aliwaambia wakati walipokuwa wakicheza ngoma na maneno aliyowaambiwa yalikuwa kwa fumbo. Watu walikuwa wakiitikia maneno hayo yaliyotungwa kama wimbo. Wengine walitaka kujua maana ya maneno hayo na wengine walisema wasimwendeleze jamaa huyo kwani huo ulikuwa wimbo wake. Maneno aliyokuwa akiimba Bwana huyo ni kama hivi:

Monywira ha Wanyendo gabaisire;
Mwite Omunami omunami atoka;
Omutanke asetire ahire ekirenge.

Watu waliyarudia rudia kwa kuyaitikia maneno hayo mpaka wakachoka kucheza.

Baada ya siku mbili Wajerumani wakiongozwa na Bwana Kinesa waliingia Kewantena. Vita ilianza mara tu walipoingia. Abangirate ba Kewantena walijaribu sana kuwazuia Wajerumani hao kuingia katika ardhi yao, lakini walishindwa. Katika vita hii shujaa mmoja aliyejulikana kwa jina la Bwana Chacha Magancha alipigwa risasi na kuuwawa. Shujaa huyo hakuanguka chini wakati alipopigwa risasi na kufa, bali alikufa amekaa kitako na huko ameshikilia silaha zake za kivita k.v. ngao, sime, mkuki, n.k. Baada ya vita kwisha Wazungu hao walichukuwa mali yote kutoka kwa Omongirate wa Kewantena. Omongirate kuona hivyo walitoroka na kukimbilia Kerukerege na baada ya Wazungu hao kurudi kwa Omongirate alirudi kutoka Kerukerege na kuendelea na maisha yao.

Wajerumani hao walirudi tena kwa mara nyingine, lakini wakati huu walikuja kutafuta urafiki na amani. Kondoo dume na asali vilitafutwa. Kwa sababu nyakati hizo hawakuwako watu waliojua Ki-Jerumani, mtu alitafutwa anayeweza kuongea na wageni hao kwa lugha ya Kiswahili. Bwana Marro

was the Big Man who was sent by the foreigners to come and rule. He took people's property by force and oppressed the people.

One day a Bongirate of the Mare and a Gimenye decided to attack Kinesa together with their followers, known as the *Amamboi*.[48] The fighting became intense and finally Kinesa and the *Amamboi* were defeated. In this battle many *Amamboi* were killed and Kinesa ran away to his people there at Ikizu.

After Kinesa fled he went to call the foreigners, that is the Germans, to come and fight a battle with the people of Kewantena. One man from Bwasi by the name of Bwana Macholi son of Bina heard this news. He took the news to Kewantana and warned them to be ready because Bwana Kinesa had gone to bring the Germans to fight against them and destroy them. But Bwana Macholi Brina did not tell them this news openly. He told them while they were at a dance and the words that he spoke were like a riddle. The people responded to these words that were made into a song. Some people wanted to know the meaning of the words but others said that they should not keep bothering this man because it was only his song. The words that were sung by the man were as follows:

Monywira Wanyendo, they are fed up.
You tried to kill the overseer,
The white man made his plans,
He is on the way.

The people repeated this over and over again in response to the song until they were tired of dancing.

After two days the Germans, led by Bwana Kinesa entered Kewantena. The battle started right away. The Bongirate of Kewantena tried to keep the Germans from entering their land but they were defeated. During this battle one hero, known by the name of Bwana Chacha Magancha was hit with a bullet and killed. This hero did not fall down and die when he was hit but died sitting on his haunches grasping his weapons of war, shield, bush knife, spear, etc. After the battle was over the foreigners took all of the property (livestock) from the Bongirate of Kewantena. When the Bongirate saw this they escaped and ran to Kerukerege and stayed there until the Germans left, then they returned and went on with their life.

The Germans returned another time but this time they came seeking friendship and peace. A ram and honey were sought. At this time no one knew the German language, so they looked for someone who could speak with these foreigners in Swahili.[49] Bwana Marro Mwita Marungu appeared and said that he could

Mwita Marungu alijitokeza na kusema kuwa yeye anaweza kuongea na wageni hao kwa Kiswahili. Lakini watu hawakumwamini na walimwambia ajaribu kusema Kiswahili mbele yao ili wasikie kama kweli anakifahamu sawa sawa. Bwana Marro Mwita alianza hivi:

Chochoba ko mbari, tetema muhanda ibarabara kwa Mununguye.

Umati uliokuwa hapo ulifurahiwa sana kuona kuwa wamefanikiwa katika matumainio yao. Lakini kwa kusema kweli maneno aliyoyasema shujaa huyo hayakuwa ya Kiswahili wala ya kikabila. Ni maneno tu aliyobuni kichwani mwake, akifikiri ndicho Kiswahili chenyewe.

Shujaa huyo alipewa kondoo dume pamoja na asali kama alama ya amani. Alipofika kule walikokuwa Wajerumani hao, hayakuwepo masikilizano, kwani hawakuelewana. Shujaa huyo alirudi na Wajerumani walienda zao pande za Mwanza.

Mwaka huo huo wale Wajerumani walirudi tena, lakini wakati huu walifika usiku. Vita kali ilianza usiku huo huo. Katika vita hii watu wengi sana waliwawa. Mwisho wa vita, koo za Abamare, Abagimenye na rafiki zao, yaani Abangirate ba WaChuuma walikimbilia Kerukerege, Kirabari na kujenga huko, na Wajerumani walianza kuweka watawala wa kabila la Abangoreme waliojulikana kama Masultani.

Mwita Maro at Bumare,
29 September 1995.

speak with the foreigners in Swahili. But the people didn't believe him and asked him to try and speak some Swahili in front of them so they could hear whether he really knew it well enough. Bwana Marro Mwita began like this:

Chochoba ko mbari, tetema muhanda ibarabara kwa Mununguyel

The crowd was very happy to see that they had succeeded in their goal. But in truth the words that the hero spoke were not Swahili, neither were they any tribal language. They were just words that he had made up in his own mind, thinking that it sounded like Swahili.

This hero was then given the ram and the honey as signs of peace. When he came to the place where the Germans were camped they could not understand each other. The hero returned home and the Germans went to their base at Mwanza.

In that very year the Germans returned again, but this time they arrived at night. A bloody battle started that night. In this battle many people were killed. At the end of the battle the Mare and the Gimenye clans and their friends, the Bongirate of the Chuuma fled to Kerukerege, Kirabari to settle there and the German began to put their own leaders, known as Sultans, in place over the Ngoreme tribe.[51]

Apolinari Maro Makore at Mesaga, 29 September 1995 (see p. 213ff).

PART III
HISTORIA YA WANGOREME

Received from Apolinari Maro Makore

2. MATOKEO YA UTAFITI

(i) Utangulizi

Kabla sijaanza kueleza juu ya historia ya kabila la Wangoreme, sina budi kugusia jiografia yake.

Ngoreme iko mashariki ya Musoma kilometa 67.2 kutoka Musoma mjini. Imeenea kati ya latitudo 1 kusini ya ikweta na longitudo 34 mashariki. Upande wa mashariki Ngoreme inapakana na Kenya, ikitenganishwa na misitu minene na mapori. Kusini inapakana na vijiji vya Ikoma, Nata, Issenye na sehemu kidogo ya Ikizu. Magharibi inapakana na Bwasi, Kiagata na Bukenye. Kaskazini inapakana na Wilaya ya Tarime ikitenganishwa na Mto Mara.

Mji iliyo maarufu ni Iramba, ambao una maendeleo mema ambayo ni ya kisasa. Kuna Mission ya Kikatoliki ambayo ilijengwa na Wamissionari. Pia kuna Shule ya Sekondari ya Ngoreme, ambayo imejengwa hivi karibuni kutokana na ushirikiano wa Wangoreme wote. Pia kuna zahanati na kituo cha afya ambavyo hutoa huduma kwa wananchi wote wa Ngoreme. Pia katika kijiji hiki kuna shule za msingi tatu ambazo ni Iramba shule ya msingi, ambayo ilijengwa na Wamissionari. Magatini shule ya msingi, pamoja na Mesaga shule ya msingi. Shule zote hizi zina maendeleo mazuri sana. Iramba ndipo yalipo makao makuu ya Ofisi ya C.C.M. ya Kata.

Mji wa pili ni Majimoto, ambao kuna baraza la wenyeji pamoja na zahanati. Ingawa mji huu ni wa zamani lakini hauna maendeleo mema na haukuwi.

Mji wa tatu ni Busawe. Pia mji huu ni wa zamani. Maduka ya wenyeji yamejengwa kwa wingi. Hata hivyo hauna maendeleo mema ya kisasa.

Licha ya miji hiyo mitatu kuna miji mingi na inayoelekea kuwa na maendeleo mema sana. Miji hiyo ni Kenyana, Kenyamonta na Kemgongo.

PART III
THE HISTORY OF THE NGOREME

Received from Apolinari Maro Makore[52]

2. RESULTS OF RESEARCH

(i) Introduction

Before I begin to explain the history of the Ngoreme tribe I must say something about its geography.

Ngoreme lies 67.2 kilometers east of Musoma town. Its latitude is 1 degree south of the equator and its longitude 34 degrees east. To the east it is bounded by Kenya, separated by thick forests and bush. To the south it is bounded by the villages of Natta, Issenye and a bit of Ikizu. To the west it is bounded by Bwasi, Kiagata and Bukenye. To the north it is bounded by the Tarime District and separated by the Mara River.[53]

The most important town is Iramba, which demonstrates effective modern development.[54] It also boasts a Catholic Mission built by the missionaries and a secondary school recently built by the cooperative efforts of all Ngoreme. There is a clinic and a health station which provide service for all citizens of Ngoreme. Three primary schools serve the community, including Iramba Primary School built by the missionaries, Magatini Primary School and Mesaga Primary School. These schools are all active in development work. Iramba houses the headquarters of the sub-district C.C.M., the Revolutionary Party.

The second town is Majimoto, which has a native court as well as a clinic. In spite of the fact that this is an old town it is not active in development and has not grown.

The third town is Busawe. This is also a very old town. There are many shops built by local people. In spite of that there is little modern development there.

Outside of these town there are many smaller ones which are developing well. Some of them include Kenyana, Kenyamonta and Kemgongo.

Umbile la Nchi

Ngoreme ni nchi ya vilima vilivyoinuka polepole kuanzia magharibi hadi mashariki na mashariki ya kaskazini, vilima hivi vimeinuka toka futi 3000-5000 kutoka usawa wa bahari.

Mlima ulio mrefu ni Kebairemera, wenye urefu wa futi 5,500. Milima mingine iliyo maarufu ni Kemairi, Mwitangubo na Mwitaomairi.

Kusini na kaskazini-magharibi mwa Ngoreme ni tambarare ambako wanyama wa porini hupatikana kwa wingi. Sehemu ya kaskazini-magharibi ni yenye rutuba sana kuliko sehemu ya kusini. Hali ya hewa huwa joto kali sana nyakati za kiangazi na baridi kali wakati wa masika. Joto la nchi huwa kati ya 80 F na 90 F katika miezi ya Julai mpaka Septemba. Miezi ya baridi ni Mei na Juni. Joto hutelemka mpaka 60 F. Mvua huanza kunyesha toka mwisho wa mwezi Septemba, lakini hunyesha kwa wingi toka mwezi Novemba mpaka April. Wastani wa mvua kwa mwaka ni 20" - 40".

Nchi hii haina mito iliyo mikubwa mingi, mito iliyo maarufu ni Mto Mara uliyopo kaskazini ya nchi ya Ngoreme ambao haukauki. Mto mwingine ni Somoche ambao hukauka lakini siyo kwa wepesi. Mito mingine hukauka nyakati za jua kali. Kwa mfano Mto Nyamutambe wa Nyansurumunti, Mto Tirina wa Kewentena na Ibiso.

Kuna mito mingine ambayo hukauka lakini wenyeji huchimba na kutoboa chemichemi. Kwa mfano Kemairi, Mto wa Marambika, Mabosoku, Nyaro-kweli na Witundura, yote ya Bumare na Nyamhangate wa Kisaka.

Wakati wa jua kali wenyeji hupata taabu sana juu ya maji, hasa maji ya mifugo. Mto Kenyo (Majimoto) ni mto unaoaminiwa kuwa na majini na mashetani. Wenyeji huutukuza sana na kuenda kutambikia huko. Wenyeji wanaoutukuza ni wa ukoo wa Abakombo. Maji ya mto huu ni ya chumvi na ya moto sana. Maji hububujika kutoka chemichemi inayochemka. Mto huu haukauki hata jua likiwaka namna gani. Inasadikiwa kuwa mto huu una madini ya aina ya uranium, lakini wenyeji huogopa kusaidia kuchimba kwa sababu wanaamini kuwa mashetani na mizimu haitaruhusu mto huo kuchimbwa ovyo.

Kama ilivyo desturi ya mimea hufuata hali ya nchi, yaani joto, mvua na ardhi. Hata mimea ya nchi hii imefuata hiyo desturi. Nchi hii ni ya vichaka na majani marefu. Katika sehemu zilizo tambarare tunakuta majani yaliyo mafupi na miti mikubwa huku na huku. Misitu minene hupatikana kaskazini-mashariki na mashiriki kwenyewe. Pia misitu iliyochangnyikana na mapori hupatikana sehemu ya kusini mwa nchi.

Layout of the Land

Ngoreme is a land of mountains that run from west to east and east to north, rising about 3000-5000 feet above sea level. The highest mountain is Kebairemera, at about 5,500 feet. Other important mountains include Kemairi, Mwitangubo and Mwitaomairi.[55]

South and northwest of Ngoreme the land is flat providing homes to many wild animals. The northwest is much more fertile than the south.

The climate is quite hot during the dry season and cold during the rainy season. The heat reaches between 80 and 90 degrees Farenheit during the months of July to September. The cold months are May and June when it can get down to 60 degrees Farenheit. The short rains begin at the end of September but the long rains last from November to April. The average rainfall per year is 20" - 40".

There are not many large rivers in this land except the most important river, the Mara, which flows north of Ngoreme and never dries up. Other smaller rivers include the Somoche which may dry up but not often. The other rivers dry up during the dry season. For example the Nyamutambe River of Nyansurumunti and the Tirina River of Kewentena and Ibiso.

There are other rivers which dry up but the inhabitants dig into the riverbeds and open up the springs. For example, Kemairi, Marambika River, Mobosoku, Nyarokweli and Witundura, all of Bumare and Nyamhangate of Kisaka.

During the dry season the inhabitants have trouble finding water, especially for watering their livestock. People believe that the Kenyo River in Majimoto is inhabited by spirits. The local people make offerings and propitiate the spirits there. The descent group which leads these rituals are the Kombo.[56] The water from this river is salty (alkali) and very hot. The water boils up from the ground in a spring. This river does not dry up no matter how hot the sun shines. People believe that this river contains minerals like uranium, but the local people are afraid to dig there because of the spirits who do not allow anyone to disturb it.[57]

As is common, the plants of the area are conditioned by the heat, rain and soil. The land is covered with a lot of bush area and tall grass.[58] In the areas that are not flat we find short grasses and tall trees here and there. Thick forests are found in the northeast and the east. Forests interspersed with plains is found in the south of the country.

Udongo unaopatikana katika eneo la Ngoreme ni wa aina tatu. Kwanza udongo mwekundu, ambao ni wa rutuba. Aina ya pili ni udongo wa mfinyanzi, ambao nyakati za mvua huteleza sana na hutunza maji kwa muda mrefu, nyakati za kiangazi hupasuka nyufa. Udongo huu hulimika kwa urahisi nyakati za kiangazi kuliko nyakati za masika. Aina ya tatu ya udongo ni udongo aina ya volcano, ambao hasa hupatikana katika bonde la Mto Majimoto.

Asili ya Wangoreme

Katika utafiti wangu juu wa historia ya kabila la Wangoreme, nimegundua kuwa asili ya muanzilishi wa kabila hili la Wangoreme ni shujaa aliyeitwa Mangwesi, mtu huyu alitokea Regata, pande za Sonjo, karibu na Loliondo, Arusha.

Mangwesi alikuwa wa kabila la Wamaasai, waliokuwa wakijiita Wasonjo. Mtu huyu alikuwa na mke, lakini walikuwa hawajapata mtoto alipoamua kuhama Regata, baada ya kuona hapamfai. Alielekea upande wa kaskazini-magharibi na alijenga sehemu moja aliyojulikana kwa jina la Manyare. Aliishi hapo kwa furaha na amani katika sehemu hii. Alifanikiwa kupata watoto, wa kwanza aliitwa Wandira, aliyekuwa mkubwa na wa kiume. Wa pili ambaye pia alikuwa wa kiume aliitwa Mwikoma au Maleu na wa tatu alikuwa wa kike, yeye aliitwa Mogusuhi.

Mzee Mangwesi alizidi kuzaa watoto wengi ambao baadaye walioana na kaka zao. Isipokuwa Mogusuhi peke yake ndiye hakuolewa. Baadaye Mzee Mangwesi alifariki akiwa hapo Manyare, akiacha jamaa yake chini ya uongozi au ulinzi wa mwanae mkubwa Wandira.

Baada ya kifo cha Mzee Mangwesi watoto hao walikaa mahali hapo kwa muda, halafu wakahama kwenda kijito kimoja chenye maji ya chumvi kiitwacho Manchira, waliishi mahali hapa kwa furaha kwa sababu maji na chumvi vilipatikana kwa urahisi. Pia kulikuwa na ardhi yenye rutuba na wanyama wa porini walipatikana kwa wingi. Mahali hapa palimpendeza sana Mwikoma, kwani yeye alikuwa mwindaji mashuhuri. Lakini Wandira alianza kupachukia kwa kuwa alikuwa mkulima, hivyo wanyama walimharibia mazao yake kondeni. Wakati huu jamaa yao ilizidi, kwani wote walishapata watoto.

Wandira alihama kuepukana na hao wanyama. Aliwashauri nduguze kufuatana naye lakini walikataa, hasa Mwikoma. Kwa sababu alifikiri kwamba akihama hatapata mahali pengine penye wanyama wengi kama Manchira. Hivyo Wandira alihama pamoja na na dada yake Mogusuhi kwenda sehemu mbalimbali kama ifuatavyo.

The soil in Ngoreme is of three types. The first kind is red and quite fertile. The second soil type, that of the potter or clay, keeps water for a long time and cracks during the dry season. This soil is more easily cultivated during the dry season than the rainy season. The third kind of soil is volcanic soil, found in the river valleys of the Maji Moto River.[59]

Origins of the Ngoreme

In my research on the history of the Ngoreme tribe I have concluded that the founder of the Ngoreme tribe was the hero called Mangwesi, this man came from Regata in the area of Sonjo, near Loliondo Arusha.[60]

Mangwesi was from the Maasai tribe who called themselves the Sonjo.[61] This man had a wife but they had not yet had children when he decided to move from Regata because it was not suitable for him there. He went northwest and built his first camp in the place called Manyare. He lived in this place in peace and joy. He was then able to get children, the first one he named Wandira who was the eldest son. The second child, also a son, was called Mwikoma or Maleu[62] and the third, a daughter, was called Mogusuhi.

The elder Mangwesi went on giving birth to many children who later married their elder brothers. Except that only Mogusuhi did not ever marry. After awhile Mangwesi died at Manyare, leaving his family under the leadership and protection of his eldest son, Wandira.

After the death of the elder Mangwesi his children still lived together at this spot for awhile. Then they moved beside a small stream with alkali water called Manchira. They lived here in joy because water and salt were found here in abundance. Also fertile soil and wild animals were found everywhere. This place pleased Mwikoma since he was an expert hunter. But Wandira was not pleased because he was a farmer and the animals ruined his crops in the fields. At this time this family had grown larger because all of them had given birth to their own children.

Wandira moved to escape the damage of the wild animals. He advised his brothers to follow him but they refused. Mwikoma was especially anxious to stay, thinking that he would not find a place elsewhere with so many game animals like Manchira. So Wandira moved together with his sister Mogusuhi to various places as mentioned below.

Wandira alihama kuelekea nyika za kaskazini-mashariki, sehemu iliyoitwa
Ikorongo, akiwa na jamaa yake pekee. Wakati huu alikuwa mzee na watoto
wengi. Kati yao mmoja mkubwa aliitwa Sabayaya. Siku hizo mwana mkubwa
ndiye alikuwa na haki ya kuongoza au kumiliki jamii iwapo mzee hayupo ama
kafariki.
Baada ya Mzee Wandira kufariki dunia mtoto wake mkubwa, yaani Sabayaya,
alishika uongozi wa baba yake. Sabayaya na nduguze walizaliana kwa wingi
na wakaenea katika bonde lote la Ikorongo, hadi juu ya mlima huo wa
Ikorongo. Waliishi huko kwa muda mrefu na alipata watoto wengi. Mwanae
mkubwa aliitwa Mongoreme. Baada ya kifo cha Sabayaya mwanae mkubwa,
yaani Mongoreme, alishika enzi ya baba yake na kuongoza jamii hiyo.

Katika enzi ya Mongoreme maafa mengi yaliwapata jamaa yake. Kwa mfano
kushambuliwa na Wamaasai hapo Ikorongo. Aliona njia ya kufanya ni kuhama.
Alihamia mahali palipokuwa pazuri zaidi pa kuwasitiri wanaposhambuliwa.
Akafanikiwa kupata sehemu iliyo katikati ya vilima na ilikuwa na milango
mitatu (pass) ambazo zilikuwa rahisi kuziba nyakati za hatari na hivyo adui
walishindwa kushambulia hilo zizi kubwa linalojulikana kwa jina la Mohugo
au Regorita, palipokuwa magharibi ya Ikorongo. Bonde hili au zizi hili liko
katikati ya vilima vitatu:

a) Kaskazini mashariki – Mlima Magange
b) Kusini mashariki – Mlima Kebairemera na Nyagekenge
c) Kusini – Mlima Kewaigega

(B) Mogusuhi

Dada yao alihama lakini hakufuatana na yeyote. Yeye alielekea kaskazini
magharibi kuvuka pori hadi sehemu za Kenya. Huko alioana na mme fulani wa
huko.

Makundi ya Wangoreme

Baada ya kusalimika toka kwa Maasai na hatari nyinginezo, waliishi kwa raha
mstarehe na kuzaliana zaidi, hata bonde halikuwatosha. Hivyo wakagawanyika
katika makundi ya koo ziitwazo *Chihamate*.

Kundi la kwanza ni Wasaai. Jina hili lilitokana na mtoto wa Mongoreme
aliyeitwa Msaai. Yeye ndiye aliyekuwa mkubwa. Msaai alitengwa na baba
yake na alibarikiwa ili afanikiwe kuzaa na kueneza jamaa yao kwa jina la
Msaai. Alipojitenga alizaa koo hizi:

Wandira moved out toward the wilderness of the northeast, called Ikorongo, with only his own family, himself and his many children. The eldest child among them was called Sabayaya. In those days the eldest child had the authority to lead or rule the community if their father was not present or died.

After the elder Wandira left this world his eldest son, Sabayaya, took over the leadership position of his father. Sabayaya and his brothers had many children and they spread out in all of the valleys of the Ikorongo, even up on the mountain of Ikorongo. They lived there for a long time and had many children. The eldest child was named Mongoreme. After the death of Sabayaya his eldest son, Mongoreme took the leadership position of his father.[63]

During the time of Mongoreme many people in the community died. For example, the Maasai raided them there at Ikorongo.[64] His only option was to move. So he went to an even better place to protect them against raids. He was able to find a place that was between the hills with three passes that could be shut off in times of danger. In this way they were able to keep the enemy away from the large corral, which was known by the name of Mohugo Regorita, located to the west of Ikorongo.[65] This valley where the large corral was located was between the three hills:

a) Northeast – Magange mountain
b) Southeast – Kebairemera and Nyagekenge mountains
c) South – Kewaigega mountain

(B) Mogusuhi

However, their sister did not go along with anyone. She moved northwest across the savanna to what is now Kenya. There she married a husband from that area.[66]

Ngoreme Sections

After being saved from the Maasai and other dangers this community lived in joyful leisure and produced many children until the valley would no longer hold them. Then they divided into groups called clans or *Chihamate*.[67]

The first group was the Saai, named after the eldest child of Mongoreme, named Msaai.[68] Msaai separated from his father with a blessing that he should have many children and extend the family under the name of Msaai. His separation produced the following clans:

(a) Abagisegeso
(b) Ababugasa
(c) Ababusawe
(d) Abagitare
(e) Ababutacha
(f) Abamare
(g) Abagimenye

Kundi la pili ni Wachuuma, ambao walijitenga na kuzua koo hizi:

(a) Abarimbari
(b) Abagusi
(c) Abairegi
(d) Ababwiro
(e) Abaihindi
(f) Abanguku
(g) Abakombo
(h) Abaraguri

Makundi haya mawili ambayo yalikuwa ndiyo makubwa, pia walikuwa na *Amakora* (Rika). Kulikuwa na rika nne katika kila upande.

Wasaai	Wachuuma
Abasaai	Abachuuma
Abamaina	Abanyangi
Abagamunyani	Abagini
Abanyambureti	Abamairabe

Pia kulikuwa na makundi mengine katika sehemu hizi yaliyoitwa *Chisaiga*.

Wasaai	Wachuuma
1. Bongirate	1. Borumarancha
2. Romore	2. Gamuntenya

NB: Ingawaje waligawanyika katika makundi hayo walishauriwa na mzee wao Mongoreme wajiite Abangoreme, yaani watoto wa Mongoreme. Nao hujisifia hivi:
'*Abangoreme ba Sabayaya re Wandira re Mangwesi – Regata – Manyare – Manchira baigora au batahera manche na migeri.*'

Yaani, Watoto wa Sabayaya bin Wandira wa Mangwesi aliyeishi Regata, Manyare na Manchira hapo zamani.

(a) Gisegeso
(b) Bugasa
(c) Busawe
(d) Gitare
(e) Butacha
(f) Mare
(g) Gimenye

The second group is called the Chuuma who separated and produced the following clans:

(a) Rimbari
(b) Gusi
(c) Iregi
(d) Bwiro
(e) Ihindi
(f) Nguku
(g) Kombo
(h) Raguri[69]

These were the most important groups. They constitutued the *amakora* or the generation -sets, with four cycling generations on each side.

Saai	Chuuma
Saai	Chuuma
Maina	Nyangi
Gamunyani	Gini
Nyambureti	Mairabe

There were also other groups in these areas called *chisaiga* or age-sets.

Saai	Chuuma
1. Bongirate	1. Borumarancha
2. Romore	2. Gamuntenya

Although they divided into these groups their elder, Mongoreme, advised them to call themselves the Ngoreme, that is the children of Mongoreme. They praise themselves like this:
'*The Ngoreme son of Sabayaya son of Wandira son of Mangwesi – from Regata – and Manyare – the people dip out water that floods down from on high.*'[70]

That means that the children of Sabayaya, son of Wandira, son of Mangwesi lived at Regata, Manyare and Manchira a long time ago.

Mila Na Desturi Za Wangoreme

Katika utafiti wangu nimegundua kuwa kabila la Wangoreme lilikuwa na mila na desturi zake ambazo walizifuata.

1. Tohara

Huu ni utaratibu wa kabila la Wangoreme kuwapeleka vijana wao jandoni. Kabila hili huwapeleka vijana wa kike na kiume. Vijana wanaopelekwa jandoni ni wale waliofikisha umri wa miaka 18-20. Hali hii ya kuwapeleka vijana jandoni huonyesha kukomaa kwao na wanaweza kuoa au kuolewa. Wasichana huingizwa katika tohara baada ya kuvunja ungo na wavulana baada ya kuota ndevu.

Aliyefanya tohara kwa vijana hawa huitwa *Ngariga*. Huyu huheshimika sana kijijini. Vijana wa kike hufanyiwa tohara na mwanamke kwa kutumia wembe mpya au kisu kilichoandaliwa kwa ajili ya kazi hiyo. Vilevile vijana wa kiume hufanyiwa tohara na mwanaume kwa kutumia kisu.

Sherehe ya tohara ilifanywa kwa mzee mzazi wa kijana sherehe hiyo huchukua siku mbili. Siku ya kwanza huitwa *kerombe* na siku ya pili huitwa *saro*. Pombe hunyweka, ng'ombe huchinjwa, kulingana na uwezo wa wazee wa vijana waliofanyiwa tohara. Waalikwa hutoa zawadi kadri ya uwezo wao, na mara nyingi huwa ni kama kushindana.

Wakati wakiwa jandoni hujipaka tope hadi kutoka jandoni kwa muda wa mwezi mmoja. Muda huo wote walipokuwa jandoni walifundishwa mambo mengi ya unyumba, kwani walitegemea kuanza kaya zao.

2. Ndoa

Vijana wa kike na wa kiume hufanya ndoa yao baada ya makubaliano yao pamoja na wazazi wao. Mwanzo wao wa kuchumbishana hawa vijana waliweza kukutana kwenye michezo ya ngoma za asili, saa za mchana. Kijana alipompenda binti alitoa habari kwa babu yake, na habari hizo hupitia kwa babu hadi kumfikia baba yake na binti. Makubaliano yanapofikiwa palikuwa na desturi ya kutoa mahari ya ng'ombe na mbuzi au hata chakula nyakati za njaa.

Aliyekuwa na tamko la mwisho kwenye ndoa ni baba yake kijana au binti kuwa ndoa itafungwa au hapana.

Au baba wa kijana alipopendezwa na binti alimwambia kijana wake amuoe. Hata kama vijana hawa walipendana sana haingewezekana kuoana kwani

Customs of the Ngoreme

In my research I discovered that the Ngoreme tribe practiced the customs and
traditions recorded as follows:

1. Circumcision

This is the system of the Ngoreme tribe to initiate their young people. This tribe
circumcises both boys and girls. The young people who are taken for initiation
are between the ages of 18 and 20. Initiation is the sign that they have matured
into adults and are ready to marry or be married. The girls are circumcised after
they begin to menstruate and the boys after growing facial hair.

The person who circumcises the boys is known as the *Ngariga*. He is highly
respected in the village. The girls are circumcised by a woman using a new
razor blade or a knife that has been prepared especially for this purpose.
Similarly the boys are circumcised by a man using a knife.

The father of the youth hosts the circumcision celebration that lasts for two
days. The first day is called *kerombe* and the second day is called *saro*. Beer is
prepared and a cow slaughtered according to the material means of the youths'
father.[71] Those who attend the celebration bring gifts according to their means,
many times in competition with one another.

While they are being initiated the youth smear themselves with mud for a
period of a month. During this time of initiation they are taught many things
concerning marriage and family, since they will now be required to begin their
own homesteads.

2. Marriage

The girls and the boys marry after they reach an agreement together with their
parents. The first step is courtship. Boys and girls may meet at the traditional
dances during the daytime. If a boy loves a girl he will tell his father and the
news is then passed on to through his father to the father of the girl. Once an
agreement is made the tradition is to give bridewealth of cattle or goats, even
food during a time of famine.[72]

The one with the last word in the marriage is the father of the young man or
young woman who agrees whether the marriage will take place or not.

However, if the father sees a girl that pleases him he may tell his son to marry
her. But no matter how much they love each other the marriage can not take

pande zote mbili waliangalia vipengele vifuatavyo: siyo ukoo wa wezi, wachawi, wavivu, au watovu wa nidhamu. Iwapo ilijitokeza sababu mojawapo kati ya hizo hapo juu, basi ndoa haikukubaliwa.

3. Heshima

Tujuavyo heshima ni jinsi inavyoonekana kimatendo, maongezi, mienendo na kuvaa. Kabila la Wangoreme walikuwa na heshima zao kulingana na rika – watoto, vijana, watu wazima na wazee. Walipokutana walipeana heshima kulingana na rika. Kwa mfano iwapo mzee alikutana na kijana, kijana ndiye aliyetoa heshima zote kwa mzee, hata kama hamfahamu.

Maongezi yalifanywa kwa kizingatia rika. Iwapo mzee aliongea basi vijana walisikiliza mafundisho yaliyomo katika maongezi na kuuliza maswali. Mavazi yao pia yalitofautiana kutokana na rika. Wazee walivaa nguo za heshima mbele ya watoto wao na hali kadhalika vijana wao. Lugha chafu kwa wakubwa ilikuwa ni kosa kubwa. Iwapo alipatikana mtu akifanya hivyo alitozwa faini.

Kulikuwa na mabaraza ya wazee ambayo waliweza kulinda amani na kufundisha heshima iliyo bora. Mtu alipopatikana na mabaya alifikishwa katika baraka la wazee na kuadhibiwa kwa kukoswa nidhamu, ama waliweza kukuasi katika jamii.

4. Vifo

Kabila la Wangoreme katika mambo ya vifo, mtu akifa huangalia kifo kimesababishwa na nini, hivyo mazishi huwatofauti.
Vifo vya kishujaa marehemu hawakuzikwa, walipelekwa nje ya jamii. Hiyo, ili kuondosha balaa. Mashujaa walitupwa porini. Vifo vingine vilivyotokea kwa magonjwa walizikwa kama kawaida. Wazee walipokufa iwapo wana wajukuu walichinja mbuzi au ng'ombe na watu walikula nyama. Hii ilionyesha mzee huyo anao umri mkubwa au ujasiri wa aina fulani.

5. Talaka

Kuvunja unyumba hapo zamani katika kabila la Wangoreme ilikuwa ni jambo la aibu kwa mwanamke kuolewa zaidi ya mara mbili. Kwa hiyo uchumba ulikuwa ukivunjika baada ya njia zote za kuwapatanisha bwana na bibi zimeshindwa ndipo jambo hili likatokea. Kufuatana na sheria za kimila, uchumba ulivunjika iwapo mwanamke alikuwa hazai (mgumba), mwanamke akiwa mwizi, mchawi, mwenye tabia mbaya au mme akiwa anamtesa mkewe. Pia mwanamke alikuwa na haki ya kutalakiana na mme wake iwapo mwanume akiwa hanisi, mlevi, mwizi, mchawi au tabia mbaya.

place if any one of the following faults are found on either side: a clan history of theft, witchcraft, laziness, or lack of discipline.

3. Respect

We know that respect is demonstrated in the way that people act, speak, and dress. The Ngoreme tribe practiced respect according to generation – children, youth, adults and elders. When they met one another they greeted each other with respect according to their generation. For example, if an elder met a youth the youth would give respect to the elder, even if he did not know the elder.

Their conversation would bear in mind their respective generations. When the elder spoke the youth would listen to the lessons of their elder and ask questions. Their clothing would also follow their respective generation. The elders wore respectful clothing in front of their children and their youth. Obscene language toward elders was considered very offensive. If a person did this he was fined.

There was a court of elders who guarded the peace and taught the importance of respect. When someone broke the rules they were brought before the elders to be judged and punished or else exiled from the community.

4. Death

In the Ngoreme tribe if a man dies the family investigates the cause of death in order to know how to conduct the funeral. In the case of the death of a warrior, he is not buried but rather taken outside of the community to prevent disaster. The warriors are thrown out in the wilderness.[73] People who die from disease are buried normally. If an elder with grandchildren dies a goat or a cow is slaughtered and everyone eats the meat. This demonstrates that this man was of great age or of a certain courage.

5. Divorce

For the Ngoreme in the past breaking a marriage brought shame, especially to a woman who married more than two times. Therefore the marriage was only dissolved after every avenue for repairing the relationship had failed. Following the traditional laws, a marriage is broken if a woman does not give birth (sterility), if a woman is a thief, a witch, or has a bad character, or if a man oppresses his wife.[74] A woman had the right to divorce her husband if he was a drunkard, a thief, a sorcerer or had bad character.

6. *Utamaduni – Ngoma*

Kabila hili wana ngoma zao za asili ambazo huchezwa wakati wa sherehe fulani. Mfano wa sherehe hizo ni arusi, tohara, jando na unyago, ushindi baada ya vita na wakati wakiwa katika starehe nyingine kama vile kunywa pombe. Ngoma zinazochezwa wakati wa arusi, tohara, jando na unyago ni za aina moja. Ngoma hizi ni *zeze, ritungu, ekeburuge, rilandi, embegete*, na *ekinyonyi*. Ngoma hizi huchezwa kuonyesha hali ya furaha katika mji huo. Ngoma hizi huambatana na nyimbo za kilugha, kama vile majigambo pamoja na sana nyingine ndogo ndogo, kama vile manyanga na njuga.

Ngoma zilizochezwa wakati wa ushindi baada ya vita hizi ni *embegete* pamoja na *ekinyonyi*. Ngoma hizi huambatana na *majigambo* ya kila aina. Hapa vijana huruhusiwa kuingia uwanjani mmoja mmoja na kutoa majigambo yake. Nazo pia huambatana na nyimbo zilizojaa furaha na za kusifu.

Wakati wa starehe wazee huburudika na ngoma za kustarehesha ambazo ni *zeze* na *ritungu*, nazo pia huambatana na nyimbo pamoja na zana nyingine, kama vile *njuga* na *manyanga*.
Kabila hili halina tabia ya kucheza ngoma wakati wa msiba kama yalivyo makabila mengine.

7. *Elimu*

Elimu haikujulikana hapa Ngoreme. Mtu wa kwanza kusoma alikuwa Sultani Waibiro Mahiti 1910 Shirati.

Mwaka 1918 Wadachi waliondoka nchini bila kujenga shule yoyote. Walipoingia Waingereza shule ilianzishwa huko Mwikendo, Kewantene wakisomea chini ya mti. Shule iliendelea ikiwa na watoto wa kiume tu hadi 1923.

Sultani alipoanzisha shule ya mchanganyiko, yaani wavulana na wasichana, mwalimu wa kwanza alikuwa Bakari Ilanga wa kabila la Waikizu. Yeye alimaliza miezi nane tu. Baada ya Mwalimu Bakari akaja Benjamin Wakala, yeye alikuwa Mzanaki, na hii ilikuwa 1923. Lakini wananchi waligoma kwa sababu waliona Sultani amekosea kuwaingiza wasichana shuleni. Vita ilianza kati ya raia na Sultani. Mji wa Sultani ukabomolewa na wanafunzi wakasambazwa. Na hapo shule ikafungwa.

Katika mwaka 1929 Sultani alimwomba mmisionari mmoja wa S.D.A. ya Busegwe aje kupima shule huko Chahoro Bumare. Mzungu huyo alikuja na kupima shule, lakini raia walikataa vilevile na hata wanafunzi hawa-kuandikishwa. Sultani akaachilia mbali swala hili.

6. Tradition – Dance

This tribe has its own traditional dances that are performed during particular celebrations, for example, weddings, circumcision, initiation rituals, victory after a battle and during times of rest, for instance when beer is served.

Dances performed at the time of weddings, circumcision and initiation are of one type. They are called *zeze, ritungu, ekeburuge, rilandi, embegete,* and *ekinyonyi*. They are performed to demonstrate a time of joy for this homestead. They are danced along with songs in the local language such as boastful praise shouts and accompanied with various musical instruments.

The dances that are performed after a victory in battle are the *embegete* and the *ekinyonyi*. They are performed together with praise shouts, of every type. The youth are allowed to go onto the floor one at a time to give their praise shouts. There are also songs of joy and praise.

During the time of rest[75] the elders refresh themselves with music such as the *zeze* and the *ritungu* which also include songs and instruments like the *njuga* and the *manyanga*. They do not dance at funerals as others do.

7. Education

Education was unknown here in Ngoreme. The first person to get an education was Sultani Waibiro Mahiti, 1910, Shirati.

In the year 1918 the Germans left without building any schools at all.[76] When the British came they opened a school at Mwikendo, Kewantene under a tree. This school continued with only boys until 1923.

When the Sultani (Chief) opened a school with both boys and girls the first teacher was Bakari Ilanga of Ikizu. He was only there for eight months. Benjamin Wakala came next in 1923, he was a Zanaki.[77] However the citizens objected because they thought that the Chief had made a mistake allowing the girls to go to school.[78] A battle began between the citizens and the Chief. The chief's homestead was destroyed, the students were scattered and the school was closed.

In 1929 the Chief asked an S.D.A. missionary from Busegwe to come and build at school at Chahoro Bumare. This white man came to survey for the school but the the citizens objected again and would not allow students to be registered. So the Chief set aside this question.

Mwaka 1938 baada ya kuja Athanas Changwe shule ilianzishwa Majimoto kwa msaada wa Athanas Changwe, Waibiro, Monyi Gesusu, Katakata na Giehamuri. Shule hiyo iliendelea hadi leo hii. Na hapo ndipo Wangoreme walianza kupata mwanga wa Elimu.

8. *Jinsi Wachawi Walivyopatikana*

Kama ilivyo desturi ya Waafrika, wachawi walikuwa wakitafutwa kwa kupiga ramli. Katika kabila la Wangoreme nao pia wachawi walitafutwa kwa njia ya kupiga ramli.

Makundi ya vijana yaligawanyika huku na huko kwa waganga mbalimbali ili kutafuta uhakika ni mchawi gani anayeroga hapo kijijini. Makundi hayo yakiisharudi baragumu ilipigwa na wanaume wote wa kijiji walihudhuria. Makundi hayo hutoa habari walizopata kutoka kwa waganga. Ikiwa habari hizo zitaelekea kwa mtu fulani, basi mtu huyo alikamatwa kama mchawi. Vijana waliwakamata wale wote waliohusika na kuwaadhibu kwa:

a) kuwachoma mtu au
b) kuwawekea chungu cha moto sana kichwani mpaka wakafa.

9. *Urithi*

Kabila hili la Wangoreme kama ilivyo kawaida lina utaratibu wake wa urithi ambao umekuwepo tangu zamani lilipoanza kabila hili.
Nao huwa kama hivi:

- Urithi huenda katika ukoo wa kiume.
- Msimamizi wa kugawanya urithi ni kaka wa marehemu aliye mkubwa. Na kama hakuna kaka ni ndugu wa kiume mwingine akisaidiwa na baraza la ukoo.
- Mpango wa urithi hufuata baada ya kugawanya madeni.
- Baada ya matanga watu wa ukoo hukusanyika kuhesabu mali ya urithi na kushauriana juu ya madai na madeni yote aliyonayo marehemu.
- Wenye kudai huitwa na kudai madeni yao.
- Wadeni wote wa marehemu hutangaziwa vilevile na utaratibu wa kulipwa hutengenezwa.
- Mrithi wa kwanza ni kaka wa marehemu aliye mkubwa au kama hakuna ni ndugu mwingine wa kiume aliye karibu.
- Mali ya urithi na matanga hutoka katika mali ya marehemu, kama marehemu hakuacha mali kabisa, basi shughuli za matanga hushughulikiwa na msimamizi.
- Mdai yeyote asipotaja madai yake katika mkutano, madai yake hayatapokelewa tena.

In 1938 Athanas Changwe opened the school at Majimoto with the help of Waibiro, Monyi Gesusu, Katakata and Giehamuri. This school is still functioning today. In this way the Ngoreme began to acquire the light of education.

8. Witchcraft and Sorcery

According to African tradition, people would consult diviners to tell the future.[79] The Ngoreme people also had socerers to tell the future.

Groups of youth were sent here and there to various healers to find out which witch or sorcerer had put a curse on the village.[80] When the groups returned they blew the horn to call everyone in the village to a meeting. Then the youth would tell the people what the healers had said.[81] If the news all pointed towards a certain person then that person would be seized as a sorcerer. The youth seized them but everyone was involved in the punishment:

a) to burn the person or
b) to put a very hot pot on the person's head until he died.[82]

9. Inheritance

The Ngoreme tribe, as is common among others, has its own pattern for inheritance that has been in place since the tribe began.
The rules are as follows:

-   Inheritance follows the male side.
-   The overseer in the division of inheritance is the eldest brother of the deceased. If he does not have an elder brother then a younger brother will be aided by the lineage assembly.
-   The order of inheritance is followed after paying any outstanding debts.
-   After the mourning period, the lineage members will gather to take account of the property and to consult on outstanding debts and loans made by the deceased.
-   Those with whom the deceased had debts are called to come and make their claims.
-   An announcement is made to those who owed the deceased money to come and pay.
-   The first to inherit is the deceased's eldest brother or another male sibling or close relative.
-   The inheritance and the funeral expenses come from the wealth of the deceased. If he left nothing then the overseer takes on the funeral.
-   Unless the deceased's creditors accounce themselves at the meeting their claims will not be heard later.

- Ikiwa mali ya urithi haitoshi kulipa madeni yote ya marehemu madeni ya muhimu hulipwa kwanza na madeni mengine hulipwa kwa mpango.
- Baki ya madeni hulipwa kwa kumalizia na warithi kutoka katika mali yao wenyewe.
- Baada ya mipango kukamilika mali ya urithi hugawanywa kwa warithi.
- Kama hakuna matatizo mali ya urithi hugawanywa siku chache baada ya matanga.
- Kama mrithi mmoja anataka kuchukua sehemu yake, mgawanyo hutajwa mara moja.
- Kama warithi wengine hawakuwepo au hawakupata habari wakati wa matanga, watamdai mrithi wa kwanza.
- Mrithi wa kwanza wa marehemu ni mtoto wa kiume wa kwanza toka nyumba ya kwanza.
- Wanawake wanaweza kurithi iwapo hawakuolewa.
- Urithi una vyeo vitatu – cheo cha kwanza, cheo cha pili na cheo cha tatu.
- Mwenye cheo cha kwanza ni mrithi wa kwanza na yeye anapata sehemu ya urithi iliyokubwa kupita sehemu yoyote ya warithi wenzake.
- Wenye cheo cha pili watapata kila mmoja sehemu ya urithi iliyokubwa upita sehemu ya wale walio katika cheo cha tatu.
- Kwa kawaida cheo cha kwanza ni cha mtoto wa kiume wa kwanza, cheo cha pili ni cha watoto wa kiume wengine na cheo cha tatu ni cha watoto wa kike.
- Mjane hana fungo lake katika urithi ikiwa marehemu aliacha ndugu wa ukoo wake wa kiume ndio watakaomtunza.
- Kama hakuna watoto wa kiume na marehemu hana kabisa ukoo wake wa kiume, basi mtoto wa kike mkubwa toka nyumba ya kwanza ni mrithi wa kwanza.
- Utaratibu wa mgawanyo wa urithi kati ya warithi wa cheo cha pili na cha tatu hufuata umri wao. Yaani wakubwa wapate zaidi ya wadogo na wa kiume wapate zaidi ya wa kike.

Mfano: Urithi uliokuwa na ng'ombe peke yake. Jumla ya ng'ombe 24.

Cheo cha I: Mtoto wa kiume umri 23 atapata ng'ombe 9.

Cheo cha II: Mtoto wa kiume umri 20 atapata ng'ombe 5. Mtoto wa kiume umri 14 atapata ng'ombe 4.

Cheo cha III: Mtoto wa kike umri 25 atapata ng'ombe 3. Mtoto wa kike umri 22 atapata ng'ombe 2. Mtoto wa kike umri 18 atapata ng'ombe 1.

- Kama mtoto ni mmoja peke yake, yeye atarithi mali yote.
- Ikiwa hakuna watoto wa kiume walio hai, au walioacha watoto wenyewe, na kuna watoto wa kike peke yao, basi hakuna cheo cha tatu.
- Wajukuu watarithi cheo cha baba au mama yao katika urithi wa babu yao. Ikiwa baba yao au mama yao amekufa kabla ya babu.
- Lakini kama wajukuu ni watoto wa kiume wa kwanza hawatapata cheo cha kwanza, ikiwa baba yao ameacha mtoto mwingine wa kiume toka nyumba ile.

- If the inheritance is not enough to pay for the debts then the most important will be paid first and as many of the others as possible.
- The inheritors pay the rest of the debts from their own wealth.
- After the plan is made the inheritance is divided.
- If no problems arise the division takes place a few days after the mourning period is finished.
- If one inheritor wants to take his part then the division is announced at once.
- If some of the inheritors are not present or did not get the news at the time of the mourning, then they will make claims with the first inheritor.
- The first to inherit is the first son from the first wife of the deceased.
- Women inherit if they have not yet married.[83]
- Inheritance has three levels, the first, the second and the third.
- In the first level is the first one to inherit who takes the biggest share of the inheritance.
- In the second level of inheritance are those who inherit more than those in the third level.
- Normally the first level includes the eldest son, the second level the other sons, and the third level the daughters.
- The widow does not inherit any part of the wealth except that the deceased leaves his wife under the care of his clan lineage brother.[84]
- If the deceased has no sons and no male relatives, then the eldest daughter of the first wife is the first inheritor.[85]
- The plan for dividing the inheritance between those of the second and third levels follows their respective ages. The oldest get more than the younger and the males get more than the females. For example if the property for inheritance was only 24 cows then…

  Level 1:   The eldest son, 23 years old, will get 9 cows.

  Level 2:   A younger son, 20 years old, will get 5 cows and the next son of 14 years will get 4 cows.

  Level 3:   The eldest daughter, 25 years old, will get 3 cows. The daughter of 22 years will get 2 cows and the daughter of 18 years will get one cow.

- If there is only one child he/she will inherit everything.
- If there are no sons living or grandsons and there are only daughters then there is no level three.
- The grandchildren inherit at the level of their parents if their father or mother died before their grandfather.
- But if the grandchildren are sons of the first male they will not inherit at the first level if their father left another son from that house.

- Wajukuu wale halafu hufuata cheo cha pili.
- Mtoto asiye halali, yaani aliyekwenda ujombani, atarithi urithi wa mama yake, na kama mama yake alikufa bila kuacha watoto halali, na kabla ya babu, mtoto huyu asiye halali atarithi cheo cha mama yake katika urithi wa babu.
- Kama mama wa mtoto asiye halali aliacha watoto wengine walio halali, mtoto asiye halali atarithi mali ya mama yake kwa kufuata umri wake pamoja na watoto wengine walio halali.
- Watoto waliohalalishwa kwa ndoa ya wazazi wao huhesabiwa kama watoto waliozaliwa halali. Isipokuwa mtoto aliyehalalishwa kwa ndoa hawezi kutangulia katika kurithi ingawa ni wa kwanza. Ikiwa kuna mtoto wa kiume mwingine wa nyumba nyingine ambaye mama yake aliolewa na marehemu kabla ya mama wa watoto aliyehalalishwa.
- Watoto wasio halali hawawezi kurithi upande wa kiume katika urithi usio na wosia.
- Ikiwa marehemu hakuacha watoto wala wajukuu, watarithi kaka au ndugu zake wa kiume, au kama ndugu wa kiume hakuna watarithi dada zake waliochangia baba na mama.
- Ikiwa hakuna kaka zake au dada wowote, watarithi watoto wao.
- Ikiwa baba mzazi amekufa watarithi baba au mama wadogo.
- Ikiwa hawapo wote watarithi ndugu wengine wa kuumeni.
- Ikiwa hakuna ndugu kabisa mume atarithi mali ya mkewe na mke atarithi mali ya mmewe.
- Warithi au mrithi wa mume watakuwa na wajibu wa kumtunza mjane.
- Ikiwa marehemu amewagawia warithi wake sehemu ya mali yake wakati alipokuwa hai, sehemu hii inahesabiwa katika mgawanyo wa mali baada ya kifo chake.
- Mrithi wa kwanza hurithi upinde na mkuki.
- Kama hakuna mrithi kabisa wa mali ya marehemu mali ya marehemu itachukuliwa serikali.

10. Miiko

Tohara:
Ilikuwa mwiko kijana kuoa au kuolewa kabla ya kufanywa tohara (kutahiriwa). Pia mtu aliyekufa kwa ajili ya tohara hakuzikwa ila alitupwa nje ya jamii. Na ilikuwa mwiko binti wa kike kutembea nje kabla hajatahiriwa.

Ndoa:
Ilikuwa mwiko jamii wa wahunzi kuolewa au kuoa nje ya jamii yao.

- Those grandchildren will then take their inheritance in level two.
- An illegitimate child, that is one who goes to his maternal uncle's side, will inherit from his mother, and if his mother dies without leaving any legitimate children and before his grandfather dies, then this illegitimate child will take the level of his mother in the inheritance of his grandfather.[86]
- If the mother of an illegitimate child leaves other legitimate children then the illegitimate child will inherit the wealth of his mother in accordance with his age and that of the other legitimate children.
- Children who are legitimatized by the marriage of their parents are counted as children who were born legitimate. However a child who is legitimized by marriage cannot go first in the inheritance even if he is first born. This is true if there is another son from another wife who was married to the deceased before the mother of the child who was legitimized.
- Illegitimate children cannot inherit on the male side in an inheritance without a last will.
- If the deceased leaves no children or grandchildren then his eldest brother or other brothers will inherit, if he has no brothers then his stepsisters will inherit.
- If not the children of his siblings will inherit.
- If his father has died his uncle or aunt will inherit.
- If none of these relatives are alive then another male relative will inherit.
- If no relatives exist then the husband will inherit from his wife and a wife from her husband.
- Those who inherit a man's wealth also have the responsibility to care for his widow.
- If the deceased already divided some of the inheritance while he was alive, this will be counted in the final inheritance.
- The first to inherit will get the deceased's bow and spear.
- If there is no one to inherit from the deceased the government will take it.[87]

10. Avoidances / Taboos

Circumcision:
It was forbidden for a youth to marry or be married before circumcision. A person died as a result of circumcision he was not buried but was rather thrown outside of the community.[88] It was forbidden for a girl to 'walk around' before circumcision.[89]

Marriage:
If was forbidden for members of the blacksmith clan to marry or be married outside of their clan.

Heshima:
Rafiki wa amini kwa rika yoyote, kutendeana makosa, kama vile kuibiana, kupigana au kutoleana matusi ilikuwa mwiko, kama ilitokea basi alichinjwa mbuzi kutoa mikosi kati yao.

Uhusiano Na Makabila Mengine

1. Kibiashara

Kabila la Wangoreme lina uhusiano mzuri na makabila mengine kibiashara. Biashara maarufu ni mazao ya chakula na biashara pamoja na mifugo. Kabila hili lina uhusiano wa kibiashara na makabila yaliyo jirani yao, kama vile, Wakenye, Waishenyi, Wanata, Waikoma na Waikizu, pamoja na baadhi ya makabila mengine ya mkoa wa Mara. Makabila haya yana uhusiano wa kibiashara katika mazao yote ya chakula na biashara pamoja na mifugo.

Mazao ya chakula na biashara ni kama ulezi, mtama, mahindi, mpunga, mihogo, karanga, viazi na ufuta. Wenyeji hawa kwa ujumla wana uhusiano mzuri wa kibiashara. Uhusiano huu hasa hufanyika katika masoko yao pamoja na vijijini.

Pia makabila yote hayo ni maarufu sana kwa ufugaji. Kwa hali hiyo uhusiano wa kabila la Wangoreme na makabila haya ni mkubwa. Hasa kwa upande wa kuuziana mifugo.

Pia kabila la Wangoreme lina uhusiano na wenyeji wa Tarime kwa suala hili la mifugo. Nchi ya Ngoreme haiko nyuma kiuchumi. Nchi hii ina mgodi wa madini ya dhahabu huko Nyagekoni, sehemu ya Majimoto. Hali hii imeleta uhusiano mzuri na makabila mengine.

2. Kijamii

Kabila la Wangoreme tangu zamani halina uhusiano mzuri kijamii na baadhi ya makabila, ambayo hawapatani nayo ni Wamaasai na Wakurya. Katika utafiti wangu nimegundua kuwa chanzo cha makabila haya kutoelewana hasa ni tatizo la mifugo. Makabila haya yote ni maarufu sana kwa ufugaji. Sasa tatizo linajitokeza katika wizi wa mifugo. Hali hii imesababisha makabila haya kuwa na vita ya mara kwa mara ambavyo husababisha maisha ya watu wengi kupotea.

Vita na Wamaasai

Hapo awali Wamaasai wa ukoo wa Kisiria walipigana na Wamaasai wa ukoo wa Buruga na Wasiria wakafukuzwa. Walipofukuzwa wakahama na kujenga

Respect:
If was forbidden for ritual friends[90] to harm, steal from, hit or curse one another. If this happened a goat was slaughter to take away the enmity.

Relationships with Other Tribes

1. Trade

Ngoreme people had good trade relations with other tribes. The most important trade was in food crops and cattle. The Ngoreme had trade relations with all their neighbors, the Kenye, the Ishenyi, the Nata, the Ikoma and the Ikizu as well as other tribes in the Mara Region. They would trade the Ngoreme for their food crops and cattle.

Food crops for trade include millet, sorghum, corn, rice, cassava, peanuts, sweet potatoes and seseme.[91] In general trade relations with neighboring peoples was very good. Trade was carried on in the markets and in the villages.

All of these tribes are excellent producers of livestock. Therefore the relationship of the Ngoreme with these other tribes is great, especially in selling each other livestock.[92]

The Ngoreme also have a relationship with the inhabitants of Tarime dealing with livestock. Ngoreme is not behind economically, with gold mines at Nyagekoni, near to Majimoto.[93] This condition encourages good relations with other tribes.

2. Community

For a long time now the Ngoreme have not had good relationships with some tribes, particularly the Maasai and the Kuria. As a result of my research I have concluded that this lack of understanding originated in conflicts related to cattle. The problem now arises in relation to cattle theft. This situation results in open warfare between the groups from time to time and the deaths of many people

Conflict with the Maasai

Some time ago the Maasai from the Kisiria clan fought with the Maasai from the Buruga clan and the Siria were chased out. Having no place to go the Siria

Nguku-Ngoreme. Wangoreme na Wamaasai hao walikuwa marafiki wakubwa. Siku moja Wangoreme wa ukoo wa Abanguku waliwachokoza Wamaasai hao kwa kutaka kuwanyanganya ng'ombe. Katika msukosuko huo uhusiano wa makabila haya ulivunjika na vita kati ya makabila haya mawili vilianza. Hii ilikuwa karne ya 18. Katika vita hivi Wangoreme walishindwa na Wamaasai wakatoroka na ng'ombe wao kwenda kwao huko Siria - Umaasaini.

Baada ya muda, Wamaasai hao walirudi tena Nguku kwa minajili ya kuwapiga vita Wangoreme wa Nguku. Wakati huu walikuja na shujaa wao aliyeitwa Re-Mochungwe. Shujaa huyu alikuwa mkali kupita kiasi. Kwa kuwa katika vita ya kwanza Wamaasai walishinda wakati huu walikuja kwa pupa sana kwa kutegemea uongozi wa Re-Mochungwe, shujaa wao asiyeshindwa na kiumbe hai, bali hushindwa na wasioshinda. Vita vilianza nyakati za usiku, na shujaa huyo aliingia ndani ya zizi la ng'ombe kwa pupa ya kutaka kuswaga ng'ombe wote baada ya kuwafukuza vijana wa kijiji hicho na kutoka nje ya maboma yao. Morani wa Kimaasai na Abamura ba Abangoreme walizidi kupigana huko nje na ndani ya zizi. Shujaa Re-Mochongwe alianza kuswaga ng'ombe. Wakati alipokuwa akiswaga ng'ombe alipigwa mshale na shujaa wa Kizee wa Abangoreme aliyekuwa amejificha ndani ya ua wa zizi la ng'ombe.

Shujaa huyu aliitwa Mzee Mutana Gebwana. Shujaa Re-Mochongwe alipo-pigwa mshale alimwita Moran mwenzake na kumwambia kuwa amekwisha pigwa mshale na alimwonyesha mahali mshale huu ulipotokea. Moran huyu alichukuwa jiwe na kutupa ndani ya ua huo. Katika kutupa jiwe huko, shujaa Mtana Gebwana alipigwa jiwe la uso na mfupa wa uso ukabonyea ndani ya ubongo. Shujaa huyo hakutoa sauti yoyote ile bali alinyamaza kimya. Baada ya muda mfupi shujaa Re-Mochongwe aliwaambia Morani hao wa Kimaasai warudi nyumbani kwa hali yake ilikuwa mbaya na vita hawatawezza. Shujaa Re-Mochongwe alikufa na ushindi ukawa wa Abangoreme ba Nguku.

Asubuhi yule shujaa Mutana Gebwana alitolewa ule mfupa kwa ustadi na badala yake aliwekewa mfupa wa mbuzi, kisha akashonwa na alipona.

Baada ya kushindwa vita Wamaasai hao wa ukoo wa Kisiria hawakukata tamaa. Walijawa na hamu ya kutaka kulipiza kisasi kwa ajili ya kushindwa vita na kuuwa wa kwa shujaa wao Re-Mochongwe. Waliporudi kwao waliwapasha habari Wa-Moran wa ukoo wa Burugo. Walipanga mipango ya vita na walijitayarisha kiume hasa. Makundi haya mawili walisafiri kupitia Ikorongo na hatimaye walianza kuwapiga vita Abangoreme ba Masinki. Vita ilianza saa 12 jioni. Katika vita hivi Abagimenye waliuwawa wengi sana. Na hatimaye ushindi ulikwenda kwa Moran wa Kimaasai. Mifugo ilitwaliwa.

came to live at Nguku-Ngoreme.⁹⁴ The Ngoreme and these Maasai became great friends. One day the Ngoreme from the descent group of Nguku agitated these Maasai by trying to steal their cattle. In the negotiations between the two groups relations broke down and a war began between these two tribes. This was during the eighteenth century.⁹⁵ In this war the Ngoreme were defeated by the Maasai who took their cattle and went with them back to Siria in Maasailand.

After a time these Maasai returned again to Nguku to fight with the Ngoreme of Nguku. This time they came with a warrior named Re-Mochungwe. This courageous hero was incredibly fierce. Because the Maasai had been the victors in the first battle they went into this one eagerly, depending entirely on the leadership of Re-Mochungwe. Their leader had not been beaten by any living creature, but rather had beaten all those who were unbeatable. The battle began at night when this warrior climbed into the cattle corral, ready to greedily herd all of the livestock out after driving away the youth of the village who had come out of their fortress. The Maasai warriors and the Ngoreme warriors went on fighting each other outside and inside of the corral. The hero Re-Mochongwe then began to drive out the cattle. While this was happening he was hit by the arrow of an Ngoreme elder who had hidden himself inside of the cattle corral fence

This hero was called Elder Mutana Gebwana. When the warrior Re-Mochongwe was pierced by the arrow he called his comrade and told him that he had been hit with an arrow and showed him where the arrow was coming out. This comrade then took a rock and threw it inside of the corral fence. By this throw the rock hit the hero Mtana Gebwana in the face and the bones of the face were crushed into his brain. This hero did not made a sound but rather stayed quiet through it all. After a short while the hero Re-Mochongwe told his fellow Maasai warriors to go home because his condition was hopeless and they would not win the battle. The hero Re-Mochongwe died and the Ngoreme of Nguku won the battle.

In the morning the bone of the hero Mutana Gebwana was expertly removed and replaced by a goat bone. He was sewn up and healed.

Yet even after this defeat the Maasai of the Siria clan did not give up. They were filled with the desire for revenge against those who had defeated them in battle and killed their hero Re-Mochongwe. When they returned home they told the news to the warriors of the Burugo clan. Together they planned for the battle and prepared themselves with ferocity. These two groups travelled past Ikorongo finally began the battle with the Ngoreme of Masinki. The fighting began at six in the evening. Many Gimenye men were killed during this battle. In the end the Maasai warriors won and stole the cattle.

Baada ya ushindi huo wa vita ya Masinki, Wamaasai walitulia. Katika mwaka 1917 Wamaasai walirudi tena. Katika mwaka huu walifanya vita viwili.

Vita ya kwanza ni ile inayojulikana iliyopiganwa huko Somoche. Kama kawaida vita ilianza saa za jioni. Vita hivi vilikuwa vikali sana. Nyumba zilichomwa moto na damu za watu zilimwagika na kububujika ovyo. Wamaasai walitoroka na ng'ombe usiku huo. Abamura ba Abangoreme waliwafuata usiku huo hadi kufika Umaasai. Kufika huko Umaasaini vita ilikuwa kali sana. Wamaasai wakashinda tena, Wamura wakarudi mikono mitupu nyumbani.

Vita ya pili ni ile inayojulikana sana na isiyosahaulika katika nchi ya Ngoreme. Vita hii ni vita ya Re-Nyamakara. Vita ilianza saa 12 jioni kati ya Wamura wa Ihindi na Morani wa Kimaasai. Vita hivi vilikuwa vikali kupita vita vyovyote vilivyopiganwa Ngoreme. Ng'ombe waliswaga lakini kwa bahati nzuri Mto Somoche ulikuwa umefurika. Asubuhi yake Wamura wa Ngoreme waliwakuta Morani wa Kimaasai bado hawajavuka mto huo.
Vita ilianza kwa ukali sana. Moran waliuawa kama nzige. Ama kweli safari hii Moran wa Kimaasai walipatikana. Wamura walisaidiwa na askari wa kijeshi wa Kidachi aliyeitwa Mbasha Mabruki. Kabila lake alikuwa Mhehe. Wamaasai waliuawa kwa wingi na walitoroka. Ushindi ukawa wa Abamura na toka hapo Wamaasai hawajarudi tena. Ila kuna tabia ya kuviziana porini, iwapo watakutana porini lazima vita ianze.

Vita na Wakurya

Kabila hili la Wakurya limekuwa adui wakubwa wa kabila la Wangoreme. Na hii inatokana na usumbufu wa wizi wa mifugo unaofanywa na kabila la Wakurya. Hali hii imesababisha vita vya mara kwa mara kati ya makabila haya mawili.

Katika kabila la Wangoreme kumekuwepo na wizi wa mifugo kwa kutumia silaha na mauaji. Hali hiyo ilifanya wananchi wa sehemu hiyo kuwa na wasiwasi mwingi kwa maisha yao pamoja na mali zao.

Wizi huu wa mifugo ambao ulikuwa ni wa kunyemeka kwa kutumia zana hafifu umebadili sura na mbinu baada ya wapiganaji kurejea na silaha kutoka katika vita ya Idi Amin. Na hii hasa imekuwa katika kabila la Wakurya ambao ndio wamekuwa wachokozi mara kwa mara. Wizi wa mifugo uliambatana na ujambazi ambao ulizaa zogo la chuki ya koo za kabila la Wakurya. Walijitokeza majambazi wa kila koo ambao ni wezi sugu, majambazi waliokuwa wakiongoza vikundi vya ujambazi kuiba kutoka ukoo mmoja na kupeleka ukoo wa pili. Miongoni mwa majambazi hao sugu ni Nyamaganya, Musubi Mtatiro, Chacha Bukaya, Wang'enyi Mwita.

After this victory at Masinki the Maasai were quiet for awhile. But in 1917 the Maasai returned again. Two battles took place during this year.

The first battle is the one known as the war at Somoche. As usual the battle started in the evening and was extremely intense.[96] Houses were burned and the blood of people flowed and bubbled out recklessly. The Maasai fled with the cattle that night. The Ngoreme warriors followed them during the night all the way to Maasailand where the battle broke out again even more intensely. The Maasai won again and the Ngoreme warriors came home empty-handed

The second battle is well known throughout Ngoreme and not soon to be forgotten, the battle of Re-Nyamakara. The conflict started at six in the evening between the warriors of the Ihindi clan and the Maasai warriors. This was the fiercest war that was every fought by the Ngoreme. The cattle were stolen but luckily the Somoche River was flooded. In the morning the Ngoreme warriors found that the Maasai warriors had still not crossed the river.
The fierce battle started again and warriors were killed like locust. This time many Maasai warriors lost their lives. The Ngoreme warriors were aided by the German army soldier named Mbasha Mabruki, from the Hehe tribe.[97] Many Maasai were killed and the rest fled. The Ngoreme warriors were victorious and the Maasai never returned again. However they have the habit of attacking each other when they meet in the bush.

War with the Kuria

The Kuria were the most notorious enemies of the Ngoreme because of the constant harrassement from cattle theft practiced by the Kuria tribe. This resulted in battles from time to time between these two tribes.

The Ngoreme tribe also participated in cattle raiding through the use of murderous weapons. Because of this many citizens from this area lived with fear for their property as well as for their own lives.

This kind of cattle raiding used to be practiced using stealth and non-lethal weapons but it changed after the Idi Amin war when guns became available.[98] This was especially true for the Kuria who were often the agitators of these conflicts. Cattle theft comes together with banditry, which then sows hatred toward the various Kuria clans. Each clan has given birth to thieves who are hardened bandits and lead bands of bandits to steal from one clan and give to the other. Among those notorious thieves are Nyamaganya, Musubi Matatiro, Chacha Bukaya and Wang'enyi Mwita.

Majambazi hawa ndio waliowapa vichwa baadhi ya vikundi vya Wakurya kutaka kuharibu usalama wa nchi. Waliweza kuvamia kabila la Wangoreme na kuchukua mali pamoja na kupigana wao kwa wao. Hali hii ambayo ilisababisha wananchi kuingiwa na hofu kubwa hawakuamini ulinzi wa serikali kuu, bali waliamini kuwa wezi sugu na majambazi hawa ndio watakaowalinda dhidi ya uvamizi wa ukoo na ukoo.

Hali hii ilisababisha madhara makubwa kuwapata wananchi wa makabila haya mawili ambayo ilienea katika Wilaya ya Tarime na Serengeti. Kwanza kabisa tukichukulia kiusalama inakisiwa kuwa raia wema wasiopungua 25,548 walivushwa kwenda nje ya Mkoa wa Mara kwa kipindi cha 1981-1986.

Kiuchumi hali ya uzalishaji katika kipindi hicho 1981-1986 ulishuka sana kwa mazao ya chakula na ya biashara. Mapigano, ufuatiliaji wa nyoyo za ng'ombe haukutoa nafasi kwa wananchi kuzingatia kilimo na maendeleo mengine.

Katika ustawi wa kijamii mapigano yamesababisha shule nne kujifunga Wilayani Serengeti zenye wanafunzi 1,124 na zahanati mbili vile vile zimejifunga, hali ambayo imewaacha wananchi bila huduma hizo muhimu.
Vurumai hili kati ya Wakuria wenyewe kwa wenyewe na kabila la Wangoreme inakisiwa kuwa serikali imetumia zaidi ya shilingi 50m/= (million hamsini) katika operation zote za polisi zilizofanyika katika Wilaya za Tarime na Serengeti kwa kipindi hicho.

Operesheni Majambazi na utafutaji wa silaha ndiyo ilikuwa ya kwanza kufanyika mwaka 1981 na ilifanyika katika Tarafa ya Engwe, Wilayani Tarime. Koo za Wairegi dhidi ya Wanyamongo na Wanyabasi zilikuwa zikichonganishwa na wezi sugu/majambazi na majemadari wa bandia. Katika Operesheni jambazi maarufu Nyamaganya na majambazi wenzie walikamatwa. Lakini 1983 jambazi Nyamaganya aliachiwa kwa kukosekana ushahidi wa kumshitaki.

Operesheni ya pili iliyojulikana kwa jina la 'Operesheni Majambazi, Wezi Sugu, Waluanguzi na Silaha' ilifanyika 1983. Hizi zilikuwa na operesheni mbili lakini zilifanyika kwa wakati mmoja. Wahujumu uchumi walishughulikiwa katika operesheni hii. Jumla ya majambazi 550 walikamatwa. Majambazi 183 walishitakiwa au kuhamishwa. Lakini majambazi wapatao 668 walikimbia na kujificha nje ya Mkoa wa Mara.

Operesheni ya tatu ambayo ilijulikana kwa jina la 'Operesheni Wizi wa Mifugo, Mauaji na Magendo' ilianza tarehe 7 Desemba 1985. Pamoja na Operesheni hii kuanza hatua ya kusimamisha shughuli za mgambo katika Wilaya za Tarime na Serengeti na kuhamisha askari wenye asili ya Mkoa wa

These thieves are the ones who have encouraged other Kuria groups to destroy the peace of the land. It allowed them to attack the Ngoreme tribe and take their wealth as well as fighting each other. It is this situation which has made the citizens fear for their lives and loose trust in the protection of the government. They now trust the hardened thieves and the bandits to protect them from attacks between clans.

This situation has resulted in overwhelming violence and destruction for these two tribes in the Tarime and Serengeti Districts. Let us first look at the statistics for security. It is estimated that not less than 25,548 citizens were forced to leave the Mara Region during the years 1981-1986.

Economically the region declined in production of cash and food crops between 1981 and 1986. Between battles and chasing after their livestock the citizens did not have enough time to do their work in the fields and in other occupations.

Within the area of community development cattle raiding caused four schools to shut down in the Serengeti District with 1,124 students and two clinics to close. Now these places do not have these important services available.
Controlling cattle raiding between the Kuria themselves and with the Ngoreme has cost the government an estimated 50 million shillings for all of the operations of the police in Tarime and Serengeti Districts during this period.

Operation Banditry and the search for weapons was the first of these operations in 1981 in the Sub-District of Engwe, Tarime District. The Iregi clan and some of the Nyamongo and Nyabasi clan members were the instigators of this banditry and thieving rings. During Operation Banditry one notorious thief, Nyamaganya and his band were arrested. But in 1983 Nyamaganya was released for lack of witnesses in the court case.

The second operation in 1983 against cattle raiding was called 'Operation against Banditry, Notorious Thieves, Contraband and Weapons.' It was really two kinds of operations carried out at the same time. The economic forces were involved in this operation. In all 550 thieves were arrested. 183 thieves were tried and transported. However, as many as 668 thieves ran away and hid outside of the Mara Region.

The third operation, known as 'Operation Cattle Theft, Murder and Contra-band,'[99] began on 7 December 1985. This operation finally began the steps necessary to stop the contraband in the Tarime and Serengeti Districts and to transfer soldiers from the Mara Region to other Regions. During this operation

Mara ulifanyika. Katika Operesheni hiyo majambazi waliopatikana na bunduki
ni 11. Watu waliopatikana na risasi kinyume cha sheria walikuwa 27. Hawa
wote walikuwa wa kabila la Wakurya.

'Operesheni Dhahabu' ni ya nne na ilianza tarehe 23 Oktoba 1986, Wilaya ya
Tarime na Serengeti. Operesheni hii iliandaliwa vizuri zaidi kuliko hizo tatu za
awali. Waziri wa Mambo ya Ndani alijihusisha kikamilifu. Mafanikio
yalipatikana. Jumla ya silaha 67 zilikamatwa kutoka kwa majambazi. Jumla ya
risasi 635 zilikamatwa wezi sugu wa mifugo 93, waliokuwa tishio kwa
usalama wa raia, walikufa katika harakati za kuwafukuza.

Hali ya uharifu katika Wilaya za Tarime na Serengeti imeshuka kwa asilimia
kubwa. Hali ambayo imelifanya kabila la Wangoreme kuanza kuinua uchumi
wake ambao ulipotea hapo nyuma wakati wa vita. Katika kikao cha kamati ya
ulinzi na usalama kilichoketi 14 Julai 1987 kutathimini hali ya usalama mkoani
Mara, viongozi wa Wilaya za Tarime na Serengeti walieleza hali nzuri iliyopo
katika Wilaya hizo. Kumekuwepo na hali ya utulivu katika Wilaya za Tarime
na Serengeti kiasi ambacho hakijawahikutokea tangu 1980.

Pamoja na kufanikiwa kupunguza matukio ya uhalifu walinzi wa jadi
wameleta utulivu na kuleta nidhamu katika mambo yafuatayo:

- Kupunguza wizi wa mifugo na ujambazi wa kutumia silaha kali.
- Kusaidia kupambana na magendo.
- Kukomesha upishi na ulevi wa gongo.
- Kupunguza utoro shuleni.

Pia wamekamata silaha na risasi kama ifuatavyo:

- Bunduki zilizotengenezwa 18
- Pistol zilizotengenezwa 1
- Risasi za SMG/SAR 9
- Risasi za short gun 5

Tangu vita ya 1986 kati ya Wakurya na Wangoreme ambayo watu wengi
walipoteza maisha yao, hali imekuwa ni tulivu mpaka sasa. Hakuna vurugu
ambayo imewahi kutokea.

eleven thieves and their guns were taken. Twenty-seven people were arrested with ammunition not registered with the government. All of these were Kuria people.

'Operation Gold' was the fourth. beginning on 23 October 1986 in the Tarime and Serengeti Districts. This operation was much better planned than the three previous operations. The Deparment of the Interior oversaw the plan and its results were good. Sixty-seven weapons were confiscated from thieves. 635 rounds of ammunition and 93 head of cattle were confiscated from the thieves who had terrorized the peace. They died trying to escape arrest.

The destructive cattle raiding in the Tarime and Serengeti Districts has greatly decreased. This has allowed the Ngoreme to begin to make up the economic progress they lost during the raiding. During the Security Committee that met on 14 July 1987, officials from the Tarime and Serengeti Districts testified to the much improved security situation in the Mara Region. Today we have a situation of peace and quiet that has not been experienced here since 1980.

In addition to their success in controlling cattle raiding and theft the traditional security committee brought quiet and discipline in the following ways:

-   The reduction of cattle theft and banditry using lethal weapons.
-   Aiding in the fight against contraband.
-   Control of the illegal production of whiskey and drunkeness.
-   Control of truency from school.

They have also seized weapons and ammunition as follows:

-   18 guns
-   1 pistol
-   9 rounds of ammunition, SMG/SAR
-   5 rounds of short gun ammunition

Since the 1986 war between the Kuria and the Ngoreme when many people lost their lives, the country has been at peace. There has been no trouble at all.[100]

Spring at Maji Moto.

CHAPTER IV

IKIZU STORIES

THE IKIZU ORIGIN STORY (I)

Source: E.C. Baker, 'Notes on the Waikizu and Wasizaki of Musoma,'
Tanganyika Notes and Records 23 (June 1947): 66-67.

In the region of Kanadi, which is in Sukumaland, the people were so rich in
cattle that they could not make use of the daily yield of milk and were in the
habit of throwing the surplus into the river which flowed through their country.
But this wastefulness was the cause of their downfall, for the river flowed into
the Maasai country and the Maasai, wondering to see the milky water, followed
the riverbed until they came to Kanadi. They saw the prosperity of the people
and the greatness of their herds and, thereafter, they raided them so
continuously that the dwellers in Kanadi fled their country and were dispersed.

Among those who left Kanadi were two women, Nyakinwa, who was the
elder, and Nyambubi, and they wandered together until they came to Sizaki and
there, in the Changugi Hills, Nyakinwa, who was a raindoctor, deposited the
Imbura (rain) stones which remain there to this day. These Imbura stones are
the medium of communication between humans and the supernatural beings;
they are produced in times of crisis and offerings are made through them to the
Gods. After leaving the stones at Changugi the two women went on until they
came to Chamuliho where they met a man of the Msarara tribe, a hunter by
profession whose name was Samongo. After that Nyakinwa and Samongo
lived together at Chamuliho and no further mention is made of Nyambubi.
Water was very scarce round Chamuliho and the carrying of it arduous but
Nyakinwa prayed to her ghosts and always found plenty in the clefts and
crannies of the rocks near their dwelling place and so she was able to carry it
home without the discomfort of a long and hot journey. Samongo noticed the
short time it took her to fetch the water and tried to discover the source of her
supply but, though he questioned her, she refused to tell him.

After a time the two quarreled as to who was the ruler and owner of the land.
Samongo said that he must be the chief for it was he who had found and
adopted Nyakinwa but Nyakinwa said no; it was she who had given shelter to
Samongo. One night, while Samongo was out hunting, hyaenas howled round

Nyakinwa's hut until dawn and rats destroyed the skins which she used as a covering. But she guessed that this was Samongo's doing and next morning she retaliated by bringing a number of lion and buffalo which she shut in the compound. Then she made rain which drenched Samongo and made him shiver so that he ran home for shelter, only to find that he could not enter his compound which was full of wild beasts. He called to Nyakinwa and asked her what he should do and she calmly told him to come into the kraal by the usual path. He pointed out that the place was full of lion and buffalo which prevented him from entering his own hut but she replied that they were her cattle and that she had brought them into the compound in order to milk them. At last Samongo begged her to come out and guide him and she came out to him and covered his face, for he was terror-stricken, and led him into the hut. When they had settled down she milked them and, when Samongo reminded her that she had arrived from Kanadi empty-handed, she said that she had sent her flocks and herds ahead of her. As a last resource, Samongo challenged her to milk her so-called cattle and she went out and did so and brought him the milk.

Next morning Nyakinwa drove the beasts from the compound to enable Samongo to go out and hunt but she brought them back before he returned in the evening and left him outside until be begged her to lead him into the kraal. When she had brought him safely in she went out and milked the buffalo and drank their milk.

Samongo complained bitterly at having all these wild beasts about the place but Nyakinwa retorted that if he was afraid of the animals in the compound she, and not he, must be the ruler of the country. Samongo made a last effort to maintain his argument and pointed out that he must be the ruler of the land as he was living there when Nyakinwa arrived but she said that if he was indeed the overlord he should prove the fact by killing a bushbuck and floating the skin on the water of Bunuri pool, which lay in the Chamuliho plains, until the skin was dry. If, she said, he could do this she would say no more but would submit to his authority. Samongo agreed and killed a bushbuck but when he spread the skin on the surface of the water it sank. Then Nyakinwa took a green skin and floated it on the surface of the pool until it was dry. And thus was female rule established in the land of Ikizu.

THE IKIZU ORIGIN STORY (II)

Source: Interview with Zamberi Manyeni and Guti Manyeni Nyabwango, Sanzate, 15 June 1995.[2]

Guti: Let us begin with how the Ikizu started. The Ikizu began... The Ikizu began... with a man named Samongo. This Samongo met his wife who was named Nyakinywa. He was a hunter, a great hunter, he lived on the mountain. He was an expert on making fire, his wife Nyakinywa knew how to make rain. She made it and it rained. When they met to marry he asked his wife how she made rain. And she asked him how he made fire. So now Nyakinywa excelled Samongo in cleverness. One day he went to hunt and she put out the fire. When Samongo came home he was shivering. He had been rained on. He called, 'Nyakinywa, where is the fire? Make it for me.' Nyakinywa said, 'it went out and you are the expert on fire, show me how to make it.' 'My wife, go to my quiver and get two things, a small stick, and another thing. Rub them together and you will get fire.' Nyakinywa knew that she had tricked him and learned his expertise. After awhile... the Kombogere... They gave birth to children. One was named Mugabho. He was a son. The daughter was named... Wanzita. Wanzita went to the clan where she got married, the blacksmiths. So that is why the blacksmiths are Kombogere clan. The children of Wanzita were Waturi. We sing – 'Ikizu wetu, cha Wanzita na Mogabho.' (Ikizu wa Samongo na Nykinywa, cha Wanzita na Mogabho.)

Zamberi: Samongo and Nyakinywa left each other. Samongo wanted to circumcise the children but Nyakinywa refused. They fought about it and separated. While they were fighting Samongo wanted to circumsize, but Nyakinywa refused. Samongo said if you want to live in this country the children must be circumcised. The woman refused and they separated, each building in a different place.

Jan: Where?

Zamberi: Samongo came to build in Sarama. Nyakinywa stayed at Kihumbo. They met at Kirinero. It is a known place. At this time the woman lived at her house and the man at his. The man had medicine. He made a plan with the medicine to make the children sick, one was lame and could not walk. Nyakinywa was upset and came to the man. 'My husband, why are the children sick and lame, what shall I do?' He said,' it is because you refused the tradition of this land. This land does not accept that a child lives here without being circumcised. If you agree to have them circumcised they will be healed.' So she agreed and they were circumcised and they became well. So this is how Ikizu know the importance of circumcising their children.

Guti: So they divided the work, one became a prophet/healer, the other became a rainmaker, *omugemba*. The prophet had the specialty of protection against enemies. When enemies came he would keep them from entering the land. The enemies were the Maasai from a long time ago. The man was a prophet to keep the Maasai from entering to kill us. The woman was a prophet to bring rain.

▲ *Ikizu Narrators. Samweli M.*
Kirimanzera (second from left)
at Kurusanda, 2 August 1995
(see p. 251ff).

(see p. 251ff).

Ikizu Narrators. Ikota Mwisagija
at Kihumbo, 5 July 1995.

They divided the work. The medicine of the prophet was the *orokoba*. The man went clear over there and circled around putting the medicine on the trees to keep out the enemies. The enemies could not enter.

Jan: Do people still have this medicine?

Guti: Up to now, traditions do not die, they are here.

Jan: Is there one for the whole land or many?

Guti: There are few who know it, those from one clan of Kombogere wa Sarama, Bahiri Zegera. They are the only ones who know it. The whole clan.

Zamberi: One at a time they take the title. One dies and leaves it to the next in line. It follows like this.

Jan: Did the medicine first come from Samongo?

Zamberi: Yes, they got it from Samongo the Bahiri Zegera. Those who followed him in the line. The clan, the children of Samongo do the *orokoba*. [...]

Jan: Do they inherit the expertise or do they dream it?

Zamberi: They do not dream. They learn it.

Guti: Like me, if I have medicine I can teach my children to use it. This person takes it and teaches his children. [...] Not by dreaming.

Jan: There is not another kind of *orokoba* in Ikizu?

Zamberi: There are smaller ones but not the big one. Many help the prophet but he makes the medicine and keeps it.

Guti: When you do it you must wear the traditional leather clothes. The prophet wears the woman's clothes of leather, goat. Because his expertise... the uniform gives him authority to do the medicine... The enemies will see him spreading the medicine and think it is just a woman and no threat...

We are finished with the story of Samongo. Let us go back to the work of mama, Nyakinywa, she was an expert in rain. This woman was the leader of the land, the *Mtemi*. The whole land respected her and knew her. Samongo let her be leader because she brought the rain to bring food, the plants flourished.

Kinanda: Where did she come from?

Zamberi: Sukuma, Kanadi. [...] [*goes over the story again to show why she has authority.*] To get the *mtemi* she took him one day to show him. The man killed a pongo (bushbuck), and brought the skin. She said, this is prohibited for me, take it and throw it away. So he threw it away. It landed on a tree. The next day she said I will now take you to show you how to make rain from above. They went to the rock where there is a pool of water. She said, put the skin on the water. He could not do it. But the woman could do it. She staked it out to dry. So Nyakinywa got the authority. Everyone knows how to make fire today but only few can make rain.

Jan:	Who followed her as mtemi.
Zamberi:	Nyakinywa, then Wang'ombe, then Kisozura, then Wekunza. All of these were women, four women, then it went to the men. Mayai, Gibwege, Mwesa, Matutu, Makongoro. It follows the clan of Nyakinywa, Abaraze. [...] Of the land of Kihumbo. There are no other rainmaker clans. [then lists the line of the prophet, Samongo.] [...] All of these of one clan. Abahiri Zegera. [...] do sacrifices on Chamuriho. Muriho was the one who began Ikizu... he came from Ukamba. He came here. The mountain of Chamuriho is called Chamuriho cha Mukamba. [...]
Zamberi:	Three women came with Nyakinywa from Sukuma... Wang'ombe and Wekunza one stayed in Sizaki (Wekunza) and the other in Hunyari (Wang'ombe). [...] Nyakinywa was at Kihumbo. Wang'ombe gave birth to Hunyari and Nyamang'uta, Ikizu of Wanzita and Mugabho. They were born of Wang'ombe, the sister of Nyakinywa. I do not know who their father was.
Guti:	The mzee (elder) has talked about the history of Sukuma, but I want to tell you the history of Ikizu. He puts it together with the stories of Sukuma and Ushashi. I want to tell you about the two women. I want to tell the story of Ikizu. This woman asked the story of Ikizu. The elder told you the story of Ushashi, but our history does not come from Ushashi and Usukuma. The other women, he does not know who they came from. But Ikizu is of two people, Samongo and Nyakinywa who met, they had two children, two children, one was an Mturi and he was a prophet, and the other was a rainmaker. Mugabho and Wanzita. If you asked anyone to sing the song. They will say the same thing. This is our history. [...] [*they debate amongst each other on the* utemi *list order, Guti finally leaves*]
Zamberi:	Moriho came here but he had no people. The Hengere were here. Chamuriho mountain was inhabited by the Hengere people. [...] [*Sings the song of Muriho and the Hengere.*] This Mukamba named Muriho chased out the Hengere. The Moriho are the united clan lands of Kirinero, Kihumbo, Butaza and Mariwanda, Buraze. This is the land of Muriho. [...] Nyakinywa, because of her medicines, knew how to milk buffalo. When they met, she went to Samongo's house, but then she asked him to come to her house at Kihumbo, Gaka. So they went there. In the evening she said, 'since you are a hunter, do not shoot my cattle when they come home.' He found milk inside the house. She milked the buffalo... She was a farmer.

THE IKIZU ORIGIN STORY (III)

Source: Interview with Samweli M. Kirimanzera, Kurusanda, 3 August 1995.[3]

Samweli: Muriho came from the west, the lake, Nyanza, through the
            north to Kisu, but he did not go through Gorogosi. He was a
            healer and had medicine. When he left Kisii, Muriho went first
            out to Ngoreme, to the mountain of Mangwesi. Mangwesi was
            a hunter and invited Muriho to be his guest. Mangwesi was a
            Ngoreme. Mangwesi told Muriho, 'you are my friend, why not
            stay here in my country and build with me?' Muriho said, 'I am
            going over there to the mountain, the big one that I dreamed
            about, Chamuriho.'
                So Muriho left and came to his land and was welcomed by
            a man named Nyamwarati. He learned that the Hengere were
            bothering those people. After living with Nyamwarati for a
            while Muriho asked him, 'who is the big man of this country?'
            Nyamwarati answered, 'I am, but I am defeated by the terrible
            people here called the Hengere.' Muriho said, 'if I drive them
            out what will you give me?' Nyamwarati answered, 'if you
            drive these people out of my country I will give you my
            daughter to marry.' Muriho tried first to send wild buffalo to
            bother them day and night in their homes, but they did not
            leave. He sent snakes to bite them and scare them, but they did

Ikizu Narrators. Warioba Mabusi at Nyakishoko,
16 August 1995 (see also chapter I).

not leave. Then he used ants who would bite them at night, but they did not feel it. He said, 'what shall I do with these people, the moon is nearly gone.' Then he used bees on them and the very day that they stung them the Hengere moved away. The bees drove them off.

There is a point I forgot, Muriho had spoken to Nyamwarati, saying, 'I am a prophet and we cannot live in one homestead.' So he went and established his home on the mountain at Itongo Moriho. Nyamwarati lived in Sarama. [...] The Hengere are the people of the Congo, the pygmies. When the Hengere were chased out Muriho encircled the mountain and the land with protection medicine to make it safe so they would not return.

The first wife of Muriho was the daughter of Nymwarati – Wanzita. She gave birth to Mughabo. We say, 'we are the Ikizu, the people of Wanzita and –."

Audience: Mughabo.
Samweli: Muriho had this many wives – [*holds up fingers*]
Audience: Eight.
Samweli: Muriho had eight wives from different places, but the first wife, the big house, was from Ikizu, Nyamwarati's daughter, from Salama, Kombogere, Zahya, the big house. Wanzita gave birth to Mughabo and Mugabho gave birth to Kishoko. The sister of Kishoko was Wasatu and they built a house together ... Then Kishoko gave birth to Mabere. Mabere was a prophet. Mabere gave birth to her son, Zegera. Zegera was born speaking and holding his medicines ... but wait I must go back.

Before Muriho came the Taturu were here, and together with the Rangi they were also driven out by the Hengere. They left, but when the Taturu heard that the Hengere were gone they came to ask Muriho if they could build here again. So Muriho agreed and asked what they would give him. They said they would give him a wife and this is the house of the Batatiro. They came back from Mbulu where they had gone. The first person to come was Gambasarakwa, who built at Sarakwa Hill, this is a Tatiro place. The next person was Gambamiri, who gave his daughter to Muriho and built at Kirinero ... He gave his daughter to Muriho because in the past when you wanted to build somewhere it was important to give something in return. After he gave his daughter, he was allowed to build here. Muriho was the son-in-law of Nyamwarati who passed on his authority over the land to Muriho, he said, go ahead and live here and herd. He gave him all of the hills to keep the enemy out. Do you understand?

Jan: Yes.

Samweli:	Write it then. Muriho became a soldier of the old man to guard the hills so that no enemy would come. So that is how the Taturu came.
Jan:	Where did they settle, in the hills there or where?
Samweli:	Muriho's Tatiro father-in-law built in the hills a little there in Kirinero. The others were on the plains at Sarakwa, down there. They were so few anyway. Then Muriho disappeared. After the Taturu came in, they spent some years and he disappeared and returned to Ngoreme, Maji Moto, to his friend Mangwesi. […] Now after they said that Muriho was dead, but there was no grave, the Taturu began to agitate. They wanted authority over the land for themselves and they had their own medicines. They harassed the Ikizu constantly for many years, maybe ten. Then this one was born, Zegera, the one who was born speaking.

When Zegera was born, he said to his mother, 'give me the milk of a white cow or a black cow.' The elders were afraid, 'how is it that an infant speaks?' So they sounded the alarm call and brought everyone together. When everyone came together, they asked, 'what is the alarm all about?' The child spoke again, 'ask my mother and father, I asked for milk but instead they gave the alarm, what is this all about?' The people were amazed. So they left and went to the big Diviner who said, 'this child was born speaking and had everything, even his own medicines in his hand in a bag, together with millet and sorghum seeds.' 'He is coming to save the Ikizu from the oppression of the Taturu.' The Diviner said, 'take this child to the crossroads and lay him there with a black cow hide over him, let him sleep on the crossroads.' 'If he is hurt by any animal by morning know that you have not yet found your savior.' Yet if you find that he is unhurt in the morning know that you have already been saved.' So they laid him there and slept uneasily in their homes all night, listening. At dawn they realized they had passed the night without hearing the laugh of the hyena and they knew that he was all right. They went and found him well, they had laid the hide on top of him but he was sitting on it watching them come. They took him to do sacrifices on his behalf. Then the Diviner said, 'build a house for him right where he slept.' Zegera made medicines again after he was one year old – a child that was born speaking – he was made like Jesus – he came miraculously. So he made medicines that they put in the water where the Taturu cattle drank. The cattle in the whole area began to die. A great many died and when they died the Taturu moved, they went back to Mbulu, others to Sukuma, others to Majita, they dispersed … After this the land was of the Ikizu.

THE HEMBA CLAN TRADITION

Source: Interview with Samweli Kirimanzera and Kihenda Manyorio, Kurasanda, 3 August, 1995.[4]

Jan:	There are Hemba in Zanaki too, aren't there?
Samweli:	Yes, of course.
Jan:	And are you the same as them? The Hemba of the Zanaki and the Hemba of the Ikizu?
Samweli:	We are all one. They separated and some went there and others came here.
Jan:	Did the Hemba begin in Zanaki and then come here or did they begin here and go there?
Samweli:	Why do you bring up a new history now? You know that the history of the Hemba is different from the history of the Ikizu.
Jan:	So shall we leave it aside for now?
Samweli:	You want to know the history of the Hemba? You mean where they came from?

Ikizu Narrators. Mtemi Adamu Matutu at Kihumbo,
31 August 1995 (see also p. 31).

Kihenda:	She wants to know where they came from, who they came with, and what –
Samweli:	Is that what you want to know?
Jan:	I want to know it all.
Samweli:	… The Hemba came – they were great hunters, fierce people who lived in the wilderness. They came from the east, around the area of Kilimanjaro. When they left Kilimanjaro they went to Tamoga, Singira and Ragega.
Jan:	Aaah haa
Samweli:	They came and passed Ndamio. Then they came to Ikoma where they left behind some Hemba called Gaikwe. Others divided off from Ikoma and went to Nata. Ok?
Jan:	So the Gaikwe are Hemba?
Samweli:	They are one thing. If you hear Gaikwe in Nata it is we Hemba, we are one. When they left there they entered Tarime, while they were hunting These people are called Nchage and they are also Hemba, they are our people too, the Timbaru. When they – Have you written that?
Jan:	Uh huh.
Samweli:	When they left there they passed here in the land of the Kenye, the Wahiri Hemba, they are our people too, in Bukenye. From there they went to Mobasi, the Asi of Kiagata. When they left there they multiplied greatly and lived a long time and then separated again and went to Buhemba, Saani – the Hemba of Zanaki. While in the area of Saani others broke off and went to Butuguri of Zanaki. They are the Hemba of Zanaki. Again Zanaki B. Zanaki A is here. They were hunters, going here and there to hunt. After that – clan – let's go slowly –
Jan:	Ok, I'm with you.
Samweli:	Of the clans that were left, others divided and came to Ikizu. – When they got to Ikizu others dispersed, small groups went to Sizaki, Changuge, the Hemba of Changuge, the people of Mbasha Megunga, they were – one. Then other Hemba dispersed and when they got to Bigegu, they went to the area of Mwibaghi, where there were lots of animals. After Mwibaghi they came to Rindara, in Majita. When they lived in Rindara, one elder named Guta built at the place now called Guta, he died there in Guta, this Hemba man. They went to Kirio, near Guta. Then when they were finished, other Hemba of Rindara, after some years went to Majita. That is why you hear them talking about Wiyemba, Wiyemba – they are in Majita and are the same as we Hemba. We came from one place and dispersed. Then other youth of Guta moved to Nyatwara and then to Nasa. When the Germans came there was a youth named Kitubaha of

	Guta who was made Mwanangwa (headman) of Nasa… All of them are Hemba, coming from up there. Those that stayed behind there and then dispersed in Tarime, they returned and are called those you hear of, the Ndorobo. They are still hiding out there and even the foreigners cannot capture them, they don't pay taxes. Even when Nyerere ruled they still didn't pay taxes. But they eat meat from the hunt and honey.
Jan:	So those that we call Asi – are they those? The same?
Samweli:	The same ones.
Jan:	They came from Tarime?
Samweli:	Ehhhee. They returned again, after coming from the east they came here, and then they went down again, they went again to the wilderness and stayed there. Don't you see? In a household, one child becomes a farmer, another a trader, another a hunter – so the household that turned back was of the hunters, they love meat, they don't want to herd or farm. Those who came down were the ones who wanted to farm and herd.
Kihenda:	I have never seen a Ndorobo who was caught by the Game Guards –
Jan:	There where you came from in the east – where is it? Sonjo Loliondo or farther?
Samweli:	I told you – It is to the east, on the side of Kilimanjaro, there are a few hills … much farther east than Sonjo. Sonjo is our neighbor.
Jan:	So when the Nata tell the story of Nyamunywa and Nyasigonko the first parents who gave birth to the Nata – they say that Nyamunywa was Asi.
Samweli:	Yes, he was of these people. This one, Asi, they used the name Asi, but when they began to disperse – you see the Hemba were the ones to discover fire. Fire was a problem then. They were hunters who ate raw meat until they discovered fire. So in some places they are called Bahemba morero, 'to light the fire.' They are the ones to discover fire. Samongo of Ikizu was a Hemba too. […] They shortened the name as language changed.
Jan:	So they came from over there and at each stop left people?
Samweli:	They left groups here and there and went on.
Jan:	Could you still go to those of the Ikoma and claim clanship with them?
Samweli:	The Nata and the Ikizu are one thing. Until now, even our eldership ranks are the same.
Kihenda:	Even if you go to my house you will see that the brands for goats and cattle are the same as the Nata.
Samweli:	And he is the same as me, he is a Hemba.

NATA STORIES

THE NATA ORIGIN STORY (I)

Source: Interview with Jackson Benedicto Mang'oha Maginga, Mbiso, 18 March 1995.[5]

Our parents, of Nata are – Nyamunywa, he was a man – and Nyasigonko, was a woman. Nyamunywa was a hunter – Nyasigonko was a farmer, the woman. They met – this man, Nyamunywa, shot an animal, which fell near to the field of the woman, Nyasigonko. The man, Nyamunywa, was thirsty. When he got to where the animal had fallen he saw some green grass, which is a sign of water, so he went there to look for water. When he got near, he saw there was a person coming out from that place. It was a human, like him, and the woman saw him too. He went to her house in the cave. They could only speak in signs because they did not know the same language. The man asked for water to drink. She got him some from the spring in a gourd (*ekebucho*). She then took some millet from her field and brought it to him in

Nata Narrators. Jackson Benedicto Mang'oha Maginga at Mbiso, 18 March 1995.

an elongated gourd (*akena ya oburwe*). She put it in his hand and he chewed it. It was mixed with sesame. She asked him, 'and what do you eat?' He showed her the animal and skinned it. The man went outside in the bush and made a fire by twirling a stick into a board using an *ekengeita* and *ororende* … shweeeeee. She got wood and they roasted the meat. They ate it. They took the meat home and lived in the cave of the woman. *Basi* (so finally), it became their home. The man followed the woman. They gave birth to the Nata, Nyamunywa and Nyasigonko.[6]

THE NATA ORIGIN STORY (II)

Source: Interview with Megasa Mokiri, Motokeri, 4 March 1995.[7]

The Nata originated from two people, Nyamunywa and Nyasigonko. The woman was Nata and the man was a hunter (Asi). The woman was a farmer. She grew kunde beans, sesame and millet, but she did not have a fire with which to cook anything.

One day the Asi hunter shot an eland near to her field. After a little while the hunter went by and found the woman sitting on a large rock. He asked her, 'did you see an animal going by here?' The women answered, 'I saw it going by, it is over there.' The woman was naked. They went over to the animal and the man skinned and butchered it. The woman asked, 'shall I take this meat away?' The man said, 'yes, take it over there and I will come in a minute.' He went and made fire, cheeeecheeecheee, and when he was finished he told the woman, 'I have excreted the fire.' They took the meat and roasted it. The woman lived in a cave. The hunter lived in a cave. The man told the woman, 'let us both move to the cave.' When they reached the house the man gave the woman a skin to cover herself. They lived together and were married. The woman became pregnant and gave birth to a son. Then she gave birth to a daughter, and in total four boys and three girls. When they were grown they were married to each other. This is the reason that Nata inherit through the woman's side. The children made the clans of Nata. The place where they lived is called Bwanda. When they got to be too many the divided into the Saiga.[8]

THE NATA ORIGIN STORY (III)

Source: Interview with Mgoye Rotegenga Megasa, Motokeri, 13 March 1995.[9]

They came from the east, the man was Nyamunywa and the woman was Nyasigonko. He was an Asi, a hunter of zebra. The animals he was hunting fell on the rise and died, he took out the arrow and saw that there was a person in front of him. He came closer and saw that it was a woman. He went to the door and asked who was there. The answer came, 'the person of this house.' To which he replied, 'a person of the wilderness.' They greeted each other in Ekinata. She invited him inside. He went in and put up his bow and quiver, asking her, 'who are you?' She said, 'I am Nyasigonko.' She asked him who he was and he said, 'I am Nyamunywa.' He said, 'let us go back to the animal and you hold it while I skin it.' So they went and did this. Then he said, 'let us take all the meat back to your house.' So they took it all inside. The sat awhile and then Nyasigonko gave the man some raw millet to chew on. He ate until he was full. She took the knife and cut off a piece of liver to eat. The man said, 'why do you eat it raw?' 'Let us roast it.' The woman said, 'where would I get fire?'

He man asked her, 'don't you make fire or cook?' She said that she didn't know how. He told her to get water and wood. Then he took his quiver and went outside. He took out his stick and board and twirled the stick, cheeecheeecheee, until it made fire. Then he went back into the house and started the fire inside. The woman roasted the meat and they ate. The man asked her to get water after he had chewed the millet. She said, 'the water is in the river.' He said, 'don't you have anything to carry it?' She did not. So he took the stomach of the zebra and sewed it like a bag to carry water. He made four bags, washed them and they carried water to the camp. The man went outside again and looked on the mountain until he found a stone for grinding... [he taught the woman to grind millet and make porridge and they ate the first meal][10]

THE NATA ORIGIN STORY (IV)

Source: Interview with Sochoro Kabati, in Nyichoka, 2 June 1995.[11]

Sochoro :   Nyamunywa and Nyasigonko, Nyamunywa was a Gaikwe clan member and Nyasigonko was the woman. You know this Nyasigonko, they say she was Sonjo, but now this woman ...

Old man: She was Getiga.

Sochoro: Ok, she was Getiga.

Nyawagamba: Mmmm.

Sochoro: She was Getiga, all the clan names come from these ... [*holds up two finger*]

Nyawagamba: Two

Sochoro: Two ... the Nata today, even the Moriho clan, or any other, come from this inheritance. The Gaikwe get the first inheritance. If an old man dies they can't divide the inheritance unless a Getiga goes first. He takes the beer straw.

Nata Narrators. Sochoro Kabati and Jan Shetler at Bwanda, 16 February 1996.

Nyawagamba: Eeeee.

Sochoro: This is because the woman was in her house, a cave, in the rocks, that is where they lived. But she was a farmer and used a digging stick (*amaroso*), because this soil in the east at Bwinamoki... Do you know that this soil is so loose that they could farm with a digging stick? The man, Nyamunywa saw her and every day when he passed he saw her. 'Muuu Muuuu, this person who is here, where does she live?' He was a hunter and came to her house. So one day he caught her by surprise. They greeted each other and she asked him to sit down. He asked her to let him live there with her and asked her what she ate. She said, 'this is millet, this is kunde, this is sesame, this is sorghum and I eat them all raw.' He said, 'I eat meat cooked.' She asked, 'how do you cook?' He said, 'with fire.' He went and got the animal and prepared it for roasting. Then he said, 'I am going out to make fire.' He went out and twirled the stick until he made fire. He brought some grass and kindled the fire. 'Do you know how to make fire?"

Nyawagamba: Eeeee

Sochoro: ...[*explains how to make a fire*] They roasted the meat and ate. They were married. That is where our names come from. She gave birth to children, from which came our age-sets and clans.

Nyawagamba: Mmmmmm

Sochoro: Eeeee[12]

THE NATA ORIGIN STORY (V)

Source: Interview with Mariko Romara Kisigero, Burunga, 31 March 1995.[13]

Jan: How did the Nata begin?

Romara: The Nata, their *asimoka* (emergence)... Father Nyamunywa was a hunter... and this hunter on his journeys here and there in the wilderness, over there, he shot an animal with his arrow. *Basi.* After he hit the animal he followed its tracks... followed its tracks... followed its tracks... and he found that the animal had fallen on a large flat rock, where there was water. And before he did anything he saw another person coming to meet him there, and she was a woman. The woman was carrying a

Nata Narrators.
Mariko Romara
Kisigiro at
Burunga,
31 March 1995.

	bundle on her back. Now she welcomed him there and they began to talk. We don't know what they talked about but it seems that he decided to live with her there at that large rock. The man skinned the animal and prepared it for roasting with the water that was there. Then he said to the woman, 'excuse me while I go out and excrete the fire.' So she left and he took the chance to make fire by twirling a stick in a board.
Mayani:	What were the sticks called?
Romara:	*Ekingaita* and *rurendi*... After he made the fire he called the woman and she came. They roasted the meat and ate it. Then the woman, look ..., in her bundle she had grain seeds. They took a stick and made holes and planted them there and the seeds sprouted. They harvested the grain, and that was their home.
Mayani:	What kind of grain?
Romara:	Millet... For the Nata this was their most important seed. So that is the way it is... And this woman's name was Nyasigonko. Some people who have looked into it say that she was from Sonjo. So they lived these together and had children, and those were the Nata. We say of ourselves, 'we are the Nata of Nyamunywa and Nyasigonko.' That is because our parents were Nyamunywa and who?
Mayani:	and Nyasigonko.
Romara:	Eeeee
Mayani:	Eeeee[14]

TOPICS FOR THE STUDY OF NATA HISTORY

Source: Mayani Magoto and Nyawagamba Magoto, Bugerera, hand-written, 1 March 1995.[15]

History of the Nata People
1. *Asimoka* (origins) of the Nata
2. *Ukwengera* (growth) of the Nata
3. *Obokwiri* (marriage) of the Nata
4. *Amborori* (divorce) of the Nata
5. *Amasambwa* (spirits of the land and the ancestors) of the Nata
6. *Emigiro* (prohibitions) of the Nata
7. *Nyangi* (life stage celebrations and eldership titles) of the Nata
8. *Ebehita* (patrilineages) of the Nata
9. *Chanyumba* (matrilineages) of the Nata
10. *Chahamate* (clans) of the Nata
11. *Chasaiga* (age-sets) of the Nata
12. *Amakora* (generation-sets) of the Nata

13. *Asaro* (circumcision) of the Nata
14. *Rihe* (war) of the Nata
15. *Charing'a* (oaths of peace or brotherhood) of the Nata
16. *Asama* (moving) of the Nata
17. *Ebimenyo ne mipaka* (settlement sites and boundaries) of the Nata
18. *Ebitana* (medicine bundles for protection) of the Nata
19. *Imieri* (months) of the Nata
20. *Ebisego bya kwerekiani amabaga gase* (seasons)
21. *Emeremo gya Saiga* (work of the age-sets)
22. *Emeremo gya Rikora* (the work of authority, generation-set)
23. *Asumo* (trade) of the Nata
24. *Anchara* (famines) of the Nata
25. *Omobureni* (young men)
26. *Omuki* (young women)
27. *Okuibora* (birth) of the Nata
28. *Oroku* (death) of the Nata
29. *Agabho* (inheritance) of the Nata
30. *Ang'ombe ya Baki* ('the cattle of the girls')
31. *Ang'ombe yu Mwando* ('the cattle of lineage inheritance')
32. *Ababisa* (enemies) of the Nata
33. *Obuturi* (blacksmithing) of the Nata
34. *Rirema* (farming) of the Nata
35. *Obotugi* (herding) of the Nata
36. *Ribiema* (hunting) of the Nata
37. *Emeremo egiende* (other work)
38. *Abana kwegi emeremo* (the work of children)
39. *Amang'ana ga Kare* (things of the past)
40. *Obugeni* (hospitality for guests) of the Nata
41. *Risaga* (mutual aid) of the Nata
42. *Chakabari* (co-wives) of the Nata
43. *Amarina* (names) of the Nata
44. *Okusoha kwa Abataki* (the entrance of the colonial force)
45. *Omutemi wa ombele* (the first chief)
46. *Kebuno betemiri* (how they ruled)
47. *Omutemi wo kabere* (the following chiefs)
48. *Abato Maarufu* (famous people)
49. *Risau* (alarm call) of the Nata
50. *Kusagari chatugo* (cattle clientship)
51. *Obogwani bwa matongo* (relations with other tribes)
52. *Obusani* (friendship)
53. *Obwiterani* (murder)
54. *Aghaso* (ritual for killing a lion, leopard or Maasai)
55. *Kwiraheri* (praise names and oaths)
56. *Imiembo* (songs and dances)

THE NATA ORIGIN STORY (VI)

Source: A. Odhiambo Anacleti, 'Pastoralism and Development: Economic changes in Pastoral Industry in Serengeti 1750-1961' (M.A. Thesis, University of Dar es Salaam, 1975), Appendix C3: Nata Traditions.[16]

In the beginning there were only two people, a man called Nyamunywa and a woman called Nyasigongo. These people lived separately. Nyasigongo was mainly a collector of herbs, and a hunter of small animals including birds. As she slaughtered these birds, some of the grains of 'wimbi' finger millet dropped around her domicile and grew up. This is how the first crop came about. After that she used to grow wimbi and sesame around her cave. One day as she was watching her little garden against birds she saw somebody chasing an animal which he had hit with an arrow. The animals finally fell not very far from where she was. This man was Nyamunywa. When Nyamunywa saw Nyasigongo he asked her to accompany him to his kill and help him with the skinning. After skinning the animals they took the meat to the cave of Nyasigongo. Once in the cave Nyamunywa asked Nyasigongo to cook the meat. But Nyasigongo did not know how to cook for she did not have fire. She used to eat her grains uncooked and unground, mixing simsim whith the ulezi. Nyamunywa then told her to wait a bit so that he could bring her fire for cooking. He went behind the cave with a piece of stick and wood which he usually carried with him and by rubbing the two he made fire, while to Nyasigongo he always claimed that fire came from his stomach as faeces. With this fire they roasted the meat. Nyamunywa also wanted to know how grain was used and he was shown by Nyasigongo who mixed unground Wimbi with simsim, and these became the traditional foods of the Wanata. It is still used when people go on safari.

THE BATTLE OF NDABAKA

Source: Interview with Mariko Romara Kisigiro, Burunga, 31 March 1995.[17]

Mayani: At the time that they left Sukuma to come home from the 'Hunger of the Feet' they did not move all at once but in stages, they built at Hantachega. That was where they fought the war with the Maasai, the Battle of Ndabaka.

Romara: The Nata were there but also a mixture of many other tribes. Nata, Ikoma and Sukuma built together at Hantachega. So many were killed there – the War of Hantachega. The Maasai would pass there when they went to raid for cattle along the lake, in Buringa. Yet when the Maasai got to Hantachega they saw that these people had built right in their path. So they went to the village of Hantachega. At that time it was mostly Ikoma, of the Saiga of the Kubhura, they were called the Romore. The Nata living there were of the same saiga from the Borumarancha age-set cycle. The Maasai were of the same age-set, with the same name of Romore. So they talked together. The Maasai said, 'we want to go west, to the lake, to raid cattle, we are the Romore, let us pass and do not get in our way.' The Ikoma agreed and made an oath (*kula ring'a*) with them and the Maasai went on their way to the lake.

Nevertheless, after they left there was much talk about it and others disagreed with the oath. The Nata and Sukuma who were there said that they should fight the Maasai instead of letting them pass to gain glory. They suggested that the age-set should go to see a prophet to find out if they could defeat the Maasai. So the Romore youth went to see the Tatoga prophet Gorigo. The elders told the youth that they should not fight because they had made an oath. The prophet slaughtered a lamb and cooked it for them, then he cooked a small bit of porridge. He also put a small bit of milk in a horn. He told the gathered youth that they should eat the food and finish it all. They ate but they could not finish the food. The prophet told them to eat but they could not finish it. So the prophet told them that they should not fight the Maasai because if they could not finish the food they could not finish the battle. So the youth went home. While they were still on the road they began to talk again saying, 'is it really true that we are not able to win the war?' Others said, 'no we could win, did not the prophet say we should fight?' So when they got back to the village, they told everyone that the prophet had told them to fight.

From that day on they prepared for the battle by sounding the alarm call to all corners, from Sukuma all the way up here to Nata. They waited two days and still the Maasai did not return. On the third day they said, 'if the Maasai do not come today we will go home.' On that very day they looked to the west and saw many forms on the horizon. When the Maasai looked to the east, they also saw many forms on the horizon. So the Maasai sent a young man ahead to find out what was going on. The age-set at Hantachega told the Maasai messenger, 'we do not have any more words, we are ready for war.' They sent the message to tell the Maasai that they wanted war. The Maasai discussed it among themselves. They offered to leave some cattle, but the Romore age-set refused. So the Maasai made a fire and the smoke went straight up, they said, 'well, the medicine says that we will win, let us fight then.' The farmers, all made a line that reached from the Mbalageti river to the plains. The Maasai made a line that reached across the Mbalageti River. On that plain they began a fierce battle. The Maasai pushed back the line in the middle. So many were killed. They went on fighting until everyone was mixed up on the battle field. The Maasai fought with spears and the Ikoma with bows and arrows. The farmers were defeated. So many were killed that day.[18]

THE STORY OF KIKONG'OTI

Source: Interview with Gabuso Shoka, Mbiso, 30 May 1995.[19]

At that time there was a great famine and the people dispersed and went to Sukuma (Kreti). As the Nata went they all passed by the place where this Nata, who was like first man, an Asi, named Kikong'oti lived, on a little hill. As they passed he warned them not to forget Nata and not to all die in a foreign land. He was concerned that they would forget the things of Nata. So he showed them the Nata *nyangi*. There was a big mragawa tree in his cattle corral. When people passed by he would ask them to come and then he would show them the nyangi so that they would not be finished off in Sukuma. He would take the fruit of that tree and cut it into four parts, and with each part [as the symbolic feast] he would initiate them into one of

Nata Narrators.
Gabuso Shoka at
Mbiso, 30 May 1995.

the *nyangi* secrets. Then they went west and when they returned they came from the south, from a place called Getongi. There one man called everyone together in alarm, he said, 'you Nata, if any man among your has the powers of sorcery, use it now. So they were able to return to Nata where they found that Kikongoti had gotten very old. He was the beginning of the Nata *nyangi*. Those that had cattle decided, when a cow died, that they did not want to eat by themselves. They would call the farmers to share their meat. This was the beginning of the *Nyangi*. Those who farmed wondered why their neighbors did not come and visit them. So they took that grain and made a big pot of beer and called their neighbors in to drink. The social bonds that formed around these feast grew famous and were known everywhere by the names of the beer pots.[20]

THE STORY OF THE TIRINA RIVER FLOOD
AND THE SEPARATION OF IKIZU AND NATA

Source: Interview with Mahiti Kwiro, Mchang'oro, 19 January 1996.[21]

The Nata always had good relations with Ikizu. They were neighbors when we lived at the Sanchate and Tirina Rivers. The Ikizu lived on the other side of the river. Then one day the Tirina River flooded. The Nata elders had sent messengers to invite the Ikizu to attend a *nyangi* ceremony and the Ikizu had sent messengers from their side to invite the Nata to their *nyangi* ceremony. The messengers each carried bundles of tobacco for the elders on the other side as a confirmation of the invitation. When they reached the Tirina River and found that it was in flood they could not cross. Each messenger threw his bundle of tobacco across the river to be taken to the elders on the other side as an invitation. They told each other, 'you go do your ceremony and we will do ours but we are still one.' This was during an age-set of long, long ago.

IKOMA STORIES

THE IKOMA ORIGIN STORY (I)

Source: Interview with Machota Nyantitu, Morotonga, 28 May 1995.

A Msonjo came from Sonjo to hunt. He got lost and went farther to the west and rested under an omokoma tree. His name became Mwikoma. He came with his bow and arrows and when he got lost he slept under the huge tree that was in the bush. The limbs spread out like a house, providing shelter inside. This was at the place called Chengero. He killed an animal, skinned it, made a fire and ate it under the tree. This then became his house and his camp. He would go out to hunt and return here at night. After a while he became aware that other people lived in the area. He went to their camps to talk with them but they could not understand each other because they spoke different languages. He invited a woman to his camp. She only ate grains or porridge and he gave her meat to eat. She was amazed and thought how she had only had porridge by itself and how good this was. Thus, they began to get to know each other. He said, 'I am Mwikoma.' They began to live together and then got married, settling among those people who were already there.

He went on and married a second wife, they had children. Then he married a third wife. Soon his children had grown up and were adults themselves. Each went off in a different direction but Mzee Mwikoma stayed back in Chengero with his first wife Nyabaikoma. His second wife's name was Nyabangoreme and they lived around Pangwesi Mountain. The third wife's name was Nyabaishenyi and they lived around Paori. They separated from each other and multiplied. Thus, today the Ikoma, Ngoreme and Ishenyi are one group, one thing, they are from one family. The Nata on the other hand come from the Ikizu and the Ikizu come from Sukuma.

THE IKOMA ORIGIN STORY (II)

Source: Interview with Mabenga Nyahega and Machaba Nyahega, Mbiso, 1 September 1995.[22]

Machaba: The Ikoma came from Rogoro, the east, they came from over there …

Jan: Ok

Machaba: They had a Taturu prophet then. Mwikoma and his wife had an argument. The prophet got mad. But he didn't let them know. He said to Mwikoma, 'make an arrow.' So he made it. The day that it was finished the Prophet asked him, 'is it ready?' He said, 'yes.' The Prophet said, 'tomorrow many animals will come, at one o'clock they will come in here, when you have enough do not follow them anymore, do not bring the meat home. But there will be an animal… […] All of these animals you will get, but you cannot return here. …when you get there the animal that you will see will be a lion. You will kill it. When you get the lion you will know that the animals are finished. Do not return home. So for the Ikoma it turned out like this, they came from over there, from Loliondo, there they were the Sonjo. For those who came it was only a few days journey. When they got to the lion they were already at Robanda (presently in Ikoma), over at that mountain which sits all by

Ikoma Narrators. Mabenga Nyahega at Bugerera,
19 August 1995.

itself on the plain. They found the lion there. When they got the lion they said to each other, 'we have wives and children here.' 'And Sonjo is so far away.' 'What is it that would take us back there.' 'So now let us begin to farm here.' They began to farm. When they farmed they got food and made their homes here at Ikoma. There was no one here, it was wilderness. There were no people. They made a camp and farmed and got food and so they settled settled here. Then they went on living here and had children and stayed, but they came from Sonjo. When we got here we found the people of Nyawagamba (Nata) here, don't asked me where they came from? But we began to understand each other and get along together.

Jan: Then there is no relationship between you and the Nata or the Ishenyi by birth?

Machaba: No none, it is just tribe, you see when one tribe builds near to the other, they begin to get along and understand other. Even you white people, don't you settle next to others who speak a different language but eventually you learn to like each other and to understand each other? We were neighbors. I don't know who got here first, but the Ikoma got here a really long time ago. Our grandfathers of long long ago were born here.

THE IKOMA ORIGIN STORY (III)

Source: Interview with Sabuni Machota, Issenye, 14 March 1996.

Sabuni: Ikoma … To say where we came from, we came from Ishenyi. We came from Sonjo…

Jan: Where in Sonjo? […]

Sabuni: I don't know… Sonjo Regata […] Seronga Nyageti was the one who brought us to Ikoma, who came first. We came as hunters to Banagi Mountain. It was at the time of hunger so they followed the herds and when the animals stopped the hunters would make a camp there. They would hunt and eat. In this way they came to Bana-

Ikoma Narrators.
Sabuni Machota at Issenye,
14 March 1996.

gi. Then to Menuno. Then we came to Chengero. All of these places are in Ikoma, but now in the park. […] Then finally to Rewanda. They made a camp. There was a rain. Seronga made his big camp under an Ikoma tree. The places where they camped were good so there was no reason to return to Regata. They stayed there under the Ikoma tree. So when others would ask them where they were going they would say, 'I am going over there to the Ikoma tree.' And that became the name of the people who lived there. Then they sent back to Regata for the women to come. […] They made the camp with skins and grass thatch. Then gradually began to build regular houses. […] Rewanda was the first big settlement. It is the same as what is today called Robanda, named after the 'toothbrush tree' (Rewanda). The white man who asked what the place was called mispronounced the name. […] Serunga had two sons, Momurisa and Morogoro. Each of them had four children. Momurisa gave birth to Mogaikwe, Murachi, Mserubati, and Mwancha. Morogoro gave birth to Mogetiga, Mohikumari, Mohimurumbe and Msagarari. The four doors (clans) of the Ikoma.

THE IKOMA CLANS

Source: Interview with Mahewa Timanyi and Nyambureti Morumbe, Robanda, 27 May 1995.[23]

Jan: What is your clan? [*I used the Nata term for clan, 'hamate.'*]
Mahewa: What does she want to know?
Wilson: She wants to know your land (*ekyaro*).

*Ikoma Narrators. Mahewa Timanyi and Nyambureti
Morumbe at Robanda, 27 May 1995.*

Mahewa:	Oh, so that is it! Ok.
Wilson:	Your gateway lineage (*ekehita*).
Mahewa:	Abarache of the lineage of Obohimaro. [...]
Young man:	Let me explain this to you. All of us who live here as a tribe are the Ikoma. The Ikoma are divided again among the gates (*ebehita*) which are the Hikumari, Rachi and others. The gate of this man is the Rachi. The Rachi are also divided among smaller groups. [...]
Jan:	Among all the Ikoma how many clans are there?
Wilson:	There are eight clans. Who is the eldest of them?
Mahewa:	Mrache, then Mhikumari, then Mgetiga, then Mhimurumbe, then Mgaikwe, then Mwancha, then Serebati, then Msagarari, that is all.
Wilson:	But explain to her so she understands, the name of Mrachi was what?
Mahewa:	Mgosi.
Wilson:	This man was named Mgosi.
Mahewa:	Mhikumari's name was Kumari.
Jan:	Was this the name of the one who founded the clan?
Mahewa:	Yes
Wilson:	And for the Getiga was Mago. Murumbe for Himurumbe.
Mahewa:	Gaikwe, I do not know his name, he was an Asi. Mwancha was Marakanyi. Serebati was Nyawatika. Msagarari was Mumare.
Jan:	Are these their names or the places where they came from?
Wilson:	They are the names of the eldest. The ones who began each clan.
Mahewa:	They are the children of Mwikoma, the founder of all Ikoma.[24]

THE IKOMA MACHABA (I)

Source: Interview with Machota Sabuni, Issenye, 14 March 1996.[25]

Then later the rain stopped again and they called everyone together to take action, along with the Ishenyi people. They met to decide where to go to get a prophet who would help them. They decided to go south to the Tatoga, the Bachuta, at Ngorongoro Crater, in Mbulu. They went to beg him for help and he gave them their *erisambwa*, the Machaba (which is named after the Tatoga prophet himself). It was to be for both but the Ishenyi were unable to carry them. The prophet gave one cow to the Ikoma and one to the Ishenyi. The Ishenyi were not happy with their cow because it was so thin and they wanted the Ikoma cow that was fat. The Ishenyi had more people and so thought they should have the fatter cow. They took the Ikoma cow and the prophet let them go ahead and do it. When they butchered it, they found it was thinner than the other. When they got the *erisambwa* of the Machaba the Ishenyi could not carry the tusks. Mwishenyi said, 'let them go ahead and carry it home and we will take it from them there.' They came first to Ikoma and then went onto Nyiberekira. They said they were tired and would come back for the Machaba later, but they never did. It stayed in Ikoma. The Machaba is their elder. Anything you want to pray for he can grant. It is a Tatoga *erisambwa*.

THE IKOMA MACHABA (I)

Source: Interview with Bokima Giringayi, Mbiso, 26 October 1995.

They went to the Tatoga prophet, east in a crater but not Ngorongoro, another one near Mbulu called Mwigo le Machaba. There was a lake in the crater. They went there because they had a problem with fertility. The Ishenyi, who were more numerous than they, came along too. The Ishenyi slept at the first place inside the gate, the Ikoma slept outside the gate. The prophet said they should grab a sheep as they jumped over the gate. Ikoma got a skinny one and Ishenyi a fat one but when they butchered them, the sheep looked the same and when they were cooked the Ikoma one was fatter. The prophet tried each of their bows and shot the Ikoma arrow far off and said they

Ikoma Narrators. Bokima Giringayi at Mbiso, 26 October 1995.

should follow it. He prepared the things that they should take along with them (*mbanora*) and showed them the path to take when they saw vultures up ahead. The youth ran ahead to get the prize. The first to get there was Mayani (a Gaikwe clan member of Ikoma) who took the top (right) tusk of the elephant and second was a youth of the Ikoma Himurumbe clan who took the lower (left) tusk. The Ishenyi wanted to take it from them but the prophet had said not to fight. They tried to take it away but could not lift it or move it. The Ikoma were at Tonyo at that time.

IKOMA ORIGINS

Source: A. Odhiambo Anacleti, 'Pastoralism and Development: Economic changes in Pastoral Industry in Serengeti 1750 – 1961' (M.A. Thesis, University of Dar es Salaam, 1975), Appendix C1: Ikoma Traditions.[26]

The Ikoma originally lived at Regata in Sonjo under the leadership of Chongero. After their departure from Regata they first built at a place called Chongero's place. Later they moved to Banagi. It is at Banagi that Chongero became worried over the small size of his group and so he decided to go to a witchdoctor who told him that if he wanted his people to increase he should go to the Taturu medicine man in Ngorongoro. They went and found the medicine man and explained to him their problem. They spent five days there. Their main concern was that they were too few, and in case of Maasai attack they could not stand on their own. That medicine man took a bow and an arrow of the Mwikoma and shot it very far. He then told them to follow it and that on the way they would find a bull he had killed for them, extract the left tusk and take it to Rogoro and the right take to Ngurisa and this will be your custom. On this journey, the Ikoma were accompanied by some Ishenyi and Nata, who on finding the bull elephant the arrow had killed, claimed that on account of their numbers they should be the people who took the tusks. The Ikoma allows the two groups to go ahead. But with all their effort they failed to lift them up. But when the Ikoma tried to lift them the tusks had no weight at all. They were brought to Ikoma East of Gurumeti where they stayed since then.

Their great grandfather was Mwikoma, son of Wanda. Mwikoma begot Chengero who begot Rogoro and Ng'urisa the ancestors of the 8 Ikoma clains. Bukumari, Baimurumbe, Bagetiga, Basagachi, Basachi, Bagakwe, Baserabati, and Bamwanja. After they had left Regata they were in company of the Ishenyi and Ngoreme and they separated around Pangwesi, the Ishenyi going to Nyiberehera and the Ngoreme remained at Pangwesi. The whole Ikoma Society was divided according to age. Beginning with circumcision rites. After this a man welcomed his wife officially to his home by making a feast, after this follow the official recognition of one's wives, followed by another 'nyangi' enabling a man to circumcise his children after which he performs the ceremony leading him to eldership by holding black tail. The highest rank is senior eldership when one holds white whisk. So the whole society was divided into children, youth, adults, elders, and senior elders. Women had a big role to play in the whole social structure as they acted both as a symbol of status and enabled a man to perform the necessary rituals and pass through initiation stages. Traditionally the Ikoma are cultivators but owing to closeness to the game they developed hunting skills very highly. Their cattle were mostly obtained through selling hunting trophies to their neighbors. And it is a complete taboo for them to work on iron.

IKOMA STORIES FROM SONJO

IKOMA ORIGINS IN TINAGA

Source: Interview with Peter Nabuususa, Samonge, 5 December 1995.[27]

Jan:	Can you tell us the history of how the Ikoma left Sonjo and where they originated?
Peter:	From Tinaga, the Ikoma are people of Tinaga, they came from Tinaga.
Jan:	What made them leave?
Peter:	The Maasai.
Jan:	When did they leave?
Peter:	A long time ago. … The Maasai scattered them here and there, some went to Ikoma, others came here, they ran and hid where they could. … They went to Ikoma little by little, even before some had gone ahead in hunting camps, so when the Maasai came they followed in those footsteps. You, from Ikoma, show me the proof that you are an Ikoma.
Michael:	The mark of the *Ntemi*?
Peter:	Yes, this proves that these people are from here. Do you see it? Every Sonjo has one. You are one of us. If I kill this man now I will have to pay a fine just as if he was a Sonjo man, one hundred goats and one hundred beehives. If you kill a Maasai you pay nothing, people only thank you. The Nata do not have this scar… We have faith that the Ikoma are our relatives.
Jan:	What about your relationship with the Ishenyi who fought with the Maasai at Nyiberekira and were scattered here and there?
Peter:	It is possible that some of them came here to Sonjo, they are called the Baraseiyeni, or the Wasagati. They came to Samonge.
Jan:	After the Ikoma left did the relationship continue in visiting back and forth and marriages?
Peter:	Yes, it went on until the boundaries were made. They went there to hunt, to trade and to get goats. For example, the red goats here in Sonjo come from Ikoma. We traded tobacco, alkali salt, and arrow poison from them. But when the Maasai came between us it was difficult to maintain the relationship. The boundaries of the National Park came between us. Before that we would hunt and look for honey all the way to Ikoma, our boundaries met theirs. We would stay in caves there as temporary hunting camps. Our home has been here in Sonjo for as long as we can remember.[28]

THE DESTRUCTION OF TINAGA

Source: Interview with Marindaya Sanaya, Samonge, 5 December 1995.

Marindaya: The Maasai came to Tinaga after having destroyed eight other
               Sonjo villages. The came to Tinaga and fought with the people
               of Tinaga. They finished off that village. Some people fled and
               came here, others went to Ikoma. They were scattered by the
               Maasai. So many.
Jan: When did that happen?
Marindaya: A very long time ago. I don't know when. Before my great
               grandfather. The Ikoma lived in the place that we call Masabha.
               The place of beautiful trees. A place up toward Loliondo. They
               were finished off by the Maasai. Long ago the Maasai didn't
               live here. It was the land of the Sonjo alone. The Maasai came
               from Kenya, they came one by one from Subugo. The came and
               began stealing cattle.[29]

SONJO RHUGATA ORIGINS IN IKOMA

Source: Interview with Emmanuel Ndenu, Sale, 6 December 1995.

Jan: Let's start at the beginning. You people of Rhughata, where did
               you come from to settle at Rhugata? Give us the history of this
               place, Sale.
Emmanuel: Two people came here, a man and his wife, they moved from a
               place we call Jaleti. Then they left Jaleti and came to
               Ngrumega. They came from the land of the Ikoma. They fought
               with the Maasai who forced them to move, they followed the
               animals.
Jan: So the first people from here came from Ikoma?
Emmanuel: Yes, Ikoma. They came from Jaleti, they fought and were
               scattered, the man and his wife. They were called Mrughata
               and his wife Mubwelebu. After leaving Ngrumega they moved
               here to these mountains. They came as hunters, the Sagati.
               They were following the animals. They came slowly, camping
               at different spots until they found the spring here called
               Moserani and decided to stay. They learned how to farm and
               irrigate from the spring by forming relations with the people
               here…
Jan: Do you still use some of these names in your praise songs?
Emmanuel: We use the name Nyankerakera, we came from Nyankera-
               kera…

Jan: What about the prophets in the past and those of the Ishenyi?
Emmanuel: Our prophet is named Khambageu, our most important
                prophet. It is said that he came from the area of Ikoma and
                came here. We come from a common breast with the Ikoma.
                They are people with the Ntemi scar. The wife of Khambageu
                was Nankoni. They came from Ikoma. There are Tatoga
                prophets too. … In the time of Khambageu they came to a
                mountain in Ikoma called the Mountain of God to worship.
                Now they go to Lengai because it is closer. They were
                separated by the Maasai.[30]

ISHENYI STORIES

THE STORY OF NYIBEREKIRA

Source: Interview with Mikael Magessa Sarota, Issenye, 25 August 1995.[31]

Long ago the Ishenyi lived at Nyiberekira, over to the east of Mugumu, inside
the park. There are hills there, a fertile land that cries buubuubuu … when you
walk on it. The land was called Nyiberekira. This is where we came from.
When we left there, we came to Nyigoti. The Maasai drove us out in the time
before my grandfather. The Maasai raided us. We were farmers and they were
herders. The Maasai came to steal the few cattle that the Ishenyi kept. The
Ishenyi had a dream prophet at that time named Shang'angi. When the Maasai
would come, just enter their land, Shang'angi would make biting ants appear
which would fill the river and prevent them from crossing. Then he would
make bees that would swarm all over and drive them back. They would be
unable to raid the Ishenyi. Then one day the Maasai sat together to decide how
to defeat this Ishenyi prophet who sent ants and bees against them. They went
to their own prophet who could stop the rain from coming. This prophet
stopped the rain from falling on Nyiberekira. At this time the Ishenyi were
farming with wooden hoes because the soil was so fertile and loose. They had
ample food and there was no hunger. This Maasai prophet stopped the rain
from falling for eight years. All of the food stores were exhausted. When this
happened, the Ishenyi went to their prophet Shang'angi and asked him to send
rain. He said that he was not a rainmaker and only knew the medicine of war
against the Maasai. Nevertheless, they would not listen and sat in their
meetings over and over again, asking him to make rain. Finally they decided
that Shang'angi must be lying to them – how could he be such a powerful
prophet and not know how to make rain? Surely it was not true! When the
drought continued, they decided to kill Shang'angi. They tied him up on a tree
and chopped down the tree, which fell and killed him. Yet of course once he
died there was no one to protect them and they were driven out, dispersed here

and there by the Maasai raiders. Some came to Nyigoti, near to where the Nata were living. Others refused to come to Nata because the Nata were sick with kaswende (syphilis). Many Ishenyi warriors impaled themselves on their own spears rather than go to Nata and suffer the slow death of *kaswende*. Others went to Kuria where they became the Iregi of today, those of the clan of Seriga. The Iregi are really Ishenyi people. Those who moved near to the Nata settled and began living there. Then another famine came and they were forced to go to Sukuma to beg for food. After the drought lifted, they returned from Sukuma and came to live where they are today at Nagusi. They did not return to Nyigoti. This terrible famine was called the 'Hunger of the Feet.' It was called that because of the sores people got in their feet as they walked to Sukuma in the dust.

NATA AND ISHENYI SETTLEMENTS

Source: Interview with Mariko Romara Kisigiro, Burunga, 31 March 1995.[32]

Romara:	So when the Ishenyi were constricted out in Nyiberekira (by the Maasai) they ran to the Nata, who were people with compassion and who received them.
Jan:	When they received them what place did they give the Ishenyi to settle?
Romara:	They gave them land in each age-set cycle (*saiga*). The Ishenyi first built at Nyigoti.
Jan:	Which age-set?
Romara:	Those in their age-set (*saiga*) at that time were the abaKihocha. The saiga of the abaKihocha, they all built at Nyigoti, first, after leaving Nyiberekira. Then after they were quiet awhile they began to disperse among the Nata age-set cycles. The Ishenyi Rumarancha followed the Nata Rumarancha. The Ishenyi Ngirate followed the Nata Ngirate. The Ishenyi Saai followed the Nata Saai. They built together as neighbors, right together. For example there at Nagusi, the place they now call Nyiberekira, that place was given to the Saai of Ishenyi. That was because it was the territory of the Nata Saai. Then the Ishenyi Ngirate settled at Makondusi with the Nata Ngirate. They were given the land on the banks of the Rubana River, at Sasakwa, up to Ngotere. At that time the Ishenyi Rumarancha were here at the Rubana River near to the old river crossing. They built at Momarooga. So they built like this, according to age-set, but now it has already become a mixture of people. Now you cannot say anything about a *saiga*. We were all mixed up.

Jan: So did they begin to call themselves Nata?

Romara: No, they were still just Ishenyi, but now they themselves do not
              settle by *saiga* anymore, either, they are all mixed up. Even we
              Nata we do not build each *saiga* separately anymore because of
              development. We have become a confused people.

ISHENYI ORIGINS AND THE STORY OF NYIBEREKIRA

Source: A. Odhiambo Anacleti, 'Pastoralism and Development: Economic
changes in Pastoral Industry in Serengeti 1750 – 1961' (M.A. Thesis,
University of Dar es Salaam, 1975), Appendix C2: Ishenyi Traditions.[33]

Originally the Ishenyi were living together in Sonjo country with the Ikoma
and the Ngoreme. Soon after the Ikoma exodus, the Ishenyi under the leader
Mugunyi who moved to a new residence at Nyiberekira. Here they had a
beautiful country which abounded in food and milk. In fact they had so much
milk, that the milk thrown away used to overcome river water, consequently all
Ishenyi rivers used to flow only in milk. Unluckily though these rivers hap-
pened to flow through Maasailand. The Maasai therefore in their curiosity to
find the source of this milk followed the course of the river up to Nyiberekira.
Hence the Ishenyi people became under constant bother of these milk hungry
people. Not only did they begin raiding cattle from time to time, but they even
resorted to denying the Ishenyi people through magic rain for ten years. The
drought that followed was to bring about the greatest catastrophe in the whole
Ishenyi territory as described below: The Ishenyi had had their medicine man,
who had, for a long time largely been responsible for this abounding wealth.
This man was now unable to reverse the drought situation and the Ishenyi were
facing great difficulties. The people, therefore, decided to ask him formally
why he was not using his power, and knowledge to divert the catastrophe. He
however confessed publically that although he had all sorts of medicines he
certainly had no power over rain, and all the people could do was to wait until
God became kind enough to give them some rain. The people failed to
understand how such a great medicine man could miss the power to bring rain.
They therefore accused him of deliberately starving people by drought. As a
consequence they decided that he should be killed. They therefore tied him to
a huge tree, and cut the tree and let it fall on him. He died. But before his death
he cursed the people, that since they killed him though he was innocent, the
Ishenyi would never in the future have again a medicine man or a craftsman of
any sort in their society. This is why to date the Ishenyi depend mainly on the
Maasai for their medicinal and prophesy needs; while they wholly depend on
the Taturu and other neighboring tribes for all their implements and ornaments.

     Soon after the death of this medicine man the Ishenyi were forced to
disperse from Nyiberekira by the Maasai. The drought had forced the women

to walk quite a long distance from their homes in search of water. They therefore usually went in large groups. Everyday at noon there would be a long procession of women singing and chanting happily on their way to the wells. The Maasai got wind of this, and sent their warriors to hide behind the banks of the wells from which the women used to bathe and draw water. The Ishenyi women not aware as to what was to happen to them, went ahead of their daily routine of swimming and playing in the well, before they drew water to take home to alleviate the evils of the terrible drought that had seized their country. They had enjoyed themselves to an extent, but one of them, for unexplained reason decided to survey the neighboring areas but rather than see the usual peeping boys she was used to seeing, she saw the headdress of a Maasai! When she looked around she realised that they had been surrounded by the Maasai. She calmly reported the matter to her elder sister with whom the she gave an alarm to the others. The women tried to run away, but found out that their way was blocked by the Maasai and thus resigned themselves to fate. Fate was on this occassion very tough against them, for the Maasai rather than kill them decided to amputate all their legs and leave them crumbling and crawling down like human stumps. Legless the women began to sing lamentation songs in the hope that thier husbands would hear their cries. The husbands astonished by their late return did finally hear their sad voices. On coming to the scene, and seeing what had happened some of thse men, rather than face the shame of having legless women as a result of an action by the enemy, decided to commit suicide. Others, rather than go to foreign countries, others among which they claimed were full of venereal diseases, they decided to fight for a new country. This was the beginning of a long military combat between the Nata and the Ishenyi. And up to very recently the Ishenyi still regarded the Nata as their traditional enemy with whom they could not intermarry as their parents had shed one another's blood so much.[34]

NGOREME STORIES

NGOREME ORIGINS

Source: Interview with Silas King'are Magori, Kemegesi, 21 September 1995.[35]

Silas: We Ngoreme, as I learned from the elders who told me, they said that we came from the southeast. Maybe the areas to the north or east. [...] To say for sure, the places themselves are not named. To the north over there, the area of Sonjo, where we border south in the hills, that is where we began. From there they came to the area of Mangwesi Mountain. Before they got to Mangwesi Mountain they were harassed by others, at the

*Ngoreme Narrators. Silas
King'are Magore at Kemegesi,
21 September 1995.*

place of Manyere. The elders said that Mangwesi was not where Manyere was from, Manyere came to Mangwesi. So Manyere must be the name of a person, not a place. But the place was named after him.˙ [...] The Taturu call us Manyerega. So I think that this person Manyerega was the same as this person Manyere. [...] After coming here Manyere and his people were dispersed, maybe because of war. His son was Wandira ... He was a farmer, his other brothers were hunters. But he liked to farm and liked to find good fertile soil to farm. This was Wandira. [...] After Wandira was Isabayaya. He was the son of Wandira. At this time they had come from the southeast, they had come as far as Serengeti in the hills. They came to Mangwesi Mountain and then to Ikorongo. But before they got to Ikorongo, there at Mangwesi Mountain, the Ikoma separated off and went to Ikoma. The Ikoma liked to hunt. So they went off on their hunt ... I do not know, this is what the elders thought. They went to Nyiberekira.

But the others went off looking for soft earth to farm. The soil here was good because the elephants had dug up the soil over there and it dried up, so they had to move. At that time they farmed with sticks. There were not even hoes then. That is what they told me. So they came looking for a place to farm and to build their houses safe from enemies. The hills would protect them. They did not have anyone to bother them. That is how they came to Ikorongo. At Mangwesi Mountain Isabayaya was born to Wandira there. Then after Isabayaya moved to Ikorongo, he gave birth to Mongoreme. So that is why this is called Ngoreme. Even today we say, 'we Ngoreme are the people of Isabayaya and Wandira.

Jan: Do you have kinship with the Sonjo?

Silas: We have the praise name of the Sonjo, that they have the irrigation channels. We pray *Bigoro Manche ra Mogera*, 'the water that trickles down from on high.' This means that we came from Sonjo. When we pray, we ask for a blessing from where we came. When we do eldership titles, we pray this. We pray this to the ancestors from Sonjo.

NGOREME RELATIONS WITH THE MAASAI

Source: Interview with Elia Masiyana Mchanake and Robi Nykisokoro, Borenga, 21 September, 1995.[36]

Saroti was Maasai and left behind when others moved on, at the hill of Gisema. He built his house near the spring of Kiru and lived by himself for many years. Then one day he saw smoke coming from Nyibihori and went to see who it was. There he found a man named Matiti, his wife and their children. They became friends and built their houses near to each other. Matiti was a farmer and grew millet, he taught Saroti to farm. Saroti married Matiti's daughter, Nyaboge, for one storage bin of grain during a time of hunger. She cut his hair and shaved his head to make him acceptable for marriage. They gave birth to Kitang'ita, Gogay, and Wandwe.

Ngoreme Narrators. Robi Nykisokoro and Elia Masiyana Mchanake at Borengo, 21 September 1995.

NGOREME ORIGINS AND THE RELATIONSHIP BETWEEN MEN AND WOMEN

Source: A. Odhiambo Anacleti, 'Pastoralism and Development: Economic changes in Pastoral Industry in Serengeti 1750 – 1961' (M.A. Thesis, University of Dar es Salaam, 1975), Appendix C4: Ngoreme Traditions.[37]

The Ngoreme claim that: Formerly men and women used to live in different camps. The women had the blowing horn as the symbol of authority while men had the drum. They had no marital relations between the two groups. One day, a boy and a girl who were tending goats had sex relations and as a consequence the girl got pregnant. As the pregnancy grew, the women, not knowing what was happening, suspected the girl of having contracted some new disease hitherto unknown to the people. But after a months she gave birth to a baby boy to everybody's astonishment. It was then that she reported what they had done with the boy, which had brought about such results. But she was not believed by the other women. When the boy grew up, he demanded to know why he was in the women's village and who was his father. The women too anxious to prove whether what the girl had said was true, they called a meeting of both villages. When the meeting was assembled, the women asked all the men, including, of course, the unknown father of the boy, to line up. Once they had done this the boy was asked to pick from among the men the person who he believed was his father. The boy went straight and picked out the right man. The women not wanting to believe, told the men to disperse and bring up a group of people among whom the father was absent. The boy was asked to point out his father from that group, but he did not select another person. This last process was repeated with a new group, but the boy stuck to his first choice. A great feast was held to celebrate the solution of this problem. As the celebrations were going on, the man brought forward a real fat barren she-goat for slaughter. This excited the women a lot, and rather than slaughter the goat they ran away with her. In this excitement they forgot their horn of authority. The man picked it up and blocked all its apertures with wax. After the women's excitement over the barren she goat was finished, they began looking for their sign of authority but it was nowhere to be found. Hence they went to the men's village to look for it. The man, however, pretended not to know anything about their horn. And with the loss of their symbol of authority they became powerless and saw no advantage of returning to their village, and so they stayed in the men's village. The first father was asked to pay two goats, a billy goat and a she-goat. These were the first bridewealth and since then people have always paid bridewealth.

The first Ngoreme lived in Regata in Sonjo. It is from here that they moved first to Mwiturungu Nyabiragi, about eight days from Regata, where the cause of movement was mainly the inability of the people to use the river water on which they depended for irrigation, partly due to drought and partly due to increase in population. The drought had been caused by a shortage of rain which had failed to such an extent that even the springs which had supplied their irrigation system had dried up. Their stay at Mwiturungu did not last very long as they had to leave on account of attack on them by big headed pygmies who live underground. These monsters killed very many Bangoreme and lead them to run to Pangwesi. Their iron smiths, and their Bagimba left their tools at Mwiturungu, partly in fear as they fled from these terrible monsters and partly because they feared that these tools might impair their chances of being welcome in the new territory they were fleeing to.

They had decided to divide their whole community into two groups one of (Baturi) smiths and another of the (Bairo) tillers. The aim of this division was that if at all their hosts were cultivators only, they would welcome their fellow agriculturalists, and these would in turn welcome their iron smith brothers and vice versa. It turned out that Mangwesi Manyara where they went next, the main occupation happened to be cultivation and hunting. And so Bairo were very readily welcome. The Baturi, though accepted as members of the community, they were however barred from close association with the rest. For instance they were barred from intermarriage with the other clans, an Mturi could only marry an Mturi. (Recently provision has been made where a man can marry a Mturi girl, provided that the girl is circumcised a second time. Such marriages are however still very unpopular.)

From Pangwesi (Mangwesi) the following Ngoreme clans Wainege, Wamaare, Waihindi, Wabugasa, Wabutacha, Wanguku spread all over around the hills facing the Mara river with their first domicile being Ikorongo. Hence they spread to Kisaka, Busawe, Iramba, etc. All these clans recognize two major age sets in which the whole Ngoreme community is divided. Abanyachuuma and Abanyasaai. In each of these two sets are four age-sub-sets. Which are: Nyachuuma = Abachuuma, Abamairaba, Abagiini, Abanyange. Nyasaai = Abamaina, Abasaaye, Abanyambureti, Abamunyari. These sub-sets initiate their youths in turn with each initiation taking a period of 8 to 10 years. The initation group are the Saro which again is a bond between all those circumcised the same year.

Originally the Ngoreme at Regata were cultivators and goat keepers. But as they left Regata they took to hunting of wildebeest. At Pangwesi they turned to cultivation. And it is from the search for good land that Isabayaya finally founded their first Ikorongo settlement at the confluence of the two streams. The great enemy is mainly the Maasai with whom they have fought 21 times, the last being in 1921. They sometimes raided and succeeded to run away with the cattle. Other times they were defeated.

TATOGA STORIES

HOW THE TATOGA SEPARATED FROM THE MAASAI

Source: Interview with Stephen Gojat Gishageta and Girimanda Mwarhisha Gishageta, Issenye, 27 July 1995.

Giriweshi was born of a woman and was the son of God. His son was Masuje who tricked God, the Sun, in a game of bao because he knew how to make the stones revolve endlessly without coming to an empty hole. Because the game never ended the Sun never set and Masuje's cattle could graze far from home. The Sun became angry and retreated into the sky, taking Giriweshi with him.

Masuje's son was Gambareu who had a twin brother, Senandageu. The elder brother, Senandageu, told his younger brother that they should move east, so they went. But when they got to Getamweka (near what is now Sibora in Nata), Gambareu, who was a prophet, saw that the trip would turn out badly. In the morning he told his brother that they should turn back. The elder brother refused and forced Gambareu to go on. Later on Gambareu told his brother that his shoe had broken and that he would catch up later after he fixed it. When

Senandageu was out of site the younger brother went back to his father at Raho. He took his iron bracelet and bent it into a hook, with which he dug a channel all the way to the lake, creating the Raho River. He did this so that Senandageu would not see him across the plains.

He built his home near the lake and put in a livestock kraal. He gathered a lot of bones and put them in the kraal. During the night the bones turned into cattle. Among those cattle was the rainmaker's cow with the hump of power on its back. Soon Senandageu sent his son back to find out where Gambareu had gone. They saw that he already had cattle and even one which would be used to make rain. They reported this to their father, who told them to go back and say that his elder brother orders him to move. If he refused the sons were to steal the cattle. They tried to steal the cow of rain prophecy and were defeated, going home empty handed. Since then they have been separated. The elder brother became the Maasai, of the first clan of Laibons, living at Fuweri, on the rim of Ngorongoro Crater. Senandageu promised his brother that he would always come to steal the cattle of his father, and Gambareu promised him that he would always defeat him. Gambareu didn't die either but disappeared into the lake.

THE STORY OF GIRIWESHI'S BIRTH:
HOW THE TATOGA SEPARATED FROM THE FARMERS

Source: Interview with Mayera Magondora, Juana Masanga, Marunde Godi, Manawa, 24 February 1996.

Giriweshi's mother had a swollen belly and the people were ready to move on to another place where there was rain. They had to leave her behind because she could not travel. They left her with a sheep so that when the hyena came to eat her it would eat the sheep too. They spread its stomach contents over her to make her grave. The people moved away and for two years there was no rain. In the third year it rained in the place where they had left the woman. They sent four youth back to their old home to check it out. They found lots of good grass there and their eyes were overcome with the sight of the person that they met, his was a shining color. They went back and told everyone of the incredible brightness of the person that they met. Others came to see for themselves. But then they saw that he was only a person and greeted him. Giriweshi called his mother and told her to give them some milk. When they saw his mother they were amazed, she was beautiful and her stomach was no longer swollen. They went back and told the others that the woman they had left behind had given birth. Then they went to ask Giriweshi if they could come and live there again. When they asked Giriweshi he said that they must go back and kill their mothers and fathers if they wanted to move here. So they did and then brought back the report that they had done it. So Giriweshi said that they should all come. When the all arrived Giriweshi called them all together and divided them into two groups, those who had killed their parents and those who had not. Those who had not killed their parents were only a few and those who had were many. Those who had killed their parents were changed and became the Washashi or Nadiga – that is all of those who are not Tatoga, including the Sukuma, the farmers.

THE RELATIONSHIP BETWEEN THE THREE TATOGA
TERRITORIAL SECTIONS IN TANZANIA

Source: Interview with Stephen Gojat Gishageta and Girimanda Mwarhisha Gishageta, Issenye, 27 July 1995.

The three sections of the Aratoga, the Barabaraig of Mbulu, the Burarega of Singida and the Rotigenga of Mara, separated from each other on their journey from the north, maybe from Misri (Egypt). On their journey a donkey was lost and some stayed behind to look for it. They ended their journey there and became the Rotigenga. The others went on south in the journey and one group was tired and so stopped to rest. They became the Burarega. The last group went on

Tatoga Narrators. Stephen Gojat Gishageta and Girimanda Mwarhisha Gishageta at Issenye, 27 July 1995.

until they stopped to cut walking sticks. They stayed there and became the Barabaig. ... In each of the sections you can find each of the clans so we have a close relationship with each other even now, all are Aratoga... Within the area of the Rotigenga there were also separate sections but all of the clans were represented in each.

HOW THE TATOGA ISIMAJEK HUNTERS GOT SEPARATED
FROM THE TATOGA HERDERS

Source: Interview with Mayera Magondora, Juana Masanga, Marunde Godi, Manawa, 24 February 1996.[38]

This story begins on the shores of Lake Victoria in a time when all the cattle were gone – finished. Their prophet ordered them each to make a livestock kraal at home and inside of it to put bones, any kind of bones they could find, wild animal or whatever. Some of them refused to make a kraal because they did not believe the prophet. The prophet's name was Naiyi. The next day those that had

Ngoreme and Tatoga Narrators. Meyera Magondora, Juana Masanga and Marunde Godi at Manawa, 24 February 1996.

finished their kraals went and reported to the prophet that they were finished. He said that they should return and sleep that night. In the night they heard the sound of cattle and in the morning they awoke to see that the bones had turned into a herd of cattle, male and female and calves. The women went right away to milk the cows. Those who had not made kraals and had gotten no cattle went back to the prophet to ask for cattle for themselves. But the prophet said that they were too late and that it would not come around for a second time.

He told them to go home and that it would rain tonight and in the morning they should go to the river to see what they would depend on. So they went home and it rained very hard that night and in the morning they went to the river and saw lots and lots of fish floating on top of the water. But they were afraid of the fish, thinking they were snakes. They went back to the prophet and explained to him about the snakes. The prophet told them that this was their food and not snakes. They should return to the river and fish. So they were happy and went back to the river to fish. This was the division of the Tatoga into the Isimajek and the others. The others have cattle and we don't. The other Tatoga want nothing to do with us, they laugh at us because we don't have any cattle. Even if we have cattle we still cannot be admitted to their society. The blacksmiths also have no cattle and are separated from the rest of the Tatoga.

NOTES

ABBREVIATIONS

CORY   =   Hans Cory Collection
EAF   =   East Africana Collection
MDB   =   Musoma District Books
TNA   =   Tanzania National Archives, Dar es Salaam
UDSM   =   University of Dar es Salaam

INTRODUCTION

1. The authors gave these manuscripts to me by during the fieldwork for my dissertation in 1995-1996). Much of this introduction comes from various sections of the dissertation (Shetler 1998). On locally written histories see also Shetler 1995: 69-112.

2. On the creation of tribes throughout Africa during the colonial era see Vail 1991; in Tanganyika see Iliffe 1979; in other places Hobsbawm and Ranger 1983; and Ranger 1993: 62-111; Anderson 1983. On the question of why Mara peoples kept small scale group identities see Anacleti 1977: 23-34.

3. I use the term 'tribe' here in quotation marks to convey the idea that these are constructed identities of the colonial period.

4. This confusion is evident in the population statistics of the various chiefdoms. In 1909 the German officer in Shirati reported a total of twenty-six Sultans (Chiefs) north and twenty-eight Sultans south of the Mara River with a total estimated population of 110,000. (Schultz, Shirati, to Governor, Dar es Salaam, 25 December 1909, Schirati, 1909-1910, G/45/2, TNA). A German classification of 'tribes' listed more than thirty, with the major classifications including the Nata and Ikoma as Maasai peoples and the Sizaki, Ngoreme, Ikizu and Ishenyi as 'Shashi' peoples. (Musoma District; 'Notes from the Musoma District Books on Local Tribe and Chiefdoms in German,' [c.1912?], CORY #348, EAF, UDSM). The first British census in 1928 listed a population total of 199,520 with nine major 'tribes' (Kuria, Girango, Rangi, Jita, Sizaki, Zanaki, Ngoreme, Simbiti and Ikoma) (Native Affairs Census 1926-1929, Chiefdom Census 1926, 246/P.C./3/21, TNA). A 1937 report on governance identified 'upwards of forty petty chiefs' and thus corresponding 'tribes' (E.C. Baker, 'System of Government, Extracts from a Report by R.S.W. Malcolm,' 1937, MDB).

5. District Commissioner, Musoma, 'Memorandum on the Revival and Application of the Clan Regime in the Musoma District,' 4 July 1945, CORY #347, EAF, UDSM. See also Hans Cory, 'Report on the pre-European Tribal Organization in Musoma (South Mara District and Proposals for adaptation of the clan system to modern circumstances,' 1945, CORY #173, EAF, UDSM.

6. Tarime District Office, Native Administration, Kuria Union Meetings 1946-52, 83/3/2, TNA.

7. Many have made this point, see Schmidt 1992: 98-108. Also in Vail 1991: 1-20.

8. Acting D.O. Musoma to P.C. Mwanza, 10 October 1928, Monthly Report for September 1928, 10 March 1928, Monthly Report for February 1928, and 13 September 1927, Monthly Report for August 1927, 1926-29 Provincial Administration Monthly Reports, Musoma District, 215/P.C./1/7, TNA.

9. See Rwezaura 1985 for an analysis of court cases in the North Mara Sub-District.

10. Chanock 1982: 53-67.

11. Feierman 1991: chapter 8. Also Iliffe 1979: chapters 10, 13 and 15.

12. See for example Chacha 1963; Kamera 1978; Ntiro 1953; and Dodoma Literacy Committee 1965. Examples of schoolbooks with this agenda, Taasaisi ya Elimu 1984 and for secondary schools, Institute of Education 1981. For an English translation and introduction see Maddox 1995. For an analysis of local history writing see Monson 2000: 347-372.

13. Interview with Mohere Mogoye, Bugerera, 25 March 1995 (Nata), mentions this in connection to the story of how Megasa was made the first Nata chief. It is a clear motif in all of the chief-making stories throughout the region.

14. Interview with Tetere Tumbo, Mbiso, 5 April 1995 (Nata).

15. See introductions to these texts in the collection.

16. See Shetler 1998: 81-92. This has been observed by many in Africa, including early anthropologist Lloyd A. Fallers (Fallers 1965: 90), who states that, 'lineage males must often draw upon the genealogical knowledge of wives and mothers... women often remember genealogical complexities better than men.'

17. See Vansina 1985.

18. See Shetler 1998, for a discussion of the various local terms for descent-based groups.

19. Bower 1991: 74-76.

20. Ambrose 1984: 222- 233.

21. Ambrose 1986: 11-42.

22. *Ib.*: 30; Ambrose 1984: 238.

23. Ehret 1998.

24. See Kenny 1981: 477-494; and Kratz 1980: 355-368.

25. Schoenbrun 1985: 156-157, 182-204.

26. *Ib.*. Both historical linguists and archaeologists have noted that the geographic distribution, time frame and sequence of events suggested for these different communities of East African peoples in these two sets of evidence roughly correspond. To make inferences from this data one would have to assume that a correlation does exist between a linguistic group and its material culture. On this basis, some have suggested that the past distribution of Southern Cushitic-speakers corresponds with Savanna Pastoral Neolithic Industry sites and that the past distribution of Southern Nilotic-speakers corresponds with Elmenteitan Industry sites. The relative sequence and dating for Southern Cushitic-speakers entering the region before Southern Nilotic-speakers also correspond (Ambrose 1984: 233-234).

27. Ehret 1971: 130-132, tables D.1 and D.2.

28. Southern Nilotic loan words in East Nyanza languages dating from this period of early contact include vocabulary connected to livestock (sheepskin, lamb, he-goat), stages of the life cycle and non-kin relations (young man, young woman, friend, oath, age-set), and a new word for the homestead or cattle corral, *aka*. Ehret 1971:130-132, tables D.1 and D.2.

29. *Ib.*: 40-42. The Southern Nilotic Mara presence in the past is deduced by Ehret in his reconstruction of Southern Nilotic loanwords in East Nyanza languages, containing sounds which were not part of Kalenjin or Dadog languages, and which pre-date the split of East Nyanza languages into Suguti and Mara branches.

30. *Ib.* Loanwords from Dadog appear in Sonjo, Iraqw and Aramanik. The impact of Dadog on the ancestors of the Sonjo was particularly significant.

31. Examples include: in Nata the word for bull is *aheri* or *satima,* in Ngoreme *eheeri* (derived from the proto-Southern Nilotic root *eeRi* for male cattle, or *hirri* in Dadog), while the East Nyanza term is *-galni* or *-geeni* (in Simbete, Kuria and Shashi); Ox or steer is *riture*, while the East Nyanza term in *taang'ana*; the word for cow in addition to the East Nyanza term *-ha(a)BirI*, Nata *ahabheri*, the term *anyaburi* is sometimes used, which can refer to mature female goats, sheep or wild ungulates; a young she-goat is *amwati* while the term in East Nyanza is *-subiini* or *subeeni*. A he-goat is *andome* while in East Nyanza the term is *-gorohe*, in Ngoreme it is *egorohe*. Schoenbrun 1985: table 4.26; Nata, Ngoreme word lists and unpublished dictionaries; Muniko, Omagige and Ruel 1996; Ehret 1971: appendixes D.1-D.4. Other Southern Nilotic loan words date to an earlier period of interaction with Mara Southern Nilotic speakers, for example: *eesono* (barren cow in Nata), *risero* (hide in Nata), *risakwa*, *risako* (sheepskin in Nata and Ngoreme), *ekimano* (kid, lamb in Ngoreme), and *iguruki* (ram in Kuria), *entikere* (donkey in Ngoreme [from Dadog, from a pre-Southern Nilotic form]), *egorohe* (he-goat in Ngoreme [from Dadog]) (Ehret 1971: 130-137; Nata culture vocabulary from Nyamaganda Magoto; 'Ngoreme-English Dictionary,' Iramba Parish, n.d.; 'English Kikuria Dictionary,' Maryknoll Language School, n.d.; Schoenbrun 1985: table 4.26).

32. For a recent critique of the Bantu Migrations paradigm see Robertson and Bradley 2000: 287-323.

33. Schoenbrun 1998: 94-101.

34. Even those who emphasize the patrilineage use the prefix *bene* plus the name of an ancestor four to five generations back to refer to the level of segmentation in the patrilineage known as the *ekehita* or 'door.' Christine Choi Ahmed argues that this common Bantu lineage indicator is derived from the root word *(ny)ina*, meaning 'a person's mother,' making these lineages unmistakably matrilineal in origin (Choi Ahmed 1996: 124). Another interpretation of this root word is simply that it indicates possession that could be gendered either way. Schoenbrun, personal communication, the underlying root is a simple possessive particle 'of', -ny- (the feminine form) cannot be automatically equated with -ne.

35. Poewe 1981: 3, 21, 25-6, 46-7; see also Choi Ahmed 1996: 143; and Brantley 1997: 147-169.

36. Schoenbrun 1998: 100.

37. During the colonial era District Commissioner and amateur anthropologist E. C. Baker collected clan names, avoidances and origin places throughout the region (Baker, 'Tribal History and Legends,'; Baker, *Tanganyika Papers*.

38. Abuso and others working among the Kuria call the clan territory a 'province' (Abuso 1980: 7; Tobisson 1986: 94-116; Ruel 1962: 14-36; Dobson 1955: 31-39).

39. See Shetler 1998: chapter 6.

40. For an analysis of clans in the kingship rituals, see Newbury 1991: 200-226.

41. See Buchanan 1978: 410-428.

42. Schoenbrun 1996: #162.

43. Schoenbrun 1998: 183-189.

44. For more background on the term heterarchy see McIntosh 1988 and McIntosh 1999: 1-30.

45. See Shetler 1998: 548-558.

46. Schoenbrun 1996: #347.

47. Interview with Maro Mchari Maricha, Maji Moto, 28 September 1995.

48. Shetler 1998: chapter 5, entitled 'The Ecological Landscapes of Interaction: The Emergence Traditions of a Hill Farmer Society,' elaborates this point.

49. Schoenbrun 1998: 93.; also see Wagner 1999: 26-39.

50. Finger millet requires a fertile and free draining sandy loam soil, since it cannot tolerate water logging (Purseglove 1972: 146-149).

51. Interview with Machota Nyantitu, Morotonga, 28 May 1995.

52. Anacleti 1977: 33. Anacleti's list is based primarily on interviews in Mbiso, Ishenye and Murutunga, 1975. The table is as follows:

(aba)Kongota	1904	(1824)	(1734)
(aba)Kubura	1912	(1832)	(1742)
(aba)Kinaho	1920	(1840)	(1750)
(aba)Sanduka	1928	(1848)	(1758)
(aba)Horochiga	1936	(1856)	(1766)
(aba)Nyanyanga	1944	(1864)	(1774)
(aba)Hobasi	1952	(1872)	(1782)
(aba)Ngerecha	1960	(1880)	(1800)
(aba)Rumarancha	1968	(1888)	(1808)
(aba)Kihocha	1974	(1896)	(1816)

53. Interview with Kirigiti Ng'orita, Mbiso, 8 June 1995. Kirigiti is the last surviving Nata generation-set leader of his section.

54. Anacleti 1975: 8-14.

55. Sonjo is classified as an Eastern Bantu language that stands on its own along with Swahili, Pokomo, Gikuyu, Kamba, Haya and Luyia (Ambrose 1982: 110). Ambrose states that, 'The presence of Sonjo, Bantu cultivators, in the Lake Natron Basin of the the northern Tanzania Rift Valley is an ecologically understandable exception to the distribution of Bantu speakers,' (p. 115). He also links the Later Iron Age Engaruka Complex with modern Sonjo irrigation agriculture (p. 143). On Sonjo cultural characteristics see Gray 1964: 231-262.

56. Ehret 1971: 55.

57. 'Ikoma' is often used generically to refer to peoples of the Serengeti District but only the Ikoma, some Ishenyi and some Ngoreme practice the 'ntemi'scar.

58. Interviews with Peter Nabususa, Samonge, 5 December 1995.

59. Tinaga was located to the north on the plains, unlike Sonjo villages today that are protected under the hills. This may indicate a time when the Sonjo had more livestock.

60. Interview with Marindaya Sanaya, Samonge, 5 December 1995, and Samweli Ginduri, Samonge, 6 December 1995. The Tinaga site was visited by anthropologist Robert F. Gray (see Gray 1963: 11-12).

61. Interview with Nsaho Maro, Kenyana, 14 September 1995. Philipo Haimati, handwritten notebook on the Ngoreme, n.d.

62. Interviews with Surati Wambura, Morotonga, 13 July 1995 (Ikoma), Bokima Giringayi, Mbiso, 26 October 1995 (Ikoma), Rugayonga Nyamohega, Mugeta, 27 October 1995 (Ishenyi), Mang'ombe Morimi, Iharara Issenye, 26 August 1995 (Ishenyi), Morigo (Mchombocho) Nyarobi, Issenye, 28 October 1995 (Ishenyi), Mashauri Ng'ana, Issenye, 2 November 1995 (Ishenyi), Nsaho Maro, Kenyana, 14 September 1995 (Ngoreme), Elfaresti Wambura Nyetonge, Kemgesi, 20 September 1995 (Ngoreme), Maro Mchari Maricha, Maji Moto, 28 September 1995 (Ngoreme), Francis Sabayi Maro, Masinki, 6 October 1995 (Ngoreme), Bhoke Wambura, Maburi, 7 October 1995 (Ngoreme).

63. Interview with Emmanuel Ndenu, Sale, 6 December 1995.

64. Interview with Samweli Ginduri, Samonge, 6 December 1995.

65. Berntsen 1979: 112-143, 172, 224. It also confirms the previous fighting with the Lumbwa.

66. Shetler 1998: 213-218.

67. For an account of the environmental disasters in Tanzania see: Iliffe 1979: chapter 5; Kjekshus 1977; and Giblin 1992. For a critique of the 'degradation narrative' see James McCann 1999: introduction; and Leach and Mearns 1996.

68. Baumann 1894: 38-42; Kollmann 1899: 176.

69. Visitations Book, Nyegina, Mwanza I, 1931-1932, pp. 67-69, White Fathers Regionals' House, Nyegezi.

70. Société des Missionnaires d'Afrique (Pères-Blancs) 1905: 133.

71. Kjerland 1995: 135, cites the Mwanza District Books, and Hartwig 1976: 127-128. Hartwig also states that there were a lot of Luo, 'Gaya' slaves on Kerewe (p. 125-126), for an assessment of Ukerewe slavery, p. 114-128. Confirmed by Kuria informants in, Tobisson 1986: 12-13.

72. Baumann 1894: 38-42. The coast was in a state of upheaval in 1892 and Ikoma may have looked good by comparison to coastal porters.

73. Wakefield 1870: 303-339; Wakefield 1882: 742-747; Hartwig 1976: 78.

74. For an overview see Iliffe 1979: 40-77.

75. The epidemiology of syphilis is not well understood. By the 1870s syphilis is assumed to be rapidly rising along trade routes. The problem is that this may also have been yaws, which appears with similar symptoms. The vast majority of childhood complaints were yaws, not syphilis while lesions developing in adults after the turn of the century were probably syphilis. Yet with the 800 years or more of pre-colonial contact on the coast with Arabs and 300 years of contact with Portuguese, it is difficult to say when and where it was introduced. It is improbable that yaws mutated into syphilis so we can assume that it was introduced. Personal communication with Anne Stacie Canning Colwell, M.D., 5 February 1998.

76. Interviews with Mariko Romara Kisigiro, Burunga, 31 March 1995 (Nata); Maarimo Nyamakena and Katani Magori Nyabunga, Sanzate, 10 June 1995 (Ikizu). These diseases are known locally as *kyamunda* in Nata or *nyamugwa* in Ikizu, also *oborondo*, *egesaho*, etc.

77. Clyde 1962: 28-29. Clyde cited traditions from Kerewe Island and Ikoma describing a disease that resembled the symptoms of sleeping sickness as evidence of sleeping sickness as an ancient disease. In Ikizu and Ikoma this disease was said to have almost depopulated the province over the last one hundred years. Local informants said that the disease was contracted by the bite of the fly, beginning when the Ruwana and Mbalangeti rivers were in flood. There was a great deal of confusion as to whether this was sleeping sickness or severe hookworm disease in humans coincident with animal trypanosomiasis.

78. Koponen 1994: 475-484; Ford 1971; Kjekshus 1977.

79. H.A. Fosbrooke, Senior Sociologist, Tanganyika, 'Masai History in Relation to Tsetse Encroachment,' Arusha, 1954, CORY #254, EAF, UDSM.

80. In the age of Merishari (c. 1806-1826) they took the Lake Manyara area from the Tatoga and in subsequent ages, perhaps as late as the 1840s the Maasai forced the Tatoga to withdraw from the Ngorongoro Crater and Engaruka area (Galaty 1993: 74; Berntsen 1979: 31).

81. See Berntsen 1979: 40, on the process of migrational drift.

82. Spencer 1998: 172.

83. On the Tatoga Bachuta see, Tomikawa 1970: 1-46.

84. Spear and Waller 1993: introduction.

85. The section on the Maasai at the lake in Baumann 1894: 44-46; the section on Ngorongoro crater is available in English translation, Fosbrooke 1963: 12-14.

86. L. Bourget, Trip Diary, 1904, 'Report of a Trip in 1904 from Bukumbi to Mwanza, Kome? Ukerewe, Kibara, Ikoma – Mara Region, together with some stories,' (n.p., n.d.), in : M-SRC54, Sukuma Archives, Bujora, Mwanza; see also Société de Missionnaires d'Afrique 1902: 94.

87. Baumann, *Durch Massailand*, p. 56.

88. Kollmann 1899: 177-78. Ushashi is the Sukuma name given to all Mara peoples, this is still used as a derogatory name by the Sukuma today. Other accounts in Société de Missionnaires d'Afrique July 1902 :281; L. Bourget, 'Report of a Trip in 1904 from Bukumbi to Mwanza, Kome? Ukerewe, Kibara, Ikoma – Mara Region, together with some stories,' (n.p., n.d.), in: MSRC54 Sukuma Archives, Bujora, Mwanza, Tanzania. They attributed this to a period of famine to intertribal war and the raids of the Maasai and Luo.

89. For western Kenya see Skully 1969: 105-114; and Skully 1979: 81-96. For Nyamwezi see Burton 1860: 81-96. For Kuria see Cory 1947: 70-79. For Sonjo see Gray 1963: 33-34.

90. Baumann 1894: 57, 196-199, 246; and Weiss 1910 (1971): 244-245.

91. Kjerland 1995: 123.

92. Schnee 1920: 121, 679, 680-81.

93. Musoma District [Notes from Musoma District Books on local tribes and chieftains, in German [c.1912?] Manuscript, CORY #348, EAF, UDSM.

94. Wakefield 1870: 303-339; and Wakefield 1882: 742-747.

95. Interview with Elia Masiyana Mchanake and Robi Nykisokoro, Borenga, 21 September 1995. Another version by Isaya Charo Wambura, Buchanchari, 22 September 1995.

96. Interviews with Mahesa Timanyi and Nyambureti Morumbe, Robanda, 27 May 1995; Machota Sabuni, Issenye, 14 March 1996.

97. Annual Report 1933, Musoma District, Annual Reports, Native Affairs Section, Lake Province, 215/924/2, TNA.

98. Interview with Nyamaganda Magoto, Bugerera, 3 March 1995.

99. Yet informants often seemed confused about how each of these groups functioned and in what contexts. Both seemed to be described in similar ways with similar functions. In addition the exact way that age and generation organization interacted in each of the small ethnic groups of Nata, Ikoma, Ngoreme and Ishenyi varied. Often times the great variety seemed random and inconsistent, indicating that perhaps because these structures had ceased to be functional.

100. See good explanation of the retirement ceremony of the Zanaki in Mkirya n.d.

101. Kurimoto and Simonse 1998: 1-2.

102. Kurimoto and Simonse discuss that this aspect of age systems, the importance of ritual over military functions, goes back to Evans-Pritchard's assertions about the Nuer age system in 1936. Baxter and Almagor also emphasize this point (Baxter 1978) while Kurimoto and Simonse hope to renew the interest in the political aspects of age-systems (Kurimoto and Simonse 1998: 'Introduction', 1-28).

103. See Shetler 1998: 397-409. Quote is from the Nata *saiga* initiation ritual.

104. Ehret 1971: 55-62.

105. Schoenbrun 1998: 176.

106. Baumann 1894: 59.

107. Interview with Mang'ombe Morimi, Issenye Iharara, 26 August 1995.

108. Interview with Machota Sabuni, Issenye, 14 March 1996.

109. Gregory Bugomora, *Lumuli*, 5 August 1949. *Lumuli* was a White Father's Sukuma language newspaper that often featured accounts of local history. For an ethnography of the Kwaya ethnic group near Musoma see Huber 1973 (see Shetler 1998: 305-311). For a Sukuma account of the same processes see Mtemi Seni Ngokolo, 'Historia ya Utawala wa Nchi ya Kanadi ilivyo andikwa na marahemu Mtemi Seni Ngokolo mnamo tarehe 10 June 1928,' provided by his son, Mtemi Mgema Seni, 20 May 1971 to Buluda Itandala.

110. For the Kikong'oti narratives in Nata, interview with Gabuso Shoka, Mbiso, 30 May 1995.

111. For recent research on Kuria and cattle raiding see Fleisher 2000: 745-769.

CHAPTER I

1. The authors have no direct evidence in oral tradition for asserting this date since oral tradition does not record chronology by a calendar.

2. See introduction for the dialect chaining chart and the linguistic relationship between the Gusii of Kenya and the Ikizu peoples. They are both part of the Mara group that split off from the Suguti branch of East Nyanza Bantu in about 500 AD. The Mara group then split into North (Gusii and Kuria) and South (Nata, Ikoma, Ishenyi, Ikizu, Zanaki, Shashi) between 500 and 300 years ago. Besides language they also share many cultural and social practices. For similar oral traditions of the Gusii see Ochieng' 1974. Numerous anthropologists have done ethnographic studies of the Gusii, see for example Mayer 1965; LeVine 1972; or for more recent work Hakansson 1994:516-538. For a Kuria explanation of the relationship to Gusii see Abuso 1980.

3. The same clan names can be found in different ethnic groups through the region with historical relationship to each other.

4. The group who produced this text is the Ikizu Development Association that is responsible for local projects such as a secondary boarding school. The men making up this association are often men who work in Dar es Salaam or other cities in Tanzania and maintain their link to and status in their home area through sponsorship of self-help projects. They conceived of the history project as part of their whole development plan. Throughout this text economic development and the people's history are closely related. Those who commissioned the history project have made their reputation as leaders by championing modernization, education and development.

5. This split in Ikizu between 'Muriho' and 'Nyakinywa' is important today. The five areas of Muriho here are the important sub-divisions, each with its own identity.

6. The Mbilikimo are the original 'short people' common in historical narratives throughout East Africa as the first people who lived on the land. This text equates them with the 'pygmies' or Batwaa of the Congo Basin, because they are short. However, there is no linguistic evidence of this connection. Here the authors assert that the Ikizu were on the land before the Mbilikimo, contrary to most renditions of the story. For other accounts of 'short people' as first comers in East Africa and their possible relationship to present-day hunter-gatherers see Kenny 1981: 477-494; and Kratz 1980: 355-368.

7. Ikizu was known in official colonial circles as a progressive people, keen on development and Chief Makongoro as one who could always be counted on to institute government development projects. They were the first to build roads, dig ponds, and to plant cassava and sweet potatoes as famine food. Makongoro was able to command a large force of 'voluntary' labor. The relationship between the elders and the chief has not always been as harmonious as this text implies. Many elders felt that Makongoro had gained the chiefship without rain, and thus without legitimacy. For a Swahili story of Makongoro's life see Muraza Marwa 1988; and for the colonial assessment of Makongoro see Baker 1947: 66-69. See also in the Musoma District Books, 'Tribal History and Legends,' Sheet No. 12, compiled by E.C. Baker 9-12-29, microfilm, reel 24, available from CAMP, on the Ikizu and Sizaki dispute under Makongoro. A later entry in 1941 gives this assessment of Makongoro, 'Ikizu = most responsible (Makongoro), elders always in support, runs it like the Sukuma do, some have moved out and reduced his tax base, useless people leave for a more lax chiefdom in Zanaki, they will see the profit in his system with a more developed chiefdom – health, schools, agriculture, etc., tiresome in his competition with Masanja of Ushashi – wants amalgamation and British to support it. Masanja invented an expanded line of chiefs so that he would be the 28th, a long list. Makongoro did great at collecting contributions to the war funds.' System of Government – Native Administration in practice. Sheet No. 23-27. by H.C. Barlet 17 May 1941.

8. Much of the funding for IDA projects comes from Ikizu people living and working outside of the region and also from both government and non-government development grants. Fund raising activities are also sponsored within Ikizu, voluntary labor for building the school came as a local contribution. In the Swahili text the word 'ustarabu' is translated as 'culture.' This is an Arabic word with the larger meaning of 'civilized' or 'civilization,' now with the additional connotations of modernization and education. The reference to women as the foundation for education of the nation in the home comes from the political rhetoric of the party (CCM) during the Ujamaa (African Socialism) campaigns of President Julius Nyerere. One might also trace it back to mission schools that emphasized domestic science education for women, see Schmidt 1992.

9. Nyabusogesi Nying'asa now deceased was one of the most important of the older generation involved in the project. He worked as a storekeeper at the Makongoro Secondary School in 1995-1996. Also note the Christian language used in the text and reference to the involvement of the pastor; the church is intimately connected with the modernizing development goals of the IDA and nationalism in Tanzania.

10. Note also the nationalistic aim of the book, to see that Tanzania is unified. It seems at first a contradiction in terms that emphasizing tribal difference would be the basis of national unity. See introduction for more background on this goal.

11. I spent many months trying to gain access to this book that was supposedly written on the orders of Chief Makongoro during the 1950s by his clerk, Sabi Nyakyeri. Informants said that there had been two handwritten copies. Local legend has it that the official copy, kept at the chief's headquarters in Ikuru, was taken by the District Commissioner Marchant when the problems with Makongoro were going on, who might have burned it. Sabi's son, Makongoro, said that he possessed a copy of the book but I was never able to see it and have no direct knowledge that the committee had access to it. My entry for a trip with Kinanda Sigara to try and obtain the book in Mugeta on 20 July 1995 reads:

'We stopped to see Makongoro Sabi at his dispensary in Mugeta and he was not there. He had promised to let us see the old book of his father today and to give us that one that he copied, omitting the secret parts. We had protested that he might change it with the copy but he said he was only omitting the secrets, like the recipe for malaria medicine and also things about people who were around during Makongoro's time. But he did not produce the book yet – why is it so hard for him to give up? ... The Mhimaye may now order him to give it up or face the consequences. No book has appeared in any case.' I wrote to P. J. C. Marchant in the U.K. to inquire about this book. He replied, 'I have no memory of this at all. But Makongoro, being the man he was, may well have instigated a history book. I think that if things were collected from his house I certainly wouldn't have gone in there alone; I wonder if anyone remembers who was with me? When Makongoro was arrested I'd been in Musoma so long that everyone knew me; the D.C. was quite a new boy.'

(Letter from P.J.C. Marchant to the editor, 24 May 1996) For more information on Makongoro's arrest see Marwa, *Mashujaa*.

12. Note the deliberate decision to write Sizaki and Ikizu history as one book with two parts. One might well ask why those two communities rather than Nata and Ikizu for example? As will become evident in the Sizaki history, part of the reason is the political struggle in the colonial period between Sukuma and Sizaki for administrative control over the area.

13. The previous sentence refers to peoples (plural) while the clarifying sentence that follows refers to the two particular people (singular), Nyakinywa and Muriho. This easy and almost unconscious movement between groups and individuals as representatives of the groups is a common device used in the oral traditions on which this text is based.

14. The appellation of 'General' seems to be a recent adaptation or way of describing the founding hero, denoting a military function in clearing the land of first inhabitants for the occupation of the Ikizu.

15. The miraculous birth or death of heroes often appears as a motif in oral tradition to confirm divine authority. See the Sundiata, epic of old Mali, among others.

16. The Hima are a people of royal descent in the west Lake Victoria region. See Kollman, *The Victoria Nyanza*, for an 1899 traveller's description of the Hima. The claim of Nyakinywa as a Hima establishes her authority to rule and connections to powerful people around Lake Victoria. The story of new kingdoms being formed by royal clansmen from powerful neighboring areas is a common origin story on the west side of the lake. This shows the close connection between Ikizu and the Lake Victoria basin peoples. The Muriho story and the Nyakinywa stories are probably two parallel origin stories that have been merged into a consistent account by putting Muriho prior to Nyakinywa. The Muriho tradition is more closely related to people to the west and to an older regional tradition. As suggested in introduction, Muriho may represent the original people and their origin account while Nyakinywa is a much later layer, perhaps around the disasters of the nineteenth century. The new peoples represented by Nyakinywa have assimilated the older Muriho story into their own to gain legitimacy as rulers in Ikizu. See Shetler 1998: chapter 4, 185-191. See similar dynamics of more recent immigrants co-opting the origin traditions of first peoples around the Lake (Berger 1981; Berger and Buchanan 1976; Schmidt 1978; Tantala 1989; Newbury 1991; Packard 1987: 148-161).

17. Note here the way in which the conflict between the first peoples of Muriho and the later settlers of Nyakinywa is resolved by the device of a meeting or a conference between the two sides.

18. Throughout the text these settlers from various places throughout East Africa are assimilated into the narrative of Muriho and Nyakinywa. The creation of an Ikizu tribe with a unilinear history had to take into account diverse peoples and traditions.

19. Note here that the author is not referring to the geological formation of the land, rivers and mountains of Ikizu but rather its spiritual formation in the planting of ancestral spirits to guard the land.

20. Note again the important connection between history and nationalism that comes out at many points in this introduction to the text. Here it takes the form of anti-colonialism.

21. The *orokoba* or healing medicine of the generation-set from the past is compared to the torch of liberty (*Mwenge*) that President Nyerere set on Mount Kilimanjaro and passes around the nation once a year. Since Nyerere was from Butiama, in the Mara Region, many in this region believe that the *mwenge* of the nation is like the *orokoba* medicine of the past. For more on the symbolic significance of the *orokoba* see Shetler 1998: 413-420. For more on *mwenge* see *Ib.*: 436-438.

22. Age-sets throughout the region follow a set pattern, at least ideally, of initiation every eight years.

23. See references to Gisu and Kisii in note #2.

24. Mangwesi is the tallest mountain west of Ikizu near to the boundaries of the Serengeti National Park corridor. It is a place mentioned in the origin traditions of the Ngoreme, Ikoma and Ishenyi. This part of the tradition establishes relationships with other ethnic groups of the region.

25. The generic swahili names for healer (*mganga*) and prophet or seer (*nabii*) are used here. Later much more specific titles are assigned to Muriho and the leading prophet is referred to in other places as the Mhika.

26. The mountain, Chamuriho, is named after Muriho, and is the tallest mountain in the area. The Germans used it as a heliographic station where coded messages would be flashed by mirrors from station to station across the colony. The mountain is still important for the propitiation of ancestral spirits by the Ikizu. The graves of important founding ancestors, with the exception of Muriho who was said not to have died but disappeared, remain on the mountain.

27. Mbilikimo is a Swahili word meaning the original 'short people' who first inhabited the land but were not really human. This is a common story throughout East Africa to explain how present people claimed authority over the land even though they were not the first ones there. Note this is in contradiction to the introduction to this text that claimed the Mbilikimo invaded later. During this story the author slides seamlessly from describing the adventures of Muriho as a lone man to Muriho with his followers to the Muriho people. See references to the short people in note #6.

28. The *erisambwa / emisambwa* are spirits of the land but also usually connected with a particular ancestor. They are spirits that are located in a particular place, often a river, spring, mountain or rock formation that might also contain a grave. The sites are sacred and kept in their wild, uncut state. They are propitiated for fertility, rain, protection or prosperity. A particular descent group is responsible for the rituals conducted at the site. See introduction and Shetler 1998: 327-338 for more on the *erisambwa*. The word is derived from a Great Lakes Bantu root, *samb-(ua),* meaning 'territorial or nature spirit, which protects first comers (often represented as an agnatic group).' Schoenbrun 1996: #347.

29. The importance of snakes in ancient Bantu rituals and sacred places has long been noted, particularly the python. Muriho defeats his enemies with spirits who make the water unfit rather than in combat.

30. See list later in the text of spirits that are propitiated at particular sites. With this act Muriho plants his own ancestral spirits as guardians of the land in place of the Mbilikimo spirits. This is the act of spiritual formation of the land itself.

31. Notice that the exact path that the Mbilikimo followed in leaving Ikizu and the landmarks that are noted in detail would be widely known in Ikizu today. Perhaps this allows the earlier histories, remembered in the landscape, to be incorporated into the unitary Ikizu origin story as places on a route. This is one way to assimilate the hunter ancestors and traditions. See Klieman 2001 on Batwaa and Bantu narratives of Central Africa.

32. In taking over the cave of the Mbilikimo he usurps their role as first-comers and guardians of the land. His superiority to them was established by chasing them out of Ikizu with his medicines. The *ikimweso* ritual is performed to purify people or things that have been polluted. This is also a part of the initiation rituals of the new age or generation-set.

33. This is a very old and common African pattern of leadership, often called 'the big man.' His authority is based on the distribution of goods and services in return for labor or wives. The big man gains followers or dependents to enhance his authority and wealth. See Shetler 1998: 347-354. For historical linguistic analysis of the origins of these leadership styles see Schoenbrun 1998: 104-105 and Vansina 1990: 71-82

34. Nyanza simply means 'lake' in East Nyanza languages, it is also 'the lake' or Lake Victoria. *Amanani* are bad spirits, beasts or monsters, very different from the *erisambwa* spirits. Here Muriho gains his authority by cleansing the nation of unclean spirits.

35. The Sizaki are presumed to be a separate tribe even at this early stage when they give their obedience to Muriho in return for his protection. This text establishes the connection between Ikizu and Sizaki, not by blood, but by Muriho's authority and patronage. The story of Nyakinywa and her sisters establishes a relationship of blood. Note how the Sizaki history makes a very different and more tenuous connection.

36. Though the Kombogere were referred to earlier as the clan, or the followers of Muriho, this passage seems to indicate that he became part of their clan by marrying into it, indicating matrilineal organization. The Sukuma, Luo, and Maasai are neighbors to the south, north and east who speak languages from different language families altogether and have little in common culturally. The Tatoga are Southern Nilotic-speaking pastoralists who have lived among the Ikizu in interdependent relationship for a very long time. Other Ikizu traditions assert that the Tatoga were in the country before they came. The Kuria, Ngoreme, and Jita are all East Nyanza Bantu-speakers who are closely related to the Ikizu. This is an idealized device for incorporating all of the diverse peoplese of Ikizu into one descent group through marriage and thus into one unified account.

37. Note that all of the 'foreign' wives are in one group and Muriho's descent group in the other.

38. See the explanation of generation-sets in the introduction. The Kuria also explain the origin of the two sides of the generation-set as coming from the two wives of their founder Mkuria. See Abuso 1980. Today in Ikizu Zuma and Saai live together and represent every clan and there is no sense that one side is made up of foreigners and the other is native. Generation-sets unite disparate people into a common organization. For the integrative role of age and generation-sets see Baxter and Almagor 1978; and Kurimoto and Simonse 1998: 1-28.

39. Notice the definition of 'ruling' the country – to guard and heal the land. This definition recalls the work of Muriho in claiming the land.

40. *Amagiha* is the plural of *rigiha*, the hearthstones, and refers to a matrilineal descent group. Note the equivalence of expanded power and authority with more followers or dependents, people coming from other places to join him. These clan names appear in other ethnic groups throughout the region and so do not appear to have originated in Ikizu or to be unique to Ikizu as the tradition asserts. It would seem that the principal of descent divisions would work against the age-set principal of unity. As explained in the introduction, matrilineal descent groups were often prevalent in frontier situations where the land was plentiful and the people scarce. Matrilineality facilitates wider networks of security and less concentration of wealth (see Poewe 1981).

41. The Mangi, Segwe and Hemba clans are also found in neighboring Zanaki. Gitiga, Mwanza and Hemba (also known as Gaikwe) clans are also found in Nata, among others. The same clan names and avoidances are found throughout the region with different genealogical derivations according to the local group in question.

42. Kinship terminology in the region refers to physical parts of the homestead – the gate, house, and hearthstones. The exception to this is the term *hamate*, which refers to a territorial location. As stated in introduction, particular terms such as 'hearthstones' or 'house' do not always refer to the same level of lineage segmentation in different ethnic groups.

43. The ivory bracelet and white-tail are recognized as symbols of the highest eldership rank throughout the Mara region.

44. These are geographical places, areas still called that today after the clan names and refering to the division of land between Samongo (Muriho) and Nyakinywa. Nyamau, Sibera, and Chibora are the names of people, connected to specific clans. Omochero is an eldership title. By putting them all in one list the author has collapsed authority over land with the authority of an eldership title not connected to a territory. The eldership titles are discussed later in the text while the names of Nyamau, Sibera and Chibora do not appear later.

45. The generation-set had responsibility for protecting the land by passing the *orokoba* medicine. Once again it is not clear how the distinctive authority of titled elders, lineage groups and generation-sets interact. See note #21 on the *orokoba*.

46. Probably reflects conflicting oral traditions on whether he was the son or brother of Muriho. The authors chose to incorporate both views. The entire list of important titles and persons in Ikizu history seems to be taken from a variety of separate traditions from different sources that have been consolidated into one list.

47. *Utakaso* means a purification or cleansing ceremony while *mtambiko* means a sacrifice. This refers to a natural gateway made by trees growing close together and trained around an entranceway. It is located not far up the mountain of Chamuriho. As the story goes Nykishoko will prevent someone from passing through the gate if they are not worthy to approach Chamuriho for a sacrifice.

48. Other traditions refer to her as the sister of Nyakinywa, not on the side of Muriho.

49. The name means the daughter of Muriho. Presumably this rock is a well known sacred spot in the area. Each of the names listed above have physical references places in Ikizu, as *erisambwa*, or sacred ancestral spots where their spirits are propitiated. The author of the text incorporates the most important *erisambwa* places as names of people appointed by Muriho with authority over the land.

50. Meaning any ancestors, grandfathers, great-grandfather etc.

51. Millet was the most important staple food in the past throughout the Mara Region. It is a common device for the cultural hero to bring the staple food. See Shetler 1998: 198-203.

52. The sacred places of these ancestors are literally on the walk up the mountain of Chamuriho, so that a person must pay homage to each on the ascent up the mountain, like stops on a pilgrimage. This may explain why they had to be incorporated at this point in the narrative – the geographic progression of the sites is reflected in the chronological progression of names in the narrative.

53. The author here admits the difficulty in incorporating a fundamentally different origin story into the original Muriho story.

54. This is an appeal to the outside authority of the Hima and the Great Lakes kingdoms, see note #16. The Sukuma in Kanadi also have parallel traditions about the founding of Ikizu by the Kwaya clan. See Shetler 1998: 307; and Mtemi Seni Ngokolo, 'Historia ya Utawala wa Nchi ya Kanadi ilivyo andikwa na marahemu Mtemi Seni Ngokolo mnamo tarehe 10 June 1928,' provided by his son, Mtemi Mgema Seni, 20 May 1971 to Buluda Itandala, Professor of History at the University of Dar es Salaam.

55. Each of these emblems of authority are much more reminiscent of Sukuma-style chiefship than Mara forms of leadership. A bracelet of cowry shells is especially used in Sukuma as a sign of chiefship. The cowry shells indicate a trade relationship with the ocean through caravan routes. The story of the cow swallowing the bracelet is reminiscent of stories of chiefship and 'swallowing the bead' among Nilotic peoples of western Kenya, Uganda and Southern Sudan (Lienhardt 1975).

56. This is a common cliché. In this case the milk would have to have gone upstream to reach Maasailand in the east. The same story of milk in the stream appears in Ishenyi accounts in chapter 5. Placing this origin story in the context of Maasai raiding places it chronologically in the nineteenth century.

57. Although ambiguous, 'brothers' may also mean cousins on that side. Inheritance of the chiefship in Sukuma is matrilineal. Therefore Nyakinywa's brother or son would inherit the chiefship (Cory 1951).

58. Nyakinywa's story draws on the same images as Muriho – a prophesy of inheriting a land with a tall mountain.

59. Note the strong parallels to this story in the Nata emergence tradition of Nyasigonko the female farmer and Nyamunywa the male hunter meeting when the hunter's prey fell near the woman. The connection to the authority of hunters as first comers to the land appears in many stories. See Nata oral traditions in chapter IV.

60. Sukuma chiefs have special drums as emblems of their authority. See the collection of royal drums at the Sukuma Museum in Bujora, Mwanza (internet: http://www.photo.net/sukuma/). The items that went inside of the drum may have been body parts or other things that could not be publicly mentioned. They are 'girls' in the text because they are unmarried. Iron is also a very old symbol of power throughout Africa.

61. The Hemba clan represents the hunters, or the first comers to the land with ritual authority over the land. The girls must negotiate their own authority in reference to this pre-existing authority. See Ikizu oral traditions in chapter IV for an account of Hemba history by Samweli Kirimanzera.

62. The connection between Sizaki, Hunyari and Kihumbo is established by the presence of one sister in each place. Kihumbo and Hunyari are both considered part of Ikizu but often at odds with each other. It also explains why the rainstones would be located in Sizaki while Ikizu was the more powerful chiefdom. The authority of these outsiders over Ikizu and Sizaki is connected to their ability to make rain through the rainstones from their father (Baker 1947: 66-69).

63. Allusion to the royal drums of Sukuma chiefs, see note #60.

64. Note that this man's name, Samongo, is close to the name of the elder in Sizaki, Samong'enya of the Hemba clan who welcomed them and where Wahunda stayed behind. Both represent the original inhabitants, the hunters. Also note the comparison with Nata and Ikoma origin stories.

65. In other regional clan histories fire is credited to clans in the region who claim hunter ancestors. The Hemba clan name literally means, 'to light a fire.'

66. In the original document the spelling of Samongo changes to Samwongo and Isamongo, this is also the case with Muriho, which was also spelled Mriho.

67. Stories about incest often represent social patterns of authority and inheritance. By marrying his daughter Samongo becomes a son-in-law to Nyakinywa and therefore subordinate to her. In matrilineal societies the son-in-law does a number of years of service in his mother-in-law's fields and in doing any tasks which she might choose before he can build his own homestead. This story indicates a matrilineal structure, as the sisters are more important than the parental couple. Although the 'their' is not specified it seems that Samongo was the son-in-law of both Nyakinywa and Wang'ombe, who were now those with most authority. Because Samongo could not make rain he lost his authority as first-comer with ritual authority over the land. Certain clans in neighboring Zanaki are responsible to build a house for the drum of the rainmaker also (Mkirya n.d.).

68. The division of the land between the first comers and the strangers who have rain is significant in terms of historical development. Note that Samongo has family that he must consult while the girls act on their own authority and give him orders.

69. What is being translated in Swahili as *nchi* meaning land, country or even nation, comes from the local word *ekyaro,* with a more profound meaning of a ritual relationship to the land, as embodied in the *emisambwa* spirits of the land. See note #28 and introduction on ritual relationship to the land.

70. The language of a 'general meeting' comes from present-day political and church usage. This one meeting may represent a much longer term process of negotiation between indigenous and immigrant groups in the past.

71. Note that those who represent the Kombogere, acting on behalf of Muriho's interests, are those described in the previous section. Those on the Raze side are Nyakinywa and her sisters. This is a classic portrayal of native peoples in opposition and negotiation with stranger or immigrant peoples who have something powerful (rain and fertility) to offer.

72. See explanation under the section on Muriho of the Mchero office, the highest eldership title, the white tail elder, now called Mhimaye because of the Hima clan of Nyakinywa. Note that the land is now divided between Samongo and Nyakinywa rather than the wives of Muriho as in the explanation of the first division. These different divisions take into account many different layers of history, ancestral sites and present-day political boundaries.

73. See note #21 on the *orokoba* and the *mwenge.* See also note #84 on further symbolism of the *orokoba.*

74. The authority of the newcomers was not gained without concessions to the first-comers, traditions that would remain in place while incorporating the newcomer's strengths. The institutions considered critical by the first comers were the eldership titles, the generation-sets, the clans and ritual of protection. The first-comers would only give authority to the new rainmakers if these institutions were respected. Whether you see these negotiations as symbolic of a much longer social process or take them literally, they refer to a significant set of relationships that are constitutive of what it means to be Ikizu today.

75. This is a fascinating way of trying to explain a system of authority which is heterarchical rather than hierarchical. For a West African analysis of heterarchy see McIntosh 1999.

76. This statement indicates that it was only in the joining together of diverse peoples that Ikizu was born, the definition of Ikizu is this unity. For an analysis that dates this joining in the nineteenth century see Shetler 1998: 305-311.

77. The stranger clans were incorporated into the already existing clan structures and given authority over half of the clan territories, including that of the clans who claimed authority as first-comers or hunters, the Hemba. Note that even though one section is called 'Muriho' it is attributed to Nyakinywa's side. There is no clear consistency in this division, indicating that other factors were at work here.

78. Those who came in had to be incorporated into the existing clan structure because the houses controlled the ritual relationship to the land and the territory in which they lived. Note below that the Mangi are listed both as an original clan from the time of Muriho and also a stranger clan. As a stranger clan they come from Sukuma, Kuria and Zanaki. This demonstrates the tension in clan language as a local organization and as a way of establishing regional relationships. The inclusion of people in one clan seems to have little to do with blood relations. For more on the analysis of clans see introduction and Shetler 1998: chapter 6.

79. Blacksmiths, or *Turi, Hunzi*, constitute an important social distinction in this region. *Turi* is from the root -*tuli*, to castrate, to hammer, from the Mashariki protolanguage. *Mwiro* comes from the Great Lakes Bantu root *mwiru*, meaning 'farmer' (Schoenbrun 1996: #27, 196, 331). There are taboos against socializing with blacksmiths or touching their tools. See interviews with Sarya Nyamuhandi and Makanda Magige, Bumangi, 10 November 1995 (Zanaki); Kinanda Sigara, Bugerera, 27 May 1995 (Ikizu); Isaya Charo Wambura, Buchanchari, 22 September 1995 (Ngoreme); Apolinari Maro Makore, Mesaga, 29 September 1996 (Ngoreme); Bhoke Wambura (Ngoreme) and Atanasi Kebure Wamburi, Maburi, 7 October 1995 (Ngoreme); Bischofberger 1972: 51, describes the avoidance of Turi by Bwiro in Zanaki; Gray 1973: 78 on Sonjo Turi blacksmiths; Shetler 1998: 286-289.

80. Nyarero is in Kurialand, North Mara, with the tradition of hunting origins, the Asi or Nyabasi. Note that the first- comer hunters are put in the same section as the strangers from Kanadi. This could also refer to another, much later, migration of people from Nyerero, the Nyabasi, to South Mara to find land in the late nineteenth century. Some of them still live around Maji Moto in Ngoreme and others have been incorporated into other ethnic groups in South Mara. So the hunter clans could be both the original peoples and later clans that joined, coming because they had clan relations in the area. Hemba clan members are said here to have come from all directions, implying that, either there was a previous regional network of people who called themselves Hemba, or else they were diverse peoples who became Hemba after arriving in Ikizu. In any case this section demonstrates the difficulty in identifying unitary origins of ethnic or clan groupings. See Hemba traditions in chapter IV.

81. The Getiga clan name is found in Ikoma and Nata (see clan chart in introduction) also with origins in Sonjo as irrigation farmers. The first woman of Nata is said to be from this clan. Sonjo is located in the Loliondo district of Arusha, just across the Serengeti National Park from Ikoma. For an analysis of the Sonjo connection see introduction and Shetler 1998: chapter 5 and 9. The kunde bean is taboo among the Getiga clan in Nata. Sonjo informants say that the name 'Sonjo' was given to them by colonial officers after the Sonjo bean. They call themselves 'Batemi.'

82. Sonjo people are known as beekeepers who inherited this expertise from their hunting ancestors. They make a honey beer that they use in many rituals. For an interpretation of Sonjo origins for South Mara peoples see introduction.

83. This refers to the generation-set in power in each territory.

84. The author refers to the *orokoba* medicines as a 'rope' because *orokoba* literally means the hide rope used to tie a cow for milking. The rope in the protection medicines forms a medicine bundle that ties up other ingredients. It symbolizes the tying up or neutralizing malevolent forces that threaten the community. See Shetler 1998: 413-420 for a fuller explanation of the *orokoba* medicines. Other ethnic groups in East Africa use similar symbols of planting medicines around the boundaries to protect the land. For the Iraqw see Thornton 1980: 88-97. For binding medicines see Weiss 1996: 39.

85. For the significance of the gendered spaces of corral and house see Shetler 1998: 173-182.

86. Throughout the region a ceremony of purification must be performed after killing someone. The use of body parts in protection medicines against the enemy is alluded to in many oral traditions but with some embarrassment because it is seen as a pre-modern practice and one condemned by the colonial government.

87. The *yowe* or alarm call is still an important way of guarding against cattle raiding today. If a man does not answer and pass on the alarm call when it sounds no one will help him when his cattle are stolen. The use of the term 'general' again is a recent concept. The political term *wenyeviti* or 'chairmen' is also used in this passage and has post-colonial references.

88. This is a list of prophets in order of succession from the first, Muriho, to the present. It is impossible to assign dates to the earlist names on this list or even to know if they were historical figures. See Wrigley on the difficulties of king lists in Uganda (Wrigley 1996).

89. Referred to above as the guardian of the entrance to Chamuriho Mountain where sacrifices are offered.

90. There is a rich tradition in Ikizu of miraculous stories about Zegera.

91. Muriho is grafted onto the geneology of stranger clan rainmakers to provide an orderly transition in leadership. Note from earlier descriptions of descent that it was Samonge who interacted with Nyakinywa. No dates are ascribed to Muriho.

92. The dates were ascribed to these leaders arbitrarily by assigning an average number of years for a chief to rule and counting backwards. I suspect that it bears little relationship to the historical reality. Some leaders may have ruled for longer than ten years and others less. In addition I suspect that there was not always only one unified rule for all of Ikizu. There was no institution of chiefship before Nyakinywa and the Sukuma rainmakers so it is anachronistic to speak of her as being the second chief. In any case the rule even after Nyakinywa is described as heterarchical rather than hierarchical rule, that is the Chief or Rainmaker cannot consolidate a centralized state.

93. Refers to the institution of a government of civil servants without the intermediary of chiefs at the time of Tanganyika's (later Tanzania) independence.

94. President Nyerere spoke of hunger as an 'enemy.'

95. Note that the line of rainmakers beginning with Nyakinywa were women. This pattern was broken with Gibwege.

96. Other chief lists collected from oral sources do not agree on this list of chiefs between Nyakinywa and Gibwege, see chart in introduction. From other sources it seems probable that the Ikizu chiefdom was united at the time of Gibwege in the late nineteenth century in response to the famines and the need for rain. The previous rainmakers may not have 'ruled' the country but rather had authority over smaller areas. This explanation of Gibwege hints that he is illegitimate as a chief – he took the chiefship by force and the chief should have been a woman. The legitimacy of more recent chiefs has been contested on the basis of their ability to make rain.

97. This chief is the first that can be verified in the written sources.

98. Matutu was the first chief appointed by the Germans. This refers to the Germans who had staged this contest to see who was really the chief. It is significant that the text here does not identify this as the German period or the leader from Mwanza as a German. The era of colonial rule slips in without any break. See another version of the story in Marwa, *Mashujaa*.

99. See note #79 on blacksmiths, *Turi* and the implications of a blacksmith leading the country. The division of the land between these two chiefs is understood in terms of the origin story of the division between Nyakinywa and Samongo. This division is still important today.

100. The *Akida* was the colonial government clerk assigned to each chief. During the early period of British rule the authority of the chiefs was diminished by assigning a civil servant clerk or *akida* (often Muslim) to oversee the work of a number of chiefs, since many of the first chiefs were illiterate and there was a general shortage of educated men. In the Mara Region these were often men from Buganda or Buhaya`across the lake and were resented (Iliffe 1979: 209-210).

101. In fact the succession to Matutu was highly contentious as it is described in the colonial records. Makongoro was not the most obvious successor to Matutu but was one of the few educated among the pretenders and had acted as a clerk to Matutu. The British favored him over the others. Makongoro did not have qualifications as a rainmakers.

102. For much of his rule Makongoro was a favorite of the British officers in Musoma because he was so keen to institute modern improvements, road building and new crop regimes. Yet as independence drew near he was one of the most outspoken chiefs for independence. The British arrested him on charges of poaching and he died in jail. See note #7.

103. The requirements for each eldership title mainly involved giving large feasts with large quantities of meat and beer. See introduction and Shetler 1998: 537-547, for an explanation of the titles in each ethnic group and the requirements. This is a system of ranked titles that a wealthy man could climb to achieve authority. He would also receive powerful medicines with each rank. Women had a parallel set of eldership titles. This is a common feature of Mara societies even though each group has its own names and requirements for each title.

104. Throughout the region the basic eldership title that most men achieve, *eghise*, is symbolized by the black tail, the next highest rank by the red tail and the highest rank by the white tail, achieved by only a very few.

105. What is not stated here overtly is the crucial consideration that the girl not become pregnant before she is circumcised, as this is considered an abomination. The father cannot take his rank until his daughter becomes circumcised. If she becomes pregnant before he takes his rank that means that she has not been circumcised and thus brings disgrace on the whole family. With the advent of Christian morality when missionary churches entered the region the shame of pregnancy without circumcision was transferred to a taboo against pregnancy without marriage and the two were taken to mean the same thing because a woman usually married right after she was circumcised.

106. Note that this narrative portrays the achievement of eldership ranks not by describing the specifics of how particular people took these ranks but in the traditional ideal model. This rank is only achieved when the man becomes a grandfather.

107. The implication of three equal positions of authority with different tasks implies that a hierarchy of centralized power did not exist even though the rainmaker was designated as chief.

108. Compare these with the division of generations according to the wives of Muriho earlier in the text. The same generation-set names are used throughout the region. See introduction for an explanation of how the generations follow one another and compare with generation-set lists in other texts in this collection.

109. President Nyerere used this term when he retired from the Presidency of Tanzania. He said it was time for a younger generation to take over. He was the first African president to do so. Among the Zanaki there was no set interval of years between the retirement ceremonies (Bischofberger 1972)

110. For example, looking at the above chart, the rule of the Gibasa generation-set (Zoma) would be followed by the Nyambureti generation-set (Saai). Note that each form of authority that has been discussed has been said to 'rule' the country – implying once again shared forms of authority without hierarchy. Each somehow contributes to the peace, security and prosperity of the land rather than consolidation into a centralized and unified rule.

111. The ritual use of strips hide on the fingers is also practiced among the Tatoga and throughout East Africa (see note #84). The retirement and installation ceremony of the new generation-set occurs with different variations throughout the region.

112. The act of passing through each section of the country is an important part of the ceremony in which the protection medicine encircles the whole land. This ceremony, in addition to the chiefship, is the primary symbol of a united Ikizu. The nation is embodied in the act of the walk through each place. The ritual connection between Sizaki and Ikizu is also embodied in this walk.

113. The symbolism of different parts of meat being eaten by different age and gender categories is common in many rituals throughout the region. The elders generally eat the head and the back meat.

114. It seems that the retirement and the initiation ceremonies are the same ceremony seen from two different perspectives, that is they happen at the same time. Yet they are explained here as two separate ceremonies. The ceremony of lighting a new fire was also described earlier. Note that although the generation-set members, the *Wazama*, are assumed to be male, in the ceremony itself women play an equal role. Women also inherited their generation-set name from their father.

115. The conceptualization of boundaries on the cardinal points with other peoples bordering on each side is common throughout the region (Shetler 1998: 425-426).

116. Including lists of rivers and mountains in a traditional history indicates the importance of these geographical reference points for an Ikizu identity. They represent ancestral spirits who lay claim to the land and its resources. Elders use these points on the landscape as a mnemonic device to recall the history of the nation (Shetler 1998: chapter 7). Note that many of these mountains mark places important in the early history of Ikizu, or are the same as clan names already discussed.

117. This calendar and its meaning can be compared to the calendars of other groups included in this collection. Elders often included the traditional calendar as an important element in their recitation of tradition and history. Note that while millet, sorghum, beans, groundnuts and sesame are indigenous crops, cotton cultivation was introduced in the colonial period.

118. Zinza was known for its trade in iron and Sukuma for salt from lake Eyasi. See Itandala 1983; Kenny 1975: 225-228; Senior 1938: 87-92; Hartwig 1970: 535-552; Elias Nchoti, 'Some Aspects of the Iron Industry of Geita c. 1850-1950 A.D,' Unpublished mss, UDSM, 1975.

119. The tails and hair were used for dancing, making ornaments, in rituals and as the emblems for eldership ranks or prophets. This trade was especially important in recovering from the famines of the late nineteenth century and then to avoid migrant labor in the early colonial years. The colonial government condemned hunting in the region for its cruelty. See Shetler 1998: 520-8 and introduction.

120. This is the first time that the relationship with the Taturu, or Tatoga (Dadog-speakers) is mentioned although it was probably an important symbiotic relationship of relatively long duration. The Gitiga clan claims origins in Sonjo where sheep and goat herding are important. See introduction on relation with Tatoga.

121. There is colonial evidence of an important regional trade in arrow poison from Sonjo to Nata and down through Sukuma (Raymond 1947: 49-65).

122. See Kollman 1899: 194-195 for a description of hunting methods and fall pits.

123. The *ekesa* is a common ceremony all over the region, called the *aghaso* among the Nata. The ceremony is performed for those who kill a lion, leopard or a Maasai in battle. The ceremony puts the Maasai in the same category as the dangerous beasts of the wilderness. See accounts in the other texts. It is also practiced by the Tatoga herders as well who speak a Southern Nilotic language (Wilson 1953: 35-56; Klima 1970). Wilson speculates that the youngest sons seem more likely to engage in this activity because they have no other avenues for achieving status. Among the Barabaig the killer is symbolically equated with a woman who has given birth through ornamentation and avoidances.

124. Oral tradition claims that hunting elephants and rhinoceros was prohibited until the late nineteenth century, when hunting societies called Sarabarondo emerged to supply the caravan trade demand in Sukuma. Other traditions say that this first started among the Sukuma and the Sizaki (Shetler 1998: 521-522). Ivory armbands are used as symbols of high eldership ranks. In Sukuma one tusk had to be given to the *Ntemi* (Itandala 1983: 218). For background on the ivory trade and Ukerewe see Iliffe 1979: 40-87. Interviews with Mabenga Nyahega and Machaba Nyahega, Mbiso, 1 and 5 September 1995; Mang'oha Morigo, Bugerera, 24 June 1995; Nyambeho Marangini, Issenye, 7 September 1995.

125. See note #118 on references to ironworking.

126. The Waturi are the blacksmiths (patrilineal inheritance) and the Wiru (matrilineal inheritance) are everyone else who is not a blacksmith. See note #79 on blacksmiths, Turi.

127. The hunting journey was the main way that boys learned the spiritual geography of the land, that is the location of each of the ancestral *erisambwa* sites and the historical settlement sites. This explanation of education demonstrates why male and female knowledge remained in rather separate spheres (Shetler 1998: 76-78).

128. On gendered story-telling see Hofmeyr 1993.

129. For an analysis of customary law in Africa see introduction.

130. Other oral traditions say that the way the corpse faces is determined by the direction from which his ancestors came to their new home. Culturally the right side is male and the left side female (Brandstrom 1991: 119-142).

131. The title is named after the iron armlet.

132. In an interview with Baginyi Mutani, Mayenye Nyabunga and Stella D. Katani, Sanzate 8 September 1995, these women said that at this event women could sing their own praises of how brave they were in labor, while the men sung of their bravery in killing the lion.

133. Note that the *erisambwa* are a mixture of stranger and clan related spirits. Many different stories are attached to them and they act in different ways. See introduction for an explanation of *erisambwa* spirits and note #28. They are both spirits of known ancestors and spirits of the land that reside in a particular place where they are propitiated. He/she is not distinguished in Swahili so one would have to know the larger tradition to distinguish if a given spirit is female or male.

134. The dates are again estimated by counting backwards from a known set. In contrast to other groups which count 8 years between initiations, this one sets it at 10 years.

135. During the nineteenth century many of the names of age-sets were the same throughout the region and across ethnic boundaries. There is some evidence that age-set rituals began in the east, in Maasai and moved west, taking the same name for the incoming group. See introduction on a regional age system.

136. The Luo soliders were employed as by the Germans as soldiers from the German military stations at Schirati or Mwanza.

137. The original inhabitants from whom the land was taken, the Mbilikimo, see explanation of this in the Ikizu history and note #6.

138. This part of the history is not based on oral tradition but on history books from school, the Bantu migrations history of the early 1960s. This part of the text demonstrates how easily new information is incorporated into the oral narrative.

139. See dialect chaining chart of East Nyanza languages in introduction. Jita oral traditions maintain their origins across the lake.

140. Putting the settlement of Sizaki people in the Musoma region during the time of famines and epidemics might date it to the late nineteenth century period of disasters just before colonial rule, see introduction. No dates or time references are given in the text.

141. The common regional story of origins in the meeting of female farmer and male hunter is repeated with a local variation. In this case it is significant that the woman comes from Ukerewe Island. For the history of Ukerewe see Hartwig 1976. For an explanation of their involvement in slave raiding and the caravan trade see the introduction.

142. These are clan names that are also found among other ethnic groups in the region.

143. See note #124 on elephant hunters and the ivory trade.

144. Compare the story of competition for authority with the Ikizu story. Once again, the rainmaker is given superior authority.

145. The Kwaya are also a Jita related ethnic group near Musoma (Huber 1973).

146. Note the same clan names as in Ikizu.

147. The author is describing the matrilineal descent system and generation-sets under the heading of *nyangi* or eldership titles. He uses the terms for a geographical clan area and the clan or descent group itself interchangeably.

148. See note on arrow poison in note #121. Some groups had the secret of arrow poison. For the salt and iron tade see note #118.

149. Note that these age-set names are the same as the Ikizu.

150. See note #123. Other informants say that this applies only to Maasai and not to Bantu-speaking enemies from the Mara Region. Women dance this dance throughout the region if they have not cried out in childbirth.

151. These are ancestral or other territorial spirits located at particular places on the land where the spirits are propitiated as described in the Ikizu section and in note #28.

152. Mature men drink homebrewed millet beer sitting around a large clay pot that is sunk into the ground so that only the top shows above the ground. They use long straws or hollow reeds to drink the beer. Young people and women were not traditionally allowed to join the men.

153. Note that the author states the similarities in custom but does not give a historical reason for this link as the Ikizu history does through the story of the three sisters from Kanadi.

154. This is list of six names is presumably the succession of prophet leaders in order, compare to the Ikizu list for prophets in contrast to the list of rainmakers. There is no comparable Sizaki rainmaker clan. According to the Ikizu text the *Omonyasi* is the prophet or healer of the land in the descent line of Muriho. Later in this text the title of *Omunyase* or Prophet comes to be synonymous with the colonial chief. The Ikizu explained that these different titled leaders shared power in different domains. The colonial hierarchy reduced diverse leadership patterns to one chief.

155. The issue of Kitereza's legitimacy was a very contentious issue and is fought out in the colonial documents. This account is an indictment of Kitereza and does not present contrary evidence. Note that the era of German colonial presence is introduced only as it impacts on an internal power struggle.

156. The Germans also interfered in succession struggles in Ikizu, see story in the Ikizu text about the contest to make rain. Note that Kitereja seems to be in charge of the German soldiers, probably native soldiers, rather than taking orders from the colonial government himself. He is however dependent on the Germans to assert his authority in Sizaki.

157. Note how in the German colonial context ethnic identity became an issue in leadership choice and the appeal is made to Sizaki nationalism. The issue of Sukuma leadership is dealt with much differently in the Ikizu story. Here the Sukuma woman Nyakinywa is accepted as rainmaker-ruler of Ikizu if she agrees to some compromises with local custom and sharing power with the local prophet and titled elder.

158. A serious of exchanges between Ali Yusufu, Majige Magirali and the British colonial government is preserved in the national archives (TNA, 215/P.C./50/5, Complaints: W.M. Alli Yussuff against Chief Mohamedi Makongoro of Ikizu, 1931). Alli writes first on behalf of the 'Subjects of Changuni Ushashi' 17 June 1931 and 28 August 1931, complaining that the Sukuma should not be allowed to rule the land of another people, the Ushashi. Ushashi is the name given to the Sizaki by the Sukuma and is often used to refer to anyone from the Mara Region of any ethnic background.

The Provincial Commission responded 1 September 1932 concerning the 'recent activities of the notorious agitator Ali Yusuf' who has long intrigued againt the Chief of Ushashi, including some recent attacks on Sukuma in Ushashi. He reports that the population of Ushashi is 5,457 out of which only 671 are Sizaki people. The P.C. considers that 'his residence in Musoma dangerous to peace and good order of district' and asks for an order of deportation from His Excellency, to Lindi, where he should be able to find his own support since he is well-educated and able-bodied. Another letter from Ali after his arrest affirms that he haf no intention of abandoning his agitation.

In a Musoma District Annual Report, Native Affairs Section, 1933 (TNA, 215/924/2, Annual Report, Native Affairs Section, Lake Province) the D.C. notes that Ushashi is a 'peaceful backwater' since Ali Yusuf is gone. The D.C. says that he had a 'bad political record' and 'laid claim to the Chiefship, threatening violence with no support from the people. He was deported to Lindi and all is calm now with Ruhaga enjoying popular support.'

Reflecting a World War II context, TNA, Secretariat Files, 29626, Native Chiefs, Musoma, also contains a long series of correspondence between Majige [Magige] Magirali and various British officers. Majige writes his first letter to the Governor of Tanganyika Territory in Dar es Salaam from the soldiers of the King's African Rifles 46-36-26TT in South East Asia, on 1 December 1944. In this long letter Majige expresses respect and loyalty to the English king and his governor in Tanganyika, making his appeal as the 'King's soldier.' He uses the language of nationalism to show that the Sukuma people have taken control of Sizaki. He claims that Kitereza [Kitereja] was accepted and praised in Sizaki because he had medicine to catch fish. He was given 'a salary' (tribute) on account of this. Majige further claims, in contradiction to this later text, that it was his son, Ruhaga Kitereza, who claimed to be chief and who was chased home to Sukuma by the Sizaki. He then met some German soldiers (Sukuma men) at Masanza Usiga coming from Mwanza on their way to work at Fort Ikoma. He asked them to help him get authority in Sizaki. The six soldiers agreed if he would pay them 20 cows. They came from Kalemera Masanza II on the Barangeti River in canoes up to Guta. There they found the Sizaki elders gathered to propitiate the spirit of Nyamusholla, represented at a certain rock in the Lake which had rolled down from the mountain at Bariri. The Sizaki go there each year to the Musamwa tree to ask for rain and fish. When Ruhaga and the soldiers got out of their boats they saw so many people and thought that they had come to fight. So they began shooting, killing 12 men: 1. Bokore 2. Chaleuasi, 3. Makanga, 4. Mayunga, 5. Kuzoba, 6. Mwauisi, 7. Mbusuro, 8. Isambwai, 9. Badonya, and 10. Taraba (11 and 12 are not named). Ruhaga told the soldiers that these people had gathered to go to Ikoma to fight the Germans and that they had refused to pay taxes. They also burned their houses, grain stores and food, taking all their livestock as booty.

Majige also states that in 1927 Sizaki citizens gathered in front of District Commissioner H. [E. sic] C. Baker at Ikizu to regain control over their country from the Sukuma. The D. C. agreed to take the matter in front of the Governor in Dar es Salaam. Majige goes on to compare Sizaki's situation to that of 'slavery' and the oppression of Nazi Germany and Japan toward less powerful nations. He is confident that the British government will not fail to help his people in their need as they have helped others. He also reminds the Governor of another appeal of Sizaki citizens before the Musoma D.C. in 1932. But Ruhaga wrote his own letter to the government warning of the rebellion of the Sizaki (Ushashi) people and their refusal to pay taxes. When the officers arrived in Sizaki the people appealed to them once more, 'Honorable sirs, we have only one thing to say, and we are appealing to you for help to take us out of the slavery we have fallen into under the Sukuma, who are not of our tribe, neither do we understand their language which is very far removed from our own. Our true brothers are the Ikizu, our neighbors, from generations past we have been unified with the Ikizu!' The Officers than asked them to bring out their leader who had been chosen by traditional means and they sent Weibiro wa Mwambara (Hari Yusufu), asking that Ruhaga step down until an official decision could be made by the government. At this the Provincial Commissioner became angry and said he would not help them any more and Ally Yusufu [Hari Yusufu] was arrested and sent to the coast. He spent 5 years there and then came back to Musoma in 1936 and was told to sit quietly until a decision was made.

The letter ends by requesting that Ikizu be joined with Ikizu under Chief Makongoro rather than suffer under Sukuma leadership. He says that the soldiers cannot sign all of their names because it would take 15 pages but he hopes they will finish the war soon and come home to meet with the Governor.

Another letter from R.C. Majige Magirali sent from Uganda and dated August 18, 1944 restates the claims of Sizaki rule, now specifically in terms of Abanyase rule. A letter in September to the Provincial and District Commissioners identifies Majige as the 'Secretary/Leader of the Abayase Clan.' The letter in response from the P.C. to Majige states 'you are to understand once and for all that there is no question of your being appointed to the chieftainship of Ushashi.' He is further warned that unless he and his relatives stop causing trouble to the Chief they will be sent elsewhere. Majige makes another appeal in 1945 to the Governor from the Abamase of Sizaki. He states, 'The natives policy in our country is purely as that of Nazism to say that because as we have mentioned above, there is no single Musizaki who has right in our country government of Sizaki has been appointed *mwangwa*, not even a messenger, all work is being performed by Sukumas. We ask you from your Excellency that are these right things which the British government has done towards us? Being ruled and treated like slaves by other tribe?' He asks for a commission of inquiry appointed by the King's Imperial government and recognition of Sizaki boundaries that have been recognized 'since the almighty Creator, made all things on this earth before the Germans came to Africa.' Another letter in 1947 continues with an appeal to the League of Nations Charter.

The British seemed to like Ruhaga and based his legitimacy on the fact that he was popularly elected. The Musoma District book, 1916-1927 of states that, 'Sultan Ruhaga of Ushashi is able and is practically the only Sultan in Busegwe division with any self-respect. His opposite number across the border – Sultan Jacobo – is always making trouble. The chief complaint being that Ruhaga allows Jacob's people to settle in his area. Ruhaga is well liked and there is little trouble his area. He is the eighth of his line and is the descendant of Wasega of Massanza.'

159. TANU is the Tanganyika African National Union, the nationalist party that won independence from the British in 1961, led by Julius K. Nyerere, a Zanaki from the Mara Region, neighbors of the Sizaki and Ikizu.

160. See footnote #21 and #84 on the *orokoba*. Assuring the 'peace of the land' alludes to a concept important throughout the region in which the ancestors of the people who controlled the land would guard it and make it prosperous.

161. This is similar to the Ikizu story of Muriho driving out the bad spirits and replacing them with his own to guard the land. Here it is not told as an origin story and no timeframe is provided.

162. The translation of the proverb is a bit obscure but the author seems to be pointing out that Sizaki has been much more profoundly influenced by Sukuma than have the Ikizu. The conclusion was written by Mturi (Ikizu) rather than Songoro (Sizaki).

CHAPTER II

1. There are many different spellings in both English and Swahili for the Ishenyi people. I have chosen this spelling because it is closest to what it sounds like spoken. Issenye is used when it refers to the present-day village of Issenye or the District. I left the Swahili spellings as they originally appeared in Sattima's text.

2. Daniel Sattima is a pastor of the Mennonite Church in Musoma and is also a primary school teacher. He wrote this text at my request, since there was no written history available. In a letter written on 6 September 2001 Sattima says that he learned history in secondary school, The History of East Africa and the History of West Africa. He was amazed to learn that the history of the Ishenyi was not even mentioned in those courses and was inspired to find out about that history himself. In the course of his research he visited many Ishenyi elders, many of whom could not read or write. He began to write down their ideas so that the true story would not be lost. At other times he watched the traditional dance groups and recorded their music. He sent the cassettes to Radio Tanzania so that in being heard nationwide the History of the Ishenyi would be developed. However, unfortunately the leadership of Radio Tanzania wrote back saying that the recording had to be done in a studio in order to be of suitable quality for the radio. So they returned the tapes saying they had too much background noise. He writes further that this experience and others discouraged him in his goal of writing Ishenyi history. Some people told him that he could not write a book without any degree or even a diploma.

He continues, 'Nilipokutana na Jan Shetler akanieleza kwamba anafanya utafiti wa Historia ya makabila ya Mkoa wa Mara Kusini, yaani Waisenye, Waikizu, Wasizaki, Wanata, Waikoma na Wangoreme nikifurahi sana. Ndipo akaniomba nimwandikie Historia hiyo, Historia ya Waisenye. Nilimwandikia nikampelekea, mapema bila kusita kwani niliona kwamba ndoto zangu za muda mrefu sasa zimetimia, yaani ndoto za kuandika History ya kablia langu la Waishenye. Baada ya miaka mitano akaniletea maandishi yangu yale niliyompa pamoja na ya wengine kuhusu Historia ya Waisenye niweze kuyapitia na kuyafanyia marekebisho ili aweze kuchapa kitabu cha Historia ya Waisenye. Natumaini kitabu hiki kitakuwa baraka kwa watoto, wajukuu, vilembwe na vining'ina kwa vizazi vijavyo, jinsi Historia ya kabila lao la Waisenye ilivyokuwa. Nampongeza sana Jan Shetler kwa kazi nzito na ngumu alivyofanya ya kuandika hiki katika mazingira magumu ambayo makabila husika katika kitabu hiki yanaishi, mazingira yaliyojaa mbung'o wengi na mbu wengi. Hakika palipo na nia pana njia.'

Translation: So when I met Jan Shetler and she explained to me that she was doing research on the history of the tribes of South Mara, the Ishenyi, Ikizu, Sizaki, Nata, Ikoma and Ngoreme, I was very happy. She asked me to write the history of the Ishenyi and I did this and took it to her right away, without any hesitation because my lifelong dream of being able to write the history of my tribe was about to be fulfilled. Then after five years she sent me that writing that I had already done, together with the writings of others, for proofreading and corrections before it was printed as the History of the Ishenyi. I trust that this book will be a blessing for our children, grandchildren, great-grandchildren and all our descendents in the future, to read how the Ishenyi people lived. Many thanks to Jan Shetler for the enormous work that went into the writing of this book in the difficult environment in which these peoples described in this book live, an environment full of tsetse flies and mosquitoes. Certainly, where there is a will, there is a way.

3. Again, it is difficult to know how to translate words for lineage organization. The word literally means 'doors' but designates a particular lineage segment, descent group.

4. See the Nyiberekira story in chapter IV.

5. For background on the connections between Sonjo and the Mara Region see introduction.

6. In Bantu languages a man 'marries' in the active voice while a woman 'is married' in the passive voice.

7. The wrong must be erased in a cleansing ritual performed by particular elders or prophets. Pregnancy before circumcision is considered a serious offense throughout the region, even more so than pregnancy before marriage.

8. Since a woman goes to live at the homestead of her husband, usually in the homestead of his parents, the meaning of the wedding ceremony is saying goodbye to her natal family and going to join her marital family. In present-day weddings the bride appears sad and solemn throughout the ceremony. The price of bridewealth has fluctuated drastically over time. During colonial times bridewealth seems to have risen sharply to the point that only wealthy older men could marry and young men had to leave for migrant labor in order to earn enough for bridewealth. See Schmidt 1992 for an explanation from Zimbabwe on why this happened throughout Africa and Rwezaura 1985 on the Kuria in North Mara.

9. It is interesting that Sattima chooses to discuss infanticide under the heading of 'marriage' and to choose this topic over so many others in his short summary of Ishenyi tradition. Infanticide was one example used by the missionaries to illustrate the sinful condition of traditional life and the need for salvation in the church. As a pastor Sattima would have been exposed to this teaching. As a teacher he would have been taught to discourage traditional practices that contradict modern development.

The 25 May 1926 Musoma District Report states, 'it appears that infanticide is still being indulged in and natives were warned that if they wished to avoid punishment they should take twins etc to the missions and not throw them into the bush.' E.C. Baker, Administrative Officer in Charge, Musoma Sub-District, to Senior Commissioner, Mwanza, 1926-1929 Provincial Adminstration Monthly Reports, Musoma District, 215/P.C./1/7, TNA.

10. In most of these texts it is difficult to know whether the authors intend past, present or present continuous tense. They write about things from the past as if they were still fully practiced today and were always practiced in the past; the 'timeless traditional past' is invoked.

11. See descriptions of lion-killing and the rituals of the Agaso in the other texts, chapter I, Ikizu and Sizaki endnote #123. Again, one must ask why this was such an important ritual that it would be described in these traditional texts. The assumption that all young men would chase cattle thieves to return the stolen cattle to their owners, regardless of whose cattle were stolen, is still important today. Traditional tales may be a way to encourage the youth to continue this practice in spite of increasing individualism.

12. Compare with other month lists in the other texts.

13. I found out about this document from people in Issenye. James Ally Nyarobi helped me to contact Musoma Morigo Bosiri who lived in Bunda. He came to Issenye to show me the document and give his permission to have it published, 20 March 1996.

14. Again, an explicit connection is made between the study of history and development. It is also important to note the importance of going through party and government channels to certify this change in the name to Ishenyi and recording the true history of the people.

15. See introduction for ecological map of origin sites and explanation of Sonjo place names.

16. A common way of understanding relationships between present day descent groups is by reference to genealogies. Note that some of the branches of the genealogical tree have dropped out. Also note differences in genealogy between the two Ishenyi texts.

17. See introduction for age-set and generation-set names that are common across the region and the changes in age-set structure into the three territorial sections during the nineteenth century as a response to the period of disasters.

18. Compare with other explanations of the *nyangi* stages in other texts and introduction. The white and black tails are common symbol throughout the region.

19. Daniel Sattima in a letter dated 6 September 2001, states that this should be the Iriaga dance since it is the only traditional dance for women by themselves. The Umweno is shared by both men and women.

20. Compare to other customary laws in the texts and see introduction for a discussion of the creation of customary law during the colonial period.

21. *Inchagho* is any kind of a customary fine, usually collected by the generation-set.

22. Reference omitted.

23. Although the translation is correct, they are referring to men between the ages of eighteen and forty who are still members of the age-sets in power and acting as guardians of the land.

24. Note that many of the customary laws are those controlling marriage and women. See the introduction.

25. This is apparently a relatively recent practice, dating to the last forty years. I visited the site of Nyiberekira with Joseph Mashohi and Mossi Changana, arriving at a knoll with rocks called Bwinamoki, which is now within the borders of Serengeti National Park. The historical Nyiberekira settlement site within the park is different from Nyaberekera, a present village, a part of Issenye. In an interview with Joseph Mashohi, Nyiberekira, 16 February 1996 he said this about the offering at Nyiberekira: The Ishenyi go to Bwinamoki to make an offering to the prophet Shang'angi. They bring a white, male goat to kill and eat. Both men and women come. They pray, eat and then leave. In their prayer they say, 'we are another generation of your people, not those who killed you, so have mercy on us and help us.' In 1985 there was a huge drought in Issenye, all of the springs dried up there, even the good springs. So they consulted the diviner in Ngoreme to find out what they should do. He said that their leader, Shang'angi wanted them to come and make an offering at his grave; they had not done this for a long time and had forgotten him. It had been at least 20 years since anyone had been back to Nyiberekira, some agreed that it must have been in the 1940s when they last went. It was the Abasanduka or Abamaina who last went in the colonial period. Shang'angi was not a rainmaker so it is interesting that they should have gone there to pray for rain.

The day that I went with Joseph Mashohi and others to visit Nyaberekira, they did not take anything to greet him, no water, no tobacco. Neither did they say a prayer to him or in any way indicate that they were in the presence of Shang'angi's spirit (*erisambwa*). Mossi Changana, who also went on the trip to Nyiberekira, said that he talked to other elders after we returned from the trip who said that Bwinamoki, where we visisted that day, was not the place where the offerings are made. These elders said we were lucky that we had not gone to the actual place of the spirits or we never would have left there; the spirits would have been upset. They do not like people from other tribes going there and if you go you have to make offerings. Mossi said that no one can build a house where Shang'angi died because their foundation is wrecked in the morning and the water turns bad and all sorts of things happen. Shang'angi was of the clan Abarogoro and so they must go first or lead when they go to do the offerings but all of Ishenyi people go along. The Bene Okinyonyi are always closely associated with the Rogoro and so go right behind them. It seems certain that I was deliberately not taken to the place where Shang'angi's spirit is propitiated.

26. See introduction for connections to Sonjo. Note that this version claims that the Ikoma remained separate from the Sonjo while in Sonjo. This history is quite short and from only one Ikoma section. Sabuni Machota wrote in a letter dated 21 May 2001 from Issenye that the stories of the springs at Tonyo Sambu and Watage, the places where the most important Ikoma *emisambwa* spirits of the land are located, should have been included in this account. He also noted that the first Ikoma moved without the women and married women in their new homes from the people who already lived there. He added that women are the basis of the homestead and its reproduction. Therefore the Ikoma have great respect for women. See other Ikoma accounts in chapter IV.

27. Near to the present village of Robanda.

28. The Taturu, Tatoga or Ratoga are Southern Nilotic speaking pastoralists in the Mara Region, including the subgroups of the Rotigenga and the Isimajega. This history was recorded on video in Dadog by Jon Bender in August 1995. It was translated into Swahili and then into English. The audience was a large gathering of Tatoga who had come to record music and dance for the video. This is a very rough and free translation from the video.

29. See the literature on origins in Egypt or 'Misiri' and the various reasons for this assertion (Lonsdale 1977: 276-287; Distefano 1985).

30. See historical linguistic evidence on Tatoga herding lifestyle from the far past in introduction, see also Ehret 1971 and Ehret 1998.

31. See literature on the Barabaig and relations among various Tatoga sections (Klima 1970; Institute for Swahili Reseach, 1930; Tomikawa 1978; Wilson 1952; Wilson 1953).

32. The fact that the Tatoga do not give bridewealth has a potentially important impact on relations with their Bantu-speaking neighbors. Some Tatoga women married into neighboring Bantu families. Men would thus have been able to attain wives without bridewealth. On the other hand they may have had to work for their father-in-law according to Tatoga practice. Wealthy Tatoga men in turn could marry Bantu wives by paying bridewealth.

The Mwanza Provincial report states that there is a 'small nomadic community of Wataturu [Tatoga] some 600 strong in the south-west of the District. They have a reputation as rainmakers and so are treated favorably by the native authorities. They keep large herds of cattle and sheep, employ other natives to farm and build huts and kraals. They keep aloof and dislike contact with Europeans.' In regards to bridewealth the report states that they 'pay very large marriage dowries.' This allows them to get wives from Sukuma in Maswa and 'keep them under surveillance to prohibit them from visiting parents.' The Sultan of Ututwa did not allow local girls to marry them as a result. 'The Wataturu do not allow daughters to marry into other tribes.' Report on Mwanza District for the Year 1925. Senior Commissioner Mwanza District A.M.D. Turnbull, 26 January 1926, p. 7. Mwanza District Office files. 246/P.C. 1/17 1925-1926. Head: Provincial Administration. Sub-Head Annual Report, TNA.

Another colonial report states, 'The Watatiru are the chief cattle owners and their stock is of no use to them since they marry amongst themselves for one head though when they marry Wasukuma women they are in the habit of paying large dowries.' Monthly report for October 1926, 10 Nov 1926, from E.C. Baker, District Officer to Provincial Commissioner, Mwanza. 1926-29 Provincial Administration Monthly Reports, Musoma District, 215/P.C./1/7, TNA.

33. There are very few Christian converts among the Tatoga so it is interesting to find such a direct appeal to Christian theology.

34. These two clans are prophet clans among all Tatoga groups throughout East Africa and have authority when they travel between groups.

CHAPTER III

1. This text was typed from a handwritten notebook that Phillipo Haimati (now deceased), Iramba, gave to me on 14 September 1995. The second part comes from other papers that Philipo gave to me or that were loaned by a teacher in Mugumu, Alfonse Timira, but are Haimati's writing. Haimati served much of his career as a secretary-clerk and teacher at the Iramba Catholic mission. The notebook is the basis for a history that was mimeographed by the Iramba Mission under the guidance of Father C. Houle in a limited 1969 edition, 'Mila na Matendo ya Wangoreme.' The other papers seem to have been produced in 1990. Haimati was born in Kenyamonta, 1923. He went to school at the Nyegina Catholic Mission and became a teacher in 1943. He served as a court clerk from 1945-1947 and, after a brief time in Nairobi during the war, began working as a teacher again in 1948. He spent the rest of his career working in the parish office (1953-1980) until he retired. Haimati served as chairman of the independence party, TANU, for Ngoreme and Kiagata in 1959, secretary up to 1970 and chairman of *Ushirika la Pamoja*. He also served as the *balozi* or ten-household coordinator in Iramba from 1969 until retirement. Haimati is a Mwehindi of the Abatabori clan. His age-set group is the Abamase and generation-set Nyange of the Chuuma cycle. Interview with Philipo Haimati, Iramba, 16 September 1995.

2. When I asked Philipo how he came up with the calendar dates he said that he tried to estimate back. The stories told by the elders would not have included dating by chronological calendar time. This introduction does establish for the narration an empty land, waiting to be filled by the new people. The purpose of the oral text that follows is to establish rights to the land, not to fix the date.

3. Historical linguistic evidence demonstrates that East Nyanza Bantu-speaking peoples arrived in the Mara Region from the west, coming around the lake sometime after 100 AD and gradually spreading out into the interior by 400 AD. However, Haimati's story, as others in this collection, claim origins to the east, in Sonjo, rather than to the west. See the introduction for an explanation of this problem.

4. Note that the original Maare clan is now subsumed under the Taboori clan who were said to have come later than the Maare.

5. Oral traditions include many variations on this basic story of Ngoreme origins. Francis Sabayi Maro, from Masinki said that the Ngoreme came from the first man Nyakande who had three sons –

1. Regata who stayed behind in Sonjo, 2. Isabayaya who was the father of the Ngoreme, and 3. Mwikoma who was the father of the Ikoma. They came in a time of famine and drought, moving out to find food and grazing for their animals. They went first to Nyeberekera where the Kuria and the Gisuu split off. The Ikoma and the Ngoreme went on together to the mountain Manyala Mangwesi. From there the Ikoma moved south and the Ngoreme to Ikorongo where there was good rain and soil for farming. They divided into Saai and Chuuma generation-sets at Mangwesi. He claims that the Sonjo also have generation-sets like this, take the titles known as *nyangi* and have other similar cultural practices like the age-sets (Bongirate etc.), in spite of looking a lot like Maasai now. Interview with Francis Sabayi Maro, Masinki, 6 October 1995.

Bhoke Wambura claimed that the Ngoreme came from Sonjo with the Ikoma. The three brothers were Regata (Sonjo), Ikoma the hunter and Ngoreme the farmer. The farmer refused to carry the meat of his brother anymore and moved away. The Ishenyi and Nata are just part of Ikoma, while the Kuria were there at Ikorongo, and are really the same people too. The first Ngoreme came to Mangwesi – Isabayaya and Wandila. They came to Geita Samu which is near Ikorongo, a high rock near Mugumu, where there is a school now called Geita Samu. Interview with Bhoke Wambura, Maburi, 7 October 1995.

Nsaho Maro from Kenyana explained that the Ngoreme came from Tinaga to Regata Sonjo. Others of them went on to become the Gusii, the Kuria in North Mara, the Ikoma, the Ishenyi, the Nata, the Ikizu, and the Zanaki. They separated at Mangwesi Manyare. Nsaho claims that there are just four kinds of people in Mara, the Sonjo people, the Luo, the Jita, and the Taturu. The Ngoreme separated from the Ikoma at Nyiramba. The name Ngoreme comes from the Rogoreme River. The Ngoreme first settled at Ikorongo. As more people were born they separated into clans – the Watabori (first to enter), the Gisero (people of the leopard), the Timbaru (people of the zebra) and the Iregi (people of cattle). Interview with Nsaho Maro, Kenyana, September 1995.

Isaya Charo Wambura also stated that the Ngoreme have origins in Sonjo as the three sons of Manyara, all of whom lived at Mangwesi: Makuru's people became Ikoma, Nata and Ishenyi at the Ikoma tree. Isabayaya's people at Ring'wani became the Ngoreme and Manyera's people became the Kuria. Interview with Isaya Charo Wambura, Buchanchari, September 1995.

In an interview, Phillipo Haimati said that the *Ebegoyo* or Mbilikimo, the short people, were here before the Ngoreme came but that the Taturu came much later, in the time of the Mairabe (1870s-1880s). Interview with Phillipo Haimati, Iramba, 15 September 1995.

Elfaresti Wambura Nyetonge claimed that Isabayaya came from Regata and that his two sons were Mwikoma and Mongoreme. He moved to Mangwesi where they separated, the Ngoreme to Ikorongo and then Itununu and then to Kemotimo near to the present Kenyana. The Ikoma went off hunting. The Hindi and Bugasa were the first to come and stayed at Ikorongo. The Iregi came to Kemotimo along with Gosi and Timbaru. The Mare are the founding clan of Ngoreme. Interview with Elfaresti Wambura Nyetonge, Kemgesi, 20 September 1995.

In contrast to the Sonjo story, Elia Masiyana Mchanake stated that the Ngoreme came from Kenya Gosi (to the northeast near the lake), Nyanyahume, to Manyere Mangwesi, where they lived with the Ikoma as brothers. Interview with Elia Masiyana Mchanake, Borenga, 21 September 1995. Charwe Matiti also began with origins in Kuria, from Kenya Simbe to Manyare Mangwesi where they lived with the Ikoma to Ikorongo Ngoreme to Magini mu Mwamu (Maji Moto) where they separated. The Hemba from Zanaki were also there. On the second telling of the story he claimed that they went from Simbe to Sonjo and then to Mangwesi Manyara. Interview with Charwe Matiti, Nyeboko, 22 September 1995.

6. The Ngoreme are obviously a heterogenous people and here Phillip tries to make sense of that through descent groups and origins. These Kuria clan names also appear among other peoples in the region. Compare these clan names with other texts in the collection.

7. See Introduction for clan avoidances or taboos. E.C. Baker, former Musoma District Commissioner, collected lists of clans, avoidances and origin places.

8. These names come from a praise shout of one Ngoreme clan. See chapter IV for another version of this.

9. See the oral traditions in chapter IV, Silas King'are Magori uses the same saying to construct the Ngoreme origin story.

10. Compare with the Ikoma version of their origins. Note that both claim to have come from Sonjo. Differentiation by occupation – farmers, herders, hunters – is commonly used in oral tradition as a device for explaining how people of common origins disperse and differentiate but maintain a sense of underlying unity. Also compare the assertion of unity between Ikoma and Ngoreme to that of the Ikizu and Sizaki case. Others might disagree both with the unity and the means for asserting that unity – here the unity is asserted on the basis of common Ngoreme and Ikoma ancestors.

11. Note connections with Ikizu and compare to clan names listed in that text, chapter I. In this story the name 'Bwiro' refers to a clan rather than to people who are not blacksmiths, as in the Ikizu story. The time frame on this is not specified, however. Some Ikizu traditions indicate that they went to Ngoreme rather late in the nineteenth century.

12. Chuuma and Saai are generation-set divisions, see Introduction for an explanation. In Ngoreme each area of the land, or territory, is designated as either Chuuma or Saai and each clan is either Chuuma or Saai, whereas among other peoples in the region each clan is purposefully divided among both Chuuma and Saai. Each people shows some innovation on the use of generation and age-sets, with Ngoreme exhibiting perhaps the most divergence from the pattern, or perhaps the most similarity to the Kuria to the north.

13. See oral tradition of Maasai origins in chapter IV.

14. Phillip Haimate worked for the Catholic Church in Iramba most of his adult life, see endnote #1. He gave me many papers in which he compared Ngoreme and Catholic religious traditions.

15. In Ngoreme Saai and Chuuma refer to geographical areas. The other names are the same as age-set territory names among other groups, Ikoma, Nata, etc. See Chapter 1 for an explanation of age and generation-sets.

16. See introduction on fortified settlements and the era of disasters. Elfaresti Wambura Nyetonge claims that fortified settlements, or *obugo*, were built with the homesteads inside. They began to build them in the time of the Chuuma (1850-1870) during the Maasai wars. Each clan had its own *obugo* but built close together. The people went out of the settlement to farm, with the youth going ahead with weapons, beating the drum. The *obugo* had a front gate that could be guarded and a back door for escape. The walls were 8-10 feet tall with holes to look out and shoot through. The Maasai wars lasted through the generations of the Chuuma, Mairabe and Gini (1850-1915). Interview with Elfaresti Wambura Nyetonge, Kemgesi, 20 September 1995.

17. This is an interesting interpretation of leadership and authority considering that the soldiers were young men without authority to make decision, carrying out the word of the elders. It certainly reflects the insecure times of the late nineteenth century and the need for communal protection to the extent that the young men could take cattle any time they wanted. See Chaper 1 on the age of disasters.

18. This is a reference to the ritual division of meat by gender and generation common throughout the region. The elders always eat the back meat as a symbol of their authority.

19. This pattern of successive rule in each age or generation-set territory was followed in Nata and Ikoma also. The ruling group took responsibility, often ritual, for defense but everyone went to fight when there was a cattle raid.

20. One might speculate that this 'customary law' had to be enforced with increasing frequency during the colonial era as young people went to work in the cities or as migratory labor. These texts reinforce the authority of elders over juniors. See introduction for more on this.

21. Although the Ngoreme 'army' was not equivalent to a standing European army, Haimati makes the point in a post-colonial context that the Ngoreme traditionally had an army just like the Europeans.

22. The *Omuchama* is often refered to in Ngoreme as a dream prophet, or an *Omoroti*, from the verb 'to dream.' Mwita Magige stated that the *Omoroti* was the traditional leader with the *Omugambi*, 'the speaker' as this mouthpiece and second in command. The *Omoroti* may also be the *Mukina*, or the speaker at meetings. Interview, Mwita Magige, Mosongo, 9 September 1995. Reterenge Nyigena said that the *Omoroti* gets his power from the *egitana* or *orokoba*, a medicine bundle, the *Omuchama*, too, must have a medicine bundle for power. Interview with Reterenge Nyigena, Maji Moto, 23 September 1995. Maro Mchari Maricha, who is himself a rainmaker, says that the job of the *Omuchama* is to spread the *omosano*, the rain medicine, around under the direction of the *Omogimbe* or the rainmaker. There are also *Abachama* of the land who carry out ritual of the protection medicine for the land, the *orokoba*. The *Abachama* in this sense are the ones to carry out the ritual rather than to control it. In Nata and Ikizu the *Abachama* are the members of

the age-set who carry out the orders of the elders. Interview with Maro Mchari Maricha, Maji Moto, 28 September 1995. Paulo Maitari Nyigana confirms that the Abachama carry out the orders of the rainmaker or the prophet but do not have those powers themselves. They are however, highly respected leaders who must be able to keep the secrets of the medicines. Interview with Paulo Maitari Nyigana, Maji Moto, 29 September 1995. Also confirmed in Interview with Isaya Charo Wambura, Buchanchari, 22 September 1995 who discussed the ritual restrictions applied to the *omuchama* and his wife.

23. Meaning to commit adultery with her.

24. Traditionally beer straws were made from long hollow reeds. Today they often use i.v. tubes from the hospital. With the advent of 'clubs' where one buys beer the elder have no control over when the youth begin to drink.

25. This was a common custom in the region, as noted in other texts. Note that the Ishenyi text says that the children who were to be killed for a breech of taboo might be sent to Ngoreme.

26. The following pages were 1990 additions to the handwritten book that Phillipo Haimati gave to the editor. See endnote #1.

27. Compare other texts for protection medicine, Ikizu and Sizaki, also referred to as *orokoba*. See introduction for more on protection medicines.

28. In the fields that have already been harvested these weeds come up. It is a time of temporary rest after the harvest activities.

29. White is considered a bad color because it symbolizes parched, dried earth. Black is a good color, the color of dark earth after a rain and rain clouds.

30. *Mchezo* and *ngoma* in Swahili are words used interchangeably for music, dance and instruments. Haimati emphasizes that these are dances for both men and women together. This would suggest that most dances did not include both men and women together.

31. Cattle raiding was a huge problem during the colonial era and continuing in the post-colonial period. It seems to have been stopped by 2000 through a concerted government campaign of disarmament and giving authority back to local communities. Cattle was raided and smuggled across the Kenya border. The colonial records are full of all kinds of attempts to stop the raiding. The colonial officers were at times totally exasperated with the Musoma District and declared in ungovernable on account of the cattle raiding.

Charwe Matiti claimed that Ngoreme do not raid. The Gisegiso were the first ones to start raids from Ngoreme, they were friends with Timbaru, Kuria when he was a young man (now about 85 years old). The colonial chiefs colluded with and profited from the raiders. Interview with Charwe Matiti, Nyeboko, 22 September 1995.

Others confirmed that those who started cattle raiding in Ngoreme were the Gamunyere age-set of the Gisegeso, who were friends with the Kuria. Interview with Maro Mugendi and Maria Maseke, Busawe, 22 September 1995.

32. This section is fascinating because it points out that at the root of cattle raiding is a tension between generations. During the colonial era the elders raised the price of bridewealth in order to get control of the wealth that young men were generating in wage labor. At the same time many young men were unable to marry under these conditions and turned to cattle raiding to get their bridewealth. See Schmidt 1992 on bridewealth inflation and in the Mara Region Rwezaura 1985. Bridewealth inflation was common in many parts of Africa especially in the 1930s.

In an interview Phillipo Haimati stated that bridewealth went from 2-3 cows at the time of his grandfather to 20-26 cows at the time of his father to 40 cows during his own time and recently dropped back to 3-10 cows. In the past people used to give hoes and *sesera* (bracelets of iron) for bridewealth. Interview with Phillipo Haimati, Iramba, 15 September 1995.

In an interview, Charwe Matiti, Nyeboko, 22 September 1995 (a man of about 85 years old) confirmed that his father had 6 wives and only 1 cow. That generation paid 5-10 cows in bridewealth while in his generation it went up to 40 cows, and has now gone back to 5-10 cows. In the past men married with a bridewealth of food or skins (either wild or cattle).

A letter from District Commissioner E.C. Baker, Musoma, 15 February 1928, to the Provincial Commissioner, Mwanza (Native Administration. Musoma District, Mwanza Province, 1928, Secretariat Files 11891, TNA), states that only the chiefs can stop cattle raiding and and they will not. In 1926 the subtribes approved of a 3 head of cattle reduction of marriage 'dowry' but it had lapsed and was unenforceable since the bride's family would send over additional livestock by night. Baker called for a Marriage Register and listed the reasons for reducing bridewealth as follows:

1. Both men and girls will be married off when circumcised (puberty) instead of girls taking lovers and forming ties which prevent them from settling down amicably with their husbands.

2. Parents will have no incentive to entice their daughters away from their husbands in order that they may marry them off to richer men.

3. The incentive to thieving is removed.

The new bridewealth limits were listed as follows:

Chiefs – 15 cattle

Subchiefs – 8 cattle

Wanangwa (Headmen) – 6 cattle

Proletariat – 4 cattle.

The Chiefs objected, saying that 'husband and wife will collude to entice the chief to get cattle.'

Another colonial report demonstrating colonial sterotypes about Mara people and stock theft, particularly in Ngoreme states, 'Many of these tribes still retain warlike characteristics and some sections have been marked for their unruly and rather lawless attitude, in which respects the Wangruimi [Ngoreme] are particularly noticeable. Stock thefts amounting virtually to a tribal custom are frequent. Warnings are not heeded. (Report on Mwanza District for the Year 1925. Senior Commissioner Mwanza District A.M.D. Turnbull, 26 Jan. 1926. p. 6. Mwanza District Office files. 246/P.C. 1/17 1925-26. Head: Provincial Administration. Sub-Head Annual Report, TNA).

33. Many of the South Mara groups, Ngoreme, Ikoma, Nata, etc. claim that they are not cattle raiders themselves but only raid to protect themselves against the Kuria and the Maasai. Here Haimati puts the Ngoreme on the high moral ground in relation to the Kuria. If the letter was really intended for a Kuria audience as well one would assume that they would take offense at this. I do not know how widely Haimate diseminated this letter.

34. This text was given to me by David Maganya Masama, Kemgesi, as handwritten copy from Mwalimu Mambi in Mugumu. I did not use the entire text that also includes much from the colonial period. Much of it turned out to be the same as the Ngoreme History from Apolinari Maro Makore, Mesaga, which I received on 29 September 1995 with the first section missing, starting with heading number two, no date, no title or author on manuscript itself. This text includes the introduction and other missing pages that were not in Apolinari's document. I am not sure of authorship on either of these documents.

35. This self-conscious philosophy of history gives us some idea of how educated Tanzanians put together the history they learned at home and the history written in books that they learned at school.

36. Once again, history is connected with building moral character to make human progress in the present.

37. Here the author has combined school textbook learning and oral tradition.

38. *Saiga* are the territorial age-sets which seem to have become widespread regionally in the mid to late-nineteenth century in response to Maasai raids and famine. See introduction.

39. These three territorial age-set names were used in Ikoma, Nata and Ishenyi at the same time. See introduction and discussion of the same in the other texts.

40. Saai and Chuuma are the generation sets also known throughout the region. The combination of age and generation-sets takes a unique form in Ngoreme.

41. Here the author tries to explain the relationship between age-sets, generation-sets and descent-based groups. This is a challenge because the forms seem to have changed in different times and places.

42. The Swahili text literally reads 'one generation' but he means the full cycle of Saai or Chuuma which goes through four generations of fathers and sons, so when the great grandfathers are about to die, the fourth generation, the new generation is born and the cycle begins again.

43. See introduction on words for descent-based groups. The clan names are found regionwide while the lineage groups are named locally after particular ancestors.

44. A state of constant tribal warfare was an assumption of the colonial government and perhaps transmitted through education to the elite. Warfare was common in the wake of the nineteenth century upheavals throughout the region but we have no reason to believe that people have always lived like this. Notice that he begins with the language of 'tribal' warfare but goes on to show that the prejudice was between clans, within one 'tribe' but which also crossed tribal boundaries. The word 'tribe' may be anachronistic in this case. For a discussion of mock-battles among age-sets see Kurimoto and Simonse 1998:3. The nineteenth century histories of conflict over resources, particularly cattle, do demonstrate that the Ngoreme fought amongst themselves as often as they fought against the Maasai (see introduction).

45. Here the author indicates a significant break in time, according to regional dating the Rumarancha would have been active beginning around 1892 when the disasters were at a peak. The Rumarancha may have resorted to lethal weapons because of the intensity of resource competition.

46. This passage illustrates the very particular and local quality of these histories. They are obviously aimed at an audience that knows and inhabits these places.

47. *Bwana* is the Swahili word for lord or master and was used in reference to the colonial officers.

48. Some oral histories seem to indicate that the *Amamboi* were slave traders and Arabs or at least Swahili traders. Ngoreme was one of the few places in the region that seems to have direct contact with the slave trade (Wakefield 1870:303-339; Wakefield 1882:742-747).

Judge Frederick Mochogu Munyera from Maji Moto explained that his grandfather (Machogu) was taken by the Arabs but refused to cross the Mara River and was killed there. The Arabs brought cloth and metal. Interview with Judge Frederick Mochogu Munyera, Maji Moto, 28 September 1995.

Mwita Maro of Maji Moto claimed that the Arabs bought peanuts as well as slaves to use as porters in Ngoreme. Many died along the way as porters or just never came back. He referred to the Germans as *Amasumba*, people who come as friends and then change to rulers. They traded beads and iron ornaments for ivory that the Ngoreme got from the Ndorobo hunters. The age-set of the Monyasandeko (those of the boxes) were named that because they were forced to carry the German loads when they passed through in 1916. The 1915 age-set group was called *Wanoti* (paper money) from the introduction of German money that year. Interview with Mwita Maro, Maji Moto, 29 September 1995.

Kitang'ita Robi referred to the Arabs as the *Amasumba*, who made friends in Ngoreme. They traded beads for slaves. The Borumarancha age-set (c. 1890s) lost people as slaves. This date indicates that slavery was a result of the famine in the early 1890s that sent many Ngoreme people to Ukerewe on the lake for refuge. By that time the slave trade was illegal so they were presumably being taken for an African market. Interview with Kitang'ita Robi, Busawe, 22 September 1995.

Others indicated that interaction with Arabs was part of the German occupation when Arabs established shops in Ngoreme. Interview with Francis Sabayi Maro, Masinki, 6 October 1995 and Interview with Masosota Igonga, Ring'wani, 6 October 1995.

Phillipo Haimati claimed that the Arabs sold iron hoes and beads in exchange for slaves during the Mairabe generation (1870s-1880s). Interview with Phillipo Haimati, Iramba, 15 September 1995.

49. The Germans conducted all of their administration in Swahili, largely relying on Muslim clerks or *akidas*. See Iliffe 1979, for the background on German rule.

50. This is not Swahili but resembles the sounds of local language.

51. The original document continues with the colonial history of chiefs in each of the areas of Ngoreme.

52. Received from Apolinari Maro Makore, Mesaga, 29 September 1995, handwritten manuscript. The first section must be missing because it starts with number 2, no date, title or author on manuscript itself. It seems likely that this manucript was written by Mwalimu Mambi. It resembles the one that he gave me at a different time, see previous text. At the end of this manuscript Makore is listed as an informant, rather than the author. Authorship of both these manuscripts is unclear.

53. Although this section is in the style of a modern geography textbook it is interesting to note that in oral tradition the recitation of boundaries in the cardinal directions is important.

54. Again, the link is made to development and Iramba is singled out as the 'most developed.' Note that development is defined in terms of the institutions or buildings in the community – mission, schools, clinics etc.

55. Note the different treatment of mountains here and in the Ikizu text where the mountains are mentioned in relation to their spiritual significance. Perhaps that is the underlying subtext in this treatment as well.

56. Here the author includes the spiritual geography of these rivers but in a tone of modernity, that 'some people' believe this. As noted in the Ikizu text a particular descent group is always associated with these sacred places. Majimoto means 'hot springs' in Swahili.

57. Many oral traditions describe what will happen if you disturb the spirits in the spring and stories of people who have done so. A Kombo lineage member said that the *emisambwa* of Kombo include, Boroko (same as Maji Moto), Nyekwiancha, and Maji Moto. When they propitiate the spirits they take a goat to slaughter and eat there as well as milk, honey, flour and tobacco. They

visit the site to ask for fertility, if the cows are sick, or for rain. The spirits are people under the water, whole villages with men and women and children. Often one hears a child crying there. Mud is taken from the spring, which the elders then use to bless (*kumusa*) cattle, women, children, and everyone. Water from the spring can heal if the day is right and spirits are happy. The water is also used in the pots of the rainmaker. There are two springs, one male and one female. The male spring is more dangerous and you will not find it. People wash and bath at the female spring. The Europeans who explored there all died after they went home and their machinery was swallowed up into the ground. The machines that drilled rock soon brought up blood. Interview with Maro Mchari Maricha, Maji Moto, 28 September 1995. Maro is one of the three black tail *nyangi* left in Ngoreme and the rainmaker of the Kombo, he appeared to be quite elderly (was herding cattle when the Germans left during the war).

58. The tall grass and short grass areas are crucial to the Serengeti-Mara ecosystem and the migration of the wildebeest herds (Sinclair and Norton-Griffiths 1979).

59. This soil classification presumably follows a textbook account. Nata classification of soil types includes *ekebuse* (sandy upland soils) and *eseghero* (clay bottom land soils). The best soil is a mixture of both, found on the low elevation rises. In the past farmers had to work up the clay *eseghero* soil in the dry season to get it ready before the rains. This practice, called *kuharaga,* has fallen out of use since the arrival of the ox-plow. If the year is good, *eseghero* soils are incredibly productive. Nevertheless, they either get too hard in a dry year or too swampy in a wet year to produce a reliable crop. Farmers seek out the *ekebuse* sandy loam soils for their consistency. Interview with Nyamaganda Magoto, Nyawagamba Magoto, Mahiti Gamba, Bugerera, 1995 (Nata).

60. For other origin versions see notes to the Haimati account of Ngoreme origins.

61. The reference to the Sonjo as Maasai people reflects the fact that according to outward appearances the Sonjo resemble the Maasai. However, they have very different historical, linguistic and cultural roots. The Sonjo also do not call themselves 'Sonjo.' This is a colonial name applied to them in reference to the Sonjo bean grown in the area. They call themselves the Batemi.

62. Maleu used by the Maasai to refer to the Ikoma. Interview with Machota Nyatitu, Morotonga, 28 May 1995.

63. A strong case is made here for patrilineal inheritance and lineage. This is in contrast to the Ikizu story that claims matrilineal inheritance. Nata informants indicate a change in inheritance from matrilineal to patrilineal in the recent past. Interview with Nyawagamba Magoto, Mbiso, 25 November 1995.

64. If the time of Mongoreme was at the time of Maasai raids that would put it in the mid to late nineteenth century.

65. See introduction for protection against Maasai raiding and the larger East African context.

66. The sister of Mogusuhi establishes a relationship with the Gusii people of western Kenya. The languages and culture are closely related. See endnote #2 in the Ikizu text on relationship to the Gusii.

67. *Hamate* are descent-based groups, usually associated with a particular territory. See explanation of descent based terms in introduction.

68. See introduction for a discussion on the origins of Chuuma and Saai.

69. In order to have a 'tribe' with unitary origins this author claims that of all the clans were founded by children of one father. Note that Haimati's account has the clans arriving at different times from different directions with different lineages.

70. Compare to the elaboration of this same praise poem by Silas King'are Magori in chapter IV.

71. The youth are initiated as a group but the feasts often go on in each individual homestead.

72. See introduction for the larger context on the famines of the late nineteenth century. I heard many stories about parents marrying off daughters for a bridewealth of food during times of famine.

73. This may be connected to a common Mara custom that someone who kills in battle must be purified before they rejoin the community.

74. If a man is sterile it is tactily assumed that the woman will discretely get pregnant with a lover and the child will still legitimately be the child of her husband. Interview with Rugatiri Mekacha, Dar es Salaam, 24 May 1996. In this text men and women have the same grounds for divorce otherwise.

It is interesting to compare customary law on divorce in this text with the colonial understandings and codification of customary law. Divorce was a contentious issue during colonial times. In the archival sources colonial officers state how easily people divorce and how women often ran off and left their husbands. The colonial officers were disturbed with the fragility of marriage and tried to enforce stricter marriage laws. The Musoma District Commissioner stated in 1928 that 'the Bakuria (Kuria) prize legitimacy but little and until quite recently no damages were ever awarded for adultry.' Letter from District Commissioner E.C. Baker, Musoma, 15 February. 1928 to the Provincial Commissioner Mwanza. Native Administration. Musoma District, Mwanza Province, 1928, Secretariat Files 11891, TNA.

The District files are full of divorce cases in the courts. For example the court of chiefs met to agree upon customary law in 1927 (14 May 1927, April Monthly Report, all of the following excerpts from monthly reports to be found under 1926-1929 Provincial Adminstration Montly Reports Musoma District, 215/P.C./1/7, TNA) and issued the following rules:

1) in divorce the father to have custody of children and dowry repaid. The old custom, of children to follow mother if dowry is repaid in full, plus one bull for each male child and one cow for each female child, to cease.
2) the old custom permitting woman marrying or inheriting women as wives to cease.
3) the custom known as 'nyumba ya maji' (an arrangement providing for illicit sexual intercourse with unmarried girls with consent and connivance of the father) to cease.
4) growing habit of circumcising at 7-8 years to be prohibited and old custom of not before puberty or 12 years to be followed. Father and circumciser held responsible for breeches.
5) damages for adultry set – differs if wife of chief or subchief or mwanangwa and for themselves.
6) death travelling, return property to the chief and bury body
7) if unmarried girl pregnant before circumcision not be expelled from home – custom of exiled and never to see home again or parents for life shall cease.
8) must salute superiors
9) manufacture of pombe [beer] in Ikoma and Suba divisions temporarily prohbited, scarcity of food
10) gambling prohibited
11) road clearance 12' from road
12) head male report deaths to chief
13) head male surviving relative report births to chief
14) forbidden to burn before date set by chief
15) following customs of dowry remain in force:
    - Ikizu, Zanaki, Shashi [Sizaki] – divorce brought by wife without good cause – 2 x amount repaid to husband.
    - if good cause same amount repaid.
    - Ikoma, similar only when goats (not cattle) are repayable as dowry.
    - applicable only when both husband and wife are same tribe, other cases only original amount repayable.

The Monthly report for August 1927, dated 13 September 1927 states that 'a number of men in the Ikoma Division, although agreeing to divorce, refused to accept repayment of dowry with the object as it has been previously explained of retaining their claim to the woman and any children she may bear subsequently, thereby making it difficult for her to remarry... In such cases the dowry is to be paid to the Native Court and deposited by with a Caretaker who is paid one goat a month out of dowry until it is exhausted or delivery of the remaining balance accepted by the person entitled thereto is being acted upon.'

In the Monthly report for February 1928, dated 10 March 1928, E.C. Baker stated, 'divorce is more frequent than with most native tribes and the women have the men completely under their thumbs. ... men's own fault because it is custom for a man who has a difference of opinion with his wife to tell her to go and search for someone who is willing to take her over and pay the brideprice to the first husband. Thus the woman goes about from one man to another often for a number of years until the case comes to court and the man with whom she happens to be living with at the time is made to pay the dowry.

- in my opinion if a woman is made to live with her husband against her will she may endure a certain amount of hardship but if on the other hand she is allowed to return dowry at will no sound marriage system will ever build up.
- the essentials for such a system are 1. that no woman can leave her husband until dowry is returned and 2. that anyone who admits a married woman to his hut should be liable to damages even though adultry is not proved.

- unfortunately the present system is so ingrained that it is of no use the chiefs promulating an order that a woman must remain with her husband until dowry is returned since no one would follow it.
- the elaborate ceremonial of a girl's first marriage is merely a rite of passage and it is not performed at subsequent marriages. The parents consider that once a girl is married off and they have received the bride price their responsibility is at an end and they never return the dowry themselves unless the woman returns home after leaving her husband which is rarely the case since every woman has one or more lovers.
- at last annual baraza decided children remain with husband. The chiefs seem to have imperfectly understood the result of such a decision and now regret it.
- it is the custom of Wangruimi [Ngoreme] and Waikoma [Ikoma] that in case of divorce the woman retains custody of the children if dowry returned plus heifer for each girl and bull for boy.
- this is probably a survival of the clan system and in no way repugnant to morality. The Waikoma feel that the trust of the children being invested in the father is a legitimate grievance and the matter will be discussed in the annual baraza with a view to the reestablishment of the ancient custom where necessary.
- this custom will die a natural death as it has in Bukuria [Kuria] even within the memory of the writer where it was found that when the children grew up they naturally returned to their father and so the maternal custody of the children could not be enforced.

The Monthly report for September 1928 to 10 October 1928 states, 'the Waikoma Waisenye and Wanata are very reluctant to receive back dowry if they have a difference with their wives, preferring to leave them to roam the country and claiming any children which may be born whilst they are so doing. Though it is undesirable that divorce should be made too easy this practice of forcing the woman to become a prostitute is repugnant to humanity and the disputes over resultant children lead to trouble. The orders of the baraza must be obeyed there it is ordered that the dowry be returned. It has been the practice in the past for the dowry which the husband refuses to receive to be put out to herd and the herdsman to be paid one goat per month which is subtracted from the dowry until such time as the husband consents to take it back. The Waikoma group have not banded together and refused to herd such dowry and the only alternative is for the chief to sell the dowry by auction and to deposit the amount realized in the Native Treasuries until the husband comes forward to receive it.'

For month of October 1928, dated 16 November 1928, by E.C. Baker, in regards to the Ngoreme states, 'in view of the adultery prevalent in Ngruimi (the natives admit that they one and all practice it) the elders requested that in such cases the adulterer be fined two head of cattle and the family of the adulteress two head likewise – this may sound harsh to European ears but the general connivance of parents at the promiscuous relations of their children and their habit of taking their daughters away from their husbands and marrying them to another man when any material advantage accrues to them by so doing, render such a regulation imperative. Further, a father refused to accept any responsibility for his daughter's actions once he has received dowry for her and in the event of her leaving her husband, the latter is unable to obtain his dowry from the parents but must pursue the lover in order to get compensation. The elders agreed to rescind the old custom whereby such cattle were eaten by them and decided that the value of the beasts should go to swell the Native Court fund.'

For the Month of November 1928 to 5 December 1928, the report states, 'at meetings of Waisenye [Ishenyi], Wanata [Nata] and Waikoma [Ikoma] the elders agreed that in the case of a woman leaving her husband without cause he can claim the return of dowry from her parents without waiting until she is married to another man. Parents have far greater control over women then their husbands, the present appalling number of separations, which come about purely owing to the fickleness of the woman should be considerably reduced.

75. After the harvest, usually in the months of August and September.

76. The German schools in the region were at Shirati and Nyabange. The Seventh Day Adventists also had a school during the German period at Ikizu. The Germans encouraged the Chiefs to send their sons to the school but they often refused and sent slave or adopted children. Of course those who succeeded in school became the next Chiefs or clerks because of their education. The German schools were conducted in Swahili.

77. Note that the text is probably written by a teacher. These early teachers are still remembered with much respect and honored as pioneers in the community.

78. Mwenge Elizabeth Magoto tells of being one of the first girls in the area to go to school. Her father, a Nata patriarch, Magoto Mossi Magoto, sent her to a Seventh Day Adventist School in Sukuma. She returned after a few years. Interview with Mwenge Elizabeth Magoto, Mbiso, 6 May 1995.

79. This is one case in which the Swahili translation obscures the distinction between witches and sorcerers who were antisocial beings and diviners, and healers and prophets, who were consulted for the social good. In accordance with his mission or colonial education the author condemns all of them equally. Diviners or prophets in this region often practiced *kupiga ramli,* or fortune telling, by throwing bones or stones and interpreting the pattern of its fall.

80. He is probably referring to the job of the age-set in power to carry out orders of the elders.

81. Healers or prophets outside of the community were often considered more efficacious than local healers, which would explain why the youth needed to go out to find them. They are also looking for a variety of opinions before deciding what to do.

82. When I lived at Nyabange, Musoma District, from 1985 to 1991 there was an outbreak of theft that the government seemed unable to control. Citizens finally took it in their own hands and when a thief was caught they would dump gasoline on him and set him on fire.

83. When a woman marries she joins the lineage-group of her husband and leaves her natal lineage. Women as sisters have much more power in descent group politics then they do as wives.

84. Levirate marriage of widows is common throughout this region (Kirwen 1979).

85. The *omosimbe* was a woman who did not marry but inherited her father's property and carried on his lineage, having children by a lover who belonged to her father's lineage. She was treated like a man in many ways, ran her own homestead and often kept a male 'wife' (Shetler 1998: 92-100).

86. Illegitimacy has a different meaning than in the west. This means that the mother had a child before she was married. That child would be considered the property of her lineage and specifically of her father or her brother. After she marries any children born to her, whatever their biological paternity, are the legitimate children of her husband.

87. This must be a colonial regulation.

88. This person is polluted as the result of his liminal state during circumcision.

89. 'To walk around' means being with men, courtship and having sex.

90. *Rafiki wa amini,* like blood brotherhood, was sealed with a ritual and taken very seriously.

91. Millet and sorghum are traditional crops. Corn, rice, cassava and peanuts were introduced during the colonial period or just before, sweet potatoes and sesame are traditional regional foods also. Most elderly people still prefer millet or sorghum ugali to corn or cassava. Cassava is good as a famine crop. Colonial reports show that the Ikoma in particular were resistant to the introduction of cassava. A. Sillery, Acting D. O., Musoma District, to P.C. Lake Province, 22 February 1934, Native Authorities, Musoma District, 1934, Lake Province Files, 215/1027, TNA.

92. This contradicts the normal assumption that you trade with people who produce something different. Oral interviews suggest that most of this trade was carried on as famine relief during the disasters of the late nineteenth century. See introduction.

93. There are many stories in Ngoreme about gold mining. Philemon Mbota said that you must share the first wealth from gold with others or you will go crazy. They used to find out where to dig for the gold by doing certain ceremonies with the Diviner (*Mpiga Ramli*) including the use of a child's blood. The Diviner would then dream where it would be found by certain signs along the way, like a snake in the path. Gold is said to sprout up like mushrooms, one day in one place and the next in another. So you must find out where it is sprouting today. Mining is bad work and those who do it are disreputable because their wealth does not build up a homestead. It is rather squandered on vice and brings ruin to the individual. Interview with Philemon Mbota, Nyerero, 17 October 1995.

94. See oral traditions on Nguku origins and the Maasai in chapter IV under Ngoreme traditions.

95. The author does not indicate why he dates this to the eighteenth century. See introduction for a discussion of chronology during the famines.

96. The fact that these battles all took place at night demonstrates that they were primarily cattle raids, rather than wars or battles as such. The Maasai raided in order to get cattle.

97. The Hehe are from southern Tanzania.

98. Tanzania fought in Uganda to drive out Idi Amin.

99. The reason that contraband is associated with these government efforts is that many of the cattle were taken across the border and sold in Kenya.

100. The next section in the manuscript is entitled – REJEA KIAMBATISHO NO. 4 AMBAYO NI KALENDA ILIYOTELEWA NA KANISA LA KIKATOLIKI WILAYANI SERENGETI KUONYESHA WATU WALIOUWANA KATIKA VITA YA MWEZI MARCH 1986 – and deals mainly with colonial chiefs and administration, the Catholic Church and other cases of more recent cattle raiding. The author provides the following sources for his research:

- Mzee A. M. Makore, Box 295, Musoma. Mazungumzo ya ana kwa ana nyumbani kwake tarehe 19/12-20/1987, saa 9:00-10:00 jioni.
- Ofisi ya C.C.M. ya Tawi, Nyagasense, Box 185, Mugumu. Mazungumzo ya ana kwa ana na Katibu wa Tawi, Mwenyekiti na Katibu Kata, tarehe 8/1/1988 na 10/1/1988.
- Nyaraka za zamani zilizoandikwa na wazee wa zamani zilizotunzwa na Mzee A.M. Makore, Box 295, Musoma.
- Machage John, Mwalimu S/M Mesaga, Box 185, Mugumu. Mazungumzo ya ana kwa ana nyumbani kwake tarehe 4/1/1988 na 15/1/1988 saa 4:00 - 5:00 asubuhi.
- C.C.M. Mkoani Mara. Taarifa ya kazi za chama kwa kipindi cha miaka mitano (1982-1987), Uk 14-18, Septemba 1986.
- C.C.M. Mkoani Mara. Taarifa ya kazi za chama kwa kipindi cha Julai 1982-Juni 1985, Musoma, Septemba 1985, Uk 13.

CHAPTER IV

1. These stories appear only in English because they were translated from oral traditions in a number of different languages, not only Swahili, while others, such as the texts by Baker and Anacleti, were translated into English and the original texts are no longer available. I have included some of the Swahili and a few Nata transcriptions in the endnotes for those who are interested. Orthography for Nata is not standardized so I follow the pattern set by local colleagues. I have not included more of these texts due to the problems of orthography and space. Many of the narrators of these stories are now deceased, six years later.

2. The narrators of this story are brothers, the elder, Zamberi, was a retired farmer and the younger, Guti, held a number of political offices. They are of the Kombogere clan of Samongo on their father's side and the hunting clan of Hemba on their mother's side. The contentious nature of history is evident in their dialogue.

3. Samweli was a healer by profession and told this story to defend the authority of the prophetic line of Muriho in Ikizu as having priority over that of Nyakinywa from Kanadi.

4. A few elders told me clan histories unrelated to an ethnic story. The story of the Hemba told by Ikizu narrator Samweli Kirimanzera is a particularly full account. He told this story after we had been talking about matrilineal inheritance, in his case as a Hemba clan member. He said that inheritance changed as people married into other ethnic groups, for example when people from Zanaki married in Ikizu.

5. Mang'oha was educated and spent his life in civil service.

6. The original Swahili transcription as follows:
Nyamunywa alipiga mnyama kwa mshale, mnyama alianguka kwenye shamba la Nyasigonko. Baba alikuwa na kiu, aliona majani mabichi kama alama ya maji na alienda pale kutafuta maji. Aliona mtu anatoka pale. Walionana. Alienda kwenye nyumba yake kwenye pango. Waliweza kuzungumza kwa ishara tu. Mume aliomba maji ya kunywa. Goko alimpatia maji kwenye chemchemi na kibuyu, *ekebucho*, kuchotea maji. Alichukua ulezi kwenye shamba lake, alimletea kwenye kibuyu kidefu, *akena ya oburwe*, alimwekea kwenye mkono akatafuna. Ilichanganywa na ufuta. Alimwuliza yeye anakula nini? Alimwonyesha nyama na kuichuna. Mume alienda kupuliza moto nje, kupekecha – *Ekingeta na Orinde*. Alipata kuni na kuchoma nyama. Walipeleka nyama yote nyumbani. Waliishi kwenye pango la mama. Baba alimfuata mama. Vizazi 15 tangu mimi kupata fahamu.

7. This version of the Nata origin story was told by one of the top ranking elders in Nata, taking the tile of Omongibho. Once my male colleagues introduced our purpose, to learn the history of the Nata, Megasa chose to begin with this story. He told it without a pause and took on the characters of the dialogue with different voices.

8. This is part of the original Nata transcription, translated into Swahili:
Asili ya Wanata imetokana na watu wawili Nyamunywa na Nyasingonko. Mwanamke alikuwa Mnata na mwanaume alikuwa Mwasi. Mwanamke alikuwa mkulima. Naye alilima kunde, ufuta na

ulezi, na alikuwa hana moto wa kupikia. Siku moja Mwasi alimpiga mshale mnyama aliyekuwa akipita karibu na shamba la mwanamke. Muda mfupi, Mwasi alipita hapo, akamkuta mwanamke amekaa juu ya mwamba. Mwanaume akamuuliza, 'umemwona mnyama anapita hapa?' Mwanamke akamwambia, ni yule pale. Mwanamke hukuwa na vazi. Walipofika mahali mnyama alipo, mwanaume aliichinja na kukata mpaka akamaliza. Mwanamke akamuuliza apeleke nyama hizo? Mwasi akamwambia, nipelekee nitakuja. Mwanaume akapekecha moto, ukawaka, alipomaliza akamuita mwanamke akamwambia nimekunya moto. Wakachukua nyama hizo wakaenda kuzipika. Mwanamke alikuwa anaishi mwambani. Mwanaume alikuwa anaishi pangoni. Mwanaume akamwambia wahamie pangoni wote. Walipofika, mwanaume alikuwa na vipande vya ngozi, akampa mwanamke ajifunike. Watu hao walipokaa pamoga walionana.

9. This version of the Nata origin story was told with detail and enthusiasm, without pause, by a member of the former Chief Rotigenga's family. Even though the interview was with his sister concerning women's circumcision he wanted me to record this story.

10. This is part of the original Swahili transcription:

Wametoka mashariki. Mwanaume alikuwa ni Nyamunywa na mwanamke alikuwa Nyasigonko aliyetoka Bwasi (Ndorobo, karibu na Maasai). Alikuwa mwindaji na alipiga punda milia. Akaanguka chini kwenye mwaumko ameshakufa. Alitoa mshale. Aliona mtu mbele yake. Alimkaribia na kuona ni mwanamke. Alienda kwenye mlango na kusema 'mtu wa mji huu.' Alijibu, 'mtu wa pori hili.' Hujambo. Sijambo. Walisalimiana Kinata. Alimkaribisha ndani. Alipoingia alisimamisha upinde na podo yake, akamuliza, 'wewe ni nani?' Alijibu, 'mimi ni Nyasigonko.' Alimwuliza na yeye ni nani. Akajibu, 'mimi ni Nyamunywa.' Akamwambia, 'twende unishikia yule nyama., nimchume.' Wakaenda wakachuna, wakamaliza. Akamwambia, 'tusombe nyama tupeleke kwako.' Walisomba zote zikaishia nyumbani. Walikaa kidogo Nyasigonko akampa bwana yake ulezi kutafuna. Alikula mpaka alitosheka. Mama alichukua kisu akate maini ale. Baba alisema, 'kwa nini ule bichi?' 'Lichome.' Mama anasema, 'Moto nitaupata wapi?' Akamwuliza, 'huoti moto, wala hupiki?' Anasema hajui, anataka kunywa maji. Akamwambia kwenda kukusenya kuni. Akaleta. Nyamunywa alisema anataka kunya moto. Alichukua pora yake akatoka nje akaenda akatoa *ororende* akatoa *ekingeta*, akapekecha moto. Alichukua mswaki akaweka moto. Alikwenda ndani ya nyumba. Wakapuliza moto. Mwanamke alichoma nyama. Alikula. Mwanaume aliomba maji amekwisha kutafuna ulezi. Akasema maji na kunywa mtoni. Akamuliza huna ya kuchotea? Anasema hana. Hapo hapo mume alichukuwa matumbo ya punda milia akishona kama mifuko ya kuchotea maji. Mifuko minne. Walimaliza, walisafisha mautumbo. Walichotea maji. Wakaenda nayo kwenye kambi yao. Wakaingiza maji ndani ya nyumba. Halafu bwana kukusenya alitoka nje alingaza kwenye mlima. Akakuta jiwe la kusagia. Alichukua mpaka nyumbani. Alitoka, akatazama tena, akapata jiwe dogo ya kusagia. Yote alileta nyumbani. Akachukua panga lake akachonga lile jiwe na jiwe ndogo. Halafu aliokota majiwe madogo mawili. Alipofika alichonga lile jiwe kufanya meno. Halafu alitoka nje. Akaenda akakata mti. Alitengeneza mti wa kupula ulezi. Akamwambia, 'sasa, saga kwenye jiwe.' Akaanza kusaga. Wakati huo alichukuwa mfuko wa utumbo akaingiza nyama ndani yake alikwenda kwenye poda akatoa chumvi inayoitwa *Egekoni*. Akaunga kwenye nyama. Akachimba shimo. Akachukua majani ya mti kwenye shimo. Akachukua mfuko wa nyama na kuingiza kwenye shimo. Alifunika na majani. Halafu alifunika na udongo. Akapuliza moto juu yake. Akaweka kuni. Mama anasaga. Nyama ilipoiva akatoa alitoa jikoni. Baada yake mama amemaliza kusaga. Alichukua tena mfuko mwingine wa punda milia na kuingiza unga ndani yake. Akachukua maji na kuweka. Akachanganya tayari. Alichimba shimo akachukua mfuko na kulaza ndani na kuweka majani. Aliweka majani. Aliweka udongo. Moto kupuliza juu. Baada ya nusu saa tayari. Akatoa ule mfuko. Akaupasua, ugali tayari. Wakaingia 'mess,' wakanawa mikono.

11. Another version of the Nata origins stories is told by the Bongirate age-set leader, *Kang'ati*, for the Getiga and Gaikwe clan moiety. He began to tell this story because he was explaining why these clans have priority in Nata. This version gives more of the dialogic nature of these narratives. Nyawagamba Magoto was my colleague who came along to introduce me and help with the interview. The old man came to listen and, I believe, was Sochoro's uncle.

12. The original Nata and Swahili transcription as follows:

Sochora:	Nyamunywa na Nyasigonko, Nyamunywa niwe Omoghikwe, Nyamunywa niwe Omoghikwe, Nyasigonko niwe omukari. Ebhere Nyasigonko uyo ukogwa bharabhugha bhayo Abhasonjo, ebhere niwe omukari uyo…
Mzee:	Niwe Omoghetigha.
Sochora:	Niwe Omoghetigha.
Nyawagamba:	Mmm

Sochora: Niwe Omoghetigha, ebhere chandoku chiyo chose niho charwerire kubatu bhayo bhayo abha...

Nyawagamba: Bhabhere.

Sochora: Bhabhere, Abhanata bharikara rero hata Bhamoriho hata hayi, hata hayi, bharikara aghabho, aaa, Abhaghikwe barikara aghabo, mugharuka akure bhake uyo hangu bharikara abhabho mbaka Omughetigha asame... (?) arusi naribha oruseke, naribha omosika Omoghetigha uyo akubha anyiho. Ebhere abhagharuka abhande bhakumenya kughegha ruseke ...eee. Kwa sababu Omukari uri nare mo nyumba yache, mwitare, mose muyo mwitare muyo nimwe are gwikara. Lakini nare ararema arimoki amaroso weche ase iyo te roghoro iyo, winamoki winamoki ... (?) weche ase iyo ni ntobhutobhu sana mbare bararema na maroso ghayo nigwe bhare bhararemera. Basi nigho are koremera. Ebhere Omosubhe uri Nyamunywa wekomubhona amobwine, kira siku araheta abhona, mu mu, kana moto uno aghendire hano iwe kana nihe akwikara? Ebhere nawe akachi yache iwe ndibyema ryare, arabhwema. Ebhere naaa oronde aracha kughi omoto uno, rero nekomusacha nemubhone, aracha kughi aramubhona, achakomubhona, akasituka hangu. No moto uri akahegha omoto uno kana nawe hano arwerire nihe. Ebhere aramotumbana bhirakerani, kana hayi ohikara hano bhabha. Kana niye eni ose niyo nehikara. Ebhere eee nikwenda niche twikare na niye iye kana ndora nokorema, kana kino neke? Arabhugha kana bhuno no bhurwe, chino nche hende, bhuno no bhukano, ghano no amahemba. Bhighero bhyose bhino, mare eni nihari bhehese. Arabhugha eni nchanyama nihari. Nekuri chanyama niheki. Uhekinakye? Arabhugha no mororo, bhasi niho bharaghogha atienyi iri are abhwine. Bharareta hayo bharacha bharatora. Ebhere arabhugha nuruhu nibhone omororo. Ebhere omukari uri araruhu arinara iri. Ebhere uno ara... mpaka omororo urabha. Arareta obhunyaki arahemba, iye wose tweche kosighisa omororo?

Nyawagamba: Eeeee.

Sochora: Tuweche.

Nyawagamba: Tisakiri mare nyeche mbahasighisa.

Sochora: Nweche mbahasighisa.

Nyawagamba: Eee

Sochora: Ebhere, mbhahamara bhareta na mase ghari gha tyenyi bhabhungera mu, ebhere kare kikyo ware korighi kare anyi na sheke tirache kunagha nabwe obhunya bhuyo obhunya aratindeka, ararekera konyumba hangu, kusudi omororo urarume bhuramara bhatora nobhunya bhuri omororo waruha. Basi akamare ghosighisa omororo uri, basi umwene akabhugha, nuruhu neni omororo. Ebhere omukari uri akaruhu, umwene akasighisa, ukabha omororo akahema, arabhugha, 'Ebhere nuche ori.' Akacha, ebhere niho ukweghi chanyama chiyo aghikari. Ebhere niho oghokwirana. Ebhere niho okoroka chandoku chiyo, hayo niho chatanire, mbaribhora umwana, bharoka uyo, Chasegha chiyo, Chahamate chiyo.

Nyawagamba: Mmmm

Sochoro: Eeee

13. Romara was in his seventies at the time of the interview. He had been one of the first in Nata to receive an education, spending much of his life in government service and as a TANU activist. My colleague, Mayani Magoto, participated in the interview.

14. The original transcription in Swahili as follows:

Jan: Mwanzo wa Wanata ulikuwaje?

Romara: Abanatta asimoko yabho... baba Nyamunywa alikuwa mwindaji... huyu mwindaji katika pitapita kwake porini kule akampiga mnyama mshale, basi, baada ya kumpiga mnyama yule mshale akawa anafuatilia anafuata nyayo... anafuata nyayo... anafuata nyayo... akamkuta yule mnyama ameanguka kwenye jiwe mwamba, ambao kwenye mwamba huo kuna maji. Na sasa bado hawajafanya chochote alimwona mtu mwingine anamwijia pale, yaani ni mwanamke. Huyu mwanamke alikuwa amebeba furushi mgongoni. Sasa alimkaribisha pale wakazungumza, sasa hatujui kwamba walizungumzaje, ikaonekana sasa wakafanya maskani pale kwenye mwamba ule. Bwana akachuna mnyama, wakaona maji yapo pale, baada ya kumchuna mnyama pale, alimwambia mwanamke, 'ebu nipe nafasi kwanza ninywe moto.' Basi, mwanamke akaenda, yule akatumia njia ya kupechecha moto, yaani ni kupekecha, moto ukatoka.

Mayani: Ule mti unaitwaje?

Romara: *Ekingaita,* na *rurendi.* Baada ya kutokea moto, akamwita mwanamke akaja. Sasa wakawa wanaendelea kuchoma zile nyama, wanakula. Ndipo kilikuwa chakula chao kikuu. Sasa yule mama, kumbe katika furushi zake zile alikuwa na mbegu za nafaka. Wakachukua miti wakachimbua chimbua pale jirani yao pale akapanda zile mbegu zikaota. Sasa zilipokwisha kuota mwisho zikaiva. Pale imekuwa kama maskani yao.

Jan: Kwenye mwamba?

Romara: Ehh, kwenye mwamba ule. Mbegu ziliota, zikaiva, wakavuna, Sasa ndio wakaanza kutengeneza chakula cha nafaka badala ya kuwa na nyama tu.

Mayani: Mbegu gani hizo?

Romara: Ulikuwa ulezi. Kwa Wanata ulikuwa mbegu yao kuu, ulezi. Sasa ndiyo hivi. Na huyu Mwanamke jina lake alikuwa anaitwa Nyasigonko. Lakini Wanata walikuwa wanasema uchunguzi uliojulikana sana ni kwamba ni Msonjo, kutoka Sonjo huko Loliondo. Sasa hawa ndio waliishi, walijiungana pamoja, wakazaa watoto, ndio hawa sasa ni Wanata. Sisi tunapofanya mambo mengine mengi tunajiita, 'sisi ni wa Nyamunywa na Nyasigonko.' Kwa sababu wazazi wetu ni Nyamunywa na nani? na Nyasigonko.

15. This was written by Nyawagamba and Mayani Magoto very early in my research to help lay out the topics I would need to cover. They are members of the family that extended hospitality to me and my family during 1995-1996 when we lived in their homestead in Bugerera, Mbiso, Nata.

16. This story was based on interviews by Anacleti Odhimabo for his dissertation in 1975. He cites his Nata informants as: 'Mbisio (Nata) group – Mzee Magoto Mosi, 70, peasant for a long time in conflict with the ruling family of Rutiginga and hence lived out of Nata for a long time, descendant of a family of great hunters on mother's side, chief narrator. Marwa Msegana, 75, Mnata, chief's messenger 1934-56, headman of Nata Sibora up to 1961. Close associate of Rutiginga and, like his chief, became Islamized. Mukuru Mukwe 60 village elder. Joseph Magoto, 38, son of above, sec. of village, co-founder of 'Wafugaji wa Mara Cooperative.' Mutukeri (Nata) group – Deusdede Nyora, 40, tailor, chairman. Chongero Magessa, 70, chief spokesman, village elder. Others – Megasa Mukire, Muguye Simora, Wambura Gatende, Machota Marongo, Kitachama Nyamsaki, Magori Msanyarume, Masenenya Nyankuma, Ramadhani Rutiginga one of elder sons of late chief Rutiginga, second and last colonial chief, Gamba Gamara, Murigo Mukinya.

17. 'The battle of Ndabaka' is one of the most often told tales from the late nineteenth century period of raiding in Nata, Ikoma, Ishenyi and Tatoga.

18. The original transcription in Swahli and Nata as follows:

Mayani: Anasema wakati wametoka kwenye Agecha ya Magoro, ndiyo, wametoka tu, hawakuja moja kwa moja kuja huko, walijenga pale Hantacheega.

Romara: Watu wengi walijenga Hantacheega.

Jan: Baada ya kurudi kutoka Usukumani?

Mayani: Ehh. Na hapo ndipo vita ilipoanza ya Maasai ya Tabaka.

Jan: Na ilikuwa akina nani? Ni Wanata tu au Waikoma, Waishenyi?

Romara: Hapo ilikuwa ni nani Wanata walikuwemo, ilikuwa ni mchanganyiko wa makabila. Maana pale Hantachega walijenga Wanata, Waikoma, tusema historia hii niliyo nayo ni Wanata na Waikoma. Halafu na Wasukuma. Ndiyo walichangia vita hiyo. Wakauawa sana.

Mayani: Ebu tueleze kama unaelewa kwa kirefu hiyo vita ya Hantacheega.

Romara: Vita ya Hantacheega, Wamaasai waliondoka huku, wao wanafuata ng'ombe kule kando la ziwa.
    …Buringa… sasa walipofika pale Hantacheega waliona pale Hantacheega wamejenga kwenye njia yao. Basi, walikwenda mpaka kijiji cha … Hantachega… zaidi walikuwa ni Waikoma tu, ndiyo walikuwepo … Sasa ilikuwa ni Saiga ya Abakubura wakati huo… Saiga ya Abakubura. … Abaromure? Ehh. Abaromore na Abikoma? Bhose na Natta be… Saiga

(Barumarancha) Wakubura, Waromore, wote Wanata, Waikoma na Maasai waliitwa Saiga yao jina hilo. Wamaasai walifanya mazungumzo nao, 'sisi tunataka kwenda magharibi, nyancha, kupata ng'ombe, sisi ni Oromure, tukija msituzuie.' Waikoma walikubali na wakala ring'a nao. Baada ya kutoka walizungumza na wengine walikataa. Walipopita wamekwenda maneno yakapita kwa Nata na Sukuma, waliona haitawezekana. Waliona waenda kwa Mganga kuona kama vita tutaiweza. Walikwenda kwa Omugabo Gorigo, Mtaturu. Wazee walikataa wasipigane. Mganga alichukua mtoto wa kondoo, akachinja na kupika. Alipika ugali kidogo. Aliweka maziwa kwenye pembe. Aliwaambia vijana nane kula na kumaliza. Walishindwa kumaliza. Omugabo aliwaambia kula, wakashindwa. Mganga aliwaambia waache vita yao, 'kama mlishindwa kumaliza chakula mtashindwa vita.' Walikwenda nyumbani. Walipofika njiani wakashauriana wakasema, 'kweli hatuwezi vita? Hapana. Amesema tupigane vita.' Walipofika kwenye kijiji wali-waambia, 'mganga anasema tupigane vita.' Sasa walikuwa wanawangojea siku za kupigana zifike. Walipiga yowe sehemu zote, Sukuma na huko kwetu. Sukuma walitoka mbali. Siku ya kwanza na ya pili hawakuonekana. Siku ya tatu walisema kama hawaji turudi nyumbani. Siku hiyo waliangalia magaribi waliona vitu vingi vinakuja. Na Wamaasai pia waliona mashariki pamezika. Wamaasai walituma kijana kuja kuona. Walisema 'sisi hatuna maneno mengine sisi ni vita tu.' Huyu alimpelekea majibu, 'wanataka vita.' Wamaasai walijadili wapite. Wanakataa. Wamaasai walisema tuwakatie ng'ombe. Watu walikataa. Maasai walikusanyika wakapuliza moto – moshi ikaenda juu 'korose' au dawa ni alama ya ushindi. 'Abarema' Wasukuma, Wanata, Waikoma, Waishenyi wote ni Abarema. Walijipanga – mkono mmoja ukafika mpaka Mbalageti na mkono mwengine mpaka mbuga. Wamaasai walipojipanga mpaka wakavuka Mto Mbalageti, wakatokea nyuma yao. Mbugani walianza vita kali sana. Wamaasai waliwasukuma mahali pamoja, katikati. Waliuwawa sana. Walikwenda mpaka walichanga-nyikana pamoja wote. Wamaasai na mkuki na Waikoma na upinde. Wakikupiga na mkuki na mwingine mshale. Watu wa Abarema walishindwa. … Watu wengine walikuja kufanya matatizo, wamekuja baadaye – kikundi cha Wamaasai kuvizia watu. Waliua Mjerumani. Mwenzake alibeba sanduku la marisasi na banduki. Wamaasai waliwatokea nyuma.

19. This man holds one of the highest *nyangi* titles in Nata, Omongibo. Here he tells one of the few oral traditions about the origins of *nyangi*, Kikong'oti, associated with the period of disasters and its aftermath.

20. Some of the original transcription in Nata as follows:

Anchara ikasoha, ebhere yacha kumara ghusoha tibhatekire kughi Kereti bhakaghi kuhona. Basi anchara nayo ighendire haragha (?) … Uryogwire? Naho ebhere omuraghawa nonyi mwibhacha mokoro. Uryogwire? Ebhere Omuraghawa uyo nakughi ikaramu. Uryogwire? Ebhere bhayo bhakoheta, 'iye nuche nuche nuche, mugharuka.' Basi ebhere utano oghi, mukerani, mukerani, mumara. Ebhere kana nihe okughi nekughi, Kereti. Ooooo. Eeeee. Noghire Atitinyo. Abhugha, 'Aaaa, noghire anyangi.' Abhugha, 'Aaa.' Abhugha, 'Mbe, eeee, ino na ng'ombe ribhara umarire Eghise, ribhara rino umarire Aghuho, ribhara rino umarire Atitinyo.' Abhugha ribhara rino umarire Ekirang'ani. Uryogwire? Hano bharacha kwighorora bharichire, kana bhakareta Bhachuta, bhacha kucha bhahikire Getonga, riho bharemire, bhacha korema bhikanoghaga, ryacha kuwogha, omugharuka arabhoka arakura, 'Oooo, tighe mbabhorere, bhare…'

The loose Swahili translation by Nyawagamba Magoto as follows:

Nyawagamba: Akawa anawaonyesha kwamba Wanata mnakwenda msiende kuishia huko, sasa akaanza kuwaonyesha nyangi za Kinata, alipokuwa amejenga kati kati ya zizi lake kulikuwa na mti mmoja, kwa Kinatta Mragawa. … Sasa ulikuwa mkubwa sana kati kati pale. Sasa walipokwenda anawaambia njoni hapa niwaonyeshe nyangi mnapoenda msiishi. Basi wanakwenda, anapasua, yale matunda yake, nusu hii yanasema hivi, hii anonyesha nyangi fulani, na hii nyangi fulani, anapasua kama vipande vinne, anaonyesha nyangi zote nne. Kwa hiyo waliokwenda huko walipokwenda walikwenda ma… walikwenda upande wa magharibi, kurudi wakarudi kusini. Sehemu moja inaitwa… Getongi. Wetongi walikaa siku moja mzee moja akafanya… akapiga yowe.

Akawaambia, Wanata yoyote yule aliye na uchawi wake, afike afungue. Basi, ndiyo basi wakarudi Nata wakaja wakakuta yule mzee amezeeka sana. Ndiyo ikawa mwanzo wa Nyangi. Kwa hiyo aliyekuwa na ng'ombe alipokufa aliona hawezi kuila peke yake ni vizuri amwaite anayelima – ili naye apate mugao. Sasa ikawa mwanzo wa nyangi. Na aliyekuwa analima akaona kwa nini mimi kila siku nakwenda kula kwa mwenzangu na mwenzangu haji kula. Ndiyo akachukua ule ulezi akautengeneza pombe akawaita ndio wakaanza kuwekeana mitungi kapeo na majina …

Jan: Majina ya?
Nyawagamba: Ya mitungi ile ya pombe.

21. Mahiti holds the *nyangi* title of Omongibo for Nata. The story of the Tirina River flood is a popular story that illustrates the cross-ethnic nature of the *nyangi*. Many elders who tell this story use it as an explanation of how the Nata and Ikizu people, who are essentially one, were separated. It is an origin story of sorts that describes the separation of a people into two ethnic identities as a result of physical boundaries, while maintaining their essential unity through the symbolic passing of 'tobacco' between 'big men' of the *nyangi* on each side. This story was told to me numerous times, always in the context of Ikizu and Nata unity and common origins.

22. These brothers have been important singers throughout the region for many years. Mabenga sings the solo parts and Machaba does the responses. They are Ikoma but have settled in Nata Mbiso.

23. An Ikoma elder, Mahewa, along with my colleague Wilson Machota, listed all of the clan names and their founders as subunits of the greater Ikoma people.

24. The original Swahili and Ikoma transcription as follows:

Jan: Hamati gani?
Mahewa: Ekehita – Murache, Abarache (mlango mkubwa), Obahimaro (mdogo) Hamati – Wahukamari. … Abugha kyaro ke wiboruri?
Wilson: Ni vitu gani unahitajika?
Mahewa: Notige nemukaburere hay, nimwerezee.
Wilson: Hayo hanyi mwekehita ayo wiburwiru?
Mahewa: Kana eni wose neche.
Kijana: Kana nagwate kiyo kwenda abuge hano asari akagi akahika shoti tayari nare amarire kohika shoti huyo niwe omokoro amare marwa niryoriyo akokibi lakini ryo ndekuchanganya.
Mahewa: Aaaaah. Litakuchunganya shoti no Marwa omokoro wito Marwa, Marwa O'Kongu, ibere itwe shoti huyo Marwa akaba Murachi.
Jan: Kwa Ikoma wote kuna hamati ngapi?
Wilson: Kwa Ikoma wote kuna hamati nane. Ebere komutorera kocho, umwanche mokoro mpaka kwango.
Mahewa: Kama kobehita nekwitora nwandeke …
                1. Omorachi
                2. Omohikumari
                3. Omogetiga
                4. Omohimorumbe
                5. Omogaikwe
                6. Omumwancha
                7. Omosirubati
                8. Omosagarari
Wilson: … Sasa nataka kuongeza ili kieleweki vizuri, … erina re Murachi, niwe are Omurachi?
Mahewa: Mugosi.
Wilson: Mgosi – pale mbele utaandika huyu mtu aliitwa Mgosi. Mrachi huyu. … Huyu Mhikumari andika Kumari. Omogetiga andika Mago. Omohimurumbe andika Mirumbe. Omogaikwe (nteheeche…)
Mahewa: Kana itweche Omogikwe erina no Mogikwe nyeche baberekera Abaasi, ebere iga Umwaasi.
Wilson: Baigongi ba Mwasi kana… andika Mwaasi. Omomwancha …
Mahewa: Bahiberekera Marakanyi.
Wilson: … andika Marakanyi.
Mahewa: Embura ye Bamarakanyi, bayo…

Jan:	Omosiribati
Mahewa:	Bakwiberekera Nyawatika.
Wilson:	… andika Nyawatika.
Jan:	Omosagarari
Mahewa:	Mbahiberekera Abamare, Mumare
Wilson:	… andika Mumare. Abamare.
Jan:	Hapa ni jina au ni mahali walipotokea?
Wilson:	Hapana ni majina.
Mahewa:	Ni majina ya wakubwa. Wakubwa wa Waikoma.
Wilson:	Waanzilishi wa Ekehita hicho. Na tunaambiwa kwamba abato bano mbo moto umwu?
Mahewa:	Abatu bayo, eeee? Bamoto umuru bose kana Mwikoma…
Wilson:	Ehh… Hawa ni watoto wa Mwikoma.

25. Although the Ikoma lineages have their own *emisambwa* sites, these have become subordinate to the collective Ikoma *erisambwa* – a large set of elephant tusks known as the Machaba. Relative dating by generation-set places the story of how the Ikoma got these tusks in the middle time period and around the mid-nineteenth century. While most informants would not date the Machaba story one elder said that the Ishenyi were at Nyigoti (Mang'ombe Morimi, Issenye Iharara, 26 August 1995) which would put it during the period of late ninteeth century disasters, others dated it to the time when the Ishenyi were still at Nyiberekira, just before the disasters (Morigo Mchombocho Nyarobi, Issenye, 28 October 1995 and Machota Sabuni, Issenye, 14 March 1996). Tatoga informants dated it to the time of the prophet Saigilo's father which would also date it to the mid-nineteenth century period just before the disasters (c. 1850-1870). The fact that they went to the Tatoga prophet because of infertility problems would suggest that the disasters had already begun.

26. This story was based on interviews by Anacleti Odhimabo for his dissertation in 1975. He cites his Ikoma informants as: Murutunga Group – Waikoma – Gabriel Nyandonge, 85, former German store keeper at Fort Ikoma, sent to Mwanza to learn writing, German and Kiswahili. Narrative of Ikoma from beginning to departure of Germans. Makondo Timani, 75, headman Mkihogo, crossed the Gurumeti and founded Murutunga 1948. Story of Ikoma from British period to present. Is mentioned in Gray's book p. 15. Others – Kibigi Kiberenge, Msika Matid, Manginare Ngotera, John Shabuke, Nyasali Mangana, Chacha Nyarukubo, Wambura Manyonyi, Ginoga Magena, Jackson Atanasi, Peter Mwikwabe. Robanda group – Mabenga Mochemba, Vice Chair of 'Baraza la Kimila,' elders customary council, Arjera Mahewa, same council. Nyantito Kamura, 70, same council. Paul Kisaka, Mechara Masauti.

27. This interview is from a trip I took to Sonjo with Nyawagamba Magoto, Nata Mbiso and Michael Wambura Machambire, Ikoma Morotonga. Our Sonjo guide was a National Park guard named Ndelani Sanaya. In Sonjo we went to the villages of Samonge and Sale and asked if people could remember the connections between the Ikoma and the Sonjo and when they left Sonjo.

28. The original Swahili transcription as follows:

Jan:	Labda utupe historia jinsi hawa Ikoma walivyotoka Sonjo, wakuwa wapi. Ikatokea nini? Ikoma, jinsi walivyotoka hapa? Walikuwa wanakaa wapi?
Peter:	Tinaga, wao ni Watinaga. Waikoma walitoka Tinaga.
Jan:	Nini iliwatoa?
Peter:	Wamaasai. Ndiyo.
Jan:	Ni rika gani walitoka?
Peter:	Zamani sana, lakini si zamani sana. … zile ngoma zao zilikuwepo.
Jan:	Tinaga yenywe ilishambuliwa sana na Wamaasai?
Peter:	Sana, watu walitwanyika sana, wengine wakaja huku kwetu, wengine wakaenda huko kwenu, wakabadilisha hata nuru… wakajificha tu.
Jan:	Ni ukoo gani Watinaga wakaenda huko?
Peter:	Watinaga wapo hata leo… Watinaga… alama ya mbuzi. …
Jan:	Wagetiga walitoka hapa? …
Peter:	Walienda pole pole, wengine… wengine walikuja nyuma. Wengine walitangulia wakaenda kwa uwindaji. Wakati Wamaasai walipokuja wakawa fuata hawa jamaa.
Peter:	Nionyeshe kama wewe ni Mwikoma…
Michael:	Alama? [anaonyeshe ntemi]
Peter:	Sasa hiyo nidyo inatutambulisha kwamba hawa watu ni wa kwetu. Unaona?

Kila Msonjo anaweza kukuonyesha. ... Wewe ni mtu wa kwetu. Huyu sasa hivi nikimwua, ni kama ni Msonjo wa kawaida, ninalipa mbuzi mia moja na misinga ya nyuki mia moja. Ukimua Mmaasai unashukuru tu. ... Wanata hawana... Tunaamini kwamba Ikoma ni jamaa zetu. Waikoma ni Wasonjo, walitoka huko... Tunaamini

Jan: Waishenyi walisema walikuwa nakaa Nyiberekira...

Peter: Inawezekana baada ya mapigano na Wamaasai wengine walirudi Sonjo, baadhi yao. Wanaitwa Baraseriyani, ukoo wao. Wakaingia hapa Samonge. Sijui ni lini, wakati kama... Waikoma walikuwa wameshatawanyika. ... Ni wawindaji. Tunawaita Wasagati, ni ukoo mmoja. ...

Jan: Uhusiano kata ya Waikoma and Wasonjo iliendelea kama kutembeleana, kuoana...?

Peter: Ndiyo, iliendelea, mpaka mipaka iliwekwa. Lakini waliwinda huko, kufanyana biashara, wakati wengine tunakwenda kule kutafuta mbuzi. Kwa mfano mbuzi wote wekundu walitoka Ikoma. Wanafugwa hapa. Tulienda na tumbako, magadi, sumu ya mishale kupata mbuzi. Ni National Park inatutenga kwa sasa. Wakati Wamaasai walitusumbua hali hii, ilituzuia tusipite kutembeleana, walikuwa kati kati yetu. Tulikuwa tunatembeleana, kuwinda, kupata asali. Mpaka ulikuwa mbuga kwenye National Park, tulikuwa tunapakana. Tunawinda mpaka Ikoma, tuliishi kwa muda ni mipango ya mawe. Tunapata asali tunarudi. Ndiyo. Nyumbani ni hapa tangu zamani. Tunaishi huko kwa muda na mipango.

29. The original Swahili transcription as follows:

Marindaya: Wamaasai wakaenda tena Tinaga, maana wameshamaliza miji minane ya Wasonjo. Wakaenda hapo tena Tinaga. Wakapigana na watu wa Tinaga. Nao wakamaliza mji huo. Wengine wakahama hapa, wengine wakaenda kwenu Ikoma. Watu wanasambazwa sambazwa na Wamaasai. Wengi sana.

Jan: Ilikuwa kipindi gani?

Marindaya: Zamani sana. Siwezi kuelewa. Kabla ya baba ya babu. Hawa Waikoma wakuwa wanakaa sehemu hii tunayosema, ya Masabha. Maana yake kuna miti mizuri sana kule. Nchi kama Loliondo. Walimalizwa na Maasai... Wamaasai zamani hawakuwepo. Ilikuwa ni nchi ya Wasonjo. Wamaasai walitoka kule Kenya. Walitoka kule moja moja Subugo. Walianza kupiga na kuwanyanganya ng'ombe zao.

30. The original Swahili transcription as follows:

Jan: Tuanze mwanzoni. Ninyi Warhughata, mkatoka wapi mpaka mmekuja hapa Rhugata? Tupe historia ya hapa Sale.

Emmanuel: Walikuja watu wawili, mtu na mkewe, wakahamia sehemu tunaita Jaleti, walitoka Jaleti wakaenda Ngrumega. Na walitoka sehemu ya Waikoma, hawa watu. Walipigwa huko na Wamaasai, wakahamia, walihamishwa na wanyama.

Jan: Watu wa hapa wa kwanza walitoka Ikoma?

Emmanuel: Ikoma. Wakaja Jaleti. Walipigwa wakatawanyika, mtu na mkewe. Walikuwa wanaitwa Mrughata na Mubwelebu, mkewe. Baada ya kutoka Ngrumega wakahamia hapa kwenye mlima hapa. Walikuwa wawindaji tu, Wasagati. Walifuata wanyama. Walikuja pole pole, walikaa kwa muda. Walipata chemchemi hapa Moserani wakakaa. Wakaanza kulima. Walipopata maji na kusaidiwa na miji mengine kwa ushirikiano. Walikuwa na ukoo wao. ... Rika wa mababu walitoka huko, baba alizaliwa hapa. ...

Jan: Waishenyi wanasema wengine walirudi Sonjo kutoka Nyiberekira.

Emmaneul: Mababu wanatueleza kwamba historia yao ni kutoka Ikoma, wanatawanywa na Wamaasai. Mahali hawakusema. Wengine wanakumbuka. Wanaitwa Wasagati. ...

Jan: Bado ninyi mnatumia majina hayo?

Emmanuel: Tunatumia Nyankerakera kwa kujitapa. ...

Jan: Mlisikia historia mgana wa Ishenyi pale Nyankerakera?

Emmanuel: Wa kwetu sisi tunamwita Khambageu. Ndiyo mgana wao mkubwa. Wanasema alitokea sehemu ya Ikoma. Alikuja hapa. Kwetu ni Khambageu. Sisi ni titi moja na Waikoma. Ndugu, watu wa ntemi. Khambageu na mke wake anaitwa Nankoni. ... Walitokea huko Ikoma. ... Wengine Wataturu ni manabii. Wao walikuwa wanatembeleana wakati wa kuabudu. Wanatembeleana mwezi wa kumi mpaka mwezi wa kumi kuabudu, wale waganga. ... Waganga wa sehemu ya Kisangiro, Sale, Olfaandanyo Sambo, Digodigo, Digodigo ya Juu na Samonge. Khambageu na Nankoni walienda Ikoma na kurudi. Waliabudu mlima wanaita Mlima wa Mungu huko. Kuna mlima mwengine Lengai. Watu wanatoa sadaka. ... Wanaenda na pombe kupeleka kule na kondoo mweusi, kama sadaka. ... Mtu anapeleka kama anashida fulani. ... Baada ya Khambageu hawakuenda Ikoma wanaenda Lengai badala yake. Ni mbali na mambo ya vita... Wanashambuliwa na Wamaasai. ...

31. Mikael Magessa Sarota, the son of one colonial Ishenyi chief, told this story from the Ishenyi people, who now live between Nata and the Ikizu. Nyiberekira, where the story begins, is located on the western edge of the Serengeti National Park today. The Ishenyi need special permission from the park to revisit this site for propitiation of ancestral spirits who still reside there. The landmark for Nyiberekira is a tall rock outcropping, Bwinamoki, which one can see for miles away over the plains and which functioned as a lookout for Maasai raids. Nyiberekira refers to a general area of settlement and to a pool on the Grumeti River that is an ancient site of ancestral spirits (Interview with Mashauri Ng'ana, Issenye, 2 November 1995). He says this is where people went to fish and got swallowed up, the clan of Abangohe from Bene Okinyonyi, but all Ishenyi go there to propitiate the spirit. This is not the site where Shang'angi is propitiated.)

32. A Nata elder describes the process of Ishenyi settlement in Nata.

33. This story was based on interviews by Anacleti Odhimabo for his dissertation in 1975. He cites his Ishenyi informants as: Ihalala Group – organised by the ward executive officer Ishenyi at Ihalala village – consisted of Ishenyi and Taturu, names reserved.

34. Pastor Daniel Sattima, author of the Ishenyi history in chapter II, in a letter written on 6 September 2001, had this to say about this version of Ishenyi History. 'Nimetoa fikra zangu kuhusu masimulizi ya Mashujaa wa Kimaasai kuwakata miguu ya wanawake wa Kiisenye. Hatimaye Waisenye kuwa na uadui wa kudumu kati yao na Wanata. Jambo hilo limenishitusha sana na hasa inavyosemekana kuwa Wanata na Waisenye hawoani. Nilijaribu kuwauliza watu wengine hata Wanata, wakasema hakika suala hilo ni jipya kabisa kwao, hawajawahi kulisikia. Kwa hiyo kama utapenda wazo hilo libaki kwenya katibu chako, basi ni bora sehemu ile ya Wanata, uweke Wamaasai kwani hadi leo hii Wamaasai ndio maadui wa Waisenye na hata kwa Wanata pia kwa ajili ya Wizi wa ng'ombe unaofanywa na Vijana wa Kimaasai.'

Translation: I want to give you my thoughts on the story of the Maasai warriors who cut off the legs of the Ishenyi women and finally the idea that the Ishenyi have been longtime enemies with the Nata. This matter upsets me very much, particularly where it says that the Nata and the Ishenyi do not intermarry. I asked a number of elders about this, especially among the Nata, and they said that certainly this is a new idea for them, they have never heard of it before. So if you want to leave this idea in your book then it is better to put in the Nata section something about their conflict with the Maasai. Even up to today the Maasai are the enemies of the Ishenyi and the Nata, particularly on account of cattle raiding undertaken by the Maasai youth.

Sattima further states (in English), 'Ishenyi and Nata tribes are not enemies evermore. They intermarry as usual. For example, my stepsister is married to a Nata man. This military combat is mere exaggeration. Mind you the story tells that it is the Maasai warriors who amputated all the Ishenyi women's legs, and not the Nata warriors. Why then is the enmity between the Nata and the Ishenyi and not between the Ishenyi and the Maasai? If you want those words to remain as they are, then simply substitute the Maasai in the place of the Nata.

35. The Iregi are also those whose story of dispersal from Nyiberekira during the disasters was told by the Ishenyi. Their name, derived from 'Regata,' links them to Sonjo. Their clan origins have become the origins of all Ngoreme. This is the ethnic story built by Mzee Silas.

36. Maasai ancestors often appear in Ngoreme and Ikoma genealogies. Western Serengeti people still propitiate their Maasai ancestors using prescribed Maasai implements and cattle sacrifice. One localized origin story in Ngoreme capsulizes this interaction. There are variations of this story, including that they met on a hunt and that Saroti ate porridge (*ugali*). In some versions of this story Matiti is said to be an Iregi, the clan that left the Nyiberekira dispersal center in the Ishenyi story. Saroti is sometimes said to be Maasai only in that he was a 'vagabond, traitor or outcast' his origin was Gosi, from the Shirati area. All accounts confirm that the spring at Kiru is a powerful *erisambwa* place.

37. This story was based on interviews by Anacleti Odhimabo for his dissertation in 1975. He cites his Ngoreme informants as: Iramba Group – Philipo Haimati, Ntira S. Wambura, Nyimaga Makori, Joseph Moye. And the Kenyana (Korongo Group), informal interview with a group of Luos with help of Japhet Ochola who came to Ikorongo in 1950s.

38. The Tatoga also had hunter/gatherers, the Isimajek, living in symbiotic relationship with them, speaking the same language and practicing much of the same culture. The story of how the hunters got separated from the herders is told by Isimajek informants and is a different version of the emergence story told about Gambareu above.

BIBLIOGRAPHY

Abuso, Paul Aska, *A Traditional History of the Abakuria, c. A.D. 1400-1914* (Nairobi: Kenya Literature Bureau, 1980).

Ambrose, Stanley H., 'Archaeology and Linguistic Reconstructions of History in East Africa,' in: *Christopher Ehret and Merrick Posnansky* (eds.), The Archaeological and Linguistic Reconstruction of African History (Berkeley: University of California Press, 1982).

——, 'The Introduction of Pastoral Adaptations to the Highlands of East Africa,' in: J. Desmond Clark and Steven A. (eds.), *From Hunters to Farmers: The Causes and Consequences of Food Production in Africa* (Berkeley: University of California Press, 1984) 222- 233.

——, 'Hunter-Gatherer Adaptations to Non-Marginal Environments: An Ecological and Archaeological Assessment of the Dorobo Model,' *Sprache und Geschichte in Afrika* 7-2 (1986) 11-42.

Anacleti, A. Odhiambo, 'Pastoralism and Development: Economic changes in Pastoral Industry in Serengeti 1750 - 1961' (Thesis, University of Dar es Salaam, 1975).

——, 'Serengeti: Its People and their Environment,' *Tanganyika Notes and Records* 81/82 (1977) 23-34.

Anderson, Benedict, *Imagined Communities: Reflections of the Origin and Spread of Nationalism* (London: Verso, 1983).

Baker, E.C., 'Tribal History and Legends,' Musoma District Books (n.p., n.d.).

——, *Tanganyika Papers* (n.p., n.d.)

——, 'Notes on the Waikizu and Wasizaki of Musoma,' *Tanganyika Notes and Records* 23 (1947) 66-69.

Baumann, Oscar, *Durch Massailand zur Nilquelle: Reisen und Forschungen der Massai- Expedition, des deutschen Antisklaverei-Komite in den Jahren 1891-1893* (Berlin: Dietrich Reimer, 1894).

Baxter, P.T.W., *Age, Generation and Time: Some Features of East Africa Age Organisations*, ed. Uri Almagor (New York: St. Martin's Press, 1978).

Beattie, J.H.M., and R.G. Lienhardt (eds.), *Studies in Social Anthropology: Essays in Memory of E.E. Evans-Pritchard by his Oxford Colleagues* (Oxford: Clarendon Press, 1975).

Berger, Iris, *Religion and Resistance: East African Kingdoms in the Precolonial Period* (Tervuren, Belgium: Musee Royal de L'Afrique Centrale, Annales Series, 1981).

Berger, Iris, and Carole Buchanan, 'The Cwezi Cult and the History of Western Uganda,' in: Joseph T. Gallagher (ed.), *East African Cultural History* (Syracuse, New York: Maxwell School of Citizenship and Public Affairs, Syracuse University, 1976).

Berntsen, John Lawrence, *Pastoralism, Raiding, and Prophets: Maasailand in the nineteenth century.* (Ph.D. dissertation, University of Wisconsin- Madison, 1979).

Bischofberger, Otto, *The Generation Classes of the Zanaki (Tanzania)* (Fribourg, Switzerland: The University Press, 1972).

Bower, John, 'The Pastoral Neolithic of East Africa,' *Journal of World Prehistory* 5-1 (1991) 74- 76.

Brandstrom, Per, 'Left-Hand Father and Right-Hand Mother: Unity and Diversity in Sukuma- Nyamwezi Thought,' in: *Body and Space: Symbolic Models of Unity and Division in African Cosmology and Experience* (Uppsala: Almqvist and Wiksell International, 1991) 119-142.

Brantley, Cynthia, 'Through Ngoni Eyes: Margaret Read's Matrilineal Interpretations from Nyasaland,' *Critique of Anthropology* 17-2 (1997) 147-169.

Buchanan, Carole A., 'Perceptions of Ethnic Interaction in the East African Interior: The Kitara Complex,' *The International Journal of African Historical Studies* 11-3 (1978) 410-428.

Burton, R.K., *The Lake Regions of Central Africa* (London, Longman, Green, Longman and Roberts, 1860).

Chacha, Gabriel N., *Historia ya Abakuria na Sheria Zao* (Dar es Salaam, 1963).

Chanock, Martin, 'Making Customary Law; Men, Women, and Courts in Colonial Northern Rhodesia,' in: Margaret Jean Hay and Marcia Wright (eds.), *African Women and the Law; Historical Perspectives,* Boston University Papers on Africa, no. 7 (Boston: Boston University, 1982) 53-67.

Choi Ahmed, Christine, 'Before Eve was Eve: 2200 Years of Gendered History in East-Central Africa' (Ph.D. Dissertation, UCLA, 1996).

Clark, J. Desmond, and Steven A. Brandt (eds.), *From Hunters to Farmers: The Causes and Consequences of Food Production in Africa* (Berkeley: University of California Press, 1984).

Clyde, David F., *History of the Medical Services of Tanganyika* (Dar es Salaam: Government Press, 1962).

Cory, Hans, 'Land Tenure in Bukuria,' *Tanganyika Notes and Records* 23 (1947) 70-79.

Distefano, John, *Precolonial history of the Kalenjin* (Ph.D. dissertation UCLA, 1985).

Dobson, E. D., 'Comparative Land Tenure of Ten Tanganyika Tribes,' *Tanganyika Notes and Records* 38 (1955) 31-39.

Dodoma Literacy Committee, *Ugogo na Wilaya Zake* (Dar es Salaam, 1965).

Ehret, Christopher, *Southern Nilotic History: Linguisitc Approaches to the Study of the Past* (Evanston: Northwestern University Press, 1971).

——, *An African Classical Age: Eastern and Southern Africa in World History, 1000 B.C. to 400 A.D.* (Charlottesville: University Press of Virginia, 1998).

Fallers, Lloyd A., *Bantu Bureaucracy: A Century of Political Evolution among the Basoga of Uganda* (Chicago: University of Chicago Press, 1965).

Feierman, Steven, *Peasant Intellectuals: Anthropology and History in Tanzania* (Madison: University of Wisconsin Press, 1991).

Fleisher, Michael L., 'Kuria Cattle Raiding: Capitalist Transformation, Commoditization, and Crime Formation Among an East African Agro-Pastoral People,' *Comparative Studies in Society and History* 42-4 (October 2000) 745-769.

——, *Kuria Cattle Raiders: Violence and Vigilantism on the Tanzania/Kenya Frontier* (Ann Arbor: The University of Michigan Press, 2000).

Ford, John, *The Role of Trypanosomiases in African Ecology: A Study of the Tsetse Fly Problem* (Oxford: Clarendon Press, 1971).

Fosbrooke, H.A., *Ngorongoro's First Visitor, by Dr. O. Baumann's Journal of 1892*, trans. G. E. Organ (Dar es Salaam: East African Literature Bureau, 1963).

Galaty, John G., 'Maasai Expansion and the New East African Pastoralism,' in: Thomas Spear and Richard Waller (eds.), *Being Maasai: Ethnicity and Identity in East Africa* (Athens: Ohio University Press, 1993).

Gallagher, Joseph T. (ed.), *East African Cultural History* (Syracuse, New York: Maxwell School of Citizenship and Public Affairs, Syracuse University, 1976).

Giblin, James Leonard, *The Politics of Environmental Control in Northeastern Tanzania, 1840-1940* (Philadelphia, University of Pennsylvania Press, 1992).

Gray, Robert F., *The Sonjo of Tanganyika: an anthropological study of an irrigation based society* (London: Oxford University Press, 1963).

——, 'Sonjo Lineage Structure and Property,' in: Robert F. Gray (ed.), *The Family Estate in Africa: Studies in the Role of Property in Family Structure and Lineage Continuity* (London: Routledge and Kegan Paul, 1964) 231-262.

Hakansson, N. Thomas, 'The Detachability of Women: Gender and Kinship in Processes of Socioeconomic change among the Gusii,' *American Ethnologist* 21-3 (1994) 516-538.

Hartwig, Gerald W., 'The Victoria Nyanza as a trade route in the nineteenth century,' *Journal of African History* 11 (1970) 535-552.

——, *The Art of Survival in East Africa: The Kerebe and Long-Distance Trade* (New York: Africana Publishing Co., 1976).

Hay, Margaret Jean and Marcia Wright (eds.), *African Women and the Law; Historical Perspectives*, Boston University Papers on Africa, no.7 (Boston: Boston University, 1982).

Hobsbawm, E. and T. Ranger (eds.), *The Invention of Tradition* (Cambridge: Cambridge University Press, 1983).

Hofmeyr, Isabel, *'We Spend Our Years as a Tale That is Told:' Oral Historical Narrative in a South African Chiefdom* (Portsmouth, NH: Heinemann, 1993).

Huber, Hugo, *Marriage and family in rural Bukwaya (Tanzania)* (Fribourg, Switzerland: The University Press, 1973).

Iliffe, John, *A Modern History of Tanganyika* (Cambridge: Cambridge University Press, 1979).

Institute of Education, *Development of African Soceities up to the Nineteenth Century* (Dar es Salaam, 1981).

Institute for Swahili Reseach, n.a., *Zamani mpaka Siku Hizi: Yaani Habari za Tanganyika Tangu Zamani za Kale mpaka Siku Hizi* (Dar es Salaam: East African Literature Bureau, 1930, revised 1962).

Itandala, A. Buluda, 'A History of the Babinza of Usukuma, Tanzania, to 1890' (Ph.D. dissertation Dalhousie University, 1983).

Jacobson-Widding, Anita, *Body and Space: Symbolic Models of Unity and Division in African Cosmology and Experience* (Uppsala: Almqvist and Wiksell International, 1991).

Kamera, W. D., *Hadithi za Wairaqw was Tanzania* (Dar es Salaam, 1978).

Kenny, Michael G., 'Salt trading in Eastern Lake Victoria,' *Azania* 9 (1975) 225-228.

——, 'Mirror in the forest: the Dorobo hunter-gatherers as an image of the other,' *Africa* (1981) 477-494.

Kirwen, Michael C., *African Widows: An empirical study of the problems of adapting Western Christian teachings on marriage* (Maryknoll, New York: Orbis Books, 1979).

Kjekshus, Helge, *Ecology Control and Economic Development in East Africa History. The Case of Tanganyika 1850-1950* (Athens: Ohio University Press, 1977).

Kjerland, Kirsten Alsaker, 'Cattle Breed; Shillings Don't: The Belated Incorporation of the abaKuria into Modern Kenya' (Ph.D. Dissertation, University of Bergen, 1995).

Klieman, Karin, 'The Pygmies were our Compass,' mss. draft version, January 2001.

Klima, George J., *The Barabaig: East African Cattle-Herders*, (New York: Holt, Rinehart and Winston, 1970).

Kollmann, Paul, *The Victoria Nyanza: The Land, the Races and their Customs, with Specimens of some Dialects*, H. A. Nesbitt, Translator (London: Swan Sonneschein and Co. Ltd., 1899).

Koponen, Juhani, *Development for Exploitation: German Colonial Policies in Mainland Tanzania, 1884-1914* (Finnish Historical Society, Studia Historica 49: Helsinki/Hamburg, 1994).

Kopytoff, Igor (ed.), *The African Frontier*, (Bloomington: Indian University Press, 1987).

Kratz, Corinne, 'Are the Okiek really Maasai? or Kipsigis? or Kikuyu?,' *Cahiers d'Etudes Africaines* 20-3 (1980) 355-368.

Kurimoto, Eisei, and Simon Simonse (eds.), *Conflict, Age and Power in North East Africa: Age Systems in Transition* (Athens, Ohio: Ohio University Press, 1998).

Leach, Melissa, and Robin Mearns, editors, *The Lie of the Land: Challenging Received Wisdom on the African Environment* (Portsmouth: Heinemann, 1996).

LeVine, Robert A., *The Gusii of Kenya* (New Haven: Human Relations Area Files, Inc., 1972).

Lienhardt, R.G., 'Getting your own Back: Themes in Nilotic Myth,' in: J.H.M. Beattie and R.G. Lienhardt (eds.), *Studies in Social Anthropology: Essays in Memory of E.E. Evans-Pritchard by his Oxford Colleagues* (Oxford: Clarendon Press, 1975).

Lonsdale, John, 'When did the Gusii (or any other group) become a "tribe"?' *Kenya Historical Review* 5-1 (1977) 276-287.

Maddox, Gregory H., 'Introduction,' in: Mathias E. Mnyampala, *The Gogo : History, Customs, and Traditions (Sources and Studies in World History)* (M.E. Sharpe, 1995).

Mayer, Iona, *The Nature of Kinship Relations: The Significance of the Use of Kinship Terms among the Gusii* (Manchester: Manchester University Press, Rhodes-Livingstone In, 1965).

McCann, James, *Green Land, Brown Land, Black Land: An Environmental History of Africa, 1800-1990* (Portsmouth: Heinemann, 1999).

McIntosh, Roderick James, *The Peoples of the Middle Niger: The Island of Gold* (Malden, Mass: Blackwell Publishers, 1988).

McIntosh, Susan Keech, 'Pathways to complexity: An African Perspective,' in: Susan Keech McIntosh (ed.), *Beyond Chiefdoms: Pathways to Complexity in Africa* (Cambridge: Cambridge University Press, 1999), 1-30.

——, (ed.), *Beyond Chiefdoms: Pathways to Complexity in Africa* (Cambridge: Cambridge University Press, 1999).

Mkirya, Benjamin, *Historia, Mila na Desturi ya Wazanaki* (Ndanda Mission Press, n.d.).

Mnyampala, Mathias E., *The Gogo : History, Customs, and Traditions (Sources and Studies in World History)*, Gregory H. Maddox, Introduction (M.E.Sharpe, 1995).

Monson, Jamie, 'Memory, Migration and the Authority of History in Southern Tanzania, 1860-1960,' *The Journal of African History*, 41-3 (2000): 347-372.

Muniko, S. M., B. Omagige, and M. J. Ruel, *Kuria-English Dictionary* (Hamburg: Lit Verlag, for the International African Institute, 1996).

Muraza Marwa, Sebastian, *Mashujaa wa Tanzania: Mtemi Makongoro wa Ikizu, Historia ya Mtemi Makongoro na Kabila lake la Waikizu, Mwaka 1894 Hadi 1958* (Peramiho, Tanzania: Benadictine Publications Ndanda, 1988).

Newbury, David, *Kings and Clans: Ijiwi Island and the Lake Kivu Rift, 1780-1840* (Madison: University of Wisconsin Press 1991).

Ntiro, S. J., *Desturi za Wachagga* (Dar es Salaam, 1953).

Ochieng', William R., *A pre-colonial history of the Gusii of Western Kenya* (Nairobi: East African Literature Bureau, 1974).

Packard, Randall, 'Debating in a Common Idiom: Variant Traditions of Genesis among the BaShu of Eastern Zaire,' in: Igor Kopytoff (ed.), *The African Frontier*, (Bloomington: Indian University Press, 1987) 148-161.

Poewe, Karla O., *Matrilineal Ideology: Male-Female Dynamics in Luapula, Zambia* (London: Academic Press, 1981).

Purseglove, J. W., *Tropical Crops: Monocotyledons* (London: Longman, 1972).

Ranger, Terence O., 'The Invention of Tradition Revisisted: The Case of Colonial Africa,' in: Ranger, Terence O. and O. Vaughan (eds.), *Legitimacy and the State in Twentieth Century Africa* (Oxford: St. Anthony's College, 1993) 62-111.

Ranger, Terence O. and O. Vaughan (eds.), Legitimacy and the State in Twentieth Century Africa (Oxford: St. Anthony's College, 1993).

Raymond, W.D., 'Tanganyika Arrow Poisons,' 23 (1947) 49-65.

Robertson, John H., and Rebecca Bradley, 'A New Paradigm: The African Early Iron Age without Bantu Migrations,' *History in Africa* 27 (2000): 287-323.

Ruel, Malcolm, 'Kuria Generation Classes,' *Africa* 32 (1962) 14-36.

Rwezaura, Barthazar Aloys, *Traditional Family Law and Change in Tanzania: A Study of the Kuria Social System* (Baden-Baden: Nomos Verlagsgesellschaft, 1985).

Schmidt, Elizabeth, *Peasants Traders and Wives: Shona Women in the History of Zimbabwe, 1870-1939* (Portsmouth, NH: Heinemann, 1992).

Schmidt, Peter, *Historical Archaeology: A Structural Approach in an African Culture* (Westport, Conn.: Greenwood Press, 1978).

Schnee, Heinrich (ed.), *Deutsches Kolonial Lexikon*, 3 vols. (Leipzig: Quelle and Meyer, 1920).

Schoenbrun, David Lee, 'Early History in Eastern Africa's Great Lakes Region: Linguistic, Ecological, and Anthropological Approaches, ca. 500 B.C. to ca. A.D. 1000,' (Ph.D. Dissertation, UCLA, 1985).

——, *The Historical Reconstruction of Great Lakes Bantu Cultural Vocabulary: Etymologies and Distributions* (Koln, Germany: Rudiger Koppe Verlag, 1996).

——, *A Green Place, a Good Place: Agrarian Change, Gender, and Social Identity in the Great Lakes Region to the 15th Century* (Portsmouth: Heinemann, 1998).

Senior, H.S., 'Sukuma Salt Caravans to Lake Eyasi,' *Tanganyika Notes and Records* 6 (1938) 87-92.

Shetler, Jan Bender, 'A Gift for Generations to Come: A Kiroba Popular History from Tanzania and Identity as Social Capital in the 1980s,' *The International Journal of African Historical Studies* 28-1 (1995) 69-112.

——, 'The Landscapes of Memory: A History of Social Identity in the Western Serengeti, Tanzania' (University of Florida, Ph.D. Dissertation, May 1998).

Sinclair, A.R.E., and M. Norton-Griffiths (eds.), *Serengeti: Dynamics of an Ecosystem* (Chicago: University of Chicago Press, 1979).

Skully, R.T.K., 'Fort Sites of East Bukusu, Kenya,' *Azania* 4 (1969) 105-114.

——, 'Nineteenth Century Fort Sites and Related Oral Traditions from the Bungoma Area, Western Kenya,' *Azania* 14 (1979) 81-96.

Société de Missionnaires d'Afrique (Pères Blancs), *Chronique Trimestrielle de la Société de Missionnaires d'Afrique* (Pères Blancs) 24me Anneé, No. 94 (Avril 1902) 94.

——, 'Ukerewe,' *Chronique Trimestrielle de la Société de Missionnaires d'Afrique (Pères Blancs)*, 24me Anneé, No. 95 (July 1902): 281

——, 'Ukerewe,' *Chronique Trimestrielle de la Société de Missionnaires d'Afrique* (Pères Blancs) 27me Anneé (1905) 133.

Spear, Thomas, and Richard Waller (eds.), *Being Maasai: Ethnicity and Identity in East Africa* (Athens: Ohio University Press, 1993).

Spencer, Paul, 'Age Systems and Modes of Predatory Expansion,' in: Eisei Kurimoto and Simon
    Simonse (eds.), *Conflict, Age and Power in North East Africa: Age Systems in Transition*
    (Athens, Ohio: Ohio University Press, 1998).
Taasaisi ya Elimu*, Historia, Shule ya Msingi: Jamii za Watanzania tangu 1880* (Dar es Salaam,
    1984).
Tantala, Renee L., 'The Early History of Kitara in Western Uganda: Process Models of Religious
    and Political Change' (Ph.D. Dissertation, University of Wisconsin-Madison, 1989).
Thornton, Robert, *Space, Time and Culture among the Iraqw of Tanzania* (New York: Academic
    Press, 1980).
Tobisson, Eva, *Family Dynamics among the Kuria: Agro-Pastoralists in Northern Tanzania*
    (Göteborg, Sweden: Acta Universitatis Gothoburgensis, 1986).
Tomikawa, Morimichi, 'The Distribution and the Migrations of the Datoga Tribe,' *Kyoto
    University African Studies* 5 (1970) 1-46.
——, 'Family and Daily Life: An Ethnography of the Datoga Pastoralists in Mangola (1),' *Senri
    Ethnological Studies* 1 (1978).
Vail, Leroy (ed.), *The Creation of Tribalism in Southern Africa* (Berkeley and Los Angeles:
    University of California Press, 1991).
Vansina, Jan, *Oral Tradition as History* (Madison: University of Wisconsin, 1985).
——, *Paths in the Rainforest* (London: James Currey, 1990).
Wagner, Michele, 'Whose History is History?: A History of the Baragane People of Buragane,
    Southern Burundi, 1850-1932,' 2 vols. (Ph.D. thesis, University of Wisconsin-Madison,
    1991).
Wakefield, T., 'Wakefield's Notes on the Geography of Eastern Africa, Routes of Native Caravans
    from the Coast …,' *Journal of the Royal Geographical Society* 40 (1870) 303-339.
——, 'Native Routes through the Masai Country,' *Proceedings of the Royal Geographical Society*,
    n.s., 4 (1882) 742-747.
Weiss, Brad, *The Making and Unmaking of the Haya Lived World: Consumption, Commoditization
    and Everyday Practice* (Durham: Duke University Press, 1996).
Weiss, Max, *Die Volkerstamme im Norden Deutsch-Ostafrikas* (Berlin: Carl Marschner, 1910;
    reprint edition, New York: Johnson Reprint Corporation, 1971).
Wilson, G.McL., 'The Tatoga of Tanganyika, Part One,' *Tanganyika Notes and Records* 33 (1952)
    34-47.
——, 'The Tatoga of Tanganyika, Part Two,' *Tanganyika Notes and Records* 34 (1953) 35-56.
Wrigley, Christopher, *Kingship and the State: The Buganda Dynasty* (Cambridge University Press,
    1996)

AUTHORS INDEX

AFRICAN SOURCES FOR AFRICAN HISTORY

1. David C. CONRAD (ed.)
   Somono Bala of the Upper Niger. *River People, Charismatic Bards, and Mischievous Music in a West-African Culture.*
   ISBN 90 04 12185 4
2. Stephanie NEWELL
   Marita: or the Folly of Love. *A Novel by A. Native*
   ISBN 90 04 12186 2
3. Caroline ANGENENT et al.
   Les rois des tambours au Haayre. *Récitée per Aamadu Baa Digi, griot des Fulɓe à Dalla (Mali)*
   ISBN 90 04 12446 2
4. Jan Bender SHETLER
   Telling Our Own Stories. *Local Histories from South Mara, Tanzania*
   ISBN 90 04 12625 2